ऐतिहासिक वाडे व घराणी

उत्तर अहिल्यानगर जिल्ह्यातील अप्रसिद्ध
मराठाकालीन वाडे व घराण्यांचा अभ्यासपूर्ण वेध

सुमित डेंगळे

सकाळ प्रकाशन

सकाळ प्रकाशन

Aitihasik Wade va Gharani

ऐतिहासिक वाडे व घराणी

प्रथम आवृत्ती	:	१६ मार्च २०२५ (तुकाराम बीज)
द्वितीय आवृत्ती	:	नोव्हेंबर २०२५
प्रकाशक	:	सकाळ मीडिया प्रा. लि. ५९५, बुधवार पेठ, पुणे ४११ ००२
संपादक	:	अंजली इंगवले
मुखपृष्ठ	:	श्रीपाद चिलकवाड
मांडणी व मुद्रितशोधन	:	सारद मजकूर
ISBN	:	978-93-48048-54-7
संपर्क	:	९८८१५ ९८८१५ / ८८८८८ ४९०५० sakalprakashan@esakal.com

मला इतिहासाची आवड ज्यांच्यामुळे लागली
ते सरदार त्रिंबकजी डेंगळे,
माझे गाव निमगावजाळी
आणि तिथल्या माणसांना....

मनोगत

मराठ्यांच्या इतिहासाची आवड निर्माण झाली ती सरदार त्रिंबकजी डेंगळे यांच्यामुळे. आमच्या डेंगळे घराण्यातील ही व्यक्ती सामान्यातून आपल्या कर्तृत्वाने मराठेशाहीच्या शेवटच्या काळात मोठ्या स्थानावर जाऊन पोहोचते, याचे नवल आणि अभिमान वाटायचा. त्रिंबकजी डेंगळे यांचा शेवट कसा झाला, या प्रश्नाचे उत्तर शोधण्यासाठी जिज्ञासेपोटी मी इतिहासाचा अभ्यास सुरू केला. त्रिंबकजी अभ्यासायचे म्हणजे उत्तर-पेशवाई अभ्यासावी लागणार होती. आणि उत्तर-पेशवाई अभ्यासायची म्हणून संपूर्ण मराठेशाही अभ्यासावी लागणार होती. त्यामुळे मराठ्यांचा इतिहास अभ्यासणे सुरू केले.

मराठेशाहीचा अभ्यास सुरू होता; तसेच त्रिंबकजी डेंगळे यांचाही. आजवर त्यांच्याविषयी मी अनेक माध्यमांतून लिहिलो, बोललो आहे. संगमनेरजवळील निमगावजाळीला त्यांच्या वाड्यात आम्ही हेरिटेज वॉक, दरवर्षी पुण्यतिथी असे कार्यक्रम साजरे करतो. हे सुरू असतानाच मला सतत एक कुतूहल असायचे आपल्या निमगावजाळी गावात त्रिंबकजी डेंगळे होऊन गेले, तसे इतरही आसपासच्या गावांत मराठेशाहीत अशा कर्तृत्ववान व्यक्ती होऊन गेल्या असतील का? त्यांचेही असेच संघर्षमय जीवनप्रवास असतील का? त्यांचेही असे वाडे असतील का ? वगैरे....

कोपरगाव इथे रघुनाथराव पेशवे आणि त्यांचे कुटुंब बराच काळ राहत होते. त्यांचा वाडा कोपरगावमध्ये होता; असे वाचनात आल्यावर तिथे भेट दिली. परंतु तिथला सुंदर वाडा आणि त्याच्या इतिहासाविषयी स्थानिक लोकांना माहीत नसल्याचे दिसले. आमची शेतजमीन असणाऱ्या संगमनेर तालुक्यातील 'पानोडी' या एका आडवाटेवरच्या लहानशा गावात जाताना असाच मोठा ऐतिहासिक खजिना असल्याचे दिसले. एक मोठे सरदार घराणे आपले वेगळेपण सांभाळून

तिथे राहत होते. तिथलाही इतिहास कुणाला माहीत नव्हता. तसेच त्रिंबकजी डेंगळे यांच्या समकालीन असणारे सरदार अन्याबा राहातेकर यांच्या नावावरून ते राहात्याचे असावेत, हा बोध झाला. राहात्याला भेट दिल्यावर तिथे त्यांच्या पाऊलखुणा सापडल्या. परंतु गावच्या सुपुत्र असणाऱ्या या सरदाराचे नावच तिथून लुप्त झाल्याचे दिसले. अशी अनेक ठिकाणे आणि वाडे पाहून झाले. इतिहास अभ्यासामुळे ऐतिहासिक साधनांची माहिती होत होती. भेटी दिलेल्या ऐतिहासिक ठिकाणांचे वा घराण्यांचे संदर्भ मी जमा करू लागलो. त्यामुळे खरेतर २०२०मध्ये पुस्तकाची कल्पना मनात घोळू लागली.

सावित्रीबाई फुले पुणे विद्यापीठात 'जर्नालिझम अँड मास कम्युनिकेशन' विषयात पदव्युत्तर शिक्षण सुरू असताना शेवटच्या वर्षी संशोधन प्रकल्पासाठी मी 'उत्तर नगर जिल्ह्यातील ऐतिहासिक वाड्यांची सद्यस्थिती' हा विषय सखोल वार्तांकनासाठी निवडला. 'उत्तर नगर जिल्हा' म्हणजे अकोले, संगमनेर, राहाता, राहुरी, कोपरगाव, श्रीरामपूर आणि नेवासे हे नगर जिल्ह्यातील सात तालुके, हे अभ्यासक्षेत्र निवडले. प्रकल्प मात्र वेगळ्या अंगाने करायचा होता. इतिहास अभ्यासाव्यतिरिक्त प्रकल्पासाठी पत्रकाराच्या नजरेतून मला हे वाडे अभ्यासावे लागले. त्यामुळे प्रत्येक वाड्यात सध्या काय-काय आहे, त्यांची रचना, तिथली परिस्थिती आणि सर्वांत महत्त्वाचे म्हणजे त्यांचे जतन आणि संवर्धन कसे करता येईल, त्याच्या पद्धती, ते करायला अडचणी काय येतात, केल्यास त्यांचा वापर कसा करता येईल, यादृष्टीने वाड्यांचा अभ्यास केला. प्रकल्पासाठी वाड्यांचे सुस्थितीत असणारे, बऱ्या स्थितीत असणारे आणि दुरवस्था झालेले अशा तीन प्रकारांत विभाजन केले.

'वाडा मालकांच्या मुलाखती' हा प्रकल्पासाठी महत्त्वाचा माहितीस्रोत होता. त्यासाठी पंधरा वाडे मी 'केस स्टडी' म्हणून घेतले होते. अभ्यासाला तसेच पुस्तकाला अशाप्रकारे 'अ‍ॅकॅडमिक' जोड मिळाली.

२०२३मध्ये प्रकल्प पूर्ण झाला. त्यात काही एक भर घालून लवकरच पुस्तकरूपाने आणायचे ठरवले खरे पण विषयाचा अवाका आणि खोली दिवसेंदिवस वाढत गेली. नवनवी घराणी सापडू लागली. मग सुट्टी असल्यावर पुण्याहून गावी येणे आणि एकतरी वाडा बघणे, हे तेव्हापासून समीकरण झाले. तसेच संबंधित वाड्यांचा अथवा घराण्यांचा इतिहासही मी अभ्यासू लागलो.

मग उभा-आडवा विस्तार आणि 'पुनश्च हरिओम' सुरू झाले. आता मला प्रकल्पासारखी 'डेडलाईन' नव्हती.

सर्वप्रथम वाडे आणि घराणी शोधून काढण्यापासून सुरुवात करावी लागली. कारण बहुतांशी वाडे आणि घराणी काळाच्या पडद्याआड गेली होती. फार तुरळक वाडे अथवा घराण्यांवर काही लेखन झाले होते. तेही प्रामुख्याने स्थानिक वृत्तपत्र अथवा नियतकालिकांमधूनच. त्यातही मौखिक माहितीवर भर होता आणि तो दोषपूर्ण होता. मग वाडे आणि घराणी शोधण्यासाठी मी दोन मार्ग अनुसरले. पहिला म्हणजे ऐतिहासिक साधनांत जसे उल्लेख मिळतील, तशा नोंदी काढून ठेवणे. मग गावे अथवा आडनावे यांच्यावरून संबंधित घराण्याचा संपर्क शोधणे, त्यानंतर वेळ मिळेल तसे पुण्याहून गावी जाऊन त्या-त्या ठिकाणांना भेटी देणे. परंतु ऐतिहासिक व्यक्ती अथवा घराण्यांचे उल्लेख हे त्यांच्या गावांच्या नावानिशी इतिहासात फारसे मिळत नाहीत. त्यामुळे एखाद्या कर्तृत्वान सरदाराचा किंवा पराक्रमी व्यक्तीचा वंश शोधणे देखील कठीण होऊन बसले.

दुसरा मार्ग मी अवलंबला तो म्हणजे; स्थानिक भागात ऐकीव माहितीनुसार वाडे आणि घराणी शोधणे. मराठ्यांची सत्ता संपून आता दोन शतके लोटली तरी आजही जुन्या-जाणत्या मंडळींनी मौखिक परंपरेने काही जपून ठेवले आहे. 'अमुक एक सरदार इथे होता', 'हा वाडा यांचा आहे', 'एकेकाळी हे घराणे फार मोठे होते', 'आम्ही पूर्वी इंदूरला होतो', 'हे ग्वाल्हेरला होते', 'ते बडोद्याहून नंतर इकडे आले...' वगैरे. तसेच मराठा घराणी शोधण्यासाठी मी एक निकष वापरला तो म्हणजे 'नातेसंबंध'. करण अनेक घराण्यांचे वाडे जमीनदोस्त झाले, बडेजाव गेला, पुढच्या पिढीला इतिहासाचा विसर पडला; पण एक गोष्ट मात्र कायम राहिली; ती म्हणजे 'नातेसंबंध'. मराठा देशमुख आणि सरदार-जहागीरदार घराण्यांचे जुने नातेसंबंध अजूनही परस्परांत असलेले आपल्याला दिसतील. त्याचा मी अभ्यासाच्या अंगाने पुरेपूर उपयोग करून घेतला. त्यानुसार मग एखादा वाडा अथवा घराणे असलेल्या ठिकाणी भेट द्यायची, वाडा पाहायचा आणि त्या घराण्याने सांगितलेल्या मौखिक माहितीनुसार संबंधित घराण्याचा इतिहास संदर्भग्रंथ आणि समकालीन प्रकाशित साधनांतून शोधून काढायचा. असे दोन्हीप्रकारे काम चालले.

त्या-त्या ठिकाणी गेल्यावर वाड्याचा कोपरा न कोपरा बघणे, निरीक्षणे नोंदवणे, संबंधित घराण्यातील मंडळींची मुलाखत घेणे, त्यांच्याकडच्या काही वस्तू, वंशावळी, नोंदी, गावात त्यांच्या पूर्वजांनी बांधलेल्या वास्तू, तिथे असलेला एखादा शिलालेख पाहणे, हा शिरस्ता झाला. संबंधित घराण्याचा किंवा घराण्याचा मूळ पुरूष असणाऱ्या कर्तृत्ववान व्यक्तीचा इतिहास समकालीन प्रकाशित साधनांतून शोधून काढला. समांतरपणे लेखन सुरू ठेवले. हे सगळे पूर्ण झाले असे वाटले, तेव्हा २०२४चा मध्य उजाडला होता. मागे वळून बघितले तर वाडे आणि घराण्यांच्या संख्येने 'पन्नाशी' ओलांडली होती. स्थळभेटी आणि मुलाखती सुमारे १००, आधारभूत संदर्भग्रंथ सुमारे १०० आणि स्वतः घेतलेल्या छायाचित्रांची संख्या ५००च्या पुढे गेली होती.

'वाडा संस्कृती' ही महाराष्ट्राची एक ओळख असून ते स्थापत्यशास्त्राचे उत्कृष्ट नमुने आहेत. आजही दोन-तीन शतकांपूवी बांधलेले हे वाडे; निसर्गाचे तडाखे आणि ऐतिहासिक वास्तू जतनाविषयीची अनास्था सहन करत दिमाखात उभे आहेत. यासोबतच त्यांच्यामध्ये दडलेला 'इतिहास'ही!

सर्व वाड्यांची सर्वसाधारण रचना तशी ढोबळमानाने सारखीच असते. वेगळेपण असते ते त्यांच्या आकारमानात आणि नक्षीकामात. गावोगावी तसे वतनदार पाटील, कुलकर्णी, देशमुख, देशपांडे वगैरे मंडळींचे वाडे आपल्याला दिसतील. परंतु आकाराने भव्य आणि सुंदर आहेत, ते गावे सोडून एकेकाळी बाहेर पडलेल्या आणि तत्कालीन राजसत्तेत 'कर्तृत्वा'ने स्वतःचे स्थान निर्माण केलेल्या सरदार घराण्यांचे वाडे. त्यांच्यामागे असतो तो 'इतिहास'. त्या-त्या घराण्याच्या मूळ पुरुषाने केलेल्या कर्तृत्वाचे ते वाडे एकार्थी साक्षीदार असतात. छत्रपती शिवाजी महाराजांनी स्थापन केलेले स्वराज्य, त्याचे अठराव्या शतकात झालेले साम्राज्य आणि इंग्रजांशी केलेला संघर्ष या सगळ्यांमध्ये महाराष्ट्रातील अनेक व्यक्ती आणि घराण्यांचे योगदान आहे. दुर्दैवाने त्यातील अनेकांचा इतिहास आजवर समोर आलेला नाही.

वाडा आला म्हणजे 'घराणं' आलेच. आणि घराणे आले म्हणजे तिचा मूळ पुरुष असणारी कर्तृत्ववान 'व्यक्ती' आली. ती-ती घराणी बऱ्याचदा त्यांच्या मूळ पुरुषाच्या नावाने ओळखली जातात. त्यामुळे 'वाडा', 'घराणे' आणि 'व्यक्ती' या तिन्ही 'एन्टिटीज' एकमेकांशी संबंधित आहेत.

महाराष्ट्रातील अशाच काही वाडे आणि घराण्यांचा अभ्यासपूर्ण वेध पुस्तकात घेतला आहे. राज्यात वाडे आणि घराणी यांची संख्या मोठी आहे. ऐतिहासिक वाडे व घराण्यांचा अभ्यास; एकतर काळानुसार (उदाहरणार्थ, सतरावे शतक, अठरावे शतक, शिवशाही आणि शिवजन्मापूर्वी!), दुसरा शासकांनुसार (उदाहरणार्थ, छत्रपतींच्या पदरी असणारी, पेशव्यांच्या पदरी असणारी, शिंदेंच्या पदरी असणारी.) तिसरा एखादे भौगोलिक क्षेत्र वा प्रदेशानुसार (त्या भागानुसार, घराण्यांची मूळ गावे, वतने, सध्याचे वंशज जिथे आहेत.) करता येईल.

या पुस्तकात 'उत्तर अहिल्यानगर जिल्हा' हे भौगोलिक क्षेत्र लक्षात घेऊन तेथील वाडे आणि घराण्यांचा अभ्यासपूर्ण वेध यात घेण्यात आला आहे. त्यामुळे एका बाजूला स्थानिक अथवा प्रादेशिक इतिहास म्हणूनही या भागासाठी पुस्तकाचे महत्त्व आहे.

मराठेशाहीच्या वेगवेगळ्या काळातील, वेगवेगळ्या शासकांच्या पदरी असणारी, वेगवेगळ्या जाती-धर्माची घराणी यामध्ये आहेत. त्यातले कुणी सरदार, कुणी शास्त्री-पंडित, कुणी शाहीर, कुणी वतनदार पाटील-देशमुख, कुणी सावकार तर कुणी आदिवासी समूहाचा नाईक. परंतु संख्येने अधिक आहेत; ती मराठ्यांच्या गौरवशाली इतिहासाची साक्षीदार असणारी 'सरदार' घराणी, त्यांचे भव्य 'वाडे' आणि त्यांचा 'इतिहास'ही. निजामशाही, आदिलशाही, मोगल, छत्रपती, पेशवे, निजाम, होळकर, शिंदे, गायकवाड, पवार या शासकांच्या पदरी असणारी ती घराणी आहेत.

पुस्तकात एकूण ३२ लेख आहेत. त्यांतील पहिले २५ लेख स्वतंत्र असून शेवटचे ७ लेख संकीर्ण आहेत. ज्या घराण्यांचे मोठे वाडे आहेत, मराठेशाहीत ती घराणी राजकीय वा धार्मिक क्षेत्रात उच्च स्थानावर होती, ज्यांचे ऐतिहासिक संदर्भ मला मोठ्या प्रमाणात मिळाले आणि ज्यांच्या वंशजांनी सहकार्य केले असे, उत्तर अहिल्यानगर जिल्ह्यातील वाडे आणि घराणी पहिल्या 'पंचवीस' लेखांत आहेत.

बाकीची ज्या-ज्या गावांत ती घराणी आहेत; त्यांच्या तालुक्यांनुसार शेवटच्या सात लेखांत ती समाविष्ट केलेली आहेत. याशिवाय पारिभाषिक शब्द, वंशावळी, नकाशा या वाचकांना निश्चित उपयोगी पडतील, अशा गोष्टींचा समावेश केला आहे.

सर्व लेख हे 'रिपोर्ताज' शैलीतील आहेत. यात ऐतिहासिक वाडे, त्यांचे स्थापत्य, वाड्याशी संबंधित घराण्याचा अथवा त्यांच्या मूळ पुरुषाचा संदर्भासहित इतिहास, त्यांची गावे, वारसांची सद्यस्थिती, त्यांच्याकडे असलेल्या वस्तू आणि गावात

त्यांच्या पूर्वजांनी बांधलेल्या वास्तू, प्रचलित असणाऱ्या दंतकथा वा आख्यायिका, नातेसंबंध आणि परंपरा, वारसा जतन करण्याचे सध्या होणारे तसेच भविष्यात करता येतील, असे प्रयत्न यांचा विविध अंगांनी वेध घेण्यात आला आहे.

पुस्तकात मराठेशाहीतील काही दुर्लक्षित व्यक्तींचा वाडा अथवा घराण्याच्या अनुषंगाने इतिहास लिहिण्याचा प्रयत्न केला आहे. त्यात छत्रपती शिवाजी महाराजांचे एक ज्येष्ठ मार्गदर्शक आणि सरसेनापती माणकोजी दहातोंडे, दुसरे एक मार्गदर्शक गोमाजी नाईक पानसंबळ, छत्रपती संभाजी-छत्रपती राजाराम महाराजांच्या काळात स्वराज्याला आधार देणारे महादजी आणि खंडेराव पानसंबळ बंधू, राजाराम-ताराराणी-शाहू काळातील शकोजी थोरात, पेशवाईच्या सुरुवातीच्या काळातील नागोराम भागवत आणि त्यांचे घराणे, पेशवाईतील साडेतीन शहाण्यांपैकी एक असलेले, हैदराबादच्या निजामाचे दिवाण विठ्ठल सुंदर, आग्रा-अलिगडसारखे किल्ले जिंकणारे शिंदेशाहीतील सेनानी रायाजी पाटील (शिंदे), शिंदे यांचे पेशव्यांकडील मुत्सद्दी वकील रामजी पाटील (जाधव), शिंदेंचे कारभारी राहिलेले कृष्णाजी आणि बानाजी शेटे बंधू, उत्तर पेशवाईतील रायगडचे किल्लेदार नारोपंत आवटी, हडसर किल्ला शेवटपर्यंत लढवत इंग्रजांशी झुंज देणारे अन्याबा राहातेकर, हेरखात्याचे प्रमुख बयाजी नाईक-जोंधळे, पेशव्यांचे कारभारी आणि इंग्रजांशी मोठा संघर्ष करणारे त्रिंबकजी डेंगळे ही राजकीय व्यक्तिमत्वे (म्हणजे सरदार मंडळी) यामध्ये आहेत.

शिवरायांचे पहिले चरित्र लिहिणारे कवींद्र परमानंद आणि त्यांचे घराणे, अनंत फंदीसारखे मराठेशाहीतले मोठे शाहीर, महिपती महाराजांसारखे संत अशी धार्मिक-साहित्यिक क्षेत्रातली व्यक्तिमत्वे आहेत. जावजी नाईक-बांबळे या पेशवाईतील एका प्रभावी महादेव कोळी नाईकांचा आणि त्यांच्या बंडांचा विशेष समावेश यात केला आहे.

वाड्यांसोबतच काही ऐतिहासिक घराण्यांच्या गढ्यासुद्धा आपल्याला आढळतात. दोन्ही मराठा काळातीलच निवासी वास्तू होत्या; परंतु त्यांच्यात किंचित फरक आहे. वाड्यांच्या तुलनेत गढीला तटबंदी असून चाऱ्ही बाजूने बुरूज असून ती काहीशी उंचावर असते. वाड्यांबरोबर काही गढ्यांचाही समावेश यात केला आहे. पुस्तकातील बहुसंख्य वाडे हे मराठेशाहीच्या काळातील आहेत. परंतु १८१८ला पेशवाईच्या रूपातली मराठेशाही संपली. परंतु 'वाडा-संस्कृती'

मात्र अगदी विसाव्या शतकापर्यंत महाराष्ट्रात होती. विसाव्या शतकात वाडा संस्कृतीकडून बंगला संस्कृतीकडे वाटचाल झाली. इंग्रजकाळात निर्माण झालेल्या वाड्यांची संख्या महाराष्ट्रात बरीच आहे. (किंबहुना तेच आज सर्वाधिक सुस्थितीत आहेत.). इंग्रजकाळातील अशा निवडक आणि वैशिष्ट्यपूर्ण वाड्यांचाही यात समावेश केला आहे.

'उत्तर अहिल्यानगर जिल्हा' हा भाग मी अभ्यासासाठी घेतला, या भागातील 'मोठा इतिहास' लाभलेले वाडे आणि घराणी यांचा समावेश यामध्ये केला आहे. तरी काही वाडे अथवा घराणी सुटण्याची शक्यता नाकारता येत नाही, ही बाब वाचकांनी (विशेषतः नगर जिल्ह्यातील मंडळींनी) ध्यानात घ्यावी. तसेच पुस्तकात 'रिपोर्ताज' स्वरूपाचे लेखन असल्याने ते वर्तमान स्थितीच्या संदर्भाने आहे. आज जशी वाड्यांची, गावांची तसेच इतर वास्तूंची स्थिती आहे त्यात भविष्यात निश्चितच बदल होतील. मला स्वतःलाच एकाच वाड्याला काही महिन्यांच्या अथवा वर्षभराच्या फरकाने पुन्हा भेट दिल्यावर भलतेच बदल झालेले किंवा काही वाडे तर चक्क जमीनदोस्त झालेले दिसले. त्यामुळे पुस्तकातील लेखांतील काही भाग हा २०२३-२४ या काळातील वर्तमानाच्या संदर्भाने आहे, ही बाबही ध्यानात घ्यावी.

पुस्तकात काही ठिकाणी ऐतिहासिक वाडे आणि घराण्यासंबंधी प्रचलित असणाऱ्या दंतकथा आणि आख्यायिका दिलेल्या आहेत. त्यांचा त्या-त्या ठिकाणी तसा उल्लेख केलेला आहे. सत्य आणि असत्य या दोन्हींच्या मध्ये तरंगत असलेल्या या दंतकथा आणि आख्यायिका भविष्यात सबळ पुरावा मिळाल्याशिवाय इतिहास मानता येणार नाही. एक धागा किंवा 'गाळलेल्या जागा भरा' म्हणून त्या इतिहास अभ्यासात उपयोगी पडतात. रूढार्थाने त्यांचा समावेश लोकसाहित्य या ज्ञानशाखेत होतो. याशिवाय पुस्तकात इतिहासाच्या अंगाने म्हणूनही काही लेखांत काही तर्क मांडले आहेत. जागोजागी त्यांचे धागे मुद्दाम सोडले आहेत. अभ्यासक आणि संशोधकांच्या नजरेला ते पडतील. त्यांतून भविष्यात अभ्यास अथवा संशोधन होऊन स्पष्टता येईल, सखोल संशोधन होईल तसेच नवनवे अभ्यासविषयही उपलब्ध होतील, अशी अपेक्षा आहे. यांतील काही

व्यक्ती आणि घराण्यांवर भविष्यात प्रकाशित, अप्रकाशित साधने मिळवून, खोलवर संशोधन झाल्यास त्यातल्या प्रत्येकावर स्वतंत्र पुस्तके वा पुस्तिका निर्माण होऊ शकतील असे वाटते.

खरेतर इतिहास लाभलेले वाडे आणि घराणी हा आपला 'वारसा' आहे. तो जतन करण्याची पहिली पायरी म्हणजे त्यांचे 'डॉक्युमेंटेशन' करणे. दुर्दैवाने राज्यातील अनेक वाडे आता अखेरची घटका मोजत आहेत. वाड्यांत असणाऱ्या जुन्या वस्तू अडगळीत पडल्या आहेत. वाड्यांचे जतन आणि संवर्धन करण्यासाठी पावले उचलण्याची गरज आहे. वाडे हे खासगी मालकीचे असल्याने वाडामालकांची भूमिका यात सर्वांत महत्त्वाची ठरते. परंतु भाऊबंदकी, आपल्या वारशाप्रती उदासीनता, खालावलेली आर्थिक स्थिती ही वाडे जतन न होण्यामागची साधारण कारणे आहेत. भविष्यात सरकारकडून मदत झाल्यास खासगी-सरकारी सहभागातून हे काम पुढे जाऊ शकेल. वारसा जतन केला जाऊ शकेल. भविष्यातील पिढीला 'वाडा संस्कृती' कळेल. त्याचा निश्चितच 'पर्यटन' वाढीसाठी उपयोग होईल. यासोबत विस्मृतीत गेलेल्या इतिहासातील अनेक व्यक्ती आणि घराण्यांचा इतिहासदेखील समोर येईल. वाड्यांच्या 'जतन आणि संवर्धना'सह इतिहासातील कर्तृत्ववान व्यक्तींची 'चरित्रे', घराण्यांचे 'कुलवृत्तान्त' निर्माण व्हायला हवेत. हीच पुस्तक लिहिण्यामागची भूमिका आहे.

पुस्तकासाठी अनेकांचे साहाय्य मिळाले. संगमनेरचे इतिहास अभ्यासक व 'उज्ज्वल उद्यासाठी' त्रैमासिकाचे संपादक विठ्ठल शेवाळे यांच्याशी कोरोना काळात आलेला संपर्क यादृष्टीने महत्त्वाचा ठरला. त्यांच्यामुळे स्थानिक भागात किती मोठा इतिहास दडलेला असतो, तो आजवर कसा दुर्लक्षित राहिला आणि अभ्यासकांना त्यात किती वाव आहे, ही गोष्ट ध्यानात आली. विठ्ठल सर हे पुस्तकामागची एक प्रेरणा म्हणावयास हरकत नाही. काही ऐतिहासिक घराण्यांचा संपर्क करून देणे, माझ्यासोबत त्याठिकाणी येणे, पुस्तकाची अंतिम संहिता नजरेखालून घालणे, असे विविध मार्गांनी त्यांचे सहकार्य लाभले. त्यांच्या ऋणात राहणे मी पसंत करतो.

मराठा ऐतिहासिक घराणी तसेच त्यांचे वाडे शोधण्याचा 'नातेसंबंध' हा एक महत्त्वाचा निकष आहे. नगर जिल्ह्यातील तसेच राज्यातील ऐतिहासिक मराठा घराण्यांच्या नातेसंबंधांची चांगली जाण असणारे सतिश नेहे यांचे याकामी सहकार्य लाभले. नेहे काकांच्या नातेसंबंध, जनसंपर्क आणि बोलक्या स्वभावामुळे मला अनेक घराण्यांशी जोडले जायला मदत झाली. ते स्वतः माझ्यासोबत काही ठिकाणी आले. त्यांचाही मी सदैव ऋणी राहील. पुस्तकासाठी आजवर १५०० किलोमीटरपेक्षा अधिक प्रवास झाला. त्यात बहुतेक वेळी माझ्या सोबत येणारे अविनाश हजारे यांचे निश्चितच साह्य झाले. प्रत्येक रविवार तसेच सुट्टीच्या दिवसांचा वेळ माझ्यासाठी राखून ठेवणारे आणि पुस्तकनिर्मितीच्या प्रत्येक टप्प्यावर मला सकारात्मकता देणारे हजारे सर मला आजन्म स्मरणात राहतील.

'उत्तर नगर जिल्ह्यातील ऐतिहासिक वाड्यांची सद्यस्थिती' या प्रबंधासाठी मार्गदर्शक म्हणून लाभलेले प्रा. योगेश बोराटे यांचाही मी ऋणी आहे. माझा इतिहास अभ्यासक मित्र चिन्मय वाडेकर तसेच कॉन्सर्वेशन आर्किटेक्चर क्षेत्रात काम करणारी माझी मैत्रीण प्रतिक्षा दळवी यांचाही मी आभारी आहे. नेवासे हा उत्तर नगर जिल्ह्यातील टोकाचा तालुका. तिथे माझ्या फारशा ओळखी नव्हत्या. परंतु महेश जामदार, प्रा. डॉ. शिरीष लांडगे आणि सिद्धार्थ गायके यांनी कमी काळात मला आपलसे करून सहकार्य केले. महेशराव हे अल्पकाळात निकटचे बनून गेले. ज्या वाडे आणि घराण्यांना मी भेटी दिल्या त्यांच्या वारसदारांचा तसेच त्यांच्याशी जोडून दिलेल्या सर्व मंडळींचा मी मनापासून आभारी आहे. पुस्तकात शेवटी मी त्यांचा उल्लेख केला आहे. यासोबत बरेच संदर्भग्रंथ मला जिथून उपलब्ध झाले त्या पुण्यातील भारत इतिहास संशोधक मंडळाचा, तिथल्या ग्रंथालयाचा मी आभारी आहे. ज्येष्ठ इतिहास संशोधक पांडुरंग बलकवडे यांनी वेळोवेळी मला केलेल्या सूचना तसेच पुस्तकासाठी लिहिलेली प्रस्तावना यासाठी मी त्यांचा ऋणी आहे. या दस्तऐवजाला अंतिम रूप देणारे सकाळ प्रकाशन आणि अमृता देसर्डा यांचेही मी आभार मानतो.

- सुमित डेंगळे

कर्वेनगर, पुणे

दुसऱ्या आवृत्तीच्या निमित्ताने

माझे हे पहिलेच पुस्तक. त्याची अवघ्या सहा महिन्यांत दुसरी आवृत्ती येणे ही माझ्यासाठी निश्चितच आनंदाची गोष्ट आहे. त्यासाठी वाचकांचे मनापासून आभार!

पुस्तकाच्या पहिल्या आवृत्तीचा प्रकाशन समारंभ पुण्यातील एस. एम. जोशी सभागृहात मोठ्या दिमाखात पार पडला. रायगड विकास प्राधिकरणाचे अध्यक्ष आणि माजी खासदार संभाजीराजे छत्रपती यांच्या हस्ते प्रकाशन झाले होते. ज्येष्ठ इतिहासकार पांडुरंग बलकवडे कार्यक्रमाच्या अध्यक्षस्थानी होते. पुस्तकात उल्लेखिलेल्या जवळ-जवळ सर्व घराण्यांचे वारसदार यावेळी मोठ्या संख्येने उपस्थित होते. त्यानंतर संगमनेरमध्येही स. म. भा. सं. थोरात महाविद्यालयाच्या सहकार्याने पुस्तकाचा प्रकाशन समारंभ आणि परिसंवाद पार पडला. अनेक ठिकाणी पुस्तकाचे 'पॉडकास्ट' झाले, मुलाखती झाल्या, चर्चा झाल्या आणि सोशल मीडियाच्या विश्वात त्याला प्रसिद्धीही मिळाली.

हे पुस्तक प्रसिद्ध झाल्यानंतर अनेक ऐतिहासिक घराणी आता आपल्या वारशाबद्दल जागरूक झालेली दिसत आहेत. आपल्या वाडे, गढ्यांचे जतन आणि संवर्धन करण्यासाठी ती पुढे येत आहेत. आपल्या घराण्यावर तसेच त्याच्या मूळ पुरुषावर अधिकाधिक संशोधन व्हावे, त्यांचे कार्य समोर यावे, यासाठी प्रयत्नशील होताना दिसत आहेत. ही बाब निश्चितच स्वागतार्ह आहे. त्यासाठी माझे हे पुस्तक केवळ एक निमित्त ठरले; हे मी माझे भाग्यच समजतो. महाराष्ट्रातील प्रत्येक जिल्ह्या-तालुक्यांत हे कामे व्हावे, ऐतिहासिक वास्तूंच्या रूपातील वारसा जतन व्हावा, अनेक ज्ञात-अज्ञात घराणी आणि त्यांचा इतिहास समोर यावा, हीच यानिमित्ताने अपेक्षा!

- सुमित डेंगळे

प्रस्तावना

आपला भारत देश हा जगातील सर्वांत प्राचीन संस्कृतींपैकी एक आहे. हजारो वर्षांपासून या संस्कृतीचा विकास होत आहे. म्हणूनच 'सुवर्ण भारत' ही आपल्या देशाची ओळख आहे. आपल्या देशावर हजारो वर्षांपासून अनेक परकीय आक्रमणे झाली आहेत. ग्रीक, रोमन, शक, हून, कुषाण, तुर्क, अफगाणी, इराणी, पोर्तुगीज, फ्रेंच, इंग्रज यांसारख्या सत्ता इथं आल्या. त्यांपैकी महाराष्ट्रामध्ये सतराव्या शतकात आदिलशाही, निजामशाही, कुतुबशाही, पोर्तुगीज यांच्यासह बलाढ्य मोगलसत्ता आपल्याला दिसून येते. या सत्ता अनियंत्रित, अत्याचारी आणि धर्मांध होत्या, असं आपल्याला इतिहासात डोकावल्यावर दिसून येतं. या सर्व सत्तांनी रयतेचं शोषण केलं. त्याचा परिणाम हा एकेकाळचा 'सुवर्ण भारत' हा सतराव्या शतकात 'वैराण वाळवंट' झाला. या परकीय गुलामगिरीतून मुक्त करण्याचे मोलाचे कार्य छत्रपती शिवाजी महाराजांनी केले. त्यांनी निर्माण केलेले हिंदवी स्वराज्य आणि त्याचे सुराज्यामध्ये म्हणजेच 'लोककल्याणकारी' राज्यामध्ये केलेले रूपांतर ही क्रांतिकारी घटना होती. त्यांनी इथल्या समाजाला भयमुक्त केलं. अन्याय, अत्याचाराविरुद्ध सामान्यांना उभं केलं. त्यांनी 'लोकलढा' उभारून हे कार्य यशस्वी केलं.

शिवाजी महाराजांचा सर्व इतिहास हा आपल्यासाठी प्रेरणादायी आहे. शिवाजी महाराजांच्या पश्चात दिल्लीपती मोगल बादशाह औरंगजेब कित्येक लाखांची फौज घेऊन सर्व सामर्थ्यानिशी स्वराज्यावर चालून आला. त्या औरंगजेबाशी मराठ्यांनी सत्तावीस वर्षे संघर्ष करून आपल्या स्वातंत्र्याचे रक्षण केले. त्यामध्ये छत्रपती संभाजी महाराजांचा नऊ वर्षांचा संघर्ष, छत्रपती राजाराम महाराजांचा अकरा वर्षांचा संघर्ष आणि महाराणी ताराबाई यांचा सात वर्षांचा संघर्ष हा एक ज्वलंत इतिहास आहे.

याचा परिणाम म्हणजे सत्तावीस वर्षे संघर्ष करूनही स्वराज्य आपल्याला जिंकून घेता आलं नाही म्हणून निराश झालेला औरंगजेब २० फेब्रुवारी १७०७ या दिवशी याच महाराष्ट्रात समाप्त झाला आणि मराठे या स्वातंत्र्यसमरामध्ये विजयी झाले. 'औरंगजेबाचे निधन' ही भारताच्या इतिहासाला कलाटणी देणारी घटना ठरली. त्याच्या पश्चात फक्त बारा वर्षांनी मराठ्यांनी दिल्ली जिंकून स्वराज्य, चौथाई आणि सरदेशमुखीच्या सनदा प्राप्त केल्या. औरंगजेबाच्या निधनानंतर फक्त पन्नास वर्षांमध्ये म्हणजेच १७५७मध्ये 'अटक पासून कटक'पर्यंतचे साम्राज्य निर्माण करून शिवरायांचे 'आसेतूहिमाचल' राज्य निर्माण करण्याचे स्वप्न मराठ्यांनी पूर्ण केले. या सर्व मराठ्यांच्या देदीप्यमान इतिहासामध्ये शिवरायांबरोबर अनेक पराक्रमी, कर्तुत्ववान व्यक्तींनी आपले योगदान आणि प्रसंगी बलिदान दिले आहे.

अठराव्या शतकात अनेक कर्तृत्ववान, पराक्रमी, मुत्सद्दी व्यक्ती आणि घराणी उदयाला आली. त्यांनी आपल्या कार्य-कर्तृत्वाने जहागिरी, इनामे, मोकासे, वतने प्राप्त केली. शिवकाळाच्या पूर्वार्धात ज्या महाराष्ट्रात दारिद्र्य, गुलामी आणि विनाश झालेला पाहायला मिळतो, तोच महाराष्ट्र शिवकाळात, पेशवाईत म्हणजेच अठराव्या शतकात आपल्याला समृद्ध झालेला दिसून येतो. या कर्तृत्ववान व्यक्तींनी आपल्या कर्तृत्वाने महाराष्ट्राच्या आणि एकप्रकारे भारताच्या संस्कृतीचा जिर्णोद्धार करायला सुरुवात केली. त्यांनी स्वतःसाठी वाडे, गढया उभे केले. यासोबत मंदिरं, गावकुस, वेशी, विहीर-बारवा, पेठा निर्माण केल्या. हे सर्व त्यांच्या कर्तृत्व आणि पराक्रमाचे साक्षीदार आहेत. या वास्तूंमध्ये कला, साहित्य आणि संस्कृतीचे पुनर्वसन झाले. मराठेशाहीमध्ये आपल्याला लोककलांचा उदय आणि विकास पाहायला मिळतो. चित्रकला, संगीत, नाट्य, वास्तूकला, शिल्पकला यांचाही विकास होत असलेला पाहायला मिळतो आणि त्यामुळे आपल्याला त्या वाड्यांमध्ये असणारी ऐतिहासिक, धार्मिक चित्रे आजही अवशेषरूपात पाहायला मिळतात. आज या वाड्यांच्या निर्मितीला दोन-अडीचशे वर्षे झाली आहेत.

अठराव्या शतकाच्या शेवटी आणि एकोणिसाव्या शतकाच्या सुरुवातीला भारतात इंग्रजांविरुद्ध जो संघर्ष झाला, त्यात सर्वांत मोठा संघर्ष मराठ्यांनी केला. दुर्दैवाने मराठ्यांना त्यात अपयश आले. भारतामध्ये इंग्रजी अंमल सुरू झाला. इंग्रजांचे हे आक्रमण फक्त राजकीयच नव्हते, ते सांस्कृतिकही होते. त्यांनी जाणीवपूर्वक भारताचा, मराठ्यांचा गौरवशाली इतिहास पुसून टाकण्याचा प्रयत्न

केला. इंग्रजांनी जाणीवपूर्वक कर्तृत्ववान व्यक्ती आणि घराण्यांची वतने, जहागिरी, इनामे जप्त केली. त्यामुळे एकेकाळची ही समृद्ध घराणी लयास गेली. याचा परिणाम म्हणजे हे समृद्धीचे, ऐश्वर्याचे, वारश्याचे प्रतीक असलेले वाडे, गढया नामशेष होत गेल्या. काही घराण्यातल्या व्यक्तींनी प्रतिकूल परिस्थितीशी सामना करत आपलं उत्थान केलं. तर काही ठिकाणी भाऊबंदकी, निर्वंश, विलासीवृत्ती यांमुळे घराणी लयास गेली. याचा परिणाम आज या वाडे, गढयांवर झालेला आपल्याला पाहायला मिळतो. असे जरी असले तरी या सर्व वास्तूंना एक देदीप्यमान इतिहास आहे. त्यातूनच आजच्या तरुणपिढीला देशभक्तीची आणि कर्तृत्वाची प्रेरणा मिळणार आहे.

सुमित डेंगळे हे एकोणिसाव्या शतकाच्या सुरुवातीच्या काळातील एका महान, पराक्रमी आणि कर्तृत्ववान अशा सरदार त्रिंबकजी डेंगळे यांच्या डेंगळे घराण्यापैकी आहेत. त्रिंबकजी डेंगळेंच्या इतिहासाचा सखोल अभ्यास सुमित करत आहेत. त्यासाठी त्यांनी अनेक प्रसिद्ध, अप्रसिद्ध ऐतिहासिक साधनांचा धांडोळा घेतला आहे.

सावित्रीबाई फुले पुणे विद्यापीठात 'जर्नालिझम अँड मास कम्युनिकेशन' या विषयाचे पदव्युत्तर शिक्षण घेताना सुमित डेंगळे यांनी 'उत्तर नगर जिल्ह्यातील ऐतिहासिक वाड्यांची सद्यस्थिती' या विषयावर प्रबंधलेखन केले. हा त्यांच्या जिव्हाळ्याचा आणि अभ्यासाचा विषय आहे. म्हणूनच त्यांनी अथक प्रयत्नाने उत्तर अहिल्यानगर जिल्ह्यातील अनेक ऐतिहासिक वाडे, गढया, घराण्यांचे वंशज यांना भेटी देऊन त्याचा बारकाईने अभ्यास केला. वाड्यांच्या आणि घराण्यांच्या सद्यस्थितीसोबत त्यांच्या गतकाळाच्या इतिहासाचा अभ्यास करून त्यांनी हा ग्रंथ सिद्ध केला आहे.

त्यांनी या ग्रंथामध्ये मराठेशाहीतील काही महत्त्वाच्या व्यक्ती, घराणी आणि त्यांच्या वाड्यांचा अभ्यासपूर्ण वेध घेतला आहे. शिवरायांचे पहिले सरसेनापती माणकोजी दहातोंडे, जिजाऊंचे कारभारी आणि शिवरायांचे एक मार्गदर्शक गोमाजी नाईक-पानसंबळ, शिवरायांचे आजोळ म्हणजेच लखुजीराव जाधवरावांचे वंशज माहेगावचे जाधवराव-देशमुख, शिवाजी महाराजांच्या हयातीत 'शिवभारत' नावाचा ग्रंथ साकारणारे कवींद्र परमानंद आणि त्यांच्याशी संबंधित खेडले परमानंद

गावातील गढी, मोहिते 'हंबीरराव' घराण्याची नेवासे येथील शाखा, प्रख्यात सरदार थोरात दिनकरराव, अठराव्या शतकातील निजामाचे कारभारी विठ्ठल सुंदर परशुरामी, रघुनाथराव पेशव्यांचे कोपरगाव येथील वाडे आणि हिंगणी येथील समाधी, देवासकर पवार यांचा कोपरगाव येथील वाडा, होळकरांचे कारभारी चंद्रचूड यांचा नेवासे बुद्रुकमधील वाडा, नेवासे येथील मराठेशाहीत सरदारकी केलेले निकम-देशमुख, महादजी शिंदे यांची सासुरवाडी असणाऱ्या संगमनेरच्या म्हस्के-देशमुखांचा वाडा, महादजी शिंद्यांचे पराक्रमी सरदार आणि आग्र्याच्या किल्ल्यावर भगवा फडकवणारे रायाजी शिंदे, शिंदेंचे पेशव्यांकडे असणारे वकील रामजी पाटील जाधव, शिंदेंचे कारभारी शेटे बंधू, रायगडाचे शेवटचे सुभेदार व 'व्हाईस ॲडमिरल' मनोहर प्रल्हाद आवटी यांचे पूर्वज नारो गोविंद आवटी, उत्तर पेशवाईतील अन्याबा राहातेकर व बयाजी नाईक-जोंधळे, इंग्रजांशी संघर्ष करणारे त्रिंबकजी डेंगळे अशा छोट्या-मोठ्या ५०हून अधिक वाड्यांचा, घराण्यांचा इतिहास आणि वर्तमानाचा चिकित्सक धांडोळा घेऊन त्यांनी इतिहास सिद्ध केला आहे.

या लेखनामुळे एका बाजूला स्थानिक इतिहासही (उत्तर अहिल्यानगर भाग) त्यांनी उजेडात आणला आहे. इतिहासलेखनात स्थानिक इतिहासाला मोठे महत्त्व आहे. त्यामुळे स्थानिक इतिहासाच्या या विभागाला स्पर्श करून तरुणांना अशा पद्धतीच्या इतिहास लेखनासाठी त्यांनी प्रेरणा दिली आहे.

सध्या देशामध्ये बहुजन समाज मोठ्या प्रमाणात शिक्षणाच्या प्रवाहात आलेला आहे. या नवशिक्षित युवकांमध्ये आपल्या इतिहासाविषयी मोठी जिज्ञासा निर्माण झालेली आहे. याच जिज्ञासेतून तो आपल्या पूर्वजांविषयी, आपल्या राज्याविषयी, देशाविषयीचा इतिहास आणि संस्कृती जाणून घेण्याचा प्रयत्न करत आहे. इतिहास हे एक शास्त्र आहे; ते पुराव्यावर आधारलेले आहे.

सुमित यांच्यासारखे वेगवेगळ्या क्षेत्रांतील तरुण ऐतिहासिक अस्सल साधनांच्या आधारे नव्याने इतिहासलेखन करत आहेत, याचे मी स्वागत करतो. आपल्या पूर्वजांच्या गौरवशाली इतिहासातून जशी आपल्याला प्रेरणा मिळते तसेच आपल्या पूर्वजांच्या भूतकाळातील चुकांपासून आपण धडा घ्यायचा असतो व त्या चुका सुधारण्याचा, पुन्हा न घडण्याचा प्रयत्न करायचा असतो.

अठराव्या शतकात 'अटकपासून कटकपर्यंत' साम्राज्य निर्माण करणाऱ्या,

'दीड'शे वर्षे देशव्यापी सत्ता गाजवलेल्या मराठ्यांचा फक्त 'दीड'हजार इंग्रजांनी 'दीड' दिवसांत कसा पराभव केला, हे जाणून घेणेही आवश्यक आहे. जाती-जातींमध्ये, पंथापंथात, धर्माधर्मांत विभागलेला समाज कधीही स्वतःचा आणि राष्ट्राचा विकास करू शकत नाही. ज्याप्रमाणे शिवाजी महाराजांनी अठरापगड जातीच्या समाजाला एकत्र करून हिंदवी स्वराज्य व सुराज्य निर्माण केले होते, तोच आदर्श समोर ठेवून आपल्याला उद्याचा गौरवशाली, वैभवशाली समृद्ध भारत घडवावा लागेल.

या ग्रंथाच्या माध्यमातून सुमित डेंगळे यांनी वाड्यांची सद्यस्थिती आणि दुरवस्थेविषयी प्रकाश टाकलेला आहे आणि त्याबद्दल खंतही व्यक्त केली आहे. 'वाडा संस्कृती' ही महाराष्ट्राची ओळख आहे. स्थापत्यशास्त्राच्या दृष्टीने महत्त्वपूर्ण असणारे हे वाडे आज दुर्दैवाने दुरवस्थेत जात आहेत. ऐतिहासिक वास्तू असणारे वाडे हे किल्ले, मंदिरं या ऐतिहासिक वास्तूंपेक्षा भिन्न आहेत. ते यामुळे की इतर वास्तू या सरकारी मालकीच्या असून वाडे हे खासगी मालकीचे आहेत.

भविष्यात सरकारने, समाजाने आणि त्या वाड्यांच्या घराण्यांनी एकत्र येऊन आपल्या पूर्वजांच्या या वास्तुरूपी गौरवशाली इतिहासाचे जतन आणि संवर्धन केले पाहिजे. हा वारसा पुढच्या पिढीसाठी जपून ठेवला पाहिजे. यासोबत इतिहासात दुर्लक्षित राहिलेल्या अनेक कर्तृत्ववान व्यक्ती आणि घराण्यांवर संशोधन होऊन त्यांचा इतिहास समोर आणणं गरजेचं आहे. या ग्रंथामुळे निश्चितच या विषयाला तोंड फुटेल, अशी भावना त्यांनी व्यक्त केली आहे, ती मला अतिशय योग्य वाटते.

हा ग्रंथ सर्वसमावेशक आहे. यामध्ये मराठा, ब्राम्हण, महादेव कोळी, धनगर, गोसावी, भिल्ल, वंजारी, नाभिक अशा विविध समुदायांच्या ऐतिहासिक वाड्यांचा आणि घराण्यांचा समावेश त्यांनी केलेला आहे. त्या अर्थाने हा ग्रंथ अतिशय महत्त्वाचा दस्तऐवज आहे. ही गोष्ट निश्चितच कौतुकास्पद आहे.

यातून सुमित यांचा इतिहासाकडे पाहण्याचा व्यापक आणि सकारात्मक हेतू दृष्टिपथात येतो. वाडारूपी वास्तू आपल्या वैभवशाली तसेच विपन्नावस्थेतील जीवनाचा इतिहास आपल्या समोर उभा करतो, त्याचा साक्षीदार होतो; त्यातून सर्व समाजाचा इतिहास व्यक्त होत असतो. हाच धडा यामाध्यमातून त्यांना द्यायचा आहे. ग्रंथाचं अजून एक वैशिष्ट्य म्हणजे, अहिल्यानगरच्या वाडे व घराण्यांवरील लेखांची ढोबळमानाने ऐतिहासिक कालक्रमानुसार केलेली रचना. त्यामुळे आपण

ग्रंथ वाचताना छत्रपती शिवाजी महाराजांचे सरसेनापती माणकोजी दहातोंडे अथवा शिवपूर्वकालीन घराण्यांपासून कालक्रमानुसार पुढे जात-जात शेवटचे पेशवे दुसरे बाजीराव यांचे कारभारी त्रिंबकजी डेंगळे यांच्यापर्यंत जाऊन पोहोचतो.

या ग्रंथात समाविष्ट करण्यात आलेल्या वाडास्थापत्य व इतिहासाशी संबंधित शब्दार्थ, प्रमुख शासकांच्या वंशावळी, नकाशा हे सामान्य वाचक डोळ्यासमोर ठेवून तयार केलेल्या बाबी महत्त्वाच्या आहेत. सुमित यांच्या ग्रंथापासून राज्यातील तरुणांना प्रेरणा मिळून ते आपल्या गावातील, तालुक्यातील, जिल्ह्यातील ऐतिहासिक स्थळांचा, वाड्यांचा, स्मारकांचा इतिहास लिहिण्यास प्रवृत्त होतील अशी आशा मी व्यक्त करतो. या ग्रंथाचे महाराष्ट्रातील इतिहासप्रेमीमंडळी निश्चितच स्वागत करतील, असा मला विश्वास वाटतो.

– पांडुरंग बलकवडे

ज्येष्ठ इतिहास संशोधक

अनुक्रमणिका

दहातोंडे यांचा दुसरा वाडा

शिवरायांचे सरसेनापती माणकोजी दहातोंडे यांचे चांदा

छत्रपती शिवाजी महाराजांना अनेक मंडळी त्यांच्या गुरुस्थानी लाभली. यातील सर्वांत पहिले आणि महत्त्वाचे नाव म्हणजे त्यांच्या आई 'जिजाऊ'. जिजाऊ या शिवरायांच्या प्रेरणा होत्या. त्याचबरोबर महाराजांना कमी सहवास लाभलेले; परंतु स्वराज्याची संकल्पना ज्यांच्याकडून आली ते महाराजांचे वडील शहाजीराजे हेसुद्धा त्यांचे गुरूच. याशिवाय ज्या मंडळींचा लहानपणापासून महाराजांना सहवास लाभला, जी मंडळी शहाजीराजांनी विचारपूर्वक त्यांच्याकडे नेमून दिलेली होती, स्वराज्यस्थापनेच्या कार्यात सुरुवातीला बालशिवबाला ज्यांनी साहाय्य केले, ती ज्येष्ठ मंडळीही शिवरायांचे मार्गदर्शक होते. दादोजी कोंडदेव, कान्होजी नाईक-जेधे, माणकोजी दहातोंडे, शामराव नीळकंठ, रघुनाथ बल्लाळ, बाळकृष्ण मुजुमदार, सोनोपंत डबीर, बाळाजी हरी मज्यालसी, गोमाजी नाईक-पानसंबळ वगैरे. त्यातील कोणी महाराजांना कारभार शिकवला, कोणी शस्त्रे शिकवली, कोणी मावळ प्रांताची ओळख करून दिली, कोणी राजकारण शिकवले, कोणी न्याय-निवाडा कसा करायचा ते शिकवले, तर कोणी गनिमी कावा शिकवला. यातील एक महत्त्वाचे नाव म्हणजे, 'माणकोजी दहातोंडे'.

शहाजीराजांच्या पदरी असणाऱ्या माणकोजी दहातोंडेंची नियुक्ती त्यांनी त्यावेळी बारा वर्षांच्या शिवबांकडे पुण्याला केली होती. लढाऊ वृत्तीचे माणकोजी हे स्वराज्याचे पहिले प्रमुख 'सरनोबत' अर्थात 'सरसेनापती' होते. नगर जिल्ह्यातील नेवासे तालुक्यातील चांदा हे माणकोजींचे गाव.

अहिल्यानगर (पूर्वीचे अहमदनगर)-छत्रपती संभाजीनगर (पूर्वीचे औरंगाबाद) महामार्गालगत लागणाऱ्या घोडेगावापासून पूर्वेकडे चांद्याला जाणारा रस्ता आहे. चांदा तिथून सहा किलोमीटर आहे. चांदा हे तसे नेवासे तालुक्यातील मोठे गाव. पूर्वीपासूनच ते मोठे नगर होते. नेवासे हे जसे प्राचीन भारतातील एक समृद्ध नगर होते, तशीच या नगराच्या भोवतालची गावेही समृद्ध होती. सोन्याची बाजारपेठ होती म्हणून 'सोनई' आणि चांदीची बाजारपेठ होती म्हणून 'चांदा' अशी नेवासे तालुक्यातील दोन मोठ्या गावांच्या नावाची व्युत्पत्ती सांगितली जाते. त्यावरून चांदा येथे पूर्वी चांदीचा मोठा व्यापार चालत असावा असे वाटते.

घोडेगावहून आले की, गावात प्रवेश केल्याकेल्या आपल्याला रस्त्यात एक कमान दिसते. 'हिंदवी स्वराज्याचे पहिले सरसेनापती माणकोजी दहातोंडे प्रवेशद्वार',

गावकऱ्यांनी उभारलेली माणकोजी दहातोंडे यांच्या नावाची कमान

असे त्यावर लिहिलेले आहे. सरळ गेले की ओढा दिसतो. तो ओलांडायचा आणि उजव्या बाजूला वळून गावाच्या मुख्य पेठेच्या रस्त्याला लागायचे. पुढे काही अंतर सरळ जायचे. एके ठिकाणी आत उजवीकडे वळले, की समोरासमोर दोन वास्तूंचे अवशेष काहीसे उंचावर आपल्याला दिसतील. उजव्या हाताला आहे ती माणकोजी दहातोंडे यांची गढी आणि डाव्या हाताला आहे तो वाडा. गढी तर आता पूर्ण पडली आहे. तेथे पांढऱ्या मातीची भिंत कसेबसे आपले अस्तित्व टिकवून आहे. वाडाही पूर्णपणे पडला असून त्याचे केवळ उंचावर असणारे प्रवेशद्वार टिकून आहे. हे प्रवेशद्वार काहीसे वेगळ्या धाटणीचे आहे. त्याच्यासाठी तांबूस दगडाचा वापर केलेला आहे. त्याच्या बाजूला दोन कोनाडे आणि वर दगडात कोरलेली गणपतीची मूर्ती आहे. बाजूची भिंत दगड आणि चपट्या विटांची आहे. आत कमरेपेक्षा उंच जोत्याचे दगड आपल्याला दिसतात. बाकी पूर्ण वाडा पडला असून आत झाडेझुडपे माजली आहेत.

दहातोंडेंच्या गढीचा उरलासुरला भाग

येथून पुन्हा पेठेच्या रस्त्याला लागले आणि पुढे गेले की सोमेश्वर महादेवाचे मंदिर आपल्याला दिसते. हे चांद्याचे ग्रामदैवत. त्याचा काही वर्षांपूर्वी जीर्णोद्धार झाला आहे. त्याच्या थोडे पुढे गेल्यावर आपल्याला दिसतो, तो दहातोंडे यांचा आणखी एक वाडा. या वाड्याची बाहेरची दगड-विटांची भिंत आणि प्रवेशद्वारे अजूनही आपले अस्तित्व टिकवून आहेत. मुख्य प्रवेशद्वार उत्तराभिमुख आहे. त्यावरची गणेशपट्टी विशेष आणि दुर्मीळ आहे. साधारणपणे गणेशपट्टीवर मध्यभागी गणपती अथवा मंगलकलश कोरलेला असतो. येथे मात्र चक्राच्या आकाराचे फूल कोरलेले आहे आणि आजूबाजूला वेलबुट्ट्या आहेत. दारावर बाहेर आलेली चार तुळ्यांची टोके आहेत. त्यांच्या मधल्या जागेत नक्षीकाम केलेले आहे.

वाड्याच्या बांधकामासाठी पूर्ण तांबूस दगडांचा वापर करण्यात आलेला आहे. आत गेल्यावर वाड्याचे भग्नावशेष दिसतात. वाडा दोन चौकांचा होता. त्यांचे दगडी जोते आपल्याला काही ठिकाणी दिसते. बाकी ठिकाणी नवीन बांधकाम केलेले आहे. भिंतीत काढलेले जुने कोनाडे आपल्याला आजूबाजूला दिसतात. तसेच वाड्याला तळघर असल्याचे सांगितले जाते. वाड्याच्या पश्चिम बाजूला अजून एक दार आहे. दाराच्या दोन्ही भक्कम आणि सागवानी झडपा अजून टिकून आहेत. साग मात्र पांढराफटक पडला आहे. दारावर असणारी एक कमानदार खिडकी दाराची शोभा वाढवत असलेली आपल्याला पाहायला मिळते.

दहातोंडेंचा पहिला वाडा

दहातोंडेंचा दुसरा वाडा

१९९०च्या दशकात दहातोंडेंचा हा वाडा राज्यभर गाजला तो चांदा नरबळी प्रकरणामुळे! गुप्तधनाच्या हव्यासापायी चांदा येथील दोन इसमांनी या वाड्यात नवजात मुलांचे बळी दिले होते. खरे तर महाराष्ट्रातील अनेक वाड्यांच्या बाबतीत त्यात खजिना अथवा धन असल्याच्या अफवा आणि गैरसमज प्रचलित आहेत. त्यानुसार वाड्यांत गुप्तधन आणि भुते असतात, असे मानले जाते. अशा अनेक दंतकथा आणि आख्यायिका यांचे गारुड ऐतिहासिक वाड्यांभोवती आजही आहे. 'धन बळी मागते, बळी दिल्यावर धन आपोआप वर येते', असा एक भयंकर गैरसमज अगदी अजूनही जनमानसांत असल्याचे दिसते. अनेक ठिकाणी धनासाठी मांत्रिक-तांत्रिकांचे प्रयोग केल्याच्या घटना घडलेल्या आहेत. मात्र प्रत्यक्षात नरबळी दिल्याची चांद्यासारखी चित्तथरारक घटना क्वचितच एखादी असू शकेल.

बारव आणि भवानी मंदिर

दहातोंडेंची गढी, त्याच्यासमोर प्रवेशद्वार असणारा वाडा आणि काही अंतरावर असणारा (सोमेश्वर मंदिराजवळील) वाडा अशा दहातोंडे घराण्याच्या तीन निवासी वास्तू येथे आहेत. वाड्यात पूर्वी दहातोंडे मंडळी राहत. आता तेथे कोणी राहात नाही. बहुतांशी दहातोंडे मंडळी आता गावातील वस्त्यांवर स्थायिक झाली आहेत. वाड्यांशिवाय गावातील एक दगडी 'बारव' (पाण्याची चौकोनी आकारात बांधलेली, उतरत्या पायऱ्या असलेली विहीर) आणि भवानी देवीचे मंदिर पाहण्यासारखे आहे. दोन्ही वास्तू माणकोजींनी बांधलेल्या असल्याचे सांगितले जाते. ही 'बारव' फार प्रशस्त आहे. तिला दोन बाजूंनी उतरत्या पायऱ्या आहेत. तीही वाड्यांसारखी तांबूस दगडात बांधली आहे. तिच्यात तीन कोनाडे आपल्याला दिसतात. त्यातील मधल्या कोनाड्यात सध्या जुनी मूर्ती आहे, तर उर्वरित कोनाडे रिकामे आहेत.

भवानी देवीचे मंदिर हे गावापासून काहीशा अंतरावर आहे. तसे ते आकाराने लहान आहे. त्याला त्रिकोणाकार घुमट असून बाजूला चार कोपऱ्यांत चार छोटे मिनार आहेत. मंदिराच्या शिखराची उंची पाच फुटांपेक्षा अधिक नसावी. हल्ली

चांदा गावातील बारव

मंदिराला रंगरंगोटी करून त्याच्याभोवती पत्र्याचा मंडप घातला आहे. मंदिराच्या शेजारीच जुनी विहीर आहे. ती गोलाकार आणि घडीव तांबूस दगडांची आहे. मंदिराच्या समोरच्या पटांगणात एक 'दीपमाळ' आहे. मंदिराकडे इनामात मिळालेल्या जमिनी असल्याचे कळते. असे हे ऐतिहासिक चांदा!

गावात दहातोंडे मंडळी बहुसंख्येने आहेत. दहातोंडे आडनाव मोठे गमतीशीर आहे. अशी अनेक संख्यात्मक गमतीशीर आडनावे आपल्याला महाराष्ट्रात पाहायला मिळतात. एखाद्या घरात असलेल्या मुलांच्या संख्येवरून पाचपुते, सातपुते, विसपुते अशी गमतीदार आडनावे तयार झाली असावीत. एखाद्याला दहा मुले असली म्हणजे 'घरात खायला तोंडं किती, अथवा माणसं किती, तर दहा!' याच्यावरून बहुधा दहातोंडे आडनाव पडले असावे. चांद्याची दहातोंडे मंडळी राजस्थानच्या भाटांच्या सांगण्यानुसार आपले मूळ आडनाव 'शिंदे' असल्याचे सांगतात. असे हे दहातोंडे घराणे मराठ्यांच्या इतिहासात अजरामर झाले, ते माणकोजी दहातोंडे यांच्यामुळे!

शहाजीराजे ते शिवबा

माणकोजींच्या पूर्वार्धातील आयुष्याची माहिती मिळत नाही. जन्म अंदाजे १६००च्या काही वर्षे आधीचा असला पाहिजे. ते शहाजीराजांच्या म्हणजेच निजामशाहीच्या सेवेत होते. मात्र ते कसे आले, कधी आले, त्यांना राजकीय पार्श्वभूमी होती की नाही, या प्रश्नांची उत्तरे मिळत नाहीत. माणकोजी हे शहाजीराजांच्या पदरी असल्याने जिथे शहाजीराजे तेथे माणकोजी असत. १६३६मध्ये दिल्लीचे मोगल आणि विजापूरच्या आदिलशहाने निजामशाहीचा पाडाव केला. त्यानंतर शहाजीराजे विजापूरच्या आदिलशाहीत दाखल झाले. माणकोजी त्यांच्याबरोबर होते. शहाजीराजांना पुणे, सुपे, चाकण, इंदापूर परगणे म्हणजेच भीमा आणि

नीरा नद्यांच्या मधला प्रदेश आदिलशाहीकडून जहागीर म्हणून देण्यात आला. शहाजीराजांनी शिवबा आणि जिजाऊसाहेब यांना पुण्याला पाठवले. दादोजी कोंडदेवांची जहागिरीचा कारभार पाहण्यासाठी नेमणूक केली. शहाजीराजे दक्षिण भारतात आदिलशाहीकडून स्वाऱ्या करू लागले. दक्षिणेत त्यांनी आदिलशाहीचा सत्ताविस्तार केला.

१६४१-४२मध्ये जिजाऊसाहेब आणि शिवबा बंगळुरू येथे शहाजीराजांकडे गेले. शिवराय त्यावेळी बारा वर्षांचे होते. तेथे ते काही काळ मुक्कामी होते. तिथून पुण्याला येताना शहाजीराजांनी अनेक महत्त्वाची माणसे शिवरायांबरोबर दिली. ही कारभारीमंडळी म्हणजेच शिवरायांच्या अष्टप्रधान व्यवस्थेचा पाया ठरली. बंगळुरूच्या जवळजवळ एक वर्षाच्या मुक्कामात शहाजीराजांनी शिवबांना स्वराज्याची योजना सांगितल्याचे इतिहासकार म्हणतात. जी माणसे शिवबांबरोबर पाठवण्यात आली होती, त्यात शामराजपंत नीळकंठ पेशवे, माणकोजी दहातोंडे सरनोबत, बाळकृष्णपंत मुजुमदार, सोनोपंत डबीर, रघुनाथ बल्लाळ सबनीस आणि बाळाजी हरि मज्यालसी होते. यात माणकोजी दहातोंडे यांचा 'सरनोबत' म्हणून पहिला आणि महत्त्वाचा उल्लेख आढळतो. यातील इतर मंडळी मुत्सद्दी पेशातली, तर माणकोजी हे मात्र लढवय्या पेशातील! ही सर्व मंडळी १६४० आणि १६५० अशी दोन दशके शिवरायांना मार्गदर्शक म्हणून लाभली. यातूनच स्वराज्यस्थापनेचा श्रीगणेशा झाला. माणकोजींनी शिवबांना गनिमी कावा, युद्धनीती शिकवली असल्याचे काही इतिहास अभ्यासक म्हणतात.

'लोहगड' व 'विसापूर' किल्ले जिंकले

शिवरायांनी एकामागून एक किल्ले घेण्यास सुरुवात केली. १६४८मध्ये माणकोजींनी एक महत्त्वपूर्ण कामगिरी केली होती. ती म्हणजे, 'लोहगड' आणि 'विसापूर' हे किल्ले त्यांनी शिवरायांसाठी जिंकून घेतले. हे दोन महत्त्वाचे किल्ले त्यांच्यामुळे स्वराज्यात सामील झाले.

१६५६मध्ये छत्रपती शिवराय आणि जावळीच्या चंद्रराव मोरे यांच्यात वितुष्ट आले. शिवरायांनी जावळीवर स्वारी केली. जावळी स्वारी हा स्वराज्यकार्यातला पहिला मोठा विजय होता. त्यात माणकोजी दहातोंडे होते. माणकोजी आणि रघुनाथ बल्लाळ यांनी त्यावेळी महाबळेश्वरजवळचा रणतोंडीचा घाट रोखून धरला होता.

सरसेनापती माणकोजी

माणकोजी दहातोंडे यांचे कल्पनाचित्र
(सौजन्य: संतोष दहातोंडे)

माणकोजी हे शिवरायांचे प्रमुख सरनोबत किंवा सरसेनापती होते. खरे तर शिवरायांच्या राज्याभिषेकानंतर अधिकृतरित्या अष्टप्रधान मंडळ आणि सरसेनापतीपद अस्तित्वात आले असले, तरी त्यातील बरीच पदे त्यापूर्वी अस्तित्वात होती. खरे तर शहाजीराजांनीच सुरुवातीला हे प्रधानमंडळ त्यांना नियुक्त करून दिले होते. पुढे शिवरायांनी अनेक नव्या मंडळींच्या नियुक्त्या केल्या. त्यातील एक महत्त्वाचे पद म्हणजे माणकोजींना दिलेले 'सरनोबत' हे पद होते.

'सरनोबत' किंवा 'सरनौबत' हा फारसी शब्द आहे. त्याचा अर्थ आहे सेनापती. महाराजांचा राज्याभिषेक झाल्यानंतर अनेक फारसी भाषेतील पदांच्या नावांना पर्यायी संस्कृत-मराठी शब्द देण्यात आले. सरनोबत शब्दाला 'सरसेनापती' हा शब्द त्यावेळी दिला गेला आणि तो प्रचलित झाला. मराठ्यांच्या लष्करात घोडदळ आणि पायदळ होते. त्यांपैकी घोडदळाचा जो प्रमुख, तोच मुख्य 'सरनोबत' म्हणजे 'सरसेनापती' होता. पायदळाचाही वेगळा सरनोबत असायचा, जो घोडदळाच्या सरनोबताच्या नियंत्रणाखाली असायचा. याशिवाय प्रत्येक महत्त्वाच्या किल्ल्यालादेखील 'सरनोबत' असायचा. (किल्ल्याची मुलकी व्यवस्था पाहणारा 'हवालदार' किंवा 'किल्लेदार' आणि लष्करी व्यवस्था पाहणारा तो 'सरनोबत'.) त्यामुळे शिवकाळात अनेक मंडळींचा 'सरनोबत' म्हणून उल्लेख दिसतो. मुख्य सरनोबत असायचा तो मात्र एकच.

माणकोजी दहातोंडे पहिले सरनोबत होते खरे, मात्र सभासद बखरीत तुकोजी चोर या एका सरनोबताचा उल्लेख येतो. महाराजांनी सुपेकर मोहित्यांवर स्वारी केली, त्यावेळी तुकोजी चोर यांना सरनोबत म्हणून नेमले (१६५६). काही महिने ते सरनोबत होते आणि पुढे जुन्नर, अहमदनगरची लूट केल्यानंतर माणकोजी दहातोंडे

यांना सरनोबत केले (१६५७), असे सभासद म्हणतो. सभासद बखरीनुसार माणकोजींची सरनोबतपदी नियुक्ती १६५७मध्ये झाली असे म्हणावे का? परंतु या बखरीनुसार तुकोजी चोर हे माणकोजी यांच्या आधी असणारे 'पहिले' सरनोबत होते आणि त्यांच्यापासून सरनोबत नियुक्त करण्याची परंपरा सुरू झाली, असा थेट अर्थ घेता येणार नाही. इतिहास अभ्यासकांच्या म्हणण्यानुसार पहिले प्रधानमंडळ अथवा कारभारीमंडळ शहाजीराजांनी बेंगळुरूहून पुण्याला शिवरायांबरोबर पाठवलेले होते! ज्यात माणकोजी दहातोंडे यांचा 'सरनोबत' म्हणून उल्लेख आहे. (याचा उल्लेख जेधे शकावलीमध्ये आहे. जो शिवचरित्राचा अस्सल, समकालीन आणि पहिल्या दर्जाचे दस्तऐवज आहे, ही बाब लक्षात घ्यायला हवी.)

सरसेनापती असताना माणकोजींनी मराठ्यांची फौज, त्यातही विशेषत: घोडदळ वाढवण्यावर भर दिला. १६५७मध्ये माणकोजी सरसेनापती असताना मराठ्यांकडे तीन हजार स्वारांचे घोडदळ होते. त्यात दोन हजार शिलेदार आणि एक हजार बारगीर होते, तर माणकोजींनंतर नेताजी पालकर जेव्हा सरसेनापतीपदावर आले (१६६२), तेव्हा दहा हजार घोडदळ होते. त्यात तीन हजार शिलेदार आणि सात हजार बारगीर होते. म्हणजे ही वाढ माणकोजींच्या चार-पाच वर्षांच्या काळात झालेली होती.

मृत्यू कधी आणि कुठे?

माणकोजींकडे सरनोबतपद त्यांच्या मृत्यूपर्यंत होते. माणकोजींचा मृत्यू झाल्यावर नेताजी पालकर यांना सरसेनापती म्हणून नेमण्यात आले. महाराजांनी जावळी आणि शृंगारपूर घेतल्यानंतर नेताजी पालकर यांना सरसेनापती नेमले होते. ते वर्ष होते, १६६२. यावरून असा अंदाज बांधता येतो की माणकोजींचा मृत्यू होईपर्यंत ते सरसेनापतीपदी असावे. माणकोजींच्या मृत्यूची नेमकी तारीख उपलब्ध नाही.

माणकोजींचा मृत्यू 'शिवपट्टण' येथे झाला असल्याचे एका बखरीत म्हटले आहे. मात्र हे 'शिवपट्टण' नेमके कोणते हेदेखील स्पष्ट झालेले नाही. काहींच्या मते शिवपट्टण म्हणजे राजगड किल्ल्याच्या पायथ्याशी असणारे पाल खुर्द गाव होय. २०२२मध्ये तेथे झालेल्या उत्खननात याठिकाणी शिवकालीन वाड्याचे अवशेष मिळाले आहेत. रायगडापूर्वी स्वराज्याची राजधानी 'राजगड' होती. शिवरायांचे कुटुंब, मुत्सद्दी मंडळी आणि कारकूनमंडळींचा 'फड' हे सगळे गडावरच होते. हुजुरातीची फौज ही एरवी मोहिमा नसताना कुठे होती? ती अख्खी गडावर

थोडीच असणार? गडाच्या पायथ्याशी तिचा तळ असला पाहिजे. सरनोबत अथवा सेनापतींचा (म्हणजे माणकोजींचा) फौजेसह मुक्काम मग या राजगडच्या पायथ्याशी असणार. असे मानले तर माणकोजींचे निधन याठिकाणी झाले असे म्हणता येईल.

असा हा माणकोजी दहातोंडे यांचा जीवनप्रवास. १६६२ मध्ये त्यांचा मृत्यू झाल्याची नोंद आहे. त्यामुळे स्वराज्य वाढीपासून छत्रपती शिवाजी महाराजांच्या राज्याभिषेकापर्यंत ऐतिहासिकदृष्ट्या महत्त्वाच्या कालखंडात माणकोजी दुर्दैवाने हयात नव्हते.

माणकोजींचा वारसा

माणकोजींच्या मुलांविषयी निश्चित माहिती मिळत नाही. नंतरच्या काळातही दहातोंडे घराण्यातील कोणाचेही मराठेशाहीत उल्लेख येत नाहीत. हे घराणे इतिहासाच्या पटावरून कुठे गेले? तसेच त्यांच्या वास्तू आपल्या चांदा गावी कशा काय उपलब्ध आहेत? सध्याचे त्यांचे वंशज हे तितकेसे प्रबळ का दिसत नाहीत? असे प्रश्न आपल्याला पडतात. त्याचे कारण म्हणजे,

शिवकाळात जहागीर अथवा सरंजाम देण्याची प्रथा बंद करण्यात आली होती. सरदार हे हुजुरातीचे होते. म्हणजे त्यांना सरकारकडून रोख पगार मिळत असे. शिवाय वंशपरंपरागत नव्हे, तर कर्तृत्व पाहून नियुक्त्या होत असत. म्हणजे आपले पदही आपल्या मुलाला मिळेल की नाही, याची शाश्वती नव्हती. पुढे छत्रपती राजाराम महाराजांच्या काळात आपत्कालीन परिस्थितीत 'सरंजाम' देण्याची प्रथा सुरू झाली (ती पुढे कधी थांबली नाही आणि तिने नंतर वेगळेच रूप धारण केले). त्यामुळे शिवकालीन सरदारांचे मोठे वाडे, गढ्या, सरंजाम दिसत नाहीत. अर्थात त्याला आदिलशाही, निजामशाहीत पूर्वीच सरंजामदार असणारी आणि शिवरायांच्या सेवेत आलेली मोहिते, घोरपडे, जाधवराव, शिर्के, गुजर, पालकर इत्यादी सरदार घराणी अपवाद आहेत.

माणकोजी हे तसे हुजुरातीचे सरदार. त्यांना कधीच मोठी जहागीर नव्हती. त्यामुळे त्यांच्या वारसांना चांदा इथली वडिलोपार्जित जमीन आणि गावपाटिलकीचे वतन सोडून दुसरा उत्पन्नाचा स्रोत नसावा असेच दिसते. नंतरची पिढी आपल्या वतनावर येऊन स्थायिक झाल्याचे दिसते. घराण्याचाही एकंदर विस्तार झाला. त्यातही माणकोजी यांचा कालखंड सतराव्या शतकाच्या सुरुवातीचा! म्हणजे आत्ता असलेली ही चौदावी पिढी. जिथे तुलनेने नंतर म्हणजे मराठेशाहीच्या शेवटच्या काळातील सरदार-जहागीरदारांच्या वंशजांची सध्याची अवस्था बिकट आहे. तेथे माणकोजींच्या वंशाचे काय!

चांदा गावची निम्म्याहून अधिक लोकसंख्या दहातोंडेंची आहे. त्यातील माणकोजींचे नेमके थेट वंशज कोण आणि माणकोजींच्या भावकीच्या वंशातील कोण, हे शोधणे अवघड आहे. माणकोजींची अधिकृत वंशावळ उपलब्ध नाही. त्यामुळे वर वर्णन केलेल्या गढी, वाड्याच्या जागेत ज्या दहातोंडेंचा हिस्सा आहे, ते ढोबळमानाने माणकोजींचे वंशज म्हणता येतील.

आधी शहाजीराजांच्या सेवेत असणारे माणकोजी नंतर शिवरायांच्या सेवेत आले. १६४२ ते १६६२ अशी तब्बल वीस वर्षे ते शिवरायांच्या बरोबर होते. स्वराज्याच्या पायाभरणीच्या काळात ज्या मंडळींची शिवरायांना महत्त्वाची साथ लाभली, जे मार्गदर्शक म्हणून लाभले, त्या मंडळींत माणकोजी यांचे नाव घ्यावे लागेल. लष्करी पेशातील माणकोजींचे स्वराज्यस्थापनेच्या इतिहासातील योगदान विसरून चालणार नाही. सध्याच्या काळात अनेक शिवकालीन कादंबऱ्या, मालिका, चित्रपट यांमध्ये माणकोजींचा उल्लेख आढळतो. ज्येष्ठ म्हणून शिवराय माणकोजींना किती सन्मान देत, विशेष प्रसंगी त्यांचा सल्ला घेत, अशा आशयाचे अनेक प्रसंग लेखक कल्पनेने चितारलेले आपल्याला दिसतात.

सरसेनापती माणकोजी दहातोंडे यांच्या वारशाचा चांदा गावाच्या गावकऱ्यांना मोठा अभिमान असल्याचे दिसते. २०१८मध्ये संतोषराव दहातोंडे आणि गावातील काही मंडळींनी 'सरसेनापती माणकोजी दहातोंडे प्रतिष्ठान, चांदा'ची स्थापना केली. त्या माध्यमातून गावात शिवजयंती साजरी करणे, रक्तदान शिबिर, ऐतिहासिक सहली इत्यादी उपक्रम त्यांनी राबवले. राजगुरूनगर येथील तरुण चित्रकार प्रसाद थिटे यांच्याकडून माणकोजींचे रेखाचित्र बनवून घेतले. मोठा खर्च करून २०२१-

२२मध्ये माणकोजी दहातोंडे यांच्या नावाची कमान प्रतिष्ठानच्या माध्यमातून उभारण्यात आली. घोडेगाव-कुकाना रस्त्यावरून चांद्यात प्रवेश करताना आपल्याला ही कमान पाहायला मिळते. माणकोजींच्या स्मृती जपण्यासाठी चांद्याच्या ग्रामस्थांनी आणि प्रतिष्ठानने सुरू केलेले हे उपक्रम कौतुकास्पद आहेत. संतोषराव दहातोंडे यांचा माणकोजी तसेच मराठ्यांच्या इतिहासाचा अभ्यास आहे. अनेक ठिकाणी माणकोजींविषयी ते लिहीत, बोलत असतात. या घराण्यातील संभाजी दहातोंडे हे 'अखिल भारतीय मराठा महासंघा'चे नेते आहेत. त्यांच्या भगिनी सुनंदा दहातोंडे सध्या गावाच्या सरपंच आहेत. भविष्यात माणकोजी दहातोंडे यांचे स्मारक चांदा गावात उभे राहिल्यास, तीच त्यांना खरी मानवंदना ठरेल!

संदर्भ :

१) सभासद बखर, संपादन : का. ना. साने
२) मराठी रियासत (खंड १) : गो. स. सरदेसाई
३) शिव-चरित्रप्रदीप, संपादन : द. वि. आपटे आणि स. म. दिवेकर
४) ९१ कलमी बखर, संपादन : एम. एम. कोटस्थाने
५) Shivaji : His Life and Times, G. B. Mehendale
६) Military System of Marathas : Surendra Nath Sen
७) History of Maharattas (Vol. 1) : James Grant Duff

•••

पानसंबळ घराण्याकडे असणाऱ्या तलवारी

शिवरायांचे मार्गदर्शक गोमाजीकाका पानसंबळ व त्यांचे घराणे

अलीकडे छत्रपती शिवाजी महाराजांवरील चित्रपट, मालिका, कादंबऱ्या यांच्या माध्यमातून 'गोमाजीकाका' नावाची व्यक्तिरेखा आपल्याला त्यांच्या अगदी बालपणापासून दिसते. ते गोमाजीकाका म्हणजेच गोमाजी नाईक-पानसंबळ. गोमाजी नाईक-पानसंबळ हे शिवरायांचे ज्येष्ठ मार्गदर्शक, सल्लागार होते. जिजाऊंच्या लग्नानंतर माहेरहून त्यांच्याबरोबर संगत म्हणून भोसल्यांकडे आलेली ही व्यक्ती, तशी मूळची लखुजीराव जाधवराव यांच्या पदरी असणारी. गोमाजी हे स्वराज्यस्थापनेच्या काळात शिवरायांबरोबर होतेच, याशिवाय त्यांचे दोन पुत्र खंडेराव आणि महादजी हे नंतरच्या दोन छत्रपतींच्या काळात मोठ्या पदांवर होते. खंडेराव हे छत्रपती संभाजी महाराजांच्या काळात काही काळ अमात्य होते, तर महादजी हे छत्रपती राजाराम महाराजांच्या सुरुवातीच्या काळात सरसेनापती होते.

पहिल्या तीन छत्रपतींच्या कारकिर्दीत एका महत्त्वाच्या स्थानावर हे घराणे होते. नंतर मात्र मराठेशाहीच्या राजकीय पटावरून ते अचानक गायब झाले. आज या घराण्याचे वंशज नगर जिल्ह्याच्या राहुरी तालुक्यातील 'सडे' या लहानशा गावी आहेत.

———●———

पानसंबळ आडनाव विशेष आणि अपवादात्मक आहे. गोमाजी व त्यांच्या पुत्रांचे उल्लेख नाईक-पानसंबळ असे येतात. नाईक ही पदवी आडनावापुढे लागलेली दिसते. बाकी गोमाजींच्या पूर्वआयुष्याबद्दल माहिती उपलब्ध नाही. १६०५मध्ये लखुजीरावांच्या कन्या जिजाऊसाहेब यांचा विवाह शहाजीराजे यांच्याबरोबर झाला. तेव्हा जिजाऊंसोबत माहेरहून गोमाजी भोसल्यांकडे आले. लखुजीराव जाधवराव यांनी जिजाऊंच्या तैनातीत पाठवलेला हा त्यांचा खास माणूस.

पुणे जहागिरीतील जबाबदाऱ्या

त्यावेळी शहाजीराजे हे नगरच्या निजामशाहीच्या पदरी सरदार होते. १६३६मध्ये नगरची निजामशाही संपुष्टात आल्यावर ते आदिलशाहीत गेले. दरम्यान शिवरायांचा जन्म झाला. शहाजीराजांनी आपल्या पत्नी जिजाऊ आणि शिवबांना आपल्या पुण्याच्या जहागिरीवर पाठवले आणि ते विजापूरच्या आदिलशाहीच्या वतीने दक्षिण भारताच्या मोहिमेवर गेले. गोमाजी नाईक या काळात जिजाऊ आणि शिवबांबरोबर होते.

या काळात 'गोमाजी नाईक-पानसंबळ जामदार' असा त्यांचा एक उल्लेख आढळतो (सभासद बखर). 'जामदार' म्हणजे जामदारखान्याचे प्रमुख.

(जामदारखाना म्हणजे सरकारची वस्त्रे, आभूषणे यांचे भांडार.) त्यामुळे शिवबा आणि जिजाऊ पाहत असलेल्या त्यांच्या जहागिरीच्या मुख्यालयाच्या ठिकाणी म्हणजेच पुण्याच्या जामदारखान्याची जबाबदारी गोमाजी नाईकांवर होती, असे दिसते. १६४६मध्ये शहाजीराजेंची जहागीर असणाऱ्या पुण्यात भरलेल्या एका मजलीसमध्ये ('मजलीस' म्हणजे न्याय-निवाड्यासाठीची सभा, तात्पुरते न्यायालय) हजर असलेल्या काही महत्त्वाच्या व्यक्तींचा उल्लेख आढळतो. त्यात 'गोमाजी हवालदार, प्रांत पुणे,' असा उल्लेख आहे. यावरून गोमाजी नाईक हे पुणे प्रांतातील हवालदार म्हणजेच मुख्य संरक्षक अधिकारी होते, असे दिसते. यावरून त्यावेळी गोमाजींकडे काही महत्त्वाची पदे असल्याचे दिसते.

शिवबांचे मार्गदर्शक

शिवरायांचे स्वराज्यस्थापनेचे प्रयत्न हळूहळू सुरू होते. गोमाजीकाका या सगळ्याचे साक्षीदार होते. शिवरायांना सुरुवातीच्या काळात ज्या ज्येष्ठ मंडळींचे मोलाचे सहकार्य लाभले; त्या दादोजी कोंडदेव, माणकोजी दहातोंडे, कान्होजी नाईक जेधे, शामराव नीळकंठ, रघुनाथ बल्लाळ या मंडळींत गोमाजी नाईक-पानसंबळ यांचे नाव अग्रक्रमाने घ्यावे लागेल. गोमाजी नाईकांनी शिवरायांना शस्त्रे चालवायला शिकवली, असे म्हणतात.

गोमाजींच्या सल्ल्याला शिवरायांच्या दृष्टीने किती महत्त्व होते, याचे उदाहरण सांगण्यासारखे आहे. ते असे, १६४८च्या सुमारास विजापूरच्या आदिलशाहीकडील पाचशे-सातशे पठाण सैनिक शिवरायांकडे नोकरी मागण्यासाठी आले. शिवरायांना त्यांना आपल्याकडे ठेवावे की नाही, हे कळेना. तेव्हा त्यांनी गोमाजी नाईकांना विचारले. गोमाजीकाकांनी सल्ला दिला की, 'तुमचा लौकिक ऐकून हे लोक आले आहेत, त्यांस विन्मुख जाऊ देणे योग्य नाही. हिंदूंचाच संग्रह करू, इतरांची दरकार ठेवणार नाही, अशी कल्पना धरली तर राज्य प्राप्त होणार नाही. ज्यास राज्य करणे त्याने अठरा वर्ण, चारही जाती यांस आपआपले धर्माप्रमाणे चालवून त्यांचा संग्रह करून ठेवावे.' गोमाजींचा हा सल्ला ऐकून महाराजांनी त्या सैनिकांना ठेवून घेतले. (गोमाजींचा हा प्रसिद्ध सल्ला मूळ चिटणीस बखरीत आहे.)

अफजलखानाच्या भेटीपूर्वी शिवरायांच्या महत्त्वाच्या मंडळींबरोबर झालेल्या बैठकीत गोमाजी हजर होते. याचबरोबर अष्टप्रधान किंवा कारभारी मंडळात ते

होते. शिवरायांचे अष्टप्रधान मंडळ हे अधिकृतरित्या राज्याभिषेकानंतर अस्तित्वात आले असले, तरी त्यापूर्वीही ते होते. १६६०च्या दशकात शिवरायांच्या प्रधानमंडळ अथवा कारभारी मंडळात गोमाजी नाईक यांचे नाव आहे. त्यात न्यायाधीशाचे कामकाज निराजी रावजी आणि गोमाजी नाईक यांच्याकडे होते. त्यामुळे निश्चितच गोमाजी नाईकांचे स्थान शिवशाहीत महत्त्वाचे असल्याचे आपल्याला दिसेल.

जिजाऊंनी जुळवली सोयरीक

पानसंबळ हे मुळात लखुजीराव जाधवरावांनी जिजाऊंबरोबर लग्नानंतर पाठवलेले घराणे. त्यामुळे जिजाऊंचे या घराण्यावर प्रेम असणार हे नक्कीच.

याचे एक उदाहरण सांगण्यासारखे आहे. १६६८च्या विठोजी शिळीमकर देशमुख यांना जिजाऊंनी पाठवलेल्या एका पत्रात त्यासंबंधी माहिती मिळते. देशमुखांची कन्या ही गोमाजी नाईक-पानसंबळ यांच्या मुलाला देण्याचे ठरले होते. (त्यांच्या दोन मुलांपैकी नेमकी कोणाला, खंडेराव की महादजी यांना, हे त्यात नमूद नाही.) शिळीमकर हे 'हैबतराव' किताब असलेले पुण्याजवळच्या गुंजनमावळातील एक वतनदार देशमुख घराणे होते. जिजाऊ स्वतः या विवाहात लक्ष घालत होत्या. एवढेच नव्हे, तर लग्नासाठी सरकारातून खर्च करण्याची तयारी त्यांनी दाखवली. त्यामुळे आपल्या पदरी असणाऱ्या आणि कर्तृत्ववान अशा या पानसंबळ घराण्याची (तशा सामान्यातून वर आलेल्या, जहागीर-सरंजाम नसलेल्या, आधीची राजकीय पार्श्वभूमी नसणाऱ्या घराण्याची) सोयरीक एका प्रतिष्ठित देशमुख घराण्याशी घडवून आणताना जिजाऊ आपल्याला दिसतात.

गोमाजी नाईकांचा मृत्यू नेमका कधी झाला, याची माहिती उपलब्ध नाही. राज्याभिषेक प्रसंगी ते होते की नाही, हेही कळत नाही; पण गोमाजींची खंडेराव आणि महादजी ही दोन्ही मुले कर्तृत्ववान होती.

मुत्सद्दी खंडेराव

छत्रपती शिवाजी महाराजांच्या नंतर छत्रपती संभाजी महाराज गादीवर आले. त्यांच्या काळात गोमाजींचे पुत्र खंडेराव पानसंबळ यांचा उल्लेख येतो. ते त्याकाळात सक्रिय होते. त्यांना काही काळ महत्त्वाची जबाबदारी दिली गेली होती; ती म्हणजे अमात्य किंवा मुजुमदारपदाची. (अमात्याचे मुख्य काम म्हणजे राज्याचा जमाखर्च पाहणे.) अमात्यपद त्यापूर्वी अण्णाजी दत्तो यांच्याकडे होते; परंतु १६८१ मध्ये अण्णाजी दत्तो यांनी छत्रपती संभाजी महाराजांविरुद्ध केलेले कारस्थान (दुसऱ्यांदा) उघडकीस आले, तेव्हा महाराजांनी त्यांची गय केली नाही. त्यांना मृत्युदंडाची शिक्षा दिली. आणि त्यांच्या खात्याचा म्हणजे अमात्यपदाचा कारभार महाराजांनी खंडेराव पानसंबळ यांना दिला. त्यांच्याकडे तो जवळजवळ दीड वर्षे होता (१६८१-८२). कर्नाटक प्रांतात छत्रपती महाराजांनी नेमलेले रघुनाथ नारायण हणमंते जेव्हा महाराष्ट्रात महाराजांच्या भेटीला आले, तेव्हा त्यांना अमात्यपद देण्यात आले.

याच काळात दिल्लीचा बादशाह औरंगजेब मोठ्या फौजेनिशी महाराष्ट्रात येऊन दाखल झाला. स्वराज्यावर संकट कोसळले. याकाळातही खंडेराव होते. नंतर औरंगजेबाने छत्रपती संभाजी महाराजांची निर्घृण हत्या केली. राजधानी असलेला रायगड मोगलांच्या ताब्यात गेला आणि मग संभाजी महाराजांचे लहान सावत्र भाऊ राजाराम महाराजांनी कारभार हाती घेतला. मोगल बादशाह औरंगजेबाची फौज स्वराज्यात धुमाकूळ घालत होती. राजाराम महाराजांच्या सुरुवातीच्या काळात खंडेराव पानसंबळ यांचा महत्त्वाचा उल्लेख आढळतो. यावेळी स्वराज्यात गंभीर परिस्थिती होती. राज्यातील विशेषतः मावळातील ज्या देशमुख, देशपांडे यांची वतने संभाजी महाराजांनी जप्त केली होती, ती खंडेराव पानसंबळ यांनी सोडवून दिली. या वतनदारमंडळींना सोबत घेऊन कमी काळात अधिकाधिक फौज कशी उभारता येईल, याचा खंडेराव प्रयत्न करत होते. मुठे खोऱ्यातील देशमुख (मारणे) आणि देशपांडे (दिघे-प्रभू) यांना त्यांनी लिहिलेली दोन महत्त्वाची पत्रे त्यादृष्टीने अत्यंत महत्त्वाची आहेत.

सरसेनापती महादजी

गोमाजी नाईक यांचे दुसरे पुत्र होते महादजी. महादजींचा उल्लेख छत्रपती शिवाजी महाराजांच्या शेवटच्या काळात म्हणजेच १६८०मध्ये मिळतो. रायगडावर छत्रपती

शिवाजी महाराजांनी आपल्या मृत्युसमयी ज्या महत्त्वाच्या मंडळींना बोलावले होते, त्यात महादजींचे नाव आहे. नंतर छत्रपती संभाजी महाराजांच्या काळात मात्र त्यांचा उल्लेख दिसत नाही. त्यांचा महत्त्वाचा उल्लेख येतो, तो छत्रपती राजाराम महाराजांच्या काळात. १६८९मध्ये छत्रपती संभाजी महाराजांची मोगलांनी निर्घृण हत्या केल्यानंतर रायगड मोगलांच्या ताब्यात गेला. छत्रपतींच्या घराण्यातील सर्व माणसे त्यावेळी रायगडावर होती. स्वराज्यासमोर आणीबाणीची परिस्थिती होती. संभाजी महाराजांचे पुत्र शाहू हे यावेळी केवळ सात वर्षांचे होते. त्यामुळे त्यांच्या पत्नी येसूबाई यांनी राज्याची धुरा राजारामांकडे सोपवली. राजाराम रायगडावरून निसटले. त्यावेळी जी महत्त्वाची मंडळी त्यांच्याबरोबर होती आणि ज्यांच्या सल्ल्याने ते वागत होते, ते सल्लागार म्हणजे रामचंद्रपंत नीळकंठ मुजुमदार, प्रल्हाद निराजी, जनार्दनपंत हणमंते, खंडोबल्लाळ चिटणीस, संताजी घोरपडे, धनाजी जाधव आणि महादजी नाईक-पानसंबळ. महादजी अतिशय कठीण परिस्थितीत राजाराम महाराजांच्या सोबत होते.

छत्रपती राजाराम महाराज आधी प्रतापगड आणि नंतर पन्हाळगडावर गेले. पन्हाळ्यावर महाराजांची महत्त्वाची बैठक झाली. यावेळी महादजी नाईक-पानसंबळ यांची सरसेनापतीपदी नेमणूक झाली. नंतर पन्हाळ्याला मोगलांचा वेढा पडला. मग राजाराम महाराज निवडक लोकांसह कर्नाटकातील (आजच्या तामिळनाडूमधील) जिंजीला गेले.

मराठ्यांचा आद्य इतिहासकार ग्रँट डफ म्हणतो, 'महादजी नाईक-पानसंबळ हे या काळात ज्येष्ठ असून त्यांचे राज्यातील शिलेदारांवर चांगले वजन होते. त्यांना सरसेनापती करण्यात आले. त्यांच्या सल्ल्यानुसार शिलेदारांना किंवा प्रमुखांना गावागावांत पाठवण्यात आले होते. तेथे जाऊन अधिकाधिक जवळचे लोक, भाऊबंद आणि नातेवाईक यांना संघटित करून पुढे सूचना मिळेल, तेव्हा भगव्या ध्वजाखाली ते एकत्र आले पाहिजेत, अशाप्रकारे योजना केली होती.'

राजाराम महाराज जिंजीला रवाना झाले. मात्र दुर्दैवाने काही काळातच महादजी पानसंबळ यांचे निधन झाले. महाराजांना जिंजीला असताना ही दुखःद बातमी समजली. सरसेनापतीपद मग संताजी घोरपडे यांच्याकडे दिले गेले. काही ऐतिहासिक साधनांत महादजी हे जिंजीला छत्रपती राजाराम महाराजांच्या बरोबर गेले आणि लढाईत त्यांचा मृत्यू झाला असे म्हटले आहे. (मल्हार रामराव चिटणीस यांनी

लिहिलेल्या छत्रपती राजाराम महाराजांच्या बखरीतून) तर काही ठिकाणी महादजी हे महाराष्ट्रात असतानाच मृत्यू पावले असे म्हटले आहे. (ग्रँट डफ आणि अन्य इतिहासकार.) महादजींचा मृत्यू १६९०-९१मध्ये कधी तरी झाला असावा.

असे हे गोमाजीकाका आणि त्यांचे दोन्ही पराक्रमी पुत्र खंडेराव आणि महादजी. यांच्यानंतर मात्र पानसंबळ घराणे मराठेशाहीत दिसत नाही. पानसंबळ हे तसे हुजुरातीचे सरदार. त्यांना कधी मोठा सरंजाम अथवा जहागीर नव्हती. राजमाता जिजाऊ ते छत्रपती राजाराम महाराज यांच्यापर्यंत भोसले घराण्याची सेवा त्यांनी केली. राजाराम महाराजांच्या काळात सरदारमंडळींना कर्तृत्वाच्या आधारावर सरंजाम देण्याची प्रथा सुरू झाली आणि नंतरही ती सुरू राहिली. अनेक प्रस्थापित घराणी निर्माण झाली. त्यावेळी पानसंबळ घराणे सक्रिय नव्हते. खंडेराव आणि महादजी यांच्या मुलांचे पुढे काय झाले, याची नोंद इतिहासात सापडत नाही.

सडेकर पानसंबळ

आज अहिल्यानगर जिल्ह्यातील राहुरी तालुक्यातील सडे गावात त्यांचा वंश आहे. पानसंबळ हे मूळ जाधवराव यांच्याकडे (विदर्भातील सिंदखेड) होते. नंतर ते शिवरायांबरोबर पुण्याला आले, मग नगर जिल्ह्यातील राहुरीजवळच्या एका छोट्याशा खेड्यात त्यांचा वंश कसा, असा आपल्याला प्रश्न पडेल. त्याची

पानसंबळ यांच्या सडे येथील वाड्याचे अवशेष

पानसंबळ यांचा सडे गावातील दुसरा वाडा

नेमकेपणाने उत्तरे सध्या तरी नाहीत. मात्र त्याकाळी जहागीर किंवा वतने कुठल्याही भागातील व्यक्तीची अथवा घराण्याची कुठेही असत, ही बाब लक्षात घ्यायला हवी.

सडे गावात पानसंबळ घराण्याचे वाडे होते. सध्या ते पडले आहेत. गावची पाटिलकी त्यांच्याकडे होती. जुनी एकच गोष्ट त्यांच्याकडे आपल्याला पाहायला मिळते, ती म्हणजे 'तलवारी'. आपल्या पूर्वजांच्या लढाऊ वृत्तीचा वारसा म्हणून पानसंबळ मंडळींनी त्या आजतागायत सांभाळून ठेवल्या आहेत. दसऱ्याच्या मुहूर्तावर त्यांचे पूजन ते करतात. पानसंबळ घराण्यातील बहुतांश मंडळी तशी प्रामुख्याने शेती व्यवसायात आहेत. मुळा धरणाचा कालवा येथून गेला असल्याने त्यांना पाण्याची कसलीही कमतरता नाही. शेतात प्रामुख्याने ऊसच आपल्याला दिसतो. त्यांचे नातेसंबंधही सरदार आणि देशमुख घराण्यांशी असलेले आपल्याला दिसतात.

गोमाजीकाका तर छत्रपती शिवाजी महाराजांचे मार्गदर्शक. अलीकडे शिवाजी महाराजांवरील चित्रपट, मालिका, कादंबऱ्यांमध्ये ते दिसू लागले आहेत; पण त्यांचे दोन्ही पुत्र खंडेराव आणि महादजी यांचे कर्तृत्व नजरेआड करून चालणार नाही. छत्रपती संभाजी महाराज आणि राजाराम महाराजांच्या काळात दोघे महत्त्वाच्या जबाबदाऱ्या सांभाळत होते. औरंगजेब बादशाह मोठ्या फौजेनिशी महाराष्ट्रात दाखल झाला, तेव्हा मराठ्यांच्या स्वराज्यासमोर मोठे आव्हान उभे होते. अशा परिस्थितीत दोन्ही बंधू महत्त्वाची कामगिरी बजावत होते. सरकारची म्हणजेच हुजुरातीची फौज त्यांच्या नियंत्रणाखाली होती. संकटकाळात जास्तीत जास्त फौज कशी उभी करता येईल, याच्याकडे त्यांचे लक्ष होते; परंतु त्यांच्या या योगदानाची आजवर इतिहासाने दखल मात्र घेतली नाही!

संदर्भ :

१) मराठी रियासत (खंड १) : गो. स. सरदेसाई

२) मासिक इतिहाससंग्रह (अंक, ऑगस्ट १९०९), संपादन : द. ब. पारसनीस

३) सभासद बखर, संपादन : का. ना. साने

४) शिवपुत्र संभाजी : कमल गोखले

५) मराठ्यांच्या इतिहासाची साधने (खंड ४), संपादन : वि. का. राजवाडे

६) श्री मल्हार रामराव चिटणीस विरचित श्रीमंत छत्रपती संभाजी महाराज आणि भोसले छत्रपती राजाराम महाराज यांची चरित्रे, संपादन : का. ना. साने

७) History of Maharattas (Vol.1) : James Grant Duff

•••

माहेगावचा जाधवराव-देशमुखांचा वाडा

शिवरायांचे आजोळ माहेगावचे जाधवराव-देशमुख

छत्रपती शिवाजी महाराजांचे आजोळ अर्थात जिजाऊंचे माहेर म्हणजे सिंदखेडराजा येथील जाधवराव. जिजाऊंचे वडील लखुजीराव जाधवराव म्हणजे सतराव्या शतकाच्या सुरुवातीच्या काळातील महाराष्ट्रातील एक मातब्बर सरदार. या लखुजीराव जाधवरावांच्या पुत्राचे म्हणजेच शिवरायांच्या एका मामांचे वंशज हे नगर जिल्ह्यातील कोपरगाव तालुक्यातील माहेगाव देशमुख येथे आहे. जाधवराव घराणे मूळ विदर्भातील सिंदखेडचे. मग इतक्या दूर त्यांची एक वंशशाखा कशी? हा प्रश्न आपल्याला पडतो. याचे उत्तर म्हणजे जाधवरावांकडे असणाऱ्या अनेक वतनांपैकी एक वतन, त्यावेळच्या येथील कुंभारी परगण्याच्या देशमुखीचे!

कोपरगावजवळचे कुंभारी गाव हे मराठेशाहीच्या काळात एका परगण्याचे मुख्यालय होते. या परगण्याची देशमुखी जाधवराव घराण्याकडे होती. जाधवरावांची एक शाखा सिंदखेडहून या कुंभारीत आली आणि गोदावरीकाठच्या या परिसराला तिने आपलेसे केले; परंतु नंतर कुंभारीपासून दोन किलोमीटरवर असणाऱ्या शेजारच्या माहेगाव देशमुख येथे ते स्थलांतरित झाले. त्यामुळे ते 'माहेगावकर जाधवराव' म्हणून ओळखले जातात. माहेगावमध्ये हे घराणे असून त्यांचा येथे वाडा आहे.

कोपरगावपासून कुंभारी आणि माहेगाव देशमुख या गावांना जायला रस्ता आहे. कोपरगावपासून कुंभारी साडेसात किलोमीटर अंतरावर आहे. अलीकडच्या काळात गोदावरीचे पाटपाणी, साखर कारखाना, शिक्षणसंस्था यांमुळे हा भाग चांगला पुढारलेला दिसतो. कुंभारी तसे गोदावरीच्या ऐन काठावरचे गाव. कधीकाळी परगण्याचे (म्हणजे जिल्ह्याचे) मुख्यालय ते होते खरे; परंतु आज ते तितकेसे मोठे राहिलेले नाही. गावातील यादवकालीन राघवेश्वर मंदिर त्याच्या जुनेपणाची साक्ष देते. परगणा असल्याने देशमुख, देशपांडे घराणी तेथे होती. गावात देशमुखांचा म्हणजेच जाधवरावांचा वाडा होता. आज तो नाही. मात्र राघवेश्वर मंदिराच्या जवळ त्याची जागा अजूनही दाखवण्यात येते.

कुंभारीचे जाधवराव देशमुख जिथे स्थलांतरित झाले, ते माहेगाव देशमुख येथून फक्त दोन किलोमीटर अंतरावर आहे. या माहेगावची अलीकडची ओळख म्हणजे ज्येष्ठ नेते, माजी मंत्री आणि सहकारमहर्षी शंकरराव काळे यांचे हे गाव! या

प्रवेशद्वारावरील नक्षीदार तुळ्यांची 'टोके'

माहेगावाला 'माहेगाव देशमुख' नाव पडले, ते येथील जाधवराव-देशमुखांमुळेच. गावात जाधवराव-देशमुखांचा वाडा आहे. हा वाडा अठराव्या शतकाच्या उत्तरार्धात उभारलेल्या वाड्यांसारखाच आहे.

वाड्याचे प्रवेशद्वार आणि त्याच्या काही भिंतीच सध्या तग धरून आहेत. वाड्याचे प्रवेशद्वार त्याच्यावरील नक्षीकामामुळे आपल्याला आकर्षक दिसते. दाराच्या सागवानी चौकटीवर पाने-फुले आणि वेलबुट्ट्या कोरलेल्या आहेत. त्याच्यावर बाहेर आलेल्या तुळ्यांची जी टोके आहेत, त्यावर मोराची नक्षी कोरलेली आपल्याला दिसते. प्रवेशद्वारावरच्या मजल्यावर 'सज्जा' आपल्याला दिसतो. थोडी नजर वर टाकल्यावर सज्जामध्ये असलेले तीन साध्यापद्धतीचे 'गवाक्ष' ही आपल्या नजरेस पडतात.

वाड्याच्या या प्रवेशद्वाराच्या बाहेर पूर्वी तटबंदी असून आणखी एक मोठे प्रवेशद्वार होते. ते काटकोनात असून हत्ती त्यातून आत जाईल इतके मोठे ते असल्याचे सांगण्यात येते. वाड्यात गेल्यावर ठिकठिकाणी पडझड झालेली आणि नवे बांधकाम केलेले आपल्याला दिसते. दोन चौकी असणाऱ्या या वाड्यात आज पहिल्या चौकाच्या डाव्या भागात नव्या खोल्या बांधून जाधवरावांचे एक कुटुंब राहात आहे. बाकी सर्व मंडळी येथून वस्त्यांवर स्थलांतरित झाली आहेत.

पराक्रमी लखुजीराव जाधवराव

लखुजीराव जाधवराव
(*समकालीन चित्र, Public Domain*)

कुंभारी परगण्याचे वतनदार देशमुख, इतकीच काय या घराण्याची ओळख नाही. लखुजीराव जाधवराव यांचे हे वतन असून ही त्यांची वंशशाखा आहे. त्यामुळे जो त्यांचा इतिहास, तोच येथील जाधवराव-देशमुखांचा होय.

जाधवराव घराण्याचा इतिहास खूप जुना आहे. शिवरायांच्या जन्मापूर्वी भरभराटीला आलेले महाराष्ट्रातले ते एक मातब्बर घराणे होते. आजच्या बुलढाणा जिल्ह्यातील 'सिंदखेड' हे त्यांचे मूळ गाव. तसे पाहता सिंदखेडचे जाधवराव हे देवगिरीच्या यादवांचे वंशज होत. यादव ही बाराव्या-तेराव्या शतकात महाराष्ट्रातीलच नव्हे; तर दक्षिण भारतातील एक प्रभावी सत्ता होती. त्यामुळे जाधवराव घराण्याचा इतिहासाचा शोध घ्यायचा झाल्यास त्याहून बराच काळ मागे जावे लागते.

जाधवराव घराण्यात सोळाव्या शतकाच्या उत्तरार्धात लखुजीराव जाधवराव हे पराक्रमी व्यक्तिमत्त्व होऊन गेले. नगरच्या निजामशाहीचे ते सरदार.

त्यांच्यामुळे हे घराणे उच्चस्थानावर पोहोचले. मुस्लीम राज्यसत्तांचा तो काळ होता! त्यावेळच्या महाराष्ट्राचा विचार केला, तर नगरच्या मोठ्या भूभागावर निजामशाहीचे राज्य होते. याशिवाय दिल्लीपती मोगलही महाराष्ट्राच्या उत्तर सीमेपर्यंत आले होते. महाराष्ट्राच्या पश्चिम आणि दक्षिणेकडील काही भागांत विजापूरच्या आदिलशाहीचे राज्य होते. नगरच्या निजामशाहीला सतत मोगल आणि आदिलशाही या सत्तांशी तोंड द्यावे लागत होते. निजामशाही, तसेच या मुस्लीम सत्तांच्या काळात निंबाळकर, मोहिते, भोसले, घोरपडे, गुजर, शिर्के, घाटगे अशी अनेक मराठा सरदार घराणी महाराष्ट्रात प्रभावी होती. यात एक महत्त्वाचे घराणे होते; जाधवराव यांचे. त्याचे प्रमुख होते; लखुजीराव जाधवराव!

१६००च्या आसपास 'महाराष्ट्रातील सर्वाधिक प्रभावी सरदार' असे लखुजीराव जाधवरावांच्या बाबतीत म्हटले जाते. लखुजीराव हे लढवय्ये तर होतेच, शिवाय मुत्सद्दीही होते. त्यावेळी ते निजामशाहीत दशहजारी मनसबदार होते. त्यांचे स्थान हे दरबारात सर्वांत उच्च होते. निजामशाहीत त्यांच्या शब्दाला मान होता. त्यांच्या पदरी मोठी फौज होती. शिवाय अनेक सरदार घराणीही होती. लखुजीरावांना चार पुत्र आणि एक कन्या होती. दत्ताजी, राघोजी, अचलोजी, बहादुरजी हे चार पुत्र आणि जिजाऊ ही कन्या. याच काळात आपले कर्तृत्व गाजवत असलेल्या सरदार मालोजी भोसले यांचे पुत्र शहाजीराजे यांच्याशी जिजाऊंचा विवाह झाला. पुढे ही सोयरीक महाराष्ट्राचा उद्धार करणारी कशी ठरली हे आपल्याला ज्ञात आहे. याच दाम्पत्याच्या पोटी शिवबांचा जन्म झाला. जे नंतरच्या काळात रयतेचे स्वराज्य निर्माण करणारे 'छत्रपती' झाले. स्वराज्यस्थापनेत आणि शिवरायांच्या आयुष्यात जाधवरावांच्या या कन्येचे-जिजाऊंचे स्थान किती महत्त्वाचे होते, हे वेगळे सांगायची गरज नाही.

लखुजीरावांचीच एक वंशशाखा

लखुजीराव जाधवराव हे त्यांना असणाऱ्या वतनांच्या बाबतीतही मोठे होते. त्यांनी ठिकठिकाणी वतने करून ठेवली होती. कुंभारीच्या देशमुखीचे वतन हे त्यांपैकी एक. नंतर त्यांची एक वंशशाखा (त्यांच्यानंतर साधारण शंभर वर्षांनी!) इकडे येऊन स्थिरावली. ती म्हणजे आजचे माहेगावकर जाधवराव-देशमुख.

माहेगावची ही वंशशाखा लखुजीराव जाधवराव यांचीच; परंतु ती नेमक्या कोणत्या पुत्राची, याबद्दल थोडीशी मतभिन्नता आहे. माहेगावकर जाधवरावांकडे असणाऱ्या वंशावळीनुसार ती लखुजीरावांचे पुत्र 'बहादुरजी' यांची वंशशाखा आहे. तर जाधवराव घराण्याच्या अन्य काही उपलब्ध वंशावळीनुसार ती लखुजीरावांचे पुत्र 'राघोजी' यांची (यांच्या पुत्राचे नावही बहादुरजी असे होते.) यांची वंशशाखा आहे. खरे तर एकाच घराण्यात एकाच नावाचे अनेक पुरुष, दत्तक देण्याघेण्याचे

प्रकार यांमुळे बहुतांशी वंशावळीत गुंतागुंत होऊन ऐतिहासिक अस्पष्टता निर्माण होते. त्याला जाधवरावांसारखं जुने घराणेही अपवाद नाही.

जाधवरावांच्या ज्या अन्य काही वंशावळी आहेत, त्यात लखुजीरावांचे पुत्र राघोजी यांच्यापासून कुंभारी अथवा माहेगावकरांचा वंश असल्याचे सांगितले जाते. राघोजी यांचे पुत्र बहादुरजी, त्यांचे पुत्र दत्ताजी, त्यांचे पुत्र रावजगदेवराव आणि त्यांचे पुत्र यशवंतराव (कुंभारी शाखेचे मूळ पुरुष) अशा पुढच्या चार पिढ्या त्यात दर्शवल्या आहेत. त्यानुसार कुंभारीच्या या शाखेचा प्रवास मूळच्या सिंदखेडराजाहून आधी देऊळगाव राजा आणि नंतर देऊळगावराजाहून कुंभारी असा झालेला दिसतो. कुंभारीच्या या शाखेतील जाधवरावांची समांतर घराणी ही देऊळगाव राजा आणि पैठण (बारामतीजवळील माळेगाव येथे दत्तक) ही आहेत.

जाधवराव घराण्यातील यशवंतराव हे कुंभारी शाखेचे मूळ पुरुष असल्याचे दिसते. त्यांचा काळ होता, अठराव्या शतकाच्या पूर्वार्धातला! १७०९ मधील जाधवराव घराण्याचे एक वाटणीपत्र उपलब्ध आहे. त्यात 'देशमुखी-वतन देशमुखी...राजश्री यशवंतराव... परगणे कुंभारी' असे म्हटलेले आहे. त्यामुळे यशवंतराव यांच्याकडे वाटणीनंतर कुंभारीचे वतन आले असे दिसते. १७०९ मधील हे वाटणीपत्र असल्याने त्यानंतर काही काळातच त्यांची शाखा कुंभारी येथे गेल्याचा अंदाज बांधता येतो. जाधवरावांच्या कुंभारी वतनाचा कारभार पूर्वी त्यांचे इथले गुमास्ते पाहत असावेत आणि अठराव्या शतकाच्या पूर्वार्धात यशवंतरावांची शाखा कुंभारी येथे येऊन कायमस्वरूपी स्थिरावली, असे म्हणता येईल.

खरे तर जाधवराव घराणे लखुजीरावांनंतर सिंदखेडमधून इतरत्र विखुरले गेले. त्यांच्या अनेक शाखा झाल्या. त्यांच्यातील काही नंतर राजकारणात सक्रिय झाले. कोणी मोगल, कोणी निजाम तर कोणी मराठा सत्तांच्या पदरी सरदारकी करून आपली लढाऊ वृत्ती त्यांनी कायम ठेवली. त्यातील एक महत्त्वाचे नाव म्हणजे सरसेनापती धनाजीराव जाधवराव हे होय. छत्रपती राजाराम महाराज आणि ताराबाईसाहेब यांच्या काळात स्वराज्यावर मोठे संकट आलेले असताना त्यांच्या पाठीशी ते खंबीरपणे उभे राहिले होते. सिंदखेडहून इकडे पश्चिम महाराष्ट्रात, म्हणजे नगर जिल्ह्यातील 'कुंभारी'ला जशी ही जाधवरावांची शाखा विस्तारली, तशा इतरही शाखा विस्तारत गेल्या. माळेगाव (ता. बारामती, जि. पुणे) जाधवराव आणि भुईंज (ता. वाई, जि. सातारा) येथील जाधवराव हे त्यांपैकी एक.

कुंभारी येथील घराण्याबाबतीत बोलायचे झाले, तर त्यांनी नंतर सरदारकी केली की नाही हे माहीत नाही. मात्र ते आपले देशमुखी वतन अठराव्या शतकापासून सांभाळत असल्याचे दिसते. १७६१मध्ये त्यांचा एक उल्लेख येतो. तत्कालीन कुंभारी परगण्यात 'कोकमठाण' नावाचे गाव होते. (आजच्या कोपरगाव तालुक्यात ते आहे.) या गावाच्या पाटिलकीचे वतन पेशव्यांचे सरदार तुळशीबागवाले यांनी खरेदी केले होते. त्या 'महजरात' (म्हणजे करारपत्रात) जाधवरावांची साक्ष आहे. 'यशवंतराव वा मानसिंग जाधवराऊ देशमुख' असा उल्लेख त्यात आहे.

कुंभारीकर झाले माहेगावकर

कुंभारी येथे जाधवराव घराण्याचे वास्तव्य काही काळ राहिले; परंतु नंतर ते कुंभारीहून शेजारच्या माहेगाव येथे स्थलांतरित होऊन माहेगावकर झाले. ते माहेगाव येथे का आले, त्याच्याविषयी जाधवराव मंडळींकडून ऐकीव माहिती मिळते.

त्यांचे पूर्वज कुंभारी येथे राहू लागले खरे. मात्र राजांनी स्त्रीलिंगी गावात राहू नये, असे तत्कालीन पंडितांनी त्यांना सांगितले आणि मग ते कुंभारीहून माहेगावात आले, असे ते सांगतात. स्त्रीलिंगी गावे म्हणजे आपण ज्या गावांना 'ती' असे संबोधतो अशी गावे (उदाहरणार्थ, ती कुंभारी, ती मुंबई, ती वणी इत्यादी). ते माहेगाव येथे कधी आले याचा काळ माहीत नाही. माहेगावाच्या पाटिलकीचे वतन त्यांनी करून ठेवले होते. दुसरी एक ऐकीव माहिती त्यांच्याकडून मिळते ती म्हणजे, त्यांना कुंभारी परगण्यातील बावन्न गावे देशमुखी वतन असल्याची!

मराठेशाही संपून महाराष्ट्रात एकोणिसाव्या शतकात इंग्रजांची सत्ता आली. माहेगावाच्या वाड्यात त्यावेळी हा एकच जाधवराव परिवार होता. नंतर जाधवराव यांची त्यातून दोन कुटुंबे झाली. या घराण्यातील बाबासाहेब जाधवराव-देशमुख यांना रामराव आणि चंद्रराव अशी दोन मुले होती. त्या दोघांत वाड्याची वाटणी झाली. थोरल्या रामराव यांना पुढचा चौक मिळाला, तर धाकट्या चंद्रराव यांना मागचा चौक मिळाला (दोघांची आज चौथी पिढी गावात आहे).

बाबासाहेब यांच्या या दोन पुत्रांच्या जन्माविषयी ऐकीव माहिती सांगितली जाते की, बाबासाहेब यांना दोन पत्नी होत्या. दोघींनाही एकाच दिवशी पुत्रप्राप्ती झाली. सकाळी जन्म झाला तो दुसऱ्या पत्नींच्या मुलाचा, म्हणजे चंद्ररावांचा, तर त्याच दिवशी संध्याकाळी जन्म झाला, तो पहिल्या पत्नींच्या मुलाचा, म्हणजे

रामरावांचा. काही तासांच्या फरकाने चंद्ररावांचा जन्म आधी झाला असला, तरी रामराव हे पहिल्या पत्नीचे अपत्य होते. त्यामुळे ते थोरले ठरले आणि चंद्रराव धाकटे.

जाधवरावांचे वैभव

जाधवराव-देशमुख घराण्याचे एकेकाळचे वैभव मोठे होते. पंचक्रोशीत त्यांचा फार दरारा होता. जमीनजुमलाही होता. माहेगावसह आजच्या कोपरगाव तालुक्यातील अनेक गावांत जाधवराव-देशमुखांच्या इनामी जमिनी होत्या, किंबहुना अजूनही आहेत (वारी, कोळगाव, चांदेकसारे, कोळगाव अशी अनेक गावांची नावे सांगता येतील). नंतर कुटुंबाचा विस्तार झाला. पूर्वी अनेक जुन्या वस्तू त्यांच्याकडे होत्या. त्यातील चांदीच्या अंबारीविषयी सांगितले जाते. गेल्या शतकात ती अंबारी वितळवून त्याची ताट, वाट्या, पेले अशी भांडी बनवण्यात आली. वाटणी झाल्यावर भांड्यांचीही विभागणी झाली.

विसाव्या शतकात या घराण्यातील प्रभावी व्यक्तिमत्त्व म्हणून नारायणराव व्यंकटराव जाधवराव-देशमुख यांचे नाव घेण्यासारखे आहे. समाजकारणात सक्रिय असणारे नारायणराव आपल्या कडक स्वभावामुळे येथील पंचक्रोशीत परिचयाचे होते. राज्यातील अनेक महत्त्वाच्या मंडळींशी त्यांचे स्नेहसंबंध होते. पत्रव्यवहारही बराच होता. नारायणराव कधी स्वतः राजकारणात पडले नाहीत किंवा कुटुंबात इतरही कोणाला राजकारण करू दिले नाही. काळा कोट, तपकिरी टोपी आणि खाली धोतर असा त्यांचा पेहराव असायचा. त्यावेळी त्यांची गुळाची गुऱ्हाळे होती. गुळाचे चांगले उत्पादन व्हायचे. माहेगावहून तो बेलापूरच्या पेठेत पाठवला जायचा. 'नगर जिल्हा लोकल बोर्डा'चे पहिले प्रेसिडेंट, संगमनेर तालुक्यातील पानोडी गावचे सरदार शिवराव भवानराव थोरात यांच्याशी त्यांचा केवळ स्नेहसंबंधच नव्हता, तर ते त्यांना गुरूही मानत असत. आध्यात्मिक वृत्तीचे असणाऱ्या नारायणरावांचा सद्गुरू तुकाराम महाराज खेडलेकर यांच्यासारख्या अनेक संत-महंतांशी स्नेह होता.

नारायणरावांनी विसाव्या शतकाचा जो काळ पाहिला तो मात्र प्रचंड बदलाचा होता. जुन्या घराण्यांचे वैभव यावेळी लयाला जात होते. 'कूळ कायदे', 'सीलिंग ॲक्ट' राजघराण्यांचे कर्दनकाळ ठरत होते. बराच काळ कोर्टकचेऱ्या करण्यात जात होता. जाधवराव यांचे घराणेही याला अपवाद ठरले नाही. साखर कारखानदारीमुळे नगर जिल्ह्याच्या अर्थकारणाची, समाजकारणाची आणि परिणामी राजकारणाची दिशा बदलली. त्यातून नवनवीन लोकांचे प्रस्थ येथे निर्माण होऊन जुनी घराणी मागे पडत चालली आहेत.

नारायणराव यांचा जनसंपर्क खूप होता. परिसरातील लोक सल्ला घ्यायला त्यांच्याकडे येत. शेजारच्या माळेगावथडीच्या मोहन गाडे या तरुणाला परदेशात शिकायला जाण्यासाठी त्यांनी आर्थिक मदत केली होती. मोहनराव इंग्लंडमधून उच्च शिक्षण घेऊन आले. कोपरगावचे आमदार झाले. नारायणरावांचे असेच प्रेम असणारे कोपरगावचे दुसरे एक आमदार म्हणजे शंकरराव काळे होय. काळे मंडळी तशी याच माहेगाव देशमुख गावची. शंकररावांचे वडील देवराम हे नारायणरावांचे चांगले मित्र होते. लहापणापासूनच शंकररावांमधली हुशारी नारायणरावांनी ओळखली होती. शंकरराव शेवटपर्यंत त्यांचा मोठा आदर करत भेटीला जात असत.

सरदार-देशमुख घराण्यांशी नातेसंबंध

जाधवराव-देशमुख घराण्याचे आजवरचे नातेसंबंध पाहिले, तर ते महाराष्ट्रातील अनेक मातब्बर सरदार आणि देशमुख घराण्यांशी त्यांचे नातेसंबंध होते. नारायणराव यांच्या कन्या चंद्रकलाबाई या नंदुरबार जिल्ह्यातील तोरखेड येथील कंठाजीराव कदमबांडे यांना दिलेल्या होत्या. त्यांच्या जाऊबाई म्हणजे कोल्हापूरचे राजर्षी शाहू छत्रपती यांच्या नात प्रिन्सेस पद्माराजे होय. नगरदेवळा येथील पवार, सिन्नर येथील काळे-देशमुख, दिंडोरी येथील घोरपडे अशी काही उदाहरणे त्यांच्या नातेसंबंधाची सांगता येतील. आसपास म्हणजेच उत्तर नगर जिल्ह्याचा विचार केला, तर संगमनेर

येथील देशमुख व गुंजाळ, अकोले तालुक्यातील वीरगाव येथील सरदार थोरात, नेवासे तालुक्यातील कुकाणा येथील देशमुख या घराण्यांशी त्यांचे थेट नातेसंबंध असलेले आपल्याला पाहायला मिळतील.

माहेगावमध्ये स्थायिक झालेली त्यांची दोन जुनी नातेवाईक घराणी आहेत. इंग्रजकाळात येथे आलेली ही घराणी आता माहेगावचीच झालेली आहेत. पहिले म्हणजे मोहिते घराणे. मोहिते यांचे मूळ पालघर जिल्ह्यातील गांजे-खैरे होय (तशी त्यांची वतने नाशिक जिल्ह्यातील मालेगाव भागातही होती). इंग्रजकाळात माहेगावाच्या चंद्रराव बाबासाहेब जाधवराव-देशमुख यांच्या कन्या त्या घराण्यात दिल्या होत्या. त्यांना पुत्र नसल्याने चंद्ररावांचे पुत्र अण्णासाहेब हे त्यांना दत्तक गेले (बहिणीच्या पोटी दत्तक). अण्णासाहेब काही काळ मोहिते यांच्या गावी राहिले की नाही माहीत नाही; पण ते नंतर येथेच माहेगावाला येऊन स्थायिक झाले. त्यांचे वंशज सध्या येथे आहेत. त्यामुळे तसे पाहता मोहिते हेसुद्धा जाधवरावच होय. रणसिंग घराण्यालाही जाधवरावांनी इकडे आणल्याचे सांगितले जाते. नगर जिल्ह्यातील पारनेर तालुक्यातील ‘पिंपरी-गवळी’ हे त्यांचे मूळ गाव.

राजकारणापासून अलिप्त

जाधवराव घराण्यातील मंडळी सध्या बहुतांशी शेती करणारी असून गावात वस्त्यांवर राहतात. लखुजीराव जाधवराव यांच्यापासून सध्याची ही त्यांची पंधरावी-सोळावी पिढी आहे. जाधवराव मंडळींचे सध्याचे आडनाव ‘देशमुख’ आहे. अलीकडे काही मंडळी गॅझेटमध्ये बदल करून पुन्हा आपल्या ‘जाधवराव’ या मूळ आडनावाकडे वळत आहेत. मागच्या पिढीत चंद्रसेन नारायणराव देशमुख हे शिकून गावाबाहेर पडणारे घराण्यातील पहिली व्यक्ती ठरले. पोलीस खात्यात नोकरी केलेले चंद्रसेनराव हे पोलीस उपअधीक्षक म्हणून निवृत्त झाले. अलीकडे काही तरुणमंडळी बाहेर, तर काही गावात आहेत. गोदावरीकाठी असणाऱ्या या भागात पाण्याची कमतरता नसल्याने जाधवरावांकडे बागायती शेती आहे. एक विशेष बाब या घराण्याबद्दल सांगावी लागेल. ती म्हणजे, सहकारी संस्थांचे मोठे जाळे असणाऱ्या, राजकीयदृष्ट्या सर्वाधिक सक्रिय असणाऱ्या या कोपरगावसारख्या भागातील एक मोठे प्रस्थ असूनही आजवर त्यांच्यातील कोणी राजकारणात आले नाही.

असे हे माहेगावचे जाधवराव-देशमुख घराणे. मूळच्या सिंदखेडहून इकडे येऊन स्थायिक झालेले. जाधवराव घराण्याच्या अशा अजूनही शाखा महाराष्ट्रात आहेत, ज्या अज्ञात आहेत; परंतु महाराष्ट्रात काही मंडळींकडून कोणताही पुरावा न देता स्वतःला राजमाता जिजाऊंच्या माहेरचे आणि लखुजीरावांच्या थेट वंशातील असल्याचे सांगून खोटी प्रतिष्ठा मिळवण्याचे प्रकार वाढत चालले आहेत. त्यामुळे भविष्यात सिंदखेडच्या जाधवराव घराण्याची अस्सल वंशावळ शोधून काढणे गरजेचे आहे. तसेच जाधवराव घराण्यावर म्हणजे लखुजीराव जाधवराव आणि त्यांच्यानंतर या घराण्यात होऊन गेलेल्या वीरपुरुषांवरही संशोधन होण्याची गरज आहे.

संदर्भ :

१) ऐतिहासिक घराण्यांच्या वंशावळी : गो. स. सरदेसाई

२) मराठा कुळांचा इतिहास (भाग १, जाधव घराण्याची कैफियत) : गोपाळ दाजीबा दळवी

३) वऱ्हाडचा इतिहास : या. मा. काळे

४) पेशवाईच्या सावलीत, संपादन : ना. गो. चापेकर

•••

गढीची उत्तर बाजू

खेडले परमानंद गढी व शिवभारतकार कवींद्र परमानंद यांचे घराणे

अनेकांनी छत्रपती शिवाजी महाराजांचे चरित्र लिहिले आहेत; परंतु प्रत्यक्ष छत्रपती शिवाजी महाराजांच्या काळात आणि त्यांच्या सहवासात असणाऱ्या एका व्यक्तीने त्यांचे चरित्र लिहिले होते. ते चरित्र म्हणजे 'अनुपुराण सूर्यवंश' अथवा 'शिवभारत' होय. आणि त्याचे रचनाकार होते; कवींद्र परमानंद नेवासकर. 'कवींद्र' किंवा 'कविश्वर' ही पदवी या परमानंदांना खुद्द शिवाजी महाराजांनी दिली होती. महाराजांनीच त्यांना हा ग्रंथ लिहायला सांगितल्याचे, परमानंद स्वतः आपल्या ग्रंथात म्हणतात. औरंगजेबाच्या आग्रा भेटीसारख्या महत्त्वाच्या प्रसंगात कवींद्र परमानंद महाराजांबरोबर होते. इतकेच नव्हे, तर छत्रपती संभाजी महाराजांवर 'परमानंदकाव्यम्' हा ग्रंथ लिहिणारी याच परमानंद यांची पुढची पिढी होय. कवींद्र परमानंद यांचे पुत्र श्रीधर, देवदत्त आणि नातू गोविंद हे नंतरच्या छत्रपतींच्या पदरी होते. छत्रपती शिवाजी महाराजांनंतरच्या चार छत्रपतींवर त्यांनी लिहिलेल्या संस्कृत आणि मराठी रचना उपलब्ध आहेत.

आपल्या नावापुढे 'नेवासकर' असे ही सर्व मंडळी लावत. त्यामुळे हे घराणे नगर जिल्ह्यातील नेवासे गावचे. नेवासे तालुक्यातील 'खेडले परमानंद' येथील परमानंद परंपरेशी कवींद्र परमानंदांचा संबंध असून खेडल्याला परमानंद मठाची गढी तीन-चार शतकांपासून आपले अस्तित्व टिकवून आहे.

नेवासे येथून खेडले परमानंद बावीस किलोमीटरवर आहे. सोनई, शनीशिंगणापूर या नेवासे तालुक्यातील मोठ्या आणि महामार्गावर असणाऱ्या गावांपासून तेथे जाता येते. सोनईहून खेडले हे आठ किलोमीटरवर असून ते 'मुळा' नदीच्या काठी वसलेले आहे. (पुणे जिल्ह्यातील मुळा नदी आणि नगर जिल्ह्यातील मुळा नदी दोन्ही वेगवेगळ्या.) नगर जिल्ह्यातील ही मुळा नदी हरिश्चंद्रगड पर्वतरांगेत उगम पावते आणि नेवासे तालुक्यातील पाचेगावजवळ प्रवरेला मिळते. तिचे प्राचीन नाव 'मुरला' असून तिला पौराणिक महत्त्व आहे. खरे तर नगर जिल्ह्यातील मुळा, प्रवरा, गोदावरी या नद्यांना पौराणिक महत्त्व असून त्यांच्या काठावर अनेक पुरातन मंदिरे, मठ आणि त्यांच्या परंपरा होत्या, काही आजही आहेत. त्यांच्यापैकी एक म्हणजे 'परमानंद'!

पूर्ववाहिनी असणाऱ्या मुळा नदीने या खेडले गावात उत्तरेकडे वळण घेतले आहे. मुळा नदीच्या या ऐन वळणावर उंचावर परमानंद मठाची भव्य गढी आहे. गावाच्या गावठाणापासून तशी ती काहीशी बाजूला आहे. गावातून नदीकडे गेले, की

परमानंद मठाची गढी

गिरी-मोकाशी यांचा वाडा

लांबूनच तिचे महाकाय बुरूज आपले लक्ष वेधून घेतात. वाटेत गढीच्या अलीकडे गिरी-मोकाशी यांचा वाडा लागतो. मठाचे अधिपती म्हणून गेल्या काही पिढ्यांपासून वंशपरंपरागत गढीची मालकी या घराण्याकडे आहे. वाड्यापासून गढी शंभर मीटर अंतरावर आहे. गढीला पूर्वी सर्व बाजूंनी तटबंदी होती. सध्या तिचे पूर्वेकडच्या दर्शनी भागातले दोन बुरूज आणि भिंतच फक्त शाबूत आहे. दोन बुरुजांपैकी आग्नेय दिशेला असणाऱ्या एक बुरुजाला उभा तडा गेलेला दिसतो. गढीच्या तटबंदीला मोठे उंच प्रवेशद्वार होते. सध्या ते नाही. १९६८च्या भूकंपाच्यावेळी ते पडल्याचे सांगतात. त्याचवेळी बुरुजालादेखील तडा गेला असावा.

तटबंदीच्या आत गेले की समोर एक प्रवेशद्वार दिसते. ते आतील प्रवेशद्वार असून तिथून गढीत प्रवेश करता येतो. ते गढीच्या एका कोपऱ्यात (म्हणजेच ईशान्येला आहे.) आहे. उंचीला सात-आठ फूट असणाऱ्या या प्रवेशद्वाराच्या बाजूला दोन छोटे कोनाडे आहे. त्यांच्या खाली दोन दगडी कठडे आहेत. दरवाजाच्या झडपांत लोखंडी गजखिळे आणि पट्ट्या आहेत. विशेष म्हणजे या सागवानी झडपेवरदेखील बारीक नक्षीकाम केलेले आहे. तेथे गणेशपट्टी वा इतर नक्षीकाम नाही. दरवाजाच्या वरच्या कोपऱ्यात बारकाईने पाहिले, तर सूर्य आणि चंद्र दगडी भिंतीत कोरलेले आपल्याला दिसतात. तेथेच वर शोभेसाठी तीन सुंदर महिरपी असून त्यात कोनाडे आहेत. त्याच्यावर चुन्याचा गिलावा असल्यामुळे त्या अजूनही अगदी उठून

कलाकुसरींचे गढीचे प्रवेशद्वार

गढीतील एक मंदिर

दिसतात. येथे डाव्या बाजूलाच भिंतीच्या बाहेरच्या बाजूने पाण्याचा आड आहे.

प्रवेशद्वारातून गढीत प्रवेश केल्यानंतर आत इतर गढी-वाड्यांमध्ये असते, तशी निवासी रचना दिसेलच असे नाही. येथेच मध्यभागी मोकळी जागा असून बाजूला कंबरेइतकी उंच जोती आहेत. विशेष म्हणजे उजव्या बाजूच्या जोत्यावर काही नक्षी कोरलेली आहे. त्यात ठरावीक अंतरावर कोरलेली कमळे आपल्याला दिसतील. गढीत सगळीकडे एकच गोष्ट दिसते ती म्हणजे 'समाध्या'. परमानंद परंपरेतील साधू-महंतांच्या त्या असल्याचे सांगितले जाते. विशेष म्हणजे बहुतांशी समाध्या मुस्लीम पीर पद्धतीच्या आहेत, तर काही ठिकाणी शिवलिंग असणाऱ्या हिंदू पद्धतीच्यादेखील आहेत.

उजव्या बाजूच्या जोत्यावर दालने असून तीन ठिकाणी दोन-तीन समाध्या तेथे आहेत. एका ठिकाणी वर घुमट असणारे मंदिर असून त्याच्या भिंती दगडी आणि वरचे घुमट संपूर्ण चुन्याचा गिलावा केलेले आहे. आता येथे नेमकी कुणाची समाधी आहे, की शिवमंदिर हे मात्र निश्चित सांगता येत नाही. अलीकडे त्याला शिवमंदिराचे स्वरूप प्राप्त झाले आहे.

मधल्या मोकळ्या जागेत जिकडे-तिकडे यादवकाळात जशी मंदिरे असतात, तशा मंदिरांचे खांब, अवशेष विखुरलेले दिसतात. त्यामुळे येथे पूर्वी एखादे मंदिर असावे का? असा प्रश्न पडतो. एका ठिकाणी मधेच असा एक खांब वापरून

मुखमंडप

सभामंडप

विसाव्या शतकातील नारायणगिरी गोसावींची समाधी उभारण्यात आली आहे.

डाव्या बाजूला गढीतील मठाची 'मुख्य वास्तू' आपल्याला दिसते. दगड-विटांच्या या वास्तूला आतून आणि बाहेरून भरपूर चुन्याचा गिलावा केलेला आहे. तिच्यात प्रवेश करायला साधारण मंदिरांना असतो, तसा दगडी कमानींचा 'मुखमंडप' आहे. तिथून आत प्रवेश केल्यावर आपण मुख्य सभामंडपात येतो. मुख्य सभामंडप आकाराने मोठा असून त्याच्या छताची उंची साधारण पंधरा फूट इतकी आहे. छत धाब्याचे आहे. मंडपाला चारही बाजूंनी कमानी आहेत. तसेच काही सागवानी खांबांनी मंडपाचे छत तोलून धरले आहे. मंडपाच्या बाजूला साधुपुरुषांच्या समाध्यांची दालने आहेत. उजव्या हाताला एक आणि डाव्या हाताला दोन.

उजव्या हाताची समाधी या परंपरेचे मुख्य आणि पहिले असणाऱ्या 'परमानंद' यांची असल्याचे सांगितले जाते. या समाधीच्या दालनात जाण्याचा दरवाजा इतका अरुंद आहे की बरेच वाकून आणि जरासे आडवे-तिडवे होऊनच आत शिरता येते. येथील भिंतीला असणाऱ्या चुन्याच्या गिलाव्याला भेगा पडलेल्या दिसून येतात. दीड इंच जाडीचा चुन्याचा थर आपल्याला भिंतीवर पाहायला मिळतो. आत पीर पद्धतीची समाधी आहे. शेजारी दिवा ठेवण्यासाठी दगडी खांब आहे. त्यावरचा दिवा समाधीच्या दालनात प्रकाश निर्माण करतो. कोपऱ्यात चंदन उगाळायचा

परमानंद परंपरेतील मुख्य महंतांची समाधी

समाधीचे एक मंदिर आणि त्यासमोर असणारे दगडी जाते

घडीव दगड (कुरुंद) आहे.

समाधीच्या या दालनात तशी निरव शांतता असून बाहेरचा मुळा नदीचा प्रवाह येथून दिसतो. काहीशी विशेष आणि चमत्कारिक गोष्ट येथे आहे. ती म्हणजे, जिथे समाधी आहे, तिच्या वरच्या भागात महाराजांचा एक लाकडी सोटा (किंवा राजदंड). महाराज या सोट्याच्या रूपाने आजही येथे वास्तव्य करत असल्याची श्रद्धा भक्तांमध्ये आहे. तसेच त्याच्याविषयी बऱ्याच दंतकथादेखील प्रचलित आहेत. (जसे की महाराजांनी पैसे दिलेल्या मंडळींकडे हा सोटा स्वतः पैसे वसूल करायला जात असे, वगैरे.)

सभामंडपाच्या डाव्या बाजूच्या दोन दालनांत अशाच दोन समाध्या आहेत. त्याही पीर पद्धतीच्या आहेत. त्या परमानंद शिष्यपरंपरेतील कोणाच्या तरी असल्याचे सांगतात. असा हा सभामंडप आणि त्याच्या बाजूची दालने. सभामंडपाच्या बाहेर पूर्वेला एक घुमटाकार मंदिर आहे. त्या मंदिरात एकाच जागी तीन समाध्या आहेत. त्यातील पुढची समाधी गुरूची, तर त्याच्या मागे असणाऱ्या दोन समाध्या त्यांच्या दोन शिष्यांच्या असल्याचे सांगितले जाते. येथेही समाध्यांच्या बाजूला दिव्यासाठीचे खांब आहेत. या मंदिरासमोर एक विशेष गोष्ट आपल्याला पाहायला मिळते. ती म्हणजे, चार फुटांचा व्यास असणारे दगडी

जाते. त्याच्याशेजारी वरवंटादेखील आहे. या दोन्ही वस्तूंचे आकार पाहिले म्हणजे मठात पूर्वी भोजनाची मोठी व्यवस्था होत असावी, असा एक अंदाज बांधता येतो.

अशी ही परमानंद मठाची गढी. गढीचे बांधकाम नेमके कधी झाले, ते सांगता येत नाही; परंतु गढीवर मुस्लीम स्थापत्याचा प्रभाव मात्र अधिक आहे. चुन्याचा अतिवापर, कमानी, मंदिरांची घुमटे या बाबी मुस्लीम स्थापत्यशास्त्राशी संबंध दाखवतात. तसेच आतील पीर पद्धतीच्या समाध्याही मुस्लीम राजवटीशी नाते सांगतात. या परंपरेतील कवींद्र परमानंद हे शिवाजी महाराजांचे समकालीन होते. त्यामुळे ही परंपरा कवींद्रांच्या पूर्वीची असावी. ही गढी साधारण शिवजन्मापूर्वीची आणि नगरच्या निजामशाहीच्या काळात कधी तरी बांधली गेली, असे म्हणता येईल.

शिवरायांच्या सहवासात

छत्रपती शिवाजी महाराजांच्या पदरी असणारे 'कवींद्र परमानंद' हे याच परमानंद परंपरेतील. ते मूळचे तसे नेवासे इथले. नेवासे ही प्रवरेकाठची तशी फार जुनी नगरी. पैठण, पुणतांबा, वाई या नगरांसारखे त्याला धार्मिक महत्त्व होते. अनेक शास्त्रीपंडितांची घराणी तेथे पूर्वीपासून होती. परमानंद यांचे घराणे त्यापैकी एक. त्यांच्या वडिलांचे नाव गोविंदभट्ट होते, ते ऋग्वेदी, कश्यप गोत्री, आपस्तंभ सुत्री, तैतरीय शाखेतले ब्राह्मण होते. त्यांची कुलदेवता ही एकविरा होती. (त्यांनीच हे आपल्या काव्यात एका ठिकाणी सांगितलेले आहे.) नेवासकर म्हणवणाऱ्या परमानंदांच्या मूळ आडनावाची माहिती मात्र मिळत नाही.

कवींद्र परमानंद यांच्या पूर्वायुष्याबद्दल माहिती उपलब्ध नाही. आपल्या काव्यात निधिवासकर अथवा निवासकर म्हणवणारे परमानंद हे मूळचे नेवासे येथले खरे; परंतु नेवासे किंवा खेडले परमानंद येथील त्यांच्या कारकिर्दीविषयी माहिती मिळत नाही. परमानंद हे छत्रपती शिवाजी महाराजांची कीर्ती ऐकून इकडून त्यांच्याकडे गेले असावेत किंवा परमानंदांचा मोठेपणा आणि विद्वत्ता पाहून महाराजांनी त्यांना आपल्याकडे बोलावले असावे, असे दिसते.

परमानंद हे छत्रपती शिवाजी महाराजांच्या काळातील काही प्रसंगांत आपल्याला दिसतात. १६६४ मध्ये त्यांचा एक उल्लेख आढळतो. त्यावर्षी कोकणातील राजापूर येथे धर्मनिर्णयार्थ एक मोठी सभा झाली होती. अनेक दिग्गज शास्त्रीपंडित त्याला उपस्थित होते. महाराजांचा राज्याभिषेक पुढे ज्यांनी केला ते काशीचे (मूळ

पैठणचे) गागाभट्टदेखील तेथे उपस्थित होते. त्यात कवींद्र परमानंद यांचा उल्लेख आहे. त्यामुळे कवींद्र हे त्याकाळातले विद्वान पंडित होते, हे स्पष्ट होते.

कवींद्र परमानंद यांचा शिवशाहीतील सर्वांत महत्त्वाचा उल्लेख म्हणजे १६६६ चा, छत्रपती शिवाजी महाराजांच्या आग्रा भेटीचा. छत्रपती शिवाजी महाराज बादशहा औरंगजेबाच्या आमंत्रणावरून आग्र्याला गेले. तेथे त्यांना अपमानास्पद वागणूक मिळाली. बादशहाने त्यांना कैद केले आणि नंतर महाराजांनी मोठ्या शिताफीने तिथून पलायन केले. हा आग्रा भेटीचा एकंदर घटनाक्रम आपल्याला माहीत आहे. या काळात कवींद्र परमानंद छत्रपती शिवाजी महाराजांबरोबर होते. छत्रपती शिवाजी महाराजांनी तेथे परमानंदांना एक हत्ती, एक हत्तीण, एक हजार रुपये, एक घोडा, पोशाख अशा बऱ्याच गोष्टी देऊन त्यांची पाठवणी केली. परमानंद आग्र्याहून निघाले. परतताना वाटेत परमानंदांना बऱ्याच मोठ्या लवाजम्यासह दोनदा पकडण्यात आले होते. त्यांची चौकशी केल्यावर 'आपला काशीला जाण्याचा विचार आहे,' असे त्यांनी त्यावेळी तेथील अंमलदारांना सांगितले होते. बहुधा छत्रपती शिवाजी महाराजांची आग्र्याच्या नजरकैदेतून पलायन करण्याची योजना असल्यानेच त्यांनी परमानंदांसारख्या व्यक्तींना आधी पुढे पाठवून दिले असावे. त्यावेळी परमानंद खरोखर काशीला गेले की नंतर महाराष्ट्रात परतले, याची माहिती मिळत नाही.

त्यानंतर परमानंदांचा एक महत्त्वाचा उल्लेख आपल्याला मिळतो, तो १६७३चा. कोंडाजी फर्जंद आणि अण्णाजी दत्तो यांनी पन्हाळा किल्ला घेतल्यावर छत्रपती शिवाजी महाराज रायगडावरून पन्हाळ्याकडे जायला निघाले. वाटेत त्यांनी पोलादपूरला कवींद्र परमानंद यांच्या मठाला भेट दिली होती (पोलादपूर रायगड जिल्ह्यात आहे). यावेळी कवींद्र परमानंद यांनी तयार केलेल्या पंधरा शिष्यांनी महाराजांना त्यांच्या स्तुतीपर रचलेल्या कविता म्हणून दाखवल्या होत्या. महाराजांना तिथून परत निघताना 'पूर्ण स्वराज्य प्राप्त होवो!' असा आशीर्वाद परमानंदांनी त्यांना दिला. पोलादपूर येथे आजही परमानंदांची समाधी आपल्याला पाहायला मिळते. यावरून परमानंद यांचे आयुष्याच्या शेवटच्या काळातील वास्तव्य पोलादपूर येथे होते,, असे म्हणता येईल. तेथेच बहुधा त्यांनी 'शिवभारत' ग्रंथाची रचना केली असावी (त्या पंधरा शिष्यांनी म्हणून दाखवलेले पद्य म्हणजे 'शिवभारता'तील नमुनेदाखल श्लोक असावेत का?).

शिवभारत अर्थात अनुपुराण सूर्यवंश

परमानंद यांनी करून ठेवलेले एक मोठे काम म्हणजे शिवचरित्राच्या लेखनाचे होय. त्याच्या रचनेचा काळ हा छत्रपती शिवाजी महाराजांच्या काळातलाच होता. परमानंद यांनी लिहिलेले हे चरित्र संस्कृत भाषेत आहे. परमानंद हे 'शिवभारतात' आपल्याला छत्रपती शिवाजी महाराजांनीच चरित्र लिहायला सांगितले होते, असे एके ठिकाणी म्हणतात. परमानंद यांनी या ग्रंथाला दिलेले मूळ नाव आहे, 'अनुपुराण सूर्यवंश'. हा ग्रंथ संस्कृत भाषेत असून पद्यमय आहे; परंतु हा ग्रंथ मधला बराच काळ महाराष्ट्राला माहीत नव्हता. १९२०मध्ये तो प्रथम उजेडात आला. त्याच्या प्रकाशात येण्याची आणि तो प्रकाशात आल्यावर काय झाले, याची कहाणी जाणून घेतली पाहिजे.

१९२०च्या दशकात या ग्रंथाची प्रत सापडली, ती तंजावर (तामिळनाडू) येथील सरस्वती महाल ग्रंथालयात आणि ती हुडकून काढण्याचे श्रेय जाते ज्येष्ठ इतिहास संशोधक स. म. दिवेकर यांना. आधी त्यांना त्याची तमिळ भाषेतील प्रत तेथे मिळाली. या ग्रंथाचे नाव 'शिवभारत' असे होते (म्हणजे त्याच्या तमिळ अनुवादाचे!). आधी त्यांना हा तमिळ भाषेतील ग्रंथ वाटला आणि त्यांनी त्याचा मराठी अनुवाद सुरू केला; परंतु हा ग्रंथ मूळच्या संस्कृत ग्रंथाचा तमिळ अनुवाद असल्याचे लक्षात आल्यावर त्यांनी मूळ संस्कृत ग्रंथाचा शोध सुरू केला. काही काळातच तो तंजावर येथील सरस्वती महाल ग्रंथालयातच सापडला. हीच मूळ संस्कृत ग्रंथाची प्रत. ग्रंथाचे नाव हे लेखकाने म्हणजे परमानंदांनी 'अनुपुराण सूर्यवंश' असे दिलेले होते. त्यात एकूण बत्तीस अध्याय होते. त्यापैकी एकतीस अध्याय पूर्ण असून बत्तिसाव्या अध्यायात फक्त नऊ श्लोक असून तो अपूर्ण होता. मग दिवेकरांनी १९२७मध्ये हा ग्रंथ संपादित करून प्रकाशित केला. प्रत्येक संस्कृत श्लोक व त्याचा मराठी अर्थ अशी त्याची रचना दिवेकरांनी केली. त्याचे नाव मात्र त्यांनी आधी प्राप्त झालेल्या तमिळ अनुवादित ग्रंथाप्रमाणे 'शिवभारत' असेच ठेवले. अशाप्रकारे महाराष्ट्राला 'शिवचरित्रा'चे एक अस्सल साधन मिळाले.

परमानंदांनी हा ग्रंथ कधी रचला हे निश्चित सांगता येत नाही. तंजावर येथून मिळालेल्या प्रतीत एकतिसाव्या अध्यायानंतर बत्तिसावा अध्याय अपूर्ण सोडलेला आहे. याचा एक अर्थ त्यांच्याकडून ते पूर्ण झाले नसावे, असा निघतो, तर दुसरा अर्थ त्या प्रतीत पुढची पाने नसावीत, असा निघतो. ग्रंथाची सुरुवात ही शिवाजी महाराजांचे आजोबा मालोजीराजे यांच्यापासून केली आहे. आणि शेवट १६६१मधला, म्हणजे महाराजांनी शृंगारपूरवर स्वारी केली, त्या प्रसंगाने केला आहे. म्हणजे १६६१ नंतरच्या महत्त्वाच्या घटनांचा त्यात समावेश नाही. त्यावरून या ग्रंथाची रचना १६६१ नंतर कधी तरी त्यांनी केली, असे म्हणता येईल.

'शिवभारता'ची शैली प्रासादिक आहे. त्याची सुरुवात ही परमानंद यांना जेव्हा काशी येथील पंडित हे शिवाजी महाराजांबद्दल विचारतात, तेव्हा ते त्यांना शिवचरित्र सांगतात, अशी केली आहे. शिवभारतातील मुख्य प्रसंग पाहायचे झाल्यास फत्तेखानाची स्वारी, अफजलखान वध, पन्हाळगडचा वेढा, महाराजांचे राजगडास आगमन, शाहिस्तेखानाची स्वारी, उंबरखिंडीचे युद्ध, राजापूरची लूट, शृंगारपूरच्या सुर्वेंचा पराभव इत्यादी सांगता येतील. १६६१ नंतरचे म्हणजेच जे प्रसंग त्यात नाहीत, ते सांगायचे झाल्यास सुरतेची लूट, पुरंदरचा तह, आग्र्याहून सुटका, राज्याभिषेक, दक्षिण भारतातील मोहिमा या सांगता येतील. त्यामुळे शिवचरित्राच्या पूर्णत्वाच्या बाबतीत शिवभारत कमी पडते. एकंदर ग्रंथातून परमानंद यांची प्रतिभा, सूक्ष्म निरीक्षणशक्ती दिसून येते, तसेच त्यांचे संस्कृतवरचे प्रभुत्व लक्षात येते, असे इतिहास संशोधक म्हणतात.

शिवजन्म तिथीवर शिक्कामोर्तब

शिवभारताची मोठी मदत झाली, ती शिवाजी महाराजांची जन्मतारीख निश्चित करण्यासाठी. शिवाजी महाराजांच्या जन्मतिथीसंबंधी पूर्वी बरेच मतभेद होते. जन्माचे वर्ष १६२७ मानले जात होते (अगदी विसाव्या शतकापर्यंत). त्याला आधार होता बखरींचा. त्यातही काही बखरींत जन्मतिथीचा उल्लेख नव्हता, तर काहींत त्याविषयी एकवाक्यता नव्हती. बखरींनुसारच लोकमान्य टिळकांनी वैशाख शुद्ध प्रतिपदा ही जन्मतिथी मानून महाराजांचा जयंती उत्सव सुरू केला होता. नंतर जेधे शकावली हे समकालीन साधन समोर आले. त्यात फाल्गुन वद्य तृतीया शके १५५१ म्हणजे १९ फेब्रुवारी १६३० ही महाराजांची जन्मतारीख समोर

आली. मग बरेच वाद सुरू झाले. जेधे शकावलीला पाठबळ देईल, असा दुसरा आणखी एखादा समकालीन आणि विश्वसनीय पुरावा मिळण्याची आवश्यकता निर्माण झाली. ती पूर्ण झाली ती 'शिवभारत' समोर आल्याने. त्यात महाराजांच्या जन्मतारखेचा उल्लेख होता, जो जेधे शकावलीशी तंतोतंत जुळला. शिवाय काही अतिरिक्त माहितीदेखील 'शिवभारता'ने दिली, ती म्हणजे 'जन्म त्यादिवशी रात्री झाला'. दोन्ही साधने समकालीन असल्याने उच्च दर्जाची प्रमाणित होती. 'शिवभारता'मुळे महाराजांच्या जन्मतारखेवर शिक्कामोर्तब झाले. नंतरच्या काळात राजस्थानात ठिकठिकाणी सापडलेल्या महाराजांच्या जन्मपत्रिकांतही हीच तारीख आढळून आल्याने त्याला दुजोरा मिळाला. त्यामुळे जन्मतिथीसंबंधी वाद कायमचा समाप्त झाला. असा हा 'शिवभारत' समोर आल्याने झालेला महत्त्वाचा परिणाम!

संभाजीराजेंवर काव्य

परमानंद आणि त्यांच्या पुढच्या पिढीने लिहिलेला दुसरा ग्रंथ म्हणजे, छत्रपती संभाजी महाराजांवर लिहिलेले 'परमानंदकाव्यम्'. 'शिवभारता'च्या धरतीचे हे दुसरे एक काव्य नंतरच्या काळात इतिहास संशोधकांना उपलब्ध झाले. कोल्हापूर आणि सातारा येथील राजोपाध्ये घराण्याकडे ते होते. ज्येष्ठ इतिहासकार गो. स. सरदेसाई आणि जदुनाथ सरकार यांनी ते बडोदा येथील हस्तलिखित संग्रहातून मिळवून १९५२मध्ये प्रकाशित केले. त्यांनी त्याला 'परमानंदकाव्यम्' असे नाव दिले (म्हणजे तेसुद्धा त्याचे मूळ नाव नाही). ग्रंथात डोकावले तर याचेही नाव शिवभारताप्रमाणे 'अनुपुराण सूर्यवंश' असेच आहे. प्रत्येक अध्यायाच्या समाप्तीच्या शेवटच्या श्लोकात लेखकाची जी नाममुद्रा आहे. त्यात काही श्लोकांत परमानंदांची मुद्रा दिसते, तर बहुतांशी ठिकाणी त्यांचा मुलगा देवदत्त आणि परमानंद यांचा नातू (म्हणजे देवदत्त यांचा मुलगा गोविंद) यांची मुद्रा दिसते. कवींद्र परमानंद यांची शिवभारतातील भाषा आणि या ग्रंथामधील भाषाशैली यांत भरपूर फरक आहे. त्यामुळे काही इतिहास संशोधकांच्या मते, त्याचा काही भाग हा जरी परमानंद यांच्या नावावर असला, तरी त्याच्या लेखनात त्यांचा सहभाग नसून ते काव्य देवदत्त आणि गोविंद या दोघांनी पूर्ण केलेले आहे.

'परमानंदकाव्यम्' हा ग्रंथ तसा विस्कळीत, असंगत आणि त्रुटी असलेला आहे. त्यात तीस अध्याय असून २०९३ श्लोक आहेत. याचा काळ शिवाजी

महाराजांच्या मृत्यूपूर्वी दीड-दोन वर्षे आधी म्हणजे १६७८ला सुरू होतो, तर १६८२ला संपतो. म्हणजे छत्रपती संभाजी महाराजांना पुत्र शाहू झाल्यावर. छत्रपती संभाजी महाराजांच्या या चार-पाच वर्षांच्या काळातील प्रसंगांचे वर्णन यात आले आहे. संभाजी महाराजांविरुद्ध करण्यात आलेली कारस्थाने, त्यांचा राज्याभिषेक, मोगल शहजादा अकबर याचे येणे-जाणे, संभाजी महाराजांचे पुत्रप्राप्तीसाठी प्रयत्न, औरंगजेब बादशाहाचे दक्षिणेत येणे, शाहू महाराजांचा जन्म इत्यादी घटनांचे त्यात वर्णन केले आहे. शाहू यांचा जन्म म्हणजे १६८२ नंतरच्या घटना यात नाहीत. म्हणजे छत्रपती संभाजी महाराजांची पूर्ण कारकीर्दही या ग्रंथात नाही. आता हा ग्रंथ कधी रचला गेला, हेही खात्रीने सांगता येत नाही. बहुधा हा ग्रंथ छत्रपती संभाजी महाराजांच्या नंतरच्या काळात म्हणजे छत्रपती शाहू महाराजांच्या काळात लिहिला गेला असावा, असे इतिहास संशोधकांचे म्हणणे आहे.

पुढची पिढीही प्रतिभावंत

परमानंद यांना श्रीधर आणि देवदत्त अशी दोन मुले होती. 'परमानंदकाव्यम्' या छत्रपती संभाजी महाराजांवरील ग्रंथलेखनात यातील देवदत्त होतेच. शिवाय संभाजी महाराजांसह नंतरच्या छत्रपतींवर त्यांनी लेखन केले. या दोघांचा काळ म्हणजे सतराव्या शतकाचा उत्तरार्ध आणि अठराव्या शतकाचा पूर्वार्ध होय. छत्रपती राजाराम, ताराबाईसाहेब, छत्रपती शाहू (सातारा) आणि छत्रपती दुसरे संभाजी (कोल्हापूर) यांच्या काळात ती होती. देवदत्त यांच्या संस्कृत, मराठी, हिंदी रचना आहेत. त्यांनी महाराणी ताराबाई यांच्यावर हिंदी आणि मराठीत कवणे लिहिली आहेत.

कोल्हापूरकर छत्रपतींनी कवींद्र परमानंद यांची दोन मुले म्हणजे श्रीधर आणि देवदत्त या दोघांना प्रत्येकी दोन गावे इनाम दिली होती. १७१६मध्ये श्रीधर यांना 'एकोली' हे गाव संभाजी महाराज (दुसरे) यांनी इनाम दिले होते, तर १७१८मध्ये देवदत्त यांना 'पेदुर' (पेरिड) हे गाव छत्रपती संभाजी यांच्या मातोश्री राजसबाई यांनी इनाम दिले होते. (दोन्ही गावे सध्याच्या कोल्हापूर जिल्ह्यातील शाहूवाडी तालुक्यात आहेत.)

देवदत्त यांना एक पुत्र होते. त्यांचे नाव गोविंद. तेदेखील प्रतिभावंत असून त्यांच्या काही रचना उपलब्ध आहेत. ते छत्रपती शाहू, छत्रपती रामराजा, छत्रपती

शाहू दुसरे यांच्या काळात होते. गोविंदांनी शाहू महाराज व सकवारबाई (शाहूंची पत्नी) यांच्यावर कवने लिहिली. त्यांनी शाहू महाराजांवर 'शाहूरकिर्तीप्रभामंजरी' हा ग्रंथ लिहिला. गोविंद हे १७८२पर्यंत हयात होते.

मृत्यूपूर्वी त्यांनी नारायण दीक्षित-बापट गोलपकर या एका शास्त्रींना लिहिलेले २३ मार्च १७८२चे एक पत्र उपलब्ध आहे. त्यात गोविंद म्हणतात, 'मी खूप वृद्ध झालो असून पोटी संतान राहिले नाही.'

'आपण आता संगम माहुली (साताऱ्याजवळ) येथे जलसमाधी घेत असून आपल्याजवळ असलेली श्रीरामचंद्राची मूर्ती तुम्हाला देत आहोत. याबरोबरच नेवासे येथे तीनशे रुपये वर्षासन चालू असून तेसुद्धा त्यांनी श्रीमंतांना (पेशव्यांना) विचारून आपल्याकडे घ्यावे' असेही ते म्हणतात. या पत्रात गोविंद आपल्या नावापुढे 'कवीश्वर नेवासकर' असे लिहितात. या पत्रावरून गोविंद यांच्यानंतर त्यांना वारस नव्हता हे स्पष्ट होते. याशिवाय त्यांना असणाऱ्या नेवासे येथील वर्षासनाविषयी माहिती मिळते. बहुधा ते या घराण्याला काही पिढ्या आधीपासून असावे. तसेच आपले आजोबा परमानंद यांच्याप्रमाणे नावापुढे नेवासकर हे लावायलाही गोविंद विसरत नाहीत. असे हे कवींद्र परमानंद आणि त्यांचे घराणे.

परमानंद : खेडल्याचे की नेवाशाचे?

कवींद्र परमानंद किंवा त्यांच्या घराण्याचा नेवाशाच्या संदर्भाने उल्लेख येतो; परंतु कवींद्र परमानंदांचा आणि खेडले परमानंद गावचा नेमका संबंध काय? हा प्रश्न मात्र अनुत्तरित राहिला आहे. कवींद्र परमानंदांचा खेडल्यासंदर्भाने उल्लेख आजवर मिळालेला नाही. काहींच्या मते छत्रपती शिवाजी महाराजांच्या पदरी असणारे कवींद्र परमानंद आणि खेडले येथील परमानंद दोन्ही वेगवेगळे!

खरे तर खेडले हे गाव नेवाशापासून बावीस किलोमीटर अंतरावर आहे. खेडले गावाला 'खेडले परमानंद' किंवा 'परमानंदाचे खेडले' असे पूर्वीपासून म्हणतात. तेथील मठाची सध्याची वास्तू ही सतराव्या शतकातील किंवा त्याहून काहीशी पूर्वीची असून परंपरा त्याहून जुनी असली पाहिजे. परमानंद हे व्यक्तिवाचक नाव नसून पदवाचक नाव असावे. मठाच्या गादीवर जो येईल तो 'परमानंद'. आपल्याकडे अनेक मठांना, परंपरांच्या प्रमुख पदाला एखादे नाव असते आणि त्या पदावर येणारा प्रत्येक जण नंतर ते नाव धारण करतो किंवा त्यांचे मुख्य शिष्यदेखील ते नाव धारण

करतात. त्यामुळे कवींद्र परमानंद आधी खेडल्याच्या परंपरेतील असावे आणि नंतर ते शिवशाहीत दाखल झाले असावेत असा तर्क आहे. मोठे शास्त्रीपंडित असल्याने काशीलाही त्यांचे अनेकदा जाणे-येणे असले पाहिजे. पोलादपूर येथे महाराजांनी त्यांना मठ बांधून दिल्याचे म्हणतात. त्यामुळे त्यांचे उत्तर आयुष्य पोलादपूरला गेले असे म्हणता येईल, जिथे त्यांची समाधी आपल्याला आजही पाहायला मिळते. त्यामुळे नेवासे, खेडले परमानंद आणि शेवटी पोलादपूर असा त्यांचा जीवनप्रवास झालेला असावा. अनेक साधू, संत, महंत यांच्या जन्मभूमी, तपोभूमी, कर्मभूमी, समाधीभूमी या वेगवेगळ्या असतात. त्यात वेगळे काही नाही.

नामधारी मठाधिपतींचा वाडा

खेडले परमानंद येथील मठाच्या गढीप्रमाणे तिच्यापासून काही अंतरावर असणाऱ्या गावातील मठाचे हल्लीचे मठाधिपती असणाऱ्या गिरी-मोकाशींचा वाडा वैशिष्ट्यपूर्ण आहे.

मोकाशी घराण्याचा हा वाडा इंग्रजकाळातला म्हणजे १८९८मध्ये बांधला गेला आहे. दोन चौकाचा हा वाडा अजूनही चांगल्या स्थितीत आहे. प्रवेशद्वारावर वरच्या मजल्यावर असणाऱ्या खिडक्या इंग्रजी पद्धतीच्या म्हणजेच अर्धगोलाकार आणि आत उभे लोखंडी गज असणाऱ्या आहेत. आत गेल्यावर पहिला चौक दिसतो. त्यांचे जोते कमरेपेक्षा काहीसे उंच आहे. छताला असलेली पानपट्टी ही आडव्या तुळ्यांची टोके आजिबात दिसू न देता चौकाला शोभा आणते. जोत्यांवरचे लाकडी कठडे अजूनही आहेत. विशेष म्हणजे वाड्यात संपूर्ण काळा किंवा मलबारी साग वापरला गेला आहे. आतील बाजूला खोल्या आहेत. दुसऱ्या चौकात जाण्यासाठी दार आहे. मात्र या चौकाची आता विभागणी झाली असून इतर कुटुंबे तेथे राहतात.

वाड्यातील पहिला चौक

मठाची बऱ्याच काळापासून व्यवस्था

सांभाळणारे मोकाशी घराणे हे गोसावी समाजाचे आहे. 'गिरी' असे उपनावही ते लावतात (गोसावी समाजात दहाच उपनावे म्हणजे, आडनावे असतात. त्याला 'दशनाम गोसावी' म्हणतात. गिरी, पुरी, भारती, सागर, तीर्थ, आश्रम, वन, सरस्वती, पर्वत व अरण्य अशी ती दशनामे आहेत. 'गिरी' हे त्यांपैकी एक!) मोकाशी आडनाव हे गावचा 'मोकासा' होता म्हणून आपल्याला पडल्याचे ते सांगतात. घराण्यातील नारायणगिरी यशवंतगिरी गोसावी यांनी १८९८ मध्ये हा वाडा बांधला. (त्यांची समाधी गढीत आहे.) नारायणगिरी यांना एक पुत्र होता, तो म्हणजे रंगनाथगिरी. रंगनाथगिरी यांची तीन मुले आणि त्यांचे परिवार येथे वाड्यात राहतात. गेल्या काही पिढ्यांपासून या घराण्याकडे मठाचे नामधारी मठाधिपतीपद चालत आले आहे.

मोकाशी यांनी गावची पाटिलकीही केली. त्यांचे सर्व जण शेती करतात. आजवर बऱ्याचदा गावचे सरपंचपद त्यांच्या कुटुंबाने सांभाळले. या घराण्यातील भाऊसाहेब मोकाशी हे सोनई येथील मुळा सहकारी साखर कारखान्याचे संचालक होते. मोकाशींचे नातेसंबंध दूरदूर आहेत. याला कारण म्हणजे एक तर त्यांचा समाज कमी आणि त्यातल्यात्यात मोकाशींचा आर्थिक स्तरही तसा चांगला. कोल्हापूर, पंढरपूर, पुणे, बसवकल्याण, शहादा इत्यादी ठिकाणी त्यांचे नातेसंबंध आहेत. पुण्यातील नरपतगिरी चौक ज्यांच्या नावाने आहे, त्यांच्या घराण्यात आपल्या भगिनी दिलेल्या असल्याचे ते सांगतात. असे हे मोकाशी घराणे.

परमानंद परंपरा बराच काळ आधीच थंडावली. आज ती लोप पावल्याचे दिसते. एक परंपरा म्हणून श्रावणात महिनाभर खेडल्याच्या मठाच्या गढीत मोठा उत्सव केला जातो. जेवणाच्या पंक्ती उठतात. तोही अलीकडच्या काळात सुरू करण्यात आल्याचे किंवा बंद पडलेला पुन्हा सुरू करण्यात आल्याचे मोकाशी मंडळी सांगतात. याशिवाय ही परंपरा नेमकी शैव, वैष्णव, दत्त, शक्ती कोणत्या प्रकारची तेही निश्चित सांगता येत नाही. येथून जवळच असणाऱ्या मांजरी गावात चंद्रगिरी महाराजांचे समाधी मंदिर आहे. चंद्रगिरींचा संबंधही याच परंपरेशी सांगितला जातो. बाकी विशेष अशी माहिती गावातून अथवा मोकाशी घराण्याकडून तरी मिळत नाही.

लोपलेल्या परमानंद परंपरेची गढी अजूनही शाबूत असून ती धार्मिक आणि स्थापत्यशास्त्राच्या दृष्टीने महत्त्वाची आहे. धार्मिक वास्तू असल्यामुळे ती टिकून राहिली. अन्यथा खासगी गढी-वाड्यांप्रमाणे तिचे वाटेकऱ्यांमध्ये तुकडे झाले असते. सरकारने या गढीचे जतन आणि संवर्धन करण्याची नितांत गरज आहे.

छत्रपती शिवाजी महाराजांच्या काळातील कवींद्र परमानंद यांचे घराणे नेवासे येथील होते. आज मात्र नेवाशात त्यांचा वाडा, भावकी, घराण्याविषयी ऐकीव माहिती, कसल्याही पाऊलखुणा आढळत नाहीत. मग हे घराणे गेले कुठे? असा प्रश्न पडतो. या घराण्याचे कोणी वारस असतील, तर त्यांचाही शोध घ्यायला हवा. तसेच कवींद्र परमानंद, त्यांचे पुत्र देवदत्त आणि श्रीधर, नातू गोविंदा या सर्व मंडळींचे अजूनही अप्रकाशित साहित्य असल्यास ते आगामी काळात उजेडात यायला हवे. परमानंद व त्यांचे घराणे राजदरबारी कवी असल्याने त्यांच्या साहित्यात राजमंडळींशी संबंधित काही प्रसंगांत अतिस्तुती, अतिशयोक्ती, अतिरंजकपणा आढळतो. त्यामुळे 'प्राथमिक' साधन असलेल्या त्यांच्या साहित्याची ही काहीशी नकारात्मक बाजूही इतिहास अभ्यासकांनी लक्षात घ्यायला हवी.

उत्तर नगर जिल्ह्याला धार्मिकदृष्ट्या फार महत्त्व आहे. गोदावरी, प्रवरा आणि मुळा नद्यांच्याकाठी आजवर किती तरी धार्मिक परंपरा होऊन गेल्या असतील. पुणतांबा, नेवासे, कायगाव टोके, प्रवरासंगम, कोपरगाव बेट अशी किती तरी धार्मिक नगरे येथे होती. नाथ, महानुभाव, वारकरी संप्रदायांचा येथे असलेला संबंध आणि त्याच्याशी संबंधित ठिकाणे आजही येथे आहेत. परमानंदांसारख्या या अनेक छोट्या-मोठ्या परंपरांचा शोध घेऊन त्यांचा अभ्यास व्हायला हवा.

अलीकडच्या काळात येथील श्रीरामपूर तालुक्यातील सराला बेटाची गंगागिरी महाराजांची परंपरा आणि नेवासे तालुक्यातील देवगडची किसनगिरीबाबांची परंपरा या दोन मोठ्या परंपरा डौलाने उभ्या आहेत, हे मात्र खरे!

संदर्भ :

१) शिवराज्य व शिवकाळ : वा. कृ. भावे

२) पेशवे दफ्तरातून निवडलेले कागद (खंड ३१,४३)

३) सरदेसाई स्मारक ग्रंथ १९३८

४) शिवभारत, संपादन : स. म. दिवेकर

५) परमानंदकाव्यम् , संपादन : सदाशिव शिवदे

६) त्रैमासिक, भा. इ. सं. मं (वर्ष २९, अंक १-२)

७) मराठ्यांचा इतिहास (खंड १), संपादन : ग. ह. खरे, अ. रा. कुलकर्णी

८) House of Shivaji : Sir Jadunath Sarkar

•••

मोहितेंचा दुसरा वाडा

छत्रपतींची सासुरवाडी नेवासकर मोहिते 'हंबीरराव'

छत्रपती शिवाजी महाराजांच्या जन्मापूर्वी महाराष्ट्रात निजामशाही, आदिलशाही यांचे राज्य होते. त्याकाळात त्यांच्यापदरी अनेक मराठा सरदार घराणी आपल्या कर्तृत्वाने पुढे आली होती. सतराव्या शतकात महाराष्ट्रात जाधवराव, मोहिते, घोरपडे, भोसले, निंबाळकर, महाडिक, शिर्के, घाटगे, गुजर, पालकर अशी एकाहून एक मातब्बर घराणी होती. त्यांना मोठमोठ्या मनसबा, नेमणुका असायच्या. पदरी फौजफाटा असायचा. मोठमोठ्या गढी-वाडे असणाऱ्या या घराण्यांच्या स्वतःच्या पदरीही बरीच मंडळी असायची. अनेक वतने त्यांनी करून ठेवली होती. नंतर या घराण्यांच्या अनेक शाखा झाल्या आणि त्या ठिकठिकाणी विखुरल्या. त्यातील एक घराणे म्हणजे मोहिते आणि त्याची एक शाखा म्हणजे 'नेवासे'.

नेवासे येथे 'मोहिते' यांचे घराणे आहे आणि त्याचे एके काळी थेट छत्रपतींच्या भोसले घराण्याशी नातेसंबंध होते, हे अनेकांना माहीत नाही. इतिहासप्रसिद्ध मोहिते 'हंबीरराव' घराण्याची एक शाखा ही ज्ञानेश्वरीचे जन्मस्थान असणाऱ्या नेवाशात आहे. गावात त्यांचा वाडा असून या मंडळींना एकेकाळी मोठा मान होता. अजूनही या मंडळींनी काही बाबतींत आपल्या घराण्याचे वेगळेपण जपलेले दिसून येते.

मोहिते घराणे तसे फार जुने. मोहिते म्हटले की, आपल्याला आठवतात ते छत्रपती शिवाजी महाराजांचे सरसेनापती हंबीरराव मोहिते. खरे तर त्यांचे नाव हंसाजी. 'हंबीरराव किंवा आमीरराव' हा या मोहिते घराण्याचा किताब असून हे घराणे फार जुने म्हणजे छत्रपती शिवाजी महाराजांच्या जन्मापूर्वीच भरभराटीला आलेले सरदार घराणे होते. मोहितेंसारख्या जाधवराव, निंबाळकर, महाडिक वगैरे निजामशाही, आदिलशाहीमधील मातब्बर सरदार घराण्यांच्या उगमाचा इतिहास शोधायचा असेल, तर शिवरायांच्या जन्माच्याही बरेच आधी जावे लागेल. या घराण्यांची मूळ ठिकाणे, मूळ पुरुष, शाखा, वतने, वंशावळी हे नेमकेपणाने शोधायचे म्हणजे अवघड काम आहे.

मोहिते यांचे मूळ आडनाव चव्हाण. मोहिते आडनाव 'मोहीम' शब्दापासून आले, ज्याचा अर्थ 'रण जिंकणारा' किंवा 'विजयी' असा होतो. कर्नाटकातील १५६४ मध्ये झालेल्या तालिकोट लढाईत या घराण्यातील रंगराव चव्हाण-मोहिते सहभागी होते. मोहिते घराणे निजामशाही-आदिलशाहीच्या काळात एक मोठे सरदार घराणे होते. महाराष्ट्रात विशेषतः पश्चिम महाराष्ट्रात त्यांच्या काही शाखा

होत्या. त्यातील बरीच मंडळी आपले कर्तृत्व त्यावेळी गाजवत होती. जवळजवळ पुढची दोन शतके, मराठेशाहीच्या अगदी शेवटच्या काळापर्यंत मोहित्यांची काही घराणी राजकीयदृष्ट्या सक्रिय राहिली.

भोसले-मोहिते सोयरिकी

छत्रपतींच्या भोसले घराण्याच्या सर्वाधिक सोयरिकी कोणत्या घराण्याशी झाल्या, याचा शोध घेतला, तर त्यात मोहिते घराण्याचा सर्वांत वरचा क्रमांक लागेल.

छत्रपती संभाजी महाराज सोडले, तर उर्वरित जवळजवळ सर्व छत्रपतींच्या एक तरी पत्नी या मोहिते घराण्यातील होत्या. भोसले आणि मोहिते घराण्याच्या नातेसंबंधाला सुरुवात होते, ती शहाजीराजांपासून! शहाजीराजांच्या दुसऱ्या पत्नी तुकाबाई या मोहिते घराण्यातील. त्यांचे पुत्र नंतर तंजावरचे शासक झाले ते व्यंकोजीराजे होय, तर छत्रपती शिवाजी महाराजांच्या दुसऱ्या पत्नी सोयराबाई या मोहितेंच्या होत्या. त्यांचे बंधू हंसाजी म्हणजेच इतिहासप्रसिद्ध हंबीरराव मोहिते, जे शिवाजी महाराजांचे सरसेनापती होते. त्यांच्या कन्या ताराबाई या छत्रपती शिवाजी महाराजांचे द्वितीय पुत्र छत्रपती राजाराम महाराज यांच्या द्वितीय पत्नी होत्या. ताराबाईंनी औरंगजेबाशी झुंज देत पडत्या काळात मराठ्यांचे नेतृत्व केले. नंतरचे सातारा येथील सर्व छत्रपती म्हणजे छत्रपती शाहू, रामराजे, दुसरे शाहू आणि प्रतापसिंह यांच्या एक तरी पत्नी मोहिते घराण्यातील होत्या.

मोहिते घराण्याची वतने प्रामुख्याने पश्चिम महाराष्ट्रात होती असे दिसते. आज तेथील गावांत त्यांच्या शाखा दिसतील. त्यातली एक शाखा म्हणजे 'नेवासे'; परंतु नेवासे येथे मोहिते कधी आले, त्यांना येथे सरंजाम होता की वतन, ते कोणत्या स्वरूपाचे होते आणि ते कधी मिळाले, हे निश्चित सांगता येणार नाही. नेवासे येथील मोहिते मंडळींच्या माहितीनुसार त्यांना नेवासे परगण्याच्या देशमुखीच्या

तिसरा हिश्श्याचे वतन होते. नेवासेमधील हे मोहिते घराणे मूळ सातारा जिल्ह्यातील 'माजगाव' इथले. त्यामुळे नेवासकर मोहितेंची मूळ शाखा माजगावकर मोहितेंची होय. 'नेवासकर मोहिते' या नावाने मराठेशाहीत हे घराणे प्रसिद्ध होते. विशेष म्हणजे या घराण्याची छत्रपतींच्या भोसले घराण्याशी थेट सोयरीक होती. कोणत्या तरी छत्रपतींची एक पत्नी मोहिते घराण्यातील होती. यासंबंधी तीन वेगवेगळे संदर्भ मिळाले ते इतिहासात सापडतात.

कोणते छत्रपती नेवासकरांचे जावई?

पहिला संदर्भ छत्रपती शिवाजी महाराजांशी संबंधित आहे. तो शेडगावकर भोसले यांच्या बखरीतील असून त्यात नेवासकर मोहिते घराण्याचा उल्लेख आढळतो. त्यात चक्क छत्रपती शिवाजी महाराजांच्या पहिल्या पत्नी सईबाई या 'विठोजी मोहिते अमिरराव नेवासकर' यांच्या कन्या असल्याचे म्हटले आहे. (मराठी दफ्तर रुमाल पहिला, शेडगावकर बखर, संपादन, वि. ल. भावे, १९१७.) त्यांना झालेले पुत्र म्हणजे 'संभाजी' अशी नोंद पुढे शेडगावकर भोसले बखरीत आहे. खरे तर शेडगावकर भोसले बखरीच्या रचनेचा काळ हा एकोणिसाव्या शतकाच्या सुरुवातीचा आहे. एक तर बखरी हे इतिहासाचे प्राथमिक साधन नाही, शिवाय ही बखर छत्रपती शिवाजी महाराजांच्या नंतर दीडशे वर्षांनी लिहिली गेली असल्याने तिच्यातील बरीचशी माहिती विश्वासार्ह मानता येणार नाही. शिवाजी महाराजांच्या पहिल्या पत्नी सईबाई या फलटणच्या निंबाळकर घराण्यातील होत्या, हे समोर आलेच; पण संबंधित बखरीचा कित्ता गिरवत किंकेड, केळुसकर अशा इतिहासकार मंडळींनी शिवाजी महाराजांच्या पहिल्या पत्नी नेवासकर मोहितेंच्या असल्याचे आपापल्या ग्रंथांत म्हटले आहे. बखरीतील ही माहिती चुकीचीच आहे पण त्यात नेवासकर मोहितेंचा उल्लेख आलाय, ही विशेष गोष्ट आहे.

दुसरा संदर्भ विश्वास ठेवण्याजोगा वाटतो. तो म्हणजे, छत्रपती संभाजी महाराजांचे पुत्र शाहू यांच्या पत्नी सगुणाबाई या नेवासकर मोहितेंच्या असल्याचा (क्षत्रियांचा प्राचीन इतिहास, भाग पहिला : के. बी. देशमुख, १९२९). छत्रपती शाहूंना चार पत्नी होत्या. त्यांचे पहिले दोन विवाह शाहू महाराज मोगलांच्या नजरकैदेत असताना बादशाह औरंगजेब यांनी करून दिले होते. त्यातील पहिल्या पत्नी अंबिकाबाई या जाधवराव (रुस्तमराव) घराण्यातील आणि दुसऱ्या

सावित्रीबाई या शिंदे घराण्यातील होत्या. साताऱ्याला आसन स्थिरस्थावर झाल्यावर महाराजांचे दोन विवाह झाले. त्यांच्या तिसऱ्या पत्नी सकवारबाई या शिर्केंच्या आणि चौथ्या सगुणाबाई या मोहितेंच्या होत्या. मात्र सगुणाबाई या मोहितेंच्या कुठल्या घराण्यातील होत्या, याची माहिती मिळत नाही. त्या नेवासकर मोहितेंच्या होत्या, असा एक तर्क आहे.

तिसरा संदर्भ हासुद्धा दुसऱ्याप्रमाणे संभवनीय वाटतो. तो म्हणजे, शाहू महाराजांच्या नंतर साताराच्या गादीवर आलेले छत्रपती राजाराम दुसरे उर्फ रामराजे यांची एक पत्नी तुकाबाई (की सगुणाबाई?) नेवासकर मोहिते घराण्यातील असल्याचा (सातारचे श्रीमंत छत्रपती शिवाजी महाराज यांचे वंशाचा व प्रतिनिधी आणि अष्टप्रधान यांचा इतिहास : विष्णू गोपाळ भिडे, १८६६).

असे हे तिन्ही संदर्भ तीन वेगवेगळ्या काळातील असून तीन वेगवेगळे नातेसंबंध सांगतात. त्यातला पहिला संदर्भ चुकीचा. आता दुसऱ्या दोघांमधील एक किंवा दोन्ही खरे असण्याचा संभव आहे. त्याबाबत अधिक संशोधनानेच अजून स्पष्टता येऊ शकेल. त्यामुळे सध्या फक्त छत्रपतींच्या घराण्यात नेवाशाच्या मोहिते घराण्यातील एक कन्या दिली होती, एवढेच म्हणता येईल.

मोहिते वाडा

नेवासे गाव हे नगर जिल्ह्यातील तालुक्याचे गाव. प्रवरा नदीच्या काठावर वसलेल्या या गावचा इतिहास काही शतकांपूर्वीचा आहे. गावची तशी महत्त्वाची ओळख म्हणजे तेराव्या शतकात संत ज्ञानेश्वरांनी जिथे ज्ञानेश्वरी रचली, ते ठिकाण ही होय. मराठेशाहीच्या काळात नेवासे हा एक परगणा होता. नेवासे गावचे 'बुद्रुक' आणि 'खुर्द' असे दोन भाग आहेत. त्यातील नेवासे खुर्द गावात मोहिते यांचे वाडे होते. गावातील मध्यवर्ती भागात म्हणजेच काशीविश्वेश्वर मंदिर परिसरात ते आहेत. या भागाला 'जुनी कोर्ट गल्ली' असेही म्हणतात. मोहितेंचा मोठा वाडा सध्या अस्तित्वात नाही; परंतु त्याच्याशेजारचा दुसरा एक वाडा मोहितेंचा आहे. मात्र तो नंतर दुसऱ्या कोणी तरी खरेदी केल्याने तो त्यांच्या मालकीचा आहे. हा वाडा तसा साधासुधा असून त्यातही काळाच्या ओघात बरेच बदल झाल्याचे दिसते.

मोहितेंच्या मोठ्या वाड्याच्या जागेत हल्ली ठिकठिकाणी नवीन घरे बांधून मोहिते मंडळी राहतात. काही ठिकाणी वाड्याचे घडीव दगडी जोते आपल्याला

मोहिते यांच्या वाड्याचे घडीव जोते

दिसतील. वाड्याचे प्रवेशद्वार दहा फुटांचे असल्याचे सांगण्यात येते. त्याची जागा तेथे आहे. रस्त्याला लागून एका मोहितेंच्या वाट्याला आलेला वाड्याचा काही भाग थोडासा टिकून आहे. त्याला 'बैठक' म्हणत. पूर्वी येथे मोहितेंकडे येणाऱ्या-जाणाऱ्या अनेक मंडळींचा वावर असायचा.

राक्षसभुवन लढाई व साताऱ्याचे दरबारी सरदार

मोहिते घराण्याकडे उपलब्ध असलेल्या वंशावळी आणि माहितीनुसार, त्यांची नेवासकर मोहिते शाखा ही साताऱ्यातील माजगाव येथील मोहितेंची आहे. त्यानुसार आसोजीराजे माणकोजी मोहिते यांनी नेवासे येथील देशमुखीतील तिसरा हिस्सा किंवा तिसरी तक्षिम मिळवली होती, असे म्हटलेले आहे. (नेवासे इथली देशमुखी तशी निकम-देशमुख घराण्याची होय.) हा काळ अंदाजे सतराव्या शतकातील होता. नेवासे येथे त्यांचे वतन होते, खरे परंतु त्यांचे कुटुंब माजगाव येथे राहात होते. पुढे या घराण्यातील विठोजी यांच्याकडे वाटणीतून हे वतन आले. या विठोजी मोहिते यांना रामचंद्र, हरिश्चंद्र आणि चिमाजी आणि राघोजी अशी चार मुले होती. यातील पहिले तिघे आणि विठोजी हे सर्व मराठे आणि निजामाविरुद्ध झालेल्या राक्षसभुवनच्या लढाईत मारले गेले (१७६३). राहिले फक्त विठोजींचे एक पुत्र राघोजी. नेवासे वतन त्यांच्याकडे आले. या राघोजींना पुत्र नव्हता. त्यामुळे त्यांनी माजगाव शाखेतून रामचंद्र यांना दत्तक घेतले. रामचंद्रराव मोहिते

हे सातारा छत्रपतींच्या दरबारात सरदार-मानकरी होते. त्यावेळी छत्रपती होते, प्रतापसिंह महाराज! (प्रतापसिंह छत्रपती यांचा सातारा गादीवरील कार्यकाळ १८०८ ते १८३९ असा आहे.)

पुढे रामचंद्रराव यांचे चिरंजीव खंडेराव हे छत्रपती प्रतापसिंह महाराजांच्या दरबारात वडिलांच्या जागी दरबारी सरदार-मानकरी झाले. याच काळात १८१८ला पेशवाई संपली. मात्र इंग्रजांनी सातारा हे संस्थान म्हणून कायम ठेवले. १८३९मध्ये प्रतापसिंह छत्रपतींवर इंग्रज सरकारने राजद्रोहाचा आरोप ठेवून त्यांना पदच्युत केले. इंग्रजांनी त्यांची रवानगी काशीला केली. त्यांच्याबरोबर काशीला असणाऱ्या मंडळींत खंडेराव मोहिते होते. पुढे प्रतापसिंह महाराजांचा मृत्यू झाला. इकडे सातारा संस्थानही इंग्रजांनी खालसा केले. मग खंडेराव हे नेवासे येथे आपल्या वतनावर येऊन राहू लागले.

पुढे त्यांचे कायमस्वरूपी वास्तव्य नेवासे येथे होते. इंग्रज राजवटीचा हा काळ होता. खंडेराव यांना चार मुले होती. चिमासाहेब, मन्यासाहेब, आप्पासाहेब आणि बाबासाहेब; परंतु आप्पासाहेब सोडून इतरांना संतती नव्हती. आप्पासाहेब मोहिते व त्यांचे बंधू यांना नेवासे येथे त्यावेळी मोठा मानमरातब असल्याचे जुने लोक सांगतात. या काळात मोहिते घराण्याला सरकारकडून वर्षासन म्हणून ठराविक रक्कमही मिळत असे. मोठ्या वाड्यातील 'बैठक' ही जणू काही आप्पासाहेब यांचा दरबारच होता. तेथे आप्पासाहेब न्यायनिवाडा करत असत. कोणी महत्त्वाची मंडळी गावात आली म्हणजे ती बैठकीच्या ठिकाणी यायची. साने गुरुजींसह अनेक स्वातंत्र्यसैनिक विसाव्या शतकात तेथे येऊन गेल्याचे मोहिते मंडळी सांगतात. आप्पासाहेब यांचा वंश, म्हणजेच नातू-पणतू यांची कुटुंबे सध्या नेवाशात आहेत.

मोहिते घराण्याकडील वस्तू

नेवासकर मोहितेंकडे पूर्वी अनेक जुन्या वस्तू होत्या. शस्त्रे तर खूप आणि वेगवेगळ्या प्रकारची होती. शस्त्रबंदी कायद्यामुळे बरीच जमा करावी लागली. १९५५-६०मध्ये कधी तरी वाड्यावर दरोडा पडला. त्यातही अनेक वस्तू चोरीला गेल्या. या प्रकरणाचा तपासही त्यावेळी वरच्या पातळीवर आणि बराच काळ चालल्याचे सांगितले जाते, तर मोहितेंकडे असणारी काही कागदपत्रे नगर येथील ऐतिहासिक वस्तूसंग्रहालय व संशोधन केंद्राचे सुरेश जोशी यांनी नेल्याचे सांगितले जाते.

गेल्या शतकापर्यंत या घराण्याकडे साधारण बऱ्याच वस्तू होत्या. तलवारी, बंदुका, सागवानी पलंग, पलंगाभोवती असणाऱ्या उंच समया, भांडी, माणिकमोती, झब्ब्यासारखी वस्त्रे, नाणी अशा किती तरी गोष्टी सांगता येतील. काही जुनी नाणी त्यांच्याकडे अजूनही पाहायला मिळतात. विसाव्या शतकात नेवाशात अनेक नाटकांचे कार्यक्रम होत. ऐतिहासिक नाटके असतील, तर त्यासाठी ड्रेपरी म्हणून झब्बे, तलवारी वगैरे (तीही अगदी खरीखुरी आणि अस्सल!) घ्यायला नाटकातील मंडळी मोहितेंकडे येत.

नाणी

पंचकुळी नातेसंबंध

मोहिते घराण्याचे वेगळेपण दाखवणाऱ्या आजच्या काळातील काही विशेष गोष्टी सांगता येतील. त्यातील महत्त्वाचे म्हणजे त्यांचे नातेसंबंध होय. नगर जिल्ह्यात मुंगी (ता. शेवगाव) येथील राजेभोसले आणि भांबोरे (ता. कर्जत) येथील राजेभोसले सोडता त्यांचे कोणाशीही थेट नातेसंबंध असल्याचे दिसत नाही. सोयरिकी महाराष्ट्रभर विखुरलेल्या आहेत. त्यातही त्या सगळ्या शिवपूर्वकालीन मातब्बर सरदार घराण्यांशी आहेत.

सातारा जिल्ह्यातील तारळे येथील राजेमहाडिक, पुणे जिल्ह्यातील भोर तालुक्यातील राजेशिर्के, सातारा येथील राजेभोसले (शेडगावकर), बुलढाणा जिल्ह्यातील देऊळगावराजा येथील जाधवराव असे त्यांचे अलीकडचे काही नातेसंबंध उदाहरणादाखल सांगता येतील. त्यांच्या जुन्या सोयरिकी असणारे कोणतेही आडनाव बघा, आपल्याला हे नातेसंबंध शिवपूर्वकालीन असल्याची गोष्ट सहजगत्या कळून येईल.

उदाहरणार्थ, विचारे घराण्याशी त्यांचा नातेसंबंध आहे. इतिहासात डोकावले तर

छत्रपती शिवाजी महाराजांच्या आठ पत्नींपैकी एक पत्नी या विचारे घराण्यातील असल्याचे आपल्याला दिसते.

नागपूर येथे या घराण्याचे अनेक जुने नातेसंबंध आहेत. याला कारण काय? तर याला कारण म्हणजे अठराव्या शतकात प्रभावशाली बनलेल्या नागपूरकर भोसले घराण्याच्या पदरी अनेक जुनी सरदार घराणी कोकण आणि पश्चिम महाराष्ट्रातून तिकडे गेली होती. त्यांपैकी सर्वांचे नागपूरकर भोसलेंबरोबर नातेसंबंधदेखील होते. नागपूर येथे मोहिते, गुजर, निंबाळकर, पालकर, शिर्के, महाडिक अशी घराणी आहेत. नागपूरच्या महाल परिसरात सर्वांचे वाडे होते. नेवासकर मोहितेंचे यांतील अनेकांशी पूर्वापार नातेसंबंध आहेत.

मोहितेंचे वेगळेपण दाखवणाऱ्या अजूनही काही गोष्टी सांगता येतील. काही क्षत्रिय मराठा घराण्यात मुंज (व्रतबंध) करण्याची प्रथा आहे. नेवासकर मोहिते त्यांपैकी एक. 'गोषा' पद्धतही मागच्या काही काळापर्यंत चालू असल्याचे समजते. 'गोषा' पद्धत म्हणजे स्त्रियांनी घरी येणाऱ्या अपरिचित मंडळींपुढे, घरातील वडीलधाऱ्या माणसांपुढे आणि सार्वजनिक ठिकाणी वावरताना आपले शरीर (विशेषतः चेहरा) दिसू न देण्याची काळजी घेणे. बऱ्याच राजघराण्यांत ही प्रथा पाळली जात असे.

मोहितेंची संख्या नेवाशात तशी फार कमी आहे. याचे कारण १७६३च्या राक्षसभुवनच्या लढाईत घरातील तरुण पुरुष कामी आल्याने आणि नंतर काहींचा निर्वंश झाल्याचे मोहिते मंडळी सांगतात. गेल्या शतकापर्यंत मोहितेंना सरकारकडून वर्षासन (पेंशन) दिली जायची, असे समजते. नेवाशासह आग्नेयेला असणाऱ्या काळेगाव वगैरे गावांत त्यांच्या जमिनी असल्याचे कळते. तसा शेती हाच त्यांचा अगदी अलीकडच्या काळापर्यंत उत्पन्नाचा स्रोत होता. अजून एक नवलाची गोष्ट म्हणजे, मोहिते घराण्यापैकी कोणीही गावाच्या वगैरे राजकारणात सक्रिय नाही. मोहिते मंडळी तशी त्याबाबतीत अलिप्त आहेत. आर्थिक परिस्थितीही

पहिल्यासारखी राहिली नाही. आता शिकून बाहेर पडण्याकडे त्यांचा कल असल्याचे दिसून येते. नेवासे गावात एक पूर्वापार चालत आलेला मान अजूनही त्यांच्या घराण्याला आहे. तो म्हणजे नेवाशाचे ग्रामदैवत असणाऱ्या मोहिनीराजांच्या यात्रेत गावातील निकम-देशमुखांसह आबदागिरी धरण्याचा.

नेवासे येथे मोहितेंना अजूनही 'राजे' किंवा 'सरदार' या नावाने संबोधतात. त्यामुळे एकेकाळी या घराण्याला किती मानमरातब असेल, याची आता केवळ कल्पनाच करता येईल!

संदर्भ :

१) मुसलमानी अमदानीतील मराठे सरदार : द. ब. पारसनीस

२) मराठी दफ्तर रुमाल पहिला, संपादन : वि. ल. भावे

३) क्षत्रियांचा प्राचीन इतिहास (भाग पहिला) : के. बी. देशमुख

४) सातारचे श्रीमंत छत्रपती शिवाजी महाराज यांचे वंशाचा व प्रतिनिधी आणि अष्टप्रधान यांचा इतिहास : विष्णू गोपाळ भिडे

•••

वीरगावचे सरदार थोरात 'दिनकरराव'

आपल्या पूर्वजांच्या कर्तृत्वाचा साक्षीदार असणाऱ्या 'दिनकरराव' या किताबाचा वारसा असणारे, मोठी गढी आणि इतर वास्तूंच्या रूपाने एका जहागिरीचे वैभव उराशी बाळगणारे, मराठेशाहीतले एक सरदार घराणे म्हणजे वीरगाव येथील सरदार थोरात यांचे घराणे होय.

छत्रपती राजाराम महाराज, ताराबाईसाहेब यांच्या काळात ज्यावेळी औरंगजेब बादशाह महाराष्ट्रात मराठा सत्ता काबीज करण्याचे प्रयत्न करत होता, त्यावेळी ज्या मराठा घराण्यांनी महत्त्वाची भूमिका बजावली, त्यातील एक हे थोरात घराणे. त्यानंतर शतकभराहून अधिक काळ ते मराठेशाहीत आपली जहागीर सांभाळत होते. त्यातील एक घराणे नंतर बडोदेकर गायकवाडांच्या पदरी गेले. या घराण्यातील शिवराव भवानराव थोरात हे 'नगर जिल्हा लोकल बोर्डाचे' पहिले प्रेसिडेंट होते. नगर जिल्ह्याच्या सामाजिक, राजकीय जडणघडणीत त्यांचा महत्त्वाचा वाटा होता.

●

'वीरगाव' हे अकोले या तालुक्याच्या शहरापासून दहा किलोमीटवर आहे, तर संगमनेरपासून पश्चिमेला राजापूर, गणोरे मार्गे तेथे जाता येते. तेथून एकोणवीस किलोमीटर अंतरावर वीरगाव आहे. गावाच्या तिन्ही बाजूंनी आपल्याला डोंगर दिसतात. प्रवरेची उपनदी असणाऱ्या आढळा नदीला मिळणाऱ्या एका ओढ्याच्या पूर्वेला लागून वीरगाव वसले आहे.

गावात उत्तर दिशेने शिरले म्हणजे हा ओढा दिसतो. ओढ्याच्या काठी थोरात घराण्यातील काही मंडळींच्या जुन्या समाध्या आपल्याला दिसतील; पण त्या कोणाच्या आहेत, हे नेमके माहीत नाही. जवळचं मारुती मंदिर आहे. मंदिराच्या समोर काही अंतरावर गावची वेस होती. ती सध्या पडली असून तिची एक बाजूच फक्त शिल्लक आहे. घडीव दगडात असलेल्या वेशीच्या काही भागांवर बरीच फुले कोरलेली आपल्याला दिसतात. तिथून आत आले, की गावठाण सुरू होते. उजव्या बाजूला आपल्याला

वीरगावची ढासाळलेली वेस

श्रीविठ्ठल मंदिर दिसते. पूर्वी सुंदर धाब्याचे असणारे हे मंदिर चिटणीस घराण्याकडे आहे. हल्ली ते पूर्ण नव्या धाटणीचे झाले आहे.

रस्त्याने सरळ गेले की दिसते, ती थोरातांची गढी. ती गावाच्या अगदी एका कोपऱ्यात असून काहीशी उंचावर आहे. थोरातांच्या थोरपणाची ती निशाणी. तिचा विस्तार चांगला एक एकरात असल्याचे दिसते. आकार चौरसाकृती आहे. चारही बाजूने तिला दगड आणि पांढऱ्या मातीच्या भेंड्यांची भक्कम तटबंदी होती. तटबंदीच्या उभ्या-आडव्या भिंतींची लांबी पस्तीस ते चाळीस मीटरपर्यंत असेल. चारही कोपऱ्यांत चार बुरूज होते. सर्व भिंती आणि बुरूज आता जमीनदोस्त झाले आहेत. सध्या समोरचे दोन बुरूज तेवढे शिल्लक आहेत. गढीचे मुख्य प्रवेशद्वार हे उत्तराभिमुख आणि एका कोपऱ्यात (म्हणजेच ईशान्य कोपऱ्यात) आहे.

प्रवेशद्वार मात्र अजूनही सुस्थितीत असून गढीचे मोठेपण दाखवणारे आहे. घडीव दगडांचा वापर करून ते बांधलेले आहे. वरच्या लाल चपट्या विटांचे बांधकाम अजूनही शाबूत आहेत. त्यात तीन कमानी केलेल्या आहेत. प्रवेशद्वारावर दगडात सुंदर नक्षीकाम केलेले आपल्याला दिसते. वरच्या मजल्याला आधार देणाऱ्या सहा दगडी हस्तांची ओळ आपल्याला येथे दिसते. जणू काही वरचा सगळा भार त्यांनी उचलून धरलाय असे वाटते. दारातून आत गेले की उजव्या आणि डाव्या दोन्ही बाजूंना वर जाण्यासाठी दगडी जिना आहे. त्यातून वर जाता येते. वरचा भाग आता पडला असून तेथे नगारखाना असला पाहिजे.

प्रवेशद्वाराच्या आतील दगडी जिना

गढीमध्ये आत गेले की, सपाट असलेली मोकळी जागा आपल्याला पाहायला मिळते. त्यामुळे कुठे काय काय होते, हे सांगता येत नाही. नैर्ऋत्य कोपऱ्यात असणारा पाण्याचा मोठा आडच काय तेवढा शिल्लक आहे. गढी पडून खरे तर बरीच वर्षे झाली. त्यानंतर थोरातांच्या मंडळी वाडे बांधून गावात राहू लागली. तिथूनही स्थलांतर होऊन गावात किंवा वस्त्यांवर आता बंगले

बांधून ती राहायला गेली आहेत. गढी वापरात असण्याला बराच काळ लोटला असल्याचे दिसते. गढी गावाच्या तशी आडबाजूला असल्यामुळे हल्ली कोणाचा इकडे वावरही नसतो.

गावात इतरत्र फेरफटका मारल्यास काही छोटेखानी असे बरेच वाडे आपल्याला दिसतील. त्यातील काही वाडे गावातील वाकचौरे-देशमुख मंडळींचे आहेत. त्यावेळच्या अकोले परगण्यातील हे वतनदार देशमुख घराणे (वीरगावसह तालुक्यातील बऱ्याच गावांत त्याच्या शाखा पसरल्या आहेत.) वाडे पाहत पाहत सरळ पूर्वेला चालत गेले की, आपण अंबिकामातेच्या मंदिराजवळ येतो. अलीकडे ते नव्याने बांधलेले आहे. मंदिराला लागूनच थोरातांचीच एक महत्त्वाची शाखा असणाऱ्या बडोदेकर (पानोडीकर) थोरात घराण्याचा वाडा होता. मंदिराच्या भिंतीवर एक शिलालेख आपल्याला दिसतो. थोरात घराण्यातील 'भवानीबाई कोम रघुनाथराव थोरात' यांनी हे मंदिर बांधले, असे त्यात लिहिले आहे. ('कोम' म्हणजे पत्नी). अलीकडे त्याचा जीर्णोद्धार झाला आहे. मंदिराला बरीच जमीन इनाम असून येथील आखाडी उत्सवाची परंपरा बरीच जुनी आहे. आखाडी उत्सवात पुराणातील देवीदेवतांचे अनेक प्रसंग त्यांचे मुखवटे परिधान करून कलाकार मंडळी सादर करत असतात. याशिवाय एक जुनी अशी बारव गावात आहे. देवठाण रस्त्याला एका शेतात ती आपल्याला पाहायला मिळते. उतरत्या पायऱ्या, घडीव दगड, कोनाड्यात गणपती असणारी ही बारवही थोरातांनी बांधल्याचे सांगितले जाते.

देवीच्या मंदिरातील शिलालेख

वीरगावची बारव

‘दिनकरराव’ किताब

वीरगावकर थोरातांचा इतिहास चांगला तीन शतकांपूर्वीचा आहे. तसे थोरात घराण्याचे अनेक पुरुष अनेक कालखंडात आपल्याला मराठेशाहीत दिसतात. थोरात मंडळी ही महाराष्ट्रात कृष्णेकाठी वाळवा परिसरात बहुसंख्येने आहेत. सध्याच्या सांगली जिल्ह्यात असणारे वाळवा आणि आसपासचा परिसर हे थोरातांचे मूळ समजले जाते. यातील एक थोरातांना ‘दिनकरराव’ हा किताब होता. तो नेमका कधी आणि कोणाला मिळाला हे निश्चित सांगता येत नाही. तो बहुधा आदिलशाहीच्या काळात मिळालेला असावा. विजापूरच्या आदिलशाहीत असे किताब देण्याची पद्धत आपल्याला दिसते. उदाहरणादाखल मोहितेंना ‘हंबीरराव’, गुजरांना ‘प्रतापराव’, शिंदे यांना ‘रविराव’, घाटगेंना ‘सर्जेराव व झुंजारराव’, मोरेंना ‘चंद्रराव’ अशी किती तरी प्रसिद्ध घराणी आणि त्यांचे किताब सांगता येतील. सर्वच घराणी सतराव्या शतकात म्हणजे, ज्या शतकात छत्रपती शिवाजी महाराज होऊन गेले, त्याकाळात महाराष्ट्रातील प्रभावी सरदार घराणी होती. अनेकांचा उगम हा छत्रपती शिवाजी महाराजांच्या जन्मापूर्वी झालेला होता. त्यातील एक घराणे म्हणजे थोरात दिनकरराव.

वीरगावचे थोरात हे सुद्धा ‘दिनकरराव’ होय. वीरगावकरांच्या अनेक कागदपत्रांत घराण्यातील पुरुषांच्या नावासमोर ‘दिनकरराव’ पदवी लावलेली आढळते. त्यामुळे वीरगावकर थोरातांचे मूळ वाळवा म्हणता येईल. वीरगाव घराण्याचे मूळ पुरुष समजले जातात ते म्हणजे ‘शकोजी अथवा सेखोजी थोरात दिनकरराव’. त्यांचा काळ हा १७००च्या आसपासचा असून ते छत्रपती राजाराम महाराज, ताराबाई आणि शाहू यांच्या काळात होते.

शकोजी : छत्रपतींचे दुर्लक्षित सरदार

वीरगावकर थोरात घराण्याचा (म्हणजेच शकोजींचा) उदय छत्रपती राजाराम महाराजांच्या काळात (१६८९-१७००) झाला असावा असे दिसते. हा काळ मराठेशाहीसाठी भयंकर संकटांचा होता. १६८९ हे मराठ्यांच्या इतिहासातील दुर्दैवी वर्ष. यावर्षी छत्रपती संभाजी महाराजांची हत्या झाली आणि स्वराज्याची राजधानी रायगड मोगलांच्या ताब्यात गेला. महाराजांच्या पत्नी येसूबाई यांनी राज्याची धुरा राजाराम महाराजांवर सोपवली. महाराज पन्हाळ्याला आले. त्यानंतर त्यांनी जिंजी (तामिळनाडू) किल्ल्याचा रस्ता

धरला. पुढे बरीच वर्षे महाराजांनी तेथून कारभार पाहिला. मोगल मराठ्यांच्या राज्यात धुमाकूळ घालत होते. औरंगजेबाने अनेक मराठा सरदारांना आपल्या बाजूने येण्यासाठी सरंजामाचे आमिष दाखवले. त्यामुळे मोगलांची बाजू बळकट होऊ लागली. छत्रपती शिवाजी महाराज आणि संभाजी महाराज यांच्या काळात स्वराज्यात 'सरंजाम' अथवा 'जहागिरी' देण्याची प्रथा नव्हती. सर्व सरदार हुजुरातीचे होते, त्यांना सरकारातून रोख पगार दिला जाई. राजाराम महाराजांना या परिस्थितीतून मार्ग काढण्यासाठी सरंजाम द्यायच्या धोरणाचा अवलंब करावा लागला. बरेच मराठा सरदार छत्रपतींना मिळाले. सरदारांना नव्या संधी निर्माण झाल्या. त्यांच्या महत्त्वाकांक्षेला वाव मिळाला. अनेक सरदार नवनवे मुलुख जिंकू लागले. मराठ्यांच्या सत्तेचे जणू काही पुनरुज्जीवन झाले; परंतु या व्यवस्थेचे अथवा धोरणाचे काही दोषदेखील होते. ते म्हणजे, यातून पुढे सरदार मंडळी स्वायत्त होणे, मध्यवर्ती सत्तेचे 'जू' झुगारून देणे, दुय्यम सत्ताकेंद्र निर्माण होण्याचा धोका. (तसे ते नंतरच्या काळात मराठेशाहीत दिसून आले.)

या काळातील अशा कर्तृत्ववान सरदारांची ठळक नावे किंवा घराणी सांगायची झाली, तर संताजी घोरपडे व त्यांचे बंधू, धनाजी जाधवराव, सरलष्कर निंबाळकर, नेमाजी शिंदे, दमाजी थोरात, परसोजी भोसले, पवार, पाटणकर, आटोळे, विठोजी चव्हाण, थोरात दिनकरराव, कान्होजी आंग्रे, खंडेराव दाभाडे अशी बरीच नावे सांगता येतील. या लढवय्या सरदारांबरोबर रामचंद्रपंत अमात्य मुजुमदार, शंकराजी नारायण पंतसचिव, परशुराम त्र्यंबक प्रतिनिधी या मंडळींनी स्वराज्याची मुलकी आणि प्रशासकीय बाजू त्यावेळी सावरून धरली. औरंगजेब आणि मोगल फौजेला मराठा सरदारांनी हैराण करून सोडले. मराठ्यांनी नर्मदा ओलांडून गुजरात, माळव्यातसुद्धा प्रवेश केला. छत्रपती राजाराम महाराजांनी मग अनेकांना सरंजाम, किताब देऊन सरदारांचा सन्मान केला. यातील एक घराणे म्हणजे थोरात 'दिनकरराव'.

छत्रपती राजारामांच्या काळात थोरात 'दिनकरराव' असाच उल्लेख आपल्याला साधनांत दिसतो. नंतरच्या म्हणजे ताराबाईंच्या काळातील १७०४च्या दोन पत्रांत 'सेखोजी थोरात' यांचा उल्लेख येतो. वीरगावकर थोरात घराण्याचा ज्ञात असणारा तसेच वंशावळी आणि कागदपत्रांतून दिसणारा हाच मूळ पुरुष, 'सेखोजी किंवा शेकोजी किंवा शकोजी थोरात दिनकरराव'.

ताराबाईसाहेबांच्या काळातील परिस्थिती ही राजाराम महाराजांच्या काळापेक्षा वेगळी नव्हती; पण मराठ्यांची बाजू औरंगजेबापेक्षा जड ठरत चालली होती. सरदार मंडळी जोमाने काम करत होती आणि आपल्या सरंजामामुळे समाधानीही होती. शकोजी थोरात हे या काळातले सरंजामदार होते. १७०४च्या एका पत्रात छत्रपती दुसरे शिवाजी (राजाराम महाराजांच्या या पुत्राच्या वतीने त्यांच्या आई ताराबाई कारभार पाहत असत.) यांनी शकोजी थोरात यांचा जुन्नर प्रांतातील 'मोकासा' कायम केल्याची सनद त्यांना दिली होती. मोकासा म्हणजे सैन्याच्या उभारणीसाठी एखाद्या सरदाराला सरकारकडून किंवा मध्यवर्ती सत्तेकडून दिली गेलेली तात्पुरती जहागीर. अशा भागातून गोळा झालेल्या वसुलात त्यांचा व सरकारचा हिस्सा असे. युद्धाच्या वेळी सरकारच्या मदतीला सैन्यासह हजर राहावे लागे. या पत्रानुसार शकोजी थोरातांचा 'मोकासा' कायम केल्याचा उल्लेख आहे. (म्हणजे सेखोजी थोरात त्यांच्याकडे, तो १७०४ पूर्वी होता, हे स्पष्ट आहे.)

दुसऱ्या एका पत्रानुसार छत्रपतींनी दौलताबादचे सरसुभेदार बाळाजी विश्वनाथ (पुढे छत्रपती शाहूंनी ज्यांना पेशवा नेमले, ते पेशवे घराण्याचे मूळ पुरुष) यांना संगमनेर, दौलताबाद, नाशिक, चांदवड, खानदेश, बागलाण, कर्डे, रांजणगाव या परगण्यांत 'चौथाई' गोळा करताना त्यांतील निम्मा भाग तेथील मोकासदारांना द्यावा आणि निम्मा सरकारात घ्यावा असा आदेश दिला होता.

मोकासदार किंवा सरदारांनासुद्धा तसे कळवून त्या सर्वांनी सरसुभेदारांना सहकार्य करावे, 'त्यास कथला न करणे' ('कथला' म्हणजे कटकट किंवा वाद) असे म्हटले आहे. या प्रांतात सेनापती (धनाजी जाधवराव?), खंडेराव दाभाडे, राजजी थोरात, सेखोजी थोरात, केरोजी थोरात, अंबाजी हांडे, नरसोजी मोरे इत्यादींचा उल्लेख आहे. सेखोजी थोरात यांचा या पत्रात उल्लेख आपल्याला दिसतो. म्हणजे ते या भागातील 'मोकासदार' होते, हे स्पष्ट आहे.

असे हे शकोजी उर्फ सेखोजी थोरात; परंतु त्यांच्या नेमक्या कार्याविषयी अजून माहिती नाही. त्यामुळे १७०० च्या आसपास मोठा 'सरंजाम असणारे मराठ्यांचे सरदार' असे शकोजींना म्हणता येईल. त्यांना जो सरंजाम होता, त्यातील एक गाव, जेथे त्यांनी आपले ठाणे वसवले, ते म्हणजे नगर जिल्ह्यातील अकोले तालुक्यातील 'वीरगाव!'.

वीरगावचे जहागीरदार

थोरात घराण्याकडून प्राप्त झालेल्या वंशावळीनुसार शकोजी थोरात यांना विठोजी आणि तुकोजी अशी दोन मुले होती. विठोजी हे वीरगाव येथे तर तुकोजी हे वाळकी (ता. दौंड, जि. पुणे) येथे वास्तव्यास होते. तुकोजी यांचा मृत्यू पानिपतात झाला. त्यांचा वंश आजही वाळकी येथे आहे. त्यामुळे वीरगावचीच समांतर शाखा म्हणजे वाळकी. शकोजींच्या या दोन्ही पुत्रांची घराणी पुढे मराठेशाहीत अगदी शेवटपर्यंत सरदारकी करत होती.

शकोजींचे पुत्र विठोजी आणि त्यांच्या पुढच्या पिढ्यांनी वीरगाव येथे राहून आपल्या सरंजामाची व्यवस्था पाहिली. शकोजींचे पुत्र विठोजी, विठोजींचे आनंदराव, आनंदरावांचे यशवंतराव अशा या घराण्यातील चार पिढ्या मराठेशाहीच्या शेवटपर्यंत होत्या. ते कोणकोणत्या काळात होऊन गेले, कोणाच्या समकालीन होते, हे पाहिल्यास विठोजी हे छत्रपती शाहू, पहिले बाजीराव पेशवे, नानासाहेब पेशवे, माधवराव पेशवे यांच्या काळात होते. आनंदराव हे नारायणराव पेशवे, सवाई माधवराव पेशवे, दुसरे बाजीराव पेशवे यांच्या काळात होते, तर यशवंतराव दुसरे बाजीराव पेशवे आणि इंग्रजांच्या सुरुवातीच्या काळात होते. अठराव्या शतकात मराठ्यांच्या झालेल्या लढायांत थोरात घराण्यातील हे पुरुष निश्चित आपला फौजफाटा घेऊन सहभागी असले पाहिजेत.

थोरात घराण्याला 'मोकासा' म्हणून दिलेल्या अनेक गावांची नावे आपल्याला मा. भि. थोरात यांच्या 'ऐतिहासिक सनदा व पत्रे' या पुस्तकात मिळतात. यात वीरगावकर थोरातांकडील त्रेपन्न सनदापत्रे त्यात आहेत. बहुतांशी गावे ही पुणे जिल्ह्यातील आहेत. ती आजच्या जुन्नर, आंबेगाव, खेड, हवेली (म्हणजे पुणे शहर), शिरूर, दौंड या तालुक्यांत आहेत. याशिवाय नगर जिल्ह्यातील अकोले तालुक्यातील आणि नाशिक जिल्ह्याच्या सिन्नर तालुक्यातील गावांचा त्यात

समावेश आहे. काही तर चक्क मुरोली, प्रांत सुरत म्हणजे गुजरातमधील आहे.

१७७३च्या एका पत्रानुसार त्यावेळी या घराण्याला एकूण सरंजाम किती होता, याची माहिती मिळते. (नारायणराव पेशव्यांचे हे पत्र आहे.) त्यात म्हटल्याप्रमाणे, अकोले परगण्यातील राजूर 'तर्फ' सोडता बाकी सर्व 'मोकासा' विठोजी थोरात दिनकरराव (शकोजींचे पुत्र) यांच्याकडे आहे. बहात्तर गावांचा थोरातांना मोकासा असून त्यातील सत्तावीस गावे ही कविजंग यांच्याकडे अहमदनगर किल्ल्यासाठी मोकाशाने आणि बाकी पंचेचाळीस गावे थोरातांकडे होती. यातील वीरगाव व इंदुरी ही दोन गावे थोरातांची जहागीर असून तेथे सरदेशमुखी वसूल करण्यासह पूर्ण अंमल त्यांचा होता. डोंगरगाव हे निम्मे जहागीर आहे. असा पंचेचाळीस गावांचा मोकासा आणि तीन गावांचा अंमल थोरातांकडे असल्याचे त्यात म्हटले आहे.

अकोले तालुक्यातील वीरगाव, इंदुरी आणि अर्धे डोंगरगाव ही अडीच गावे त्यांना जहागीर आणि बाकी बरीच गावे 'मोकासा' (म्हणजे तात्पुरती जहागीर) म्हणून दिल्याचे दिसते. या घराण्याला स्वतःचा शिक्का होता. एका पत्रात तो दिसतो. 'श्री राजारामचरणी तत्पर विठोजीसुत आनंदराव थोरात दिनकरराव'. राजाराम म्हणजे साताऱ्याचे छत्रपती रामराजे किंवा दुसरे राजाराम महाराज, पेशवेकाळात म्हणजेच मध्यवर्ती सत्ता पेशव्यांची असताना मराठेशाहीतील जुने सरदार 'छत्रपतीं'च्या नावानेच शिक्के करत, ही विशेष बाब येथे लक्षात घेण्यासारखी आहे.

कैफियतीतील चुकीची आख्यायिका

१८१८ ला मराठेशाही संपून महाराष्ट्रात ब्रिटिश राजवट सुरू झाली. थोरातांची जहागीर कायम राहिली. १८५०च्या दशकाच्या सुरुवातीला इंग्रजांनी 'इनाम कमिशन' आणले. सरदार, जहागीरदारांच्या जहागिरींच्या चौकशा या सुमारास सुरू झाल्या. जहागीरदारांकडून माहिती मागवण्यात आली. १८५१-५२मधील या घराण्याने इंग्रज सरकारला सादर केलेल्या कैफियतीचे पत्र उपलब्ध आहे. ही

कैफियत वीरगाव येथील आनंदराव थोरात (यशवंतराव थोरात यांचे पुत्र) यांनी इंग्रज सरकारला सादर केली होती. त्यात घराण्याचा इतिहास सांगताना 'दिनकरराव' पदवी आपल्या घराण्याला कशी मिळाली, हे त्यांनी त्यात नमूद केले होते. मात्र त्याला आधार हा ऐकीव माहिती अथवा दंतकथेचा होता.

कैफियतीत आनंदराव म्हणतात त्याप्रमाणे, त्यांचे खापर-पणजोबा शकोजी (सेखोजी) हे छत्रपती शाहू महाराजांच्या पदरी सरदार होते. त्या वेळी महाराजांनी विजापूरच्या बादशाहावर स्वारी करून मोठी लढाई केली. त्यावेळी महाराजांची हार झाली. छत्रपतींना घोड्यावर पाठीशी घेऊन सेखोजी रात्रीतून सुखरूप साताऱ्याच्या किल्ल्यावर आले. त्यावेळी सूर्योदय झाला होता. सूर्याचे एक नाव म्हणजे 'दिनकर'. त्यामुळे महाराजांनी खूश होऊन त्यांना 'दिनकरराव' असा किताब दिला. त्याचबरोबर नवलक्षांच्या मोकाशाच्या सनदा दिल्यांचे ते म्हणतात. आमच्याकडे उपलब्ध सनदांमध्ये प्रत्येक नावापुढे दिनकरराव लिहिले असल्याचे ते सांगतात. याशिवाय इतर कागदपत्रे ही होळकरांचा दंगा आणि दुष्काळात (१८०२-१८०३) आमच्याकडून गेली, असेदेखील त्यांनी म्हटले आहे.

इंग्रजकाळात कैफियतीतून सांगितलेल्या त्यांच्या माहितीत अनेक त्रुटी दिसून येतात. दंतकथा असल्याने ती जशास तशी खरी मानता येत नाही. पहिला मुद्दा म्हणजे, छत्रपती शाहू महाराजांच्या काळात विजापूरच्या बादशहाचे राज्य बिलकूल नव्हते. त्यामुळे अशी कोणतीही लढाई संभवनीय नाही. त्याचबरोबर शकोजी अथवा सेखोजींना 'दिनकरराव' किताब शाहू महाराजांनी दिला, असे म्हणता येणार नाही. थोरातांचा हा किताब त्याहून जुना असून वाळवा (जि. सांगली) भागातील थोरात मंडळी आणि त्यांच्या भूम (जि. धाराशिव) सारख्या शाखासुद्धा तो लावतात.

वीरगाव जहागीर ही इंग्रजकाळात होती, नंतर ती खालसा झाली. घराण्याचे मोठेपण नंतरच्या काळातदेखील टिकून होते. अगदी अजूनपर्यंत थोरात मंडळींना भरपूर जमिनी होत्या. वीरगाव येथे थोरातांची आता बरीच घरे आहेत. शकोजींची सध्याची दहावी पिढी आहे. मूळ जहागिरीवर नाव हे मोठ्या मुलाचे लागायचे. त्यामुळे थोरली घरे मानाने, नातेसंबंधाने धाकट्या घरांपेक्षा वरचढ असायची. सगळीकडे दिसणारा हा प्रकार थोरातांच्या बाबतीतही दिसतो. असे हे वीरगावचे थोरात.

पोटशाखा : बडोदेकर अथवा पानोडीकर

वीरगावाच्या थोरात घराण्याची एक महत्त्वाची पोटशाखा म्हणजे 'बडोदेकर अथवा पानोडीकर'. उत्तर पेशवाईत म्हणजे अठराव्या शतकाच्या शेवटी थोरातांचे एक घराणे बडोद्याच्या गायकवाडांच्या पदरी सरदारकी करू लागले. वीरगावाच्या थोरात घराण्यातील रघुनाथराव थोरात हे गोविंदराव गायकवाड (१७९३ ते १८०० असा त्यांचा बडोद्याच्या गादीवरील शासनकाळ आहे.) यांच्या काळात तिकडे गेले. त्यानंतर ब्रिटिशकाळात बडोदा हे संस्थान झाले. रघुनाथराव यांचे पुत्र गणपतराव, नंतर गणपतरावांचे पुत्र भवानराव हे या काळात बडोदा दरबारातील सरदार, मानकरी होते.

थोरातांचा बडोद्याला वाडा होता. इकडे वीरगावालाही त्यांचा देवीच्या मंदिराला लागून वाडा होता. रघुनाथराव यांच्या पत्नी भवानीबाई या कर्तबगार होत्या. वीरगावचे देवीचे मंदिर ज्या भवानीबाईंनी बांधले, असे मंदिराच्या शिलालेखात नमूद आहे, त्या याच! गावाबाहेर देवठाण रोडला घडीव दगडांची, उतरत्या पायऱ्यांची, सुंदर बारव आहे. तीही भवानीबाईंनी बांधल्याचे सांगतात. या भवानीबाईंवरून त्यांच्या नातवाचे नाव 'भवानराव' ठेवण्यात आले होते. भवानराव हे बडोदा संस्थानातील मानकरी. बडोद्याचे लोककल्याणकारी राजे, सयाजीराव यांच्याशी त्यांचा स्नेह होता. भवानरावांचा विवाह पानोडी (ता. संगमनेर) येथील शिवराव प्रतापराव जाधव यांच्या मुलीशी झाला. पानोडीचे जाधव घराणे म्हणजे ग्वाल्हेरकरचे शिंदे, सरदार रामजी पाटील जाधव यांचे घराणे.

झाले असे की, शिवराव जाधवांना पुत्र झाला नाही. त्यामुळे पानोडी येथील जहागिरीला वारसाचा प्रश्न उपस्थित झाला. शिवरावांनी आपल्या मुलीकडील म्हणजेच या बडोद्याच्या थोरात घराण्याला बक्षिसपत्राने या जहागिरीचा हक्क दिला. पानोडी जहागीर त्यावेळी इंग्रजकाळात पानोडी, शिबलापूर, ओझर खुर्द अशा तीन गावांची जहागीर होती. मग मुलीकडून बडोद्याच्या थोरातांना या वतनाची प्राप्ती झाली.

भवानराव थोरातांना दोन मुले. मोठे बळवंतराव आणि धाकटे शिवराव. बळवंतराव हे आधी पानोडी येथील वतनाचा कारभार पाहण्यासाठी तेथे गेले. काही दिवसांनी त्यांचा पानोडीत अकस्मात मृत्यू झाला. मग शिवराव हे पानोडी येथे गेले. हे शिवराव म्हणजेच अहमदनगर जिल्हा लोकल बोर्डाचे पहिले

लोकनियुक्त प्रेसिडेंट, सरदार शिवराव भवानराव थोरात! ('पानोडीकर' झालेल्या या घराण्याबद्दल माहिती 'पानोडी जहागीर आणि दुर्लक्षित मुत्सद्दी रामजी पाटील जाधव' या लेखात सांगितली आहे.) त्यामुळे वीरगावाच्या थोरातांमध्ये हे घराणे काहीसे मोठे बनले. ते बडोद्याचे सरदार आणि नंतर पानोडीचे जहागीरदार झाले. विसाव्या शतकात लोकशाही राजकारणातही हे घराणे सक्रिय होते. त्यामुळे 'नगर जिल्ह्यातील एक मोठे मराठा सरदार घराणे' म्हणून पानोडीकर थोरातांचे नाव घेतले जाते. पानोडीकरांनी आपल्या मूळ गावाशी म्हणजे वीरगावशी संबंध अद्याप टिकून ठेवला आहे. वीरगावाच्या देवीच्या आखाडी उत्सवाला, वीरगावकर थोरातांच्या लग्नकार्य वगैरेला पानोडीहून थोरात मंडळी नेहमी गावात येत असतात.

जपून ठेवला मोठेपणा

वीरगावाच्या थोरातांचे नातेसंबंध महाराष्ट्रात सर्वदूर पसरलेले दिसतात. पूर्वी बरेचसे नातेसंबंध बडोदा, ग्वाल्हेर, देवास येथील सरदार घराण्यांशी असल्याचे सांगितले जाते. अलीकडचे आणि आसपासच्या भागातील नातेसंबंध सांगायचे झाले, तर संगमनेर येथील गुंजाळ, पिंपरणे येथील म्हस्के देशमुख, माहेगाव येथील जाधवराव देशमुख इत्यादींची नावे घ्यावी लागतील. थोरातांची बहुतांशी मंडळी सध्या गावात राहून शेती करतात. त्यातही बरेच जण आधुनिक शेतीकडे वळल्याचे दिसते. गेल्या शतकाचा विचार करता या घराण्यातील मेजर शंकरराव थोरात (मृत्यू १९९४) यांचे नाव घेण्यासारखे आहे. कारण ते दुसऱ्या महायुद्धात लढले होते. आपल्या घराण्याची लढण्याची परंपरा त्यांनी अलीकडच्या काळापर्यंत टिकवून ठेवली होती. ही परंपरा टिकवून ठेवणारे किंबहुना घराण्याचे नाव मोठे करणारे, या घराण्यातील अजून एक महत्त्वाचे नाव म्हणजे संभाजी रामचंद्र उर्फ एस. आर. थोरात हे होय. प्रसिद्ध उद्योजक म्हणून त्यांची ख्याती होती. भारतीय लष्करात असणाऱ्या संभाजीरावांनी 'ऑल इंडिया मशिनगन चॅम्पियनशीप' मिळवली होती. १९९४मध्ये त्यांनी एस. आर. थोरात दूध नावाने

संभाजी रामचंद्र थोरात
(सौजन्य : आबासाहेब थोरात)

सुरू केलेला उद्योग अलीकडे बराच विस्तारला आहे. शेती, नोकरी आणि उद्योग अशा तीनही क्षेत्रांत त्यांनी आपल्या कर्तृत्वाने बाजी मारली. राजकीयदृष्ट्याही ते काही काळ सक्रिय होते.

असे हे आडनावाप्रमाणे थोर असलेले थोरात घराणे. छत्रपती राजाराम महाराज, ताराराणी आणि छत्रपती शाहू महाराज यांच्या काळातील एक महत्त्वाचे सरदार असणारे शकोजी थोरात, हे या घराण्यातील मूळ पुरुष होत. मात्र त्यांच्या कार्यावर अजून प्रकाश पडायला हवा. त्यांच्या आधी त्यांच्या घराण्यातील कोणी सक्रिय होते का, हेही पाहायला हवे. थोरात घराण्यावर निश्चितच संशोधनाला वाव आहे. थोरात घराण्याची वीरगावची गढी भविष्यात जतन व्हायला हवी. गावची चैत्र महिन्यात देवीच्या उत्सवाची आखाडीची परंपराही अव्याहत सुरू राहायला हवी.

इतिहास अभ्यासक थोरातांची धडपड

एक विशेष गोष्ट या वीरगावकर घराण्याच्या बाबतीत झालेली आहे. ती म्हणजे या घराण्याची स्वतःची सनदापत्रे प्रकाशित आहेत. याच श्रेय जाते ते सिन्नर येथील इतिहास अभ्यासक मा. भि. थोरात यांना. त्यांनी १९७०च्या आसपास वीरगावकर थोरात घराण्याकडून पत्रे गोळा केली आणि ती 'ऐतिहासिक सनदा व पत्रे' या नावाने १९७३मध्ये पुस्तकरूपाने प्रकाशित केली. या सगळ्यासाठी त्यांना बरेच कष्ट घ्यावे लागले. पुस्तकातील पत्रांची संख्या त्रेपन्न असून ती १७०८ ते १८३५ या प्रदीर्घ काळातील आहेत.

साधारण प्रत्येक पेशव्यांच्या काळात या घराण्याला देण्यात आलेल्या सरंजामाच्या नूतनीकरणाच्या सनदा त्यात आहेत. पुस्तकाला लिहिलेल्या प्रस्तावनेत मा. भि. थोरात यांनी थोरात घराण्याच्या इतिहासाविषयी काही तर्क मांडले आहेत. जसे की, 'लखाजी नाईक/ लखमाजी/ लखमोजी' असे शकोजींच्या वडिलांचे नाव असून ते छत्रपती शिवाजी महाराजांच्या काळात सक्रिय होते. या तर्कांचाही विचार करायला हवा.

थोरात घराण्यातील आणखी एक विशेष बाब म्हणजे, या घराण्यातील 'भवानीबाई'. अठराव्या शतकाच्या उत्तरार्धात होऊन गेलेल्या थोरात घराण्यातील या बाई मोठ्या कर्तबगार होत्या असे म्हणतात. वीरगावाला त्यांनी बांधलेल्या मंदिरातील शिलालेखावर त्यांचे नाव आहे. त्यांच्या नातवाचे नाव त्यांच्या

नावावरून 'भवानराव' असे ठेवले होते. एरवी आजोबांच्या नावावरून नातवाचे नाव ठेवण्याचा प्रघात पूर्वी होता. एका महिलेच्या नावावरून नातवाचे नाव ठेवणे, शिलालेखात एका महिलेचे नाव नमूद असणे, या बहुधा मराठेशाहीच्या काळातील दुर्मीळ आणि अपवादात्मक अशा गोष्टी म्हणाव्या लागतील.

संदर्भ :

१) पेशवे दफ्तरातून निवडलेले कागद (खंड ३० व ३१)

२) श्री मल्हार रामराव चिटणीस विरचित श्रीमंत छत्रपती संभाजी महाराज आणि थोरले छत्रपती राजाराम महाराज यांची चरित्रे, संपादक : का. ना. साने

३) दक्षिणेतील सरदारांच्या कैफियती, यादी, संपादक : पुरुषोत्तम मावजी व द. ब. पारसनीस

४) ऐतिहासिक सनदा व पत्रे, संपादक : मा. भि. थोरात

५) मराठी रियासत (खंड २) : गो. स. सरदेसाई

६) त्रैमासिक उज्ज्वल उद्यासाठी (अंक, एप्रिल ते सप्टेंबर २०१४, सरदार शिवराव भवानराव थोरात विशेषांक), संपादक : विठ्ठल शेवाळे

•••

वाड्यातील चौक

पेशवाईतील साडेतीन शहाण्यांपैकी एक विठ्ठल सुंदर

'विठ्ठलपंतासारखा कारभारी मर्द मोंगलास (निजामास) मिळणे नाही,' राक्षसभुवनच्या लढाईनंतर दिवंगत विठ्ठल सुंदर यांच्याविषयी पेशवे माधवराव यांनी काढलेले हे उद्गार आहेत.

'साडेतीन' या आकड्याला महाराष्ट्रात विशेष महत्त्व आहे. जसे साडेतीन शुभमुहूर्त, देवीची साडेतीन शक्तिपीठे आहेत. तसेच साडेतीन शहाणे आहेत. साडेतीन शहाण्यांची ही संकल्पना मराठेशाहीत अठराव्या शतकात रूढ झाली होती. हे साडेतीन शहाणे म्हणजे, त्यावेळी दक्षिण भारतात प्रभावी असणाऱ्या सत्तांचे दिवाण अथवा कारभारी होते. पहिले शहाणे म्हणजे सखारामबापू बोकील. ते पुण्याच्या पेशव्यांचे दिवाण होते. दुसरे देवाजीपंत चोरघडे हे नागपूरकर भोसल्यांचे दिवाण, तर तिसरे विठ्ठल सुंदर परशुरामी हे हैदराबादच्या निजामाचे दिवाण होते आणि साडेतीनपैकी अर्धशहाणे म्हणजे पेशवाईतील नाना फडणीस होय.

या 'साडेतीन शहाण्यां'पैकी एक पूर्ण शहाणे म्हणजे, मूळचे अहमदनगर (आत्ताचे अहिल्यानगर) जिल्ह्यातील, विठ्ठल सुंदर! विठ्ठल सुंदर यांचे आडनाव परशुरामी होते. त्यांचे मूळ गाव हे अकोले तालुक्यातील कोतुळ. नंतर ते संगमनेर येथे आले. विठ्ठल सुंदर यांचा 'संगमनेरकर' म्हणूनच उल्लेख साधनांत दिसतो. हैदराबादला निजामाच्या पदरी असलेली ही व्यक्ती आपल्या कर्तृत्वाच्या जोरावर दिवाणपदापर्यंत पोहोचली. निजामाने 'राजाबहादूर' आणि 'प्रतापवंत' हे किताब त्यांना दिले. मोठी जहागीर देऊन सन्मानसुद्धा केला. आपल्या मुत्सद्देगिरीने त्यांनी पानिपतनंतर काही काळातच पेशव्यांविरुद्ध वातावरण तयार करत त्यांच्यासमोर मोठे आव्हान निर्माण केले. अखेर १७६३मध्ये 'राक्षसभुवन' येथे झालेल्या मराठे आणि निजाम युद्धात त्यांचा मृत्यू झाला.

विठ्ठल सुंदर यांच्या पूर्वायुष्याबद्दल फारशी माहिती उपलब्ध नाही. परशुरामी घराण्याचे मूळ गाव म्हणजे कोतुळ. या कोतुळला परशुरामी आडनावाची कुटुंबे अगदी आत्तापर्यंत होती. काळाच्या ओघात ती शहरांत स्थलांतरित झाली. परशुरामी हे देशस्थ यजुर्वेदी ब्राह्मण. विठ्ठल सुंदर यांचा जन्म अठराव्या शतकाच्या सुरुवातीला कधी तरी झाला असावा. त्यांच्या वडिलांचे नाव सुंदरपंत. सुंदरपंतांना एकूण चार मुले. चिंतोपंत, मोरोपंत, विसाजीपंत आणि विठ्ठलपंत. विठ्ठलपंत म्हणजेच विठ्ठल सुंदर. विठ्ठल सुंदर आधी पुण्याला पेशव्यांच्या सेवेत होते. तेथून

ते निजामाकडे गेले असे सांगितले जाते. याविषयी एक प्रसिद्ध आख्यायिका अनेक ग्रंथांतून आली आहे. ती अशी –

अपमानामुळे पेशवाईला रामराम

पेशवे नानासाहेब यांचा तो काळ (१७४०-१७६१ मध्ये कधी तरी). तेव्हा विठ्ठल सुंदर हे पुण्याला पेशव्यांच्या फडात कारकून होते. त्यांच्याकडून एकदा काही तरी चूक झाली (काहींच्या म्हणण्यानुसार ते एकदा कामाच्या वेळी डुलकी घेत होते.). ते नानासाहेब पेशव्यांच्या लक्षात आले. नानासाहेबांनी त्यांना 'माध्यंदिन बुद्धिहीन' असा टोमणा मारत त्यांचा अपमान केला. 'माध्यंदिन' ही देशस्थ यजुर्वेदी ब्राह्मणांमधील एक शाखा आहे. विठ्ठल सुंदर हे त्या शाखेतील होते. त्यामुळे त्यांना तो मोठा अपमान वाटला. स्वाभिमानी विठ्ठल सुंदर यांनी पेशव्यांची नोकरी सोडली आणि मराठ्यांचा तत्कालीन शत्रू असणाऱ्या निजामाच्या सेवेत ते दाखल झाले. तेथे आपल्या कर्तृत्वाने ते दिवाणपदापर्यंत पोहोचले.

विठ्ठल सुंदर यांचा पेशवाईतील सेवेचा अजून तरी कुठे पुरावा मिळाला नाही. सनपुरीच्या बखरीत तर विठ्ठल सुंदर यांच्याविषयी वेगळीच माहिती मिळते. या बखरीनुसार विठ्ठल सुंदर हे आधी कविजंग यांच्या सेवेत होते आणि तिथून निजामाच्या सेवेत दाखल झाले, असे म्हटले आहे. (कविजंग हे अठराव्या शतकातील एक मुस्लीम घराणे होते. नगरचा किल्ला त्यांच्या ताब्यात होता. मूळ मोगलांचे सरदार असलेले कविजंग नंतर नगर जिल्ह्यात सरंजामदार झाले). तांदुळजा येथे कविजंग आणि निजाम अलीच्या भेटींच्या दरम्यान विठ्ठल सुंदर नेहमीच कविजंगबरोबर हजर असत. त्यांची हुशारी निजामअलीच्या ध्यानात आल्याने त्याने विठ्ठल सुंदर यांना स्वतःकडे पाठवण्याचा प्रस्ताव कविजंगापुढे ठेवला. अशा रीतीने विठ्ठल सुंदर निजामाच्या सेवेत दाखल झाले, असे या बखरीत म्हटले आहे.

त्यामुळे विठ्ठल सुंदर हे हैदराबादच्या निजामाच्या सेवेत थेट आले, पेशवाईतून आले, की कविजंग यांच्याकडून आले, हे समजत नाही.

निजामाकडे राजकीय उत्कर्ष

निजामाच्या सेवेत विठ्ठल सुंदर हे १७५०च्या आसपास कधी तरी, निजामाचा तत्कालीन दिवाण रामदासपंत यांच्या शिफारशीने गेल्याचे सांगितले जाते.

रामदासपंत हेही त्यांच्यासारखे धर्माने हिंदू असणारे दिवाण (निजामाकडे अनेक हिंदू सरदार पहिल्यापासून होते. महाराष्ट्रातील आजच्या मराठवाडा भागात त्यांचे राज्य होते. अनेक मराठा सरदार त्याच्या पदरी सरदार होते.) विठ्ठल सुंदर यांचा समकालीन साधनांमध्ये 'विठ्ठल', 'विठ्ठलपंत', 'विठ्ठलदास' या नावाने उल्लेख येतो. याशिवाय 'राजाजी', 'राजाबहादुर', 'राजाबहादुर प्रतापवंत' अशा नावांनीसुद्धा उल्लेख आहेत. हे त्यांना मिळालेले किताब होते. १७५२च्या एका पत्रात राजा विठ्ठलदास हे संगमनेरहून आपला कुटुंबकबिला घेऊन हैदराबादला जात आहे, अशी नोंद आहे. यात 'राजा' असा त्यांच्या नावापुढे उल्लेख आहे. त्यामुळे राजा अथवा राजाबहादुर हा किताब त्यांना १७५२च्या आधीच मिळाला असावा. मग ते निजामाकडे त्यापूर्वीच म्हणजे काही वर्षे आधी (१७४०च्या दशकात) गेले असावेत, हे स्पष्ट होते.

विठ्ठल सुंदर आपल्यातील अंगभूत गुण आणि कर्तृत्वामुळे वरच्या पदावर गेले. त्यांची पदोन्नती होत गेली. १७५०च्या दशकात त्यांची निजामाकडील कारकीर्द महत्त्वाची होती. त्यावेळी निजाम होता, सलाबतजंग. सलाबतजंग याचा भाऊ निजाम अली हा त्यावेळी सक्रिय होता. विठ्ठल सुंदर हे निजाम अलीसोबत असायचे.

या काळात पेशवे आणि निजाम यांच्यात अनेकदा खटके उडत. पेशवे आणि निजाम यांच्यात झालेल्या १७५७च्या सिंदखेड आणि १७६०च्या उदगीर या लढायांमध्ये विठ्ठल सुंदर यांचा सहभाग होता. निजामाच्या तोफखान्याचा अंमलदार असलेला इब्राहिम खान गारदी याला पुढे आणण्यातदेखील विठ्ठल सुंदर यांचा महत्त्वाचा सहभाग होता. सिंदखेड लढाईमध्ये निजामाची हार झाली. तहाची बोलणी करायला विठ्ठल सुंदर हे निजामाच्या वतीने पेशव्यांकडे गेले, तर उदगीर लढाईतही स्वतःची फौज घेऊन विठ्ठल सुंदर लढले. यातही निजामाची हार झाली. तहाची बोलणी करायला यावेळीही विठ्ठल सुंदर हे सदाशिवरावभाऊ पेशव्यांकडे गेले होते. त्यामुळे 'विठ्ठल सुंदर' यांची लढाऊ वृत्ती आणि मुत्सद्दीगिरी लक्षात येते.

पुढे सलाबतखानाला कैद करून निजाम अलीला निजामपद मिळवून देण्यात विठ्ठल सुंदर यांचा वाटा होता (जुलै, १८६२). निजाम अली हैदराबादच्या गादीवर आला. विठ्ठल सुंदर यांना 'दिवाण'पदी नेमून 'प्रतापवंत' हा किताब त्याने दिला. अशाप्रकारे १७६२मध्ये विठ्ठल सुंदर आपल्या राजकीय कारकिर्दीच्या सर्वोच्च शिखरावर पोहोचले होते.

पेशवे-निजाम संघर्ष

दरम्यान १७६१ला पानिपतमुळे मराठ्यांना जबरदस्त हादरा बसला होता. यावेळी सोळा वर्षांचे, नानासाहेब पेशवे यांचे पुत्र माधवराव नुकतेच पेशवेपदी आले होते. आपले काका रघुनाथराव यांच्या मार्गदर्शनाखाली ते कारभार करत होते. याच वर्षाच्या शेवटी निजाम अली मराठ्यांवर चालून आला. उरळी येथे पेशवे आणि निजाम अलीची गाठ पडली. दोघांत घाईघाईने तह झाला. सत्तावीस लाखांचा मुलूख पेशव्यांनी यावेळी निजाम अलीला दिला.

पुढच्याच वर्षी पुण्यातील परिस्थिती बदलली. रघुनाथराव यांच्या पेशवेविरोधी कारस्थानांना प्रारंभ झाला. यावेळी त्यांनी निजामाशी संधान बांधले. विठ्ठल सुंदर अशा संधीची वाटच पाहत होते. पन्नास लाखांचा मुलूख निजामाला देण्याचे रघुनाथरावांनी कबूल केले. तसेच नागपूरचे जानोजी भोसले, दमाजी गायकवाड या मंडळींना आपल्या बाजूला ओढले. पेशव्यांचे विंचूरकर, पुरंदरे, नारोशंकर हे सरदार निजामाच्या पक्षात होते. निजाम अली विठ्ठल सुंदर यांच्यासह सैन्य घेऊन पुण्याकडे यायला निघाला. विठ्ठल सुंदर आणि मुरादखान (निजामाचा औरंगाबादचा सुभेदार) यांनी रघुनाथराव यांच्याशी बोलणी सुरू केली. रघुनाथराव आणि माधवराव यांच्या पक्षात आळेगाव येथे लढाई झाली. त्यात रघुनाथराव जिंकले. माधवरावांनी शरणागती पत्करली. निजाम तळावर दाखल झाला. विठ्ठल सुंदर निजामाच्या वतीने रघुनाथरावांकडे बोलणी करत. सुमारे पन्नास लाखांचा मुलूख निजामाला पेशव्यांनी देण्याचे ठरले. तीनच वर्षांपूर्वी झालेल्या उदगीरच्या लढाईत मराठ्यांनी जेवढे कमावले तेवढे यावेळी गमावले! पेशवे मग पुण्याला आले. आता रघुनाथरावांचे स्थान कमालीचे उंचावले होते. रघुनाथरावांनी आपल्या पक्षातील लोकांना कारभारातील महत्त्वाची पदे दिली.

काही काळ वादळापूर्वीच्या शांततेसारखा गेला. आता विठ्ठल सुंदर यांच्या मुत्सद्देगिरीने कळस गाठला. त्यांनी नागपूरकर भोसले यांना पेशव्यांच्या विरोधात युती करण्याचा प्रस्ताव पाठवला. विदर्भातील मुलखात निजाम आणि भोसल्यांमध्ये वाद होते. विठ्ठल सुंदर यांच्या माध्यमातून एक तह भोसल्यांशी करण्यात आला. शिवाय जानोजींना सातारा गादी मिळवण्यासाठी पाठिंबा देण्याचे त्याने कबूल केले (नागपूरकर भोसले हे छत्रपतींच्या थोडे दूरचे का होईना; पण भावकीतले होते. त्यामुळे त्यांना साताऱ्याला मूल दत्तक देता येत होते.) नागपूरकर भोसले आणि

हैदराबादचा निजाम या दोन सत्ता एकत्र येणे, हे पेशव्यांसाठी मोठे आव्हान होते.

विठ्ठल सुंदर एवढ्यावरच थांबले नाहीत. त्यांनी औंधच्या पंतप्रतिनिधींशी संधान बांधले (पंतप्रतिनिधी म्हणजे छत्रपती राजाराम महाराजांच्या काळात मराठेशाहीत नेमलेले एक पद होते. पंतप्रतिनिधी घराण्याला मोठी जहागीर आजच्या सातारा जिल्ह्यातील औंध भागात होती.). पंतप्रतिनिधींचे मुतालिक गमाजी यमाजी हे त्या काळात सक्रिय होते. ते विठ्ठल सुंदर यांचे व्याही होते. त्यांच्या माध्यमातून त्यांनी पंतप्रतिनिधींना आपल्या पक्षात आणले. रघुनाथराव यांनी नुकतीच पंतप्रतिनिधींची जहागीर जप्त करून आपल्या भास्करराव या तान्ह्या मुलाच्या नावे केली होती, आणि त्याचा मुतालिक म्हणून नारोशंकर यांना नेमले होते. त्यामुळे पंतप्रतिनिधी नाराज होते. विठ्ठल सुंदर यांनी या संधीचा फायदा घेतला.

एवढेच नव्हे तर पेशव्यांच्या सरदार मंडळींना त्यांनी आपल्या बाजूला वळवले. पटवर्धन हे पेशव्यांचे एक मोठे सरदार होते. आपली मिरजची जहागीर पेशव्यांनी जप्त केल्याने पटवर्धन घराण्यातील त्यावेळचे प्रभावी असणारे गोपाळराव पटवर्धन हेदेखील निजामाच्या पक्षात गेले. याचबरोबर फडणीस पदावरून रघुनाथराव यांनी दूर केलेले बाबुराव फडणीस (नाना फडणीस यांचे चुलते.) हेसुद्धा निजामाच्या बाजूने गेले. दरम्यानच्या काळात मराठ्यांना मिळालेले रामचंद्र जाधवराव पुन्हा निजामाकडे परतले. अशाप्रकारे पेशव्यांविरोधात एक मोठी एकजूट झाली आणि या सगळ्यात महत्त्वाचा वाटा होता, तो 'विठ्ठल सुंदर परशुरामी' यांचा.

निजामाने मराठ्यांच्या मुलखात मग जोराने हल्ला केला. निजाम फौजेनिशी पुण्याकडे आला. सोबत दिवाण विठ्ठल सुंदर होते. विठ्ठल सुंदर हे जेजुरी, सासवड अशा पुण्याच्या आसपासच्या ठिकाणी होते. विठ्ठल सुंदर यांचे पुतणे विनायकदास यांनी जुन्नर, संगमनेर, नाशिक, त्र्यंबक भागात लूट केली. श्रीगोंदा येथील सरदार शिंदे यांचा वाडा धनाच्या आशेने खणला गेला. पुणे शहर लुटून उद्ध्वस्त केले गेले. पेशवे घराण्यातील स्त्रिया किल्ल्यांच्या आश्रयाला गेल्या. 'नाना फडणीस यांचे अंगचे कपडे सोडून पुण्यातील सगळे लुटले' असे एके ठिकाणी वर्णन आहे. पेशव्यांची स्वारी यावेळी निजामाच्या मुलखात होती. त्यांनीदेखील निजामाच्या मुलखात घुसून लूट केली. विठ्ठल सुंदर यांच्या जहागिरीत असणारे 'औसा' (आजच्या लातूर जिल्ह्यातील तालुक्याचे गाव) पेशव्यांनी लुटले.

राक्षसभुवनची लढाई

पावसाळा सुरू झाला आणि परिस्थिती पालटली. मराठ्यांच्या मुत्सद्दीपणाने आता उचल खाल्ली. निजामाचा पक्ष कमकुवत व्हायला लागला. नागपूरकर भोसले, गोपाळराव पटवर्धन यांसारख्या मंडळींना पुन्हा मराठ्यांनी आपल्या पक्षात वळवले. निजाम आणि पेशवे पुन्हा आपापल्या मुलखात परतण्याच्या तयारीत होते. अशावेळी गोदावरी काठी निजाम राक्षसभुवन (आजच्या बीड जिल्ह्याच्या गेवराई तालुक्यात असणारे गाव.) येथे नदी पार करत असता पेशव्यांनी त्यांच्या फौजेवर हल्ला केला. निजाम काही लवाजम्यासह नदीपार होऊन औरंगाबादच्या (सध्याचे संभाजीनगर) वाटेवर होता. विठ्ठल सुंदर यांच्या नेतृत्वात असणारे लष्कर मागे होते. पेशवे आणि निजामाच्या या फौजेत लढाई झाली. १० ऑगस्ट १७६३ या दिवशीची हीच ती प्रसिद्ध 'राक्षसभुवनची लढाई'.

लढाईचे नेतृत्व हे बऱ्यापैकी विठ्ठल सुंदर यांच्याकडे होते. तत्कालीन लढाईची वर्णने वाचली म्हणजे विठ्ठल सुंदर हे लढाईत नेटाने लढत असल्याचे दिसते. विठ्ठल सुंदर यांचे पुतणे विनायकदास हेदेखील या लढाईत होते. विठ्ठल सुंदर हे हत्तीवरच्या अंबारीत होते. त्यांच्या आदेशाने रघुनाथराव यांचा हत्ती निजामाच्या फौजेने घेरला. रघुनाथराव यांच्यासाठी ही परिस्थिती फार बिकट होती; परंतु मराठा सरदारांनी त्यांना त्यातून सोडवले.

विठ्ठल सुंदर यांचा हत्ती नमवणे त्यावेळी मराठ्यांना फार अवघड होऊन बसले होते. हे काम सरदार महादजी शितोळे यांनी केले. (ही कामगिरी पाहून त्यांना 'अंकली' गाव इनाम देण्यात आले. अंकलीकर शितोळ्यांचे घराणे प्रसिद्ध आहे). लढाईत मल्हारराव होळकर यांच्या नेतृत्वाखालील फौजेने पराक्रम गाजवला.

विठ्ठल सुंदर यांच्याकडे आलेल्या एका बंदुकीच्या गोळीने त्यांचा जीव घेतला. ही गोळी कुठून आली हे सांगता येत नाही. काही साधनांत तर निजाम अलीकडचा मुरादखान, जो विठ्ठल सुंदर यांचा प्रतिस्पर्धी होता. त्यानेच विठ्ठल सुंदर यांचे पारडे जड होते आहे, हे पाहून आपल्या अंगरक्षकाला गोळी मारण्याचा आदेश दिला होता, असे म्हटले आहे.

मग विठ्ठल सुंदर यांचे शीर कापण्यात आले. एके ठिकाणी असाही उल्लेख आहे की, विठ्ठल सुंदर यांचे शीर होळकर यांच्या फौजेतील गीलच्यांजी कापून आणले आणि भाल्याच्या टोकावर लावले. विठ्ठल सुंदर आणि त्यांचे पुतणे विनायकदास

या दोघांचे शीर मराठ्यांनी सन्मानपूर्वक निजामाकडे पाठवले. निजाम अली औरंगाबादकडे होता. हरलेल्या निजाम अलीने मग तहाची बोलणी सुरू केली. मराठ्यांचा जय झाला.

'राक्षसभुवन'ची लढाई मराठ्यांच्या इतिहासातील महत्त्वाची घटना होती. माधवराव यांनी छावणीतून आपल्या आई गोपिकाबाई यांना लिहिलेल्या तत्कालीन पत्रात 'विठ्ठलपंतासारखा कारभारी मर्द मोंगलास मिळणे नाही,' असे म्हटले आहे. या एका वाक्यावरून विठ्ठल सुंदर यांच्या मोठेपणाची कल्पना करता येण्यासारखी आहे. गोदावरी काठी विठ्ठल सुंदर यांची समाधी आजही राक्षसभुवन येथे आहे. असे हे पराक्रमी विठ्ठल सुंदर परशुरामी.

विठ्ठल सुंदर यांनी त्यांच्या घराण्यातील इतर मंडळीही निजाम अलीच्या सेवेत आणली होती. खरे तर मोठमोठी सरदार मंडळी आपल्या भावकीतील मंडळींना राजसत्तेत कुठल्या तरी पदाला चिकटवून देत. इतिहासात अशी बरीच उदाहरणे आहेत (बऱ्याचदा पोटच्या मुलांपेक्षा हे पुतणे किंवा भाऊबंदच अधिक 'ॲक्टिव्ह' निघत).

विठ्ठल सुंदर यांनीही असे केल्याचे दिसते. त्यांचे पुतणे विनायकदास यांचा उल्लेख सर्वाधिक येतो. अनेकदा 'राजा विनायकदास' असा त्यांचा उल्लेख येतो. 'राक्षसभुवन'ची लढाई आणि तत्पूर्वी मराठ्यांच्या मुलखात केलेल्या स्वारीत ते होते. २६ ऑक्टोबर १७६१च्या एका पत्रात विठ्ठल सुंदर यांच्या कुटुंबातील काही मंडळींना निजाम अलीने मानाची वस्त्रे दिल्याची नोंद आहे. विठ्ठल सुंदर, त्यांचे पुतणे विनायकदास, आणखी दोन पुतणे, नातू आणि विनायकदास यांचा मुलगा या मंडळींचा त्यात समावेश होता. यावरून ही सगळी मंडळी निजामाच्या सेवेत वेगवेगळ्या पदांवर होती असे दिसते. 'राक्षसभुवन' लढाईत विठ्ठल सुंदर व विनायकदास 'कुलसरार' मारले गेले, असा एका पत्रात उल्लेख आहे. यावरून त्यांचे आणखी कुटुंबीयही लढाईत मारले गेल्याचे दिसते.

कोतुळचा वाडा

परशुरामींचा वाडा त्यांच्या गावी म्हणजे अकोले तालुक्यातील कोतुळ येथे आहे. तो विठ्ठल सुंदर यांचा स्वतःचा होता, की परशुरामी कुटुंबीयांचा सामायिक होता, हे सांगणे अवघड आहे. कोतुळ गावात ब्राह्मणगल्लीत हा वाडा आहे. समोरच्या बाजूने त्याला दगडी आणि चपट्या विटांच्या भिंतीची तटबंदी आहे. कोपऱ्यात वाड्याचे प्रवेशद्वार आहे. तेही आत काटकोनात आहे. वाड्याचा एक चौकच आज पाहायला मिळतो. त्याला दोन जोती असून त्यावर बांधकाम उभे आहे. सध्या कुठेही मोकळी ओसरी नाही. सर्वच ठिकाणी खोल्या काढलेल्या आहेत. वाड्याला वरचा मजलाही आहे. चौकात उघडणाऱ्या अनेक खिडक्या एका ओळीत आपल्याला दिसतात. वर तिरप्या कौलाचे छत आहे. वाड्याची नंतरच्या काळात बरीच डागडुजी केल्याचे दिसते. त्यामुळे जुने रूप पालटून गेलेले आहे. आत कोपऱ्यातील एका खोलीत भिंतीत काढलेला देवघराचा कोनाडा सोडला, तर काही जुने दिसत नाही. समोरच्या खोल्या ओलांडून वाड्याच्या मागच्या बाजूला जाता येते. तेथे पाण्याचा आड आहे. इंग्रजकाळात या वाड्यात बराच काळ बोर्डिंगही होते.

कोतुळचा परशुरामी वाडा

वाड्याच्या आतील चौक

परशुरामी यांचा हा वाडा नंतर विकला गेला. हल्ली तो उपासनी घराण्याच्या मालकीचा असून त्याच्या तळमजल्यावरील काही खोल्यांत भाडेकरू वास्तव्यास आहेत. गावातील परशुरामी मंडळी पुणे, मुंबईसारख्या शहरांसह आता परदेशात स्थायिक झाल्याचे दिसते. संगमनेर येथे विसाव्या शतकात असलेले परशुरामी कुटुंब वकिलीमुळे प्रसिद्ध होते. मराठी चित्रपटसृष्टीतील युवा अभिनेत्री वैदेही परशुरामी ही या परशुरामी घराण्यातील होय. 'कोतुळ' हे परशुरामींचे मूळ! मात्र विठ्ठल सुंदर यांचा 'संगमनेरकर' म्हणून उल्लेख साधनांत आला आहे. ते आधी कोतुळला आणि नंतर संगमनेरला गेले, असे काही जण सांगतात. मग संगमनेरमध्ये त्यांचा वाडा निश्चित असलाच पाहिजे. ऐकीव माहितीनुसार त्यांच्या वाड्याची जागा म्हणजे आजचे संगमनेर इथले प्रसिद्ध 'सर डी. एम. पेटीट महाविद्यालय' जिथे उभे आहे ती होय.

देवघराचा कोनाडा

थेट वंश कुठे?

आता या विठ्ठल सुंदर यांचा थेट वंश नेमका कोणता आणि तो कुठे आहे, असा प्रश्न आपल्याला पडल्याशिवाय राहत नाही. 'कोतुळ' गावातील परशुरामी मंडळी ही त्यांच्या भावांचे वंशज असल्याचे समजते. थेट वंश अजून तरी समोर आलेला नाही. विठ्ठल सुंदर यांची वंशावळ उपलब्ध आहे. विठ्ठल सुंदर यांना चिंतामणराव उर्फ चिमणराव नावाचे पुत्र होते. ते १८०५मध्ये वारले. त्यानंतर विठ्ठलदास, गणेशराय, विनायकराव (मृत्यू १९२३) असे पुरुष या घराण्यात होऊन गेले. हैदराबादला या विनायकरावांचे कुटुंब विसाव्या शतकाच्या पूर्वार्धात होते. ते 'राजा गणेश' असे आडनाव लावत होते. नंतरचा वंश हैदराबादमध्ये किंवा इतर ठिकाणी

नेमका कुठे आहे, याचा मात्र शोध घ्यायला पाहिजे.

विठ्ठल सुंदर यांना निजामाकडून बराच सरंजाम होता. मराठवाड्यातील काही गावे त्यांना जहागीर होती. लातूरजवळचे 'औसा' हे त्यांना जहागीर होते. छत्रपती संभाजीनगर जिल्ह्यात 'पिंपरी' म्हणून एक गाव आहे, त्याला 'चिमणाराजाची पिंपरी' म्हणतात. विठ्ठल सुंदर यांना हे गाव जहागीर दिले होते. त्यांचे पुत्र चिमणराव यांच्यावरून त्या गावाला या नावाने संबोधतात. विठ्ठल सुंदर यांच्या सरंजामाच्या गावांचाही शोध घ्यायला हवा. निजामाची राजधानी असणारे हैदराबाद येथे निश्चितच त्यांचा वाडा असला पाहिजे. त्याशिवाय आपल्याला सरंजाम असणाऱ्या गावांत विठ्ठल सुंदर यांनी काही वाडे वा वास्तू बांधल्या असल्यास त्यांचाही शोध घ्यायला हवा.

भविष्यात विठ्ठल सुंदर परशुरामी हा निश्चितच एका चरित्रग्रंथाचा विषय होऊ शकतो. 'कोतुळ' गावचा एक सर्वसामान्य युवक ते हैदराबादच्या निजामाचा कारभारी हा त्यांचा प्रवास नक्कीच संघर्षमय असणार यात शंका नाही.

संदर्भ :

१) मराठी रियासत (खंड ५ व ६) : गो. स. सरदेसाई

२) ऐतिहासिक घराण्यांच्या वंशावळी : गो. स. सरदेसाई

३) पेशवे दफ्तरातून निवडलेले कागद (खंड ३८)

४) मासिक संशोधक (अंक, मार्च-जून १९८८)

५) नागपूरकर भोसल्यांची बखर, संपादक : या. मा. काळे

६) सनपुरीची बखर, संपादक : हैदराबाद सरकार

७) पेशवे : श्रीराम साठे

८) The Mastery of Hindustan Triumphs & Travails of Madhavrao Peshwa : Uday S. Kulkarni

•••

कोपरगावातील पेशव्यांचा वाडा

रघुनाथराव पेशव्यांचा कोपरगाव संबंध व पेशव्यांचे वाडे

कोपरगाव आणि रघुनाथराव पेशवे यांचे एक वेगळे नाते होते. पेशव्यांचे दोन वाडे कोपरगावात होते. एक कोपरगाव शहरात आणि दुसरा कोपरगाव बेटात. रघुनाथरावांनी शेवटचा श्वास घेतला तो याच कोपरगाव परिसरात. कोपरगावजवळच्या 'हिंगणी' येथे गोदावरी काठी एका शांत आणि रम्य ठिकाणी रघुनाथराव पेशव्यांची समाधी आहे. समाधीच्या बाजूला तीन मोठ्या भिंतींची आणि दोन बुरुजांची एक भलीमोठी; पण अपूर्ण वास्तू आपल्याला आजही पाहायला मिळते.

रघुनाथरावांच्या मृत्यूनंतर त्यांच्या पत्नी आनंदीबाई आणि कुटुंबीय सुमारे नऊ वर्षे कोपरगाव बेटातील वाड्यात वास्तव्यास होते. पेशवाईतील काही महत्त्वाच्या घटनांचा साक्षीदार असलेला बेटातला हा वाडा सध्या अस्तित्वात नाही. मात्र दुसरा, शहरातील पेशव्यांचा एक वाडा चांगल्या अवस्थेत आहे. 'राज्य संरक्षित स्मारक' म्हणून मान्यता असलेल्या या वाड्याची डागडुजी सरकारच्या माध्यमातून सुरू असून तो आता पाहण्यासाठी खुला होणार आहे.

'कोपरगाव' हे नगर जिल्ह्यातील तालुक्याचे गाव. गोदावरी काठी वसलेले जुने गाव. तालुक्याचे म्हणाल तर शेती आणि सहकार क्षेत्रात प्रगती गाठलेला महाराष्ट्रातील एकेकाळचा हा अग्रगण्य तालुका. कोपरगावचे जुने नाव 'कर्पुरग्राम' असल्याचे सांगतात. नगर-मनमाड राष्ट्रीय महामार्ग गावातून जातो. गावाच्या दक्षिणेला जो भाग आहे, त्याला 'बेट' म्हणतात. पूर्वी कोपरगावाला नदी दोन पात्रांत विभागली गेल्याने, बेट तयार झालेले होते. आज नदीचा दक्षिणेकडचा एक प्रवाह लुप्त झाला आहे. त्यामुळे ते बेट दिसत नाही. बेट हे 'शुक्लेश्वर बेट', 'शुक्राचार्य बेट', 'कचेश्वर-शुक्लेश्वर बेट' किंवा 'कोपरगाव बेट' अशा नावांनीही ओळखले जाते. याच बेटात रघुनाथराव पेशव्यांचा मोठा वाडा काही काळापूर्वी होता, जो सध्या नाही.

बेटाला मोठे पौराणिक महत्त्व आहे. दैत्यगुरू शुक्राचार्य यांची ही कर्मभूमी समजली जाते. शुक्राचार्यांचे मंदिर येथे आहे, जे जगात एकमेव असल्याचे मानले जाते. शुक्राचार्यांना संजीवनी विद्या अवगत होती. 'संजीवनी विद्या' म्हणजे मृत व्यक्तीला जिवंत करण्याची विद्या. त्या विद्येने शुक्राचार्य मृत दैत्यांना जीवंत करत असत. त्यामुळे देवांनी मोठ्या युक्तीने ती विद्या घ्यायला कचेश्वराला पाठवले. कचेश्वराने शुक्राचार्यांचे शिष्यत्व घेऊन ती विद्या शुक्राचार्यांकडून घेतली.

दरम्यान शुक्राचार्यांची कन्या देवयानी हीची आणि कचेश्वराची प्रेमकहाणी सुरू झाली. हे बेट कोपरगावाच्या भूमीत झाल्याचे म्हटले जाते.

शुक्लेश्वर बेटावरील शुक्राचार्य मंदिर

बेटात शुक्राचार्यांचे मंदिर आहे. तेथे सतत भाविकभक्तांची वर्दळ आपल्याला पाहायला मिळते. त्याच्याजवळच जिथे संजीवनी विद्या कचेश्वराला दिली गेली, असे 'संजीवनी पार' म्हणून एक ठिकाण दाखवले जाते. तेथे शुक्राचार्य, कचेश्वर आणि शुक्राचार्यांची कन्या देवयानी या तिघांची लिंगरूपात पूजा केली जाते. जवळचे गणपती, विष्णू, महादेव यांची मराठाशैलीतील मंदिरे आहेत.

बेटाच्या पूर्वेला आणि नदीच्या सध्या लुप्त झालेल्या प्रवाहापलीकडे असणारे अजून एक ठिकाण म्हणजे 'कचेश्वर'. ते बेटातील शुक्राचार्य मंदिरसमूहापासून अंदाजे पाचशे मीटरवर असून सध्याच्या 'कोकणठाम' गावाच्या हद्दीत आहे. तेथे कचेश्वर आणि शुक्राचार्य लिंगरूपात असून शेजारीच त्र्यंबकेश्वर महादेव मंदिर आहे. म्हणजे कोपरगाव शहर, शुक्लेश्वर बेट, कचेश्वर अशी तीन वेगवेगळी स्थाने या भागात आहेत. कचेश्वर, शुक्लेश्वर ही दोन्ही केवळ महाराष्ट्रातील नव्हे, तर भारतातील महत्त्वाची तीर्थक्षेत्रे होती. साधुसंतांचा येथे नेहमी वावर असायचा. आजही भाविक येथे भेटी देत असतात, असा हा पौराणिक परंपरांनी समृद्ध असणारा कोपरगाव परिसर.

रघुनाथराव : पराक्रमीही आणि उदव्यापीही

कोपरगावाला पेशवाईत म्हणजेच अठराव्या शतकात महत्त्व प्राप्त झाले ते रघुनाथराव पेशवे यांच्यामुळे. बेटात त्यांनी मोठा वाडा बांधला. आपल्या आयुष्याच्या शेवटच्या काळात ते येथे वास्तव्यास होते. त्यांच्या पश्चात त्यांच्या पत्नी आनंदीबाई आणि कुटुंबाचे येथे काही वर्षे वास्तव्य होते. कोपरगाव शहरातही पेशव्यांचा वाडा होता. कोपरगाव येथील पेशवेकालीन वास्तूंविषयी

रघुनाथराव पेशवे रेखाचित्र

पाहण्याअगोदर रघुनाथराव पेशवे नेमके कोण आणि त्यांचा व कोपरगावचा संबंध नेमका आला तरी कसा, ते आधी पाहायला हवे.

रघुनाथराव पेशवे हे पहिल्या बाजीराव पेशव्यांचे धाकटे पुत्र. त्यांना 'राघोबादादा' अथवा 'दादासाहेब' असे म्हणत. बाजीरावांचे पहिले पुत्र नानासाहेब हे बाजीरावांच्या मृत्यूनंतर पेशवेपदी आले. त्यांच्या काळात मराठा राज्याचा विस्तार झाला. उत्तर भारतात झालेल्या अनेक स्वाऱ्यांत त्यांचे लहान बंधू असणाऱ्या या रघुनाथरावांची भूमिका महत्त्वाची होती. १७५८मध्ये त्यांच्या नेतृत्वाखालील मराठी फौजेने पाकिस्तानातील 'अटक' शहर घेतले. मराठ्यांच्या इतिहासात ही फार मोठी गोष्ट होती. (मोठा पराक्रम करणे, यासाठी 'अटकेपार झेंडे लावणे' हा वाक्प्रचार आजही मराठीत रूढ आहे.)

१७६१ला पानिपतच्या लढाईत मराठ्यांचा पराभव झाला. पेशव्यांच्या कुटुंबातील सदाशिवराव, विश्वासराव, समशेरबहादूर ही मंडळी त्यात कामी आली. त्यानंतर काही दिवसांत नानासाहेब पेशवे यांचादेखील मृत्यू झाला. मग नानासाहेब पेशव्यांचे सोळा वर्षांचे दुसरे पुत्र माधवराव हे पेशवेपदी आले. (रघुनाथराव हे पेशव्यांचे धाकटे बंधू असल्याने त्यांना पेशवेपद मिळाले नाही.) काही काळ माधवरावांनी आपले काका रघुनाथराव यांच्या सल्ल्याने कारभार केलाही; पण नंतर रघुनाथराव यांच्या पेशवेविरोधी कारस्थानांना ऊत आला. (ती कारस्थाने अगदी त्यांच्या मृत्यूपर्यंत म्हणजे १७८३पर्यंत सुरू होती. त्याचा निजाम, इंग्रज यांसारख्या सत्तांनी फायदा घेत 'पेशवाई' खिळखिळी केली. इतिहासकारांनी रघुनाथराव पेशव्यांना 'पेशवाईतील कलिपुरुष' असे म्हटले आहे.)

यावेळी रघुनाथरावांनी हैदराबादच्या निजामाशी संधान बांधले. आळेगाव येथे माधवराव आणि रघुनाथराव यांच्या पक्षात लढाई झाली. त्यात रघुनाथराव

जिंकले. माधवरावांनी शरणागती पत्करल्यावर दोघे एक झाले. संतापलेला निजाम मराठ्यांवर चालून आला. मग 'राक्षसभुवन' येथे मराठे आणि निजाम यांच्यात लढाई होऊन निजामाचा पराभव झाला.

...असा आला कोपरगावशी संबंध

रघुनाथराव यांची त्यांना 'स्वतंत्र सरंजाम' द्यावा अशी मागणी होती. रघुनाथराव पुन्हा काही हालचाली करू नये यासाठी माधवराव पेशव्यांनी नाइलाजाने त्यांची ती मागणी पूर्ण केली. 'राक्षसभुवन'च्या लढाईनंतर म्हणजे १७६३-६४मध्ये रघुनाथराव यांना ५,६३,२०० रुपयांचा सरंजाम देण्यात आला. त्यांचे कारभारी आणि या भागाचे 'सरसुभेदार' म्हणून रघुनाथरावांचे निकटवर्तीय असणाऱ्या चिंतो विठ्ठल रायरीकर यांची नेमणूक करण्यात आली. यात गोदावरी काठची नाशिक आणि नगर जिल्ह्यातील गावे, पुणे जिल्ह्यातील खेड (आजचे राजगुरूनगर) तालुक्यातील गावे आणि मध्य प्रदेशात नर्मदा काठची गावे होती. मग आपल्या जहागिरीच्या मध्यवर्ती ठिकाणी, गोदावरी काठी म्हणजे 'बेट कोपरगाव' आणि नाशिकजवळील 'आनंदवल्ली' येथे रघुनाथराव पेशव्यांनी वाडे बांधायला सुरुवात केली. हीच रघुनाथराव पेशव्यांच्या कोपरगाव संबंधाची सुरुवात; परंतु रघुनाथराव यांची माधवराव पेशव्यांविरुद्ध कारस्थाने नंतर पुन्हा सुरू झाली. १७६८मध्ये त्यांचा हा सरंजाम माधवराव पेशव्यांनी जप्त करून सरकारात जमा केला. 'दादां'ची रवानगी शनिवारवाड्यात नजरकैदेत झाली. म्हणजे १७६३ ते १७६८ अशा जवळजवळ पाच वर्षांच्या काळासाठी हा सरंजाम (ज्यात कोपरगावजवळचा भाग होता.) त्यांच्याकडे होता. बेटातील कोपरगावचा वाडा याच काळात बांधण्यात आला. १७६७ मध्ये एकदा रघुनाथराव हे कोपरगावाला आले असल्याचा उल्लेख आहे. त्यावेळी त्यांनी बांधकाम पाहिले. नव्या वाड्यात दुपारचे भोजन करण्याची त्यांची इच्छा होती; पण वास्तुशांती न झाल्यामुळे वाड्यात जेवण करण्याचा हा बेत त्यांना रद्द करावा लागला होता. पुढे १७७१ मध्ये 'बेटातील सरकारचा वाडा व बाग नवा केला,' अशीदेखील नोंद सापडते. यावरून तेव्हा वाड्याचे अंतिम काम पूर्ण झाल्याचे दिसते.

पेशव्यांचा असल्याने बेटातील वाड्याचा उल्लेख 'सरकारचा वाडा' असाच

येतो. १७७१मध्ये माधवराव पेशव्यांच्या तब्येतीला आराम पडावा म्हणून हवापालटासाठी ते कोपरगावाच्या या बेटात आले होते. त्यांचा इथला मुक्काम महिनाभर होता. चंद्रग्रहणाच्या मुहूर्तावर त्यांची सुवर्णतुलाही येथे करण्यात आली होती. नंतर ते थेऊर येथे गेले आणि तेथेच त्यांचा मृत्यू झाला.

उत्तरायुष्यात कोपरगावात वास्तव्य

माधवरावांच्या मृत्यूनंतर त्यांचे धाकटे बंधू नारायणराव यांना पेशवेपदाची वस्त्रे देण्यात आली. रघुनाथराव स्वस्थ बसले नाहीत. रघुनाथराव आणि नारायणराव यांच्यातील संबंध विकोपाला गेले. याची परिणती नारायणरावांचा खून करण्यापर्यंत गेली. त्यात रघुनाथराव पेशव्यांचा हात होता. आता मात्र पेशवेपदाला नानासाहेब यांच्या कुटुंबातील वारस नसल्याने रघुनाथराव पेशवेपदावर आले. मात्र त्यांचे पेशवेपद फार काळ टिकू शकले नाही. रघुनाथराव स्वारीवर निघाल्यावर पेशवाईतील मुत्सद्यांनी रघुनाथराव यांच्याविरुद्ध आघाडी उघडली. नारायणरावांच्या पत्नी गंगाबाई या वेळी गरोदर होत्या. गंगाबाईच्या नावाने सातारा छत्रपतींकडून पेशवेपदाची वस्त्रे आणण्यात आली. आणि त्यांच्या नावे कारभार सुरू केला. या मुत्सद्यांच्या समूहाला 'बारभाई' म्हणत. गंगाबाईंनी मुलाला जन्म दिला. त्या मुलाचे नाव 'सवाई माधवराव' असे ठेवून त्याला वयाच्या चाळिसाव्या दिवशी पेशवेपदाची वस्त्रे देण्यात आली.

रघुनाथरावांनी मग इंग्रजांची मदत घेतली. भारतात आपली सत्ता प्रस्थापित करण्याच्या प्रयत्नात असलेले इंग्रज अशा संधीची वाटच पाहत होते. त्यामुळे इंग्रज आणि पेशव्यांत (बारभाईंत) संघर्ष सुरू झाला. यालाच 'पहिले इंग्रज-मराठा युद्ध' म्हणतात. वडगाव मावळ येथे झालेल्या लढाईत इंग्रजांची, परिणामी रघुनाथराव पेशव्यांची हार झाली. सरदार महादजी शिंदे यांच्या मध्यस्थीने १७८२मध्ये मराठे आणि इंग्रज यांच्यात सालभाईचा तह झाला. त्यातील एका कलमानुसार रघुनाथराव यांनी पेशव्यांकडून तीन लाख रुपयांची रक्कम घेऊन स्वस्थ बसावे असे ठरले. आणि त्यांच्या निवासासाठी ठिकाण ठरले ते म्हणजे 'बेट कोपरगाव!'

रघुनाथरावांचे पंख आता बरेच छाटले गेले होते. आता कोपरगावाला जाऊन राजकारणापासून अलिप्त राहून स्वस्थ बसायचे होते. रघुनाथराव पेशवे ऑगस्ट

१७८३मध्ये कोपरगाव येथे येऊन दाखल आले. कोपरगावाच्या बेटात त्यांनीच बांधलेल्या वाड्यात त्यांनाच असे राहण्याची वेळ त्यांच्यावर आली होती. वर्षाला तीन लाख अथवा महिन्याला पंचवीस हजार एवढी खर्चासाठी नेमणूक त्यांना पेशव्यांकडून दिली जाऊ लागली. सोबत त्यांची पत्नी आनंदीबाई, दत्तक पुत्र अमृतराव, पुत्र बाजीराव असा परिवार होता. रघुनाथरावांची शारीरिक स्थितीही नाजूक होती. कोपरगावाला त्यांचे फार काळ वास्तव्य लाभू शकले नाही. चारच महिन्यांत त्यांचे ११ डिसेंबर १७८३ला निधन झाले.

रघुनाथराव पेशव्यांचा कोपरगाव मुक्काम हा फक्त तीन-चार महिन्यांचा राहिला. या थोड्या काळात त्यांनी केलेली एक महत्त्वाची गोष्ट ती म्हणजे, नारायणराव पेशवे यांच्या खूनाबद्दल घेतलेले प्रायश्चित्त. नानासाहेब पेशवे यांच्या पत्नी गोपिकाबाई या त्यावेळी नाशिकजवळच्या गंगापूर येथे राहत. आपल्या या वहिनींना भेटण्याची इच्छा रघुनाथरावांनी व्यक्त केली; पण बाईंनी आधी नारायणरावांच्या खुनाबद्दल प्रायश्चित्त घ्यावे, मगच भेटावे असे कळवले. मग प्रायश्चित्ताच्या विधीचा मसुदा तयार करण्यात आला. कोपरगाव, कचेश्वर, पुणतांबा, कायगाव टोके इथली पंडित मंडळी बोलावण्यात आली. ४ ऑगस्ट १७८३रोजी 'दारणा' आणि 'गोदावरी' संगमावरील 'सांगवी' येथे रघुनाथरावांनी प्रायश्चित्त घेतले. मग गोपिकाबाईंची भेट दादांनी घेतली.

आनंदीबाई आणि मुले

रघुनाथराव यांच्या मृत्यूनंतर त्यांच्या पत्नी आनंदीबाई मुलाबाळांसह बेटातील वाड्यात राहू लागल्या. आनंदीबाई यांच्यासह रघुनाथराव त्यांचे दत्तक पुत्र अमृतराव, पुत्र बाजीराव, अमृतरावांच्या पत्नी सावित्रीबाई, बाजीरावांच्या पत्नी भागीरथीबाई ही मंडळी होती. रघुनाथरावांच्या मृत्यूच्या वेळी आनंदीबाई गरोदर होत्या. काही महिन्यांनी ३० मार्च १७८४ला त्यांना मुलगा झाला. त्याचे नाव चिमाजी ठेवण्यात आले. त्यामुळे पेशवे चिमाजी (दुसरे) यांचे जन्मस्थान हे कोपरगाव होय. आनंदीबाई यांचे पुत्र बाजीराव (जे नंतरच्या काळात पेशवेपदी आले.) त्यांचे बालपण गेले ते याच कोपरगावात.

या काळात पुण्यात बालपेशवे सवाई माधवराव यांच्या नावाने नाना फडणीस कारभार पाहत होते. आनंदीबाई यांच्या कुटुंबावर कोपरगावाच्या बेटात जवळजवळ नजरकैदच होती. नाना फडणीसांनी कोपरगावचा कारभार पाहण्यासाठी काही महत्त्वाच्या व्यक्ती येथे ठेवल्या होत्या. येथे नेमलेल्या तीन महत्त्वाच्या व्यक्ती म्हणजे केसो महादेव ओक, आप्पाजीराम सहस्त्रबुद्धे आणि गोविंद कृष्ण गोडबोले या होय. ही मंडळी आनंदीबाई आणि त्यांच्या कुटुंबाचे इथले बारीक-सारीक वर्तमान पुण्याला नाना फडणीस यांना लिहून कळवत असत (त्यातील काही पत्रे उपलब्ध असून ती प्रकाशितदेखील आहेत. इतिहासकार गो. स. सरदेसाई यांनी ती पेशवे दफ्तर खंड चारमध्ये प्रकाशित केलेली असून या खंडाला 'आनंदीबाईची रोजनिशी' असे म्हणतात).

१७९२मध्ये आनंदीबाई कुटुंबासह कोपरगाव बेट सोडून नाशिकजवळील 'आनंदवल्ली' येथे राहायला गेल्या. रघुनाथराव पेशव्यांनी कोपरगाव बेटाप्रमाणेच तेथेही वाडा बांधून ठेवला होता. तेथे १७९४च्या मार्च महिन्यात आनंदीबाईंचा मृत्यू झाला. त्यांच्या कुटुंबाला जुन्नर येथे काही दिवस ठेवण्यात आले. १७९५मध्ये पुण्यात सवाई माधवराव पेशवे यांचा अपघाती मृत्यू झाला. आता रघुनाथराव यांचे पुत्र बाजीराव हेच पेशवेपदाचे कायदेशीर वारस ठरत होते. बऱ्याच नाट्यपूर्ण घडामोडींनंतर ते पेशवेपदी आले. रघुनाथरावांच्या शाखेत पेशवेपद आले खरे; पण ते पाहायला रघुनाथराव किंवा त्यांच्या पत्नी आनंदीबाई मात्र नव्हत्या. १७९६ ते १८१८ अशी या पेशवे दुसरे बाजीराव यांची कारकीर्द. आपले बालपण गेलेल्या कोपरगावबद्दल त्यांना प्रेम होते. पेशवेपदी असताना ते अधूनमधून कोपरगावाला येत. आपल्या कार्यकाळात त्यांचा साधारण दरवर्षी एक याप्रमाणे कोपरगाव दौरा व्हायचा. त्यांचे बंधू चिमाजी यांचा दुसरा विवाहही या कोपरगाव बेटातच करण्यात आला. विवाहाची तारीख होती, २० मे १८१२ आणि मुहूर्त होता, रात्री दोन वाजताचा!

याच दुसऱ्या बाजीराव पेशव्यांनी शेवटी इंग्रजांविरुद्ध हालचाली सुरू केल्या. कोपरगाव मुक्कामी आल्यावर पेशवे व त्यांचे सरदार त्रिंबकजी डेंगळे हे मध्य

भारतातून येणाऱ्या पेंढारी प्रमुखांची गुप्तरूपाने भेट घेत असत. १८१७-१८१८मध्ये पेशवे व इंग्रजांत संघर्ष झाला (तिसरे इंग्रज-मराठा युद्ध). त्यातील शेवटच्या 'आष्टी'च्या लढाईत पेशव्यांची हार झाली. एकेक सरदार मंडळी इंग्रजांच्या आमिषाला बळी पडून त्यांची साथ सोडू लागली. दुसरे बाजीराव लढाईनंतर कोपरगावाला आले. होळकरांचा सरदार रामदीन पेशव्यांना येथे मिळाला. कोपरगावालाही इंग्रज आणि पेशव्यांच्या फौजेत छोटी लढाई झाली; पण त्यातून काही निष्पन्न होऊ शकले नाही. पेशव्यांनी नागपूरकर भोसलेंची मदत मिळेल या हेतूने कोपरगावहून विदर्भाचा रस्ता धरला. (लढाईत मृत्युमुखी पडलेल्या युरोपियनांची थडगी कोपरगावाला नदीकाठी होती वा आहेत.)

असा संबंध होता कोपरगावचा आणि पेशव्यांची धाकटी शाखा असणाऱ्या रघुनाथराव पेशव्यांच्या कुटुंबाचा!

अखेर वाड्याचा लिलाव

जिथे रघुनाथराव पेशवे, आनंदीबाई आणि त्यांच्या कुटुंबाचे वास्तव्य होते, तो कोपरगाव बेटात म्हणजेच शुक्राचार्य बेटात असणारा वाडा; परंतु तो सध्या अस्तित्वात नाही. हा वाडा शुक्राचार्य मंदिराच्या दक्षिणेला होता. आज त्या जागेवर दाट लोकवस्ती झालेली पाहायला मिळते. जोत्याचा एखादा घडीव दगडही दिसणे आता कठीण आहे. एकोणिसाव्या शतकात म्हणजेच इंग्रज काळात वाडा उतरवून त्याचा लिलाव केला गेला. ('नगर डिस्ट्रिक्ट गॅझेटीअर'नुसार येथे त्यावेळी दोन वाडे असल्याची नोंद आहे, ज्यांचा लिलाव केला गेला.) येवल्याच्या शेठ गंगाराम छबिलदास यांनी त्यातील त्यात येथून सर्वाधिक साहित्य खरेदी केले.

आज येवल्याच्या छबिलदास पेढीच्या वास्तूत बेटातील या वाड्याचा अंश दिसतो. बेटातील या वाड्याला दोन मोठे दरवाजे होते. त्यांपैकी एक (मागचा) दरवाजा आजच्या शुक्राचार्य मंदिराचा मुख्य दरवाजा आहे. तेथे तो आपल्याला पाहता येऊ शकतो.

आता दुसरा आणि समोरचा मोठा दरवाजा गेला कुठे, असा प्रश्न आपल्याला पडेल. वाड्याचा हा मुख्य दरवाजा एका भलत्याच ठिकाणी आहे. तो आहे श्रीरामपूर तालुक्यातील डोमगाव येथील महानुभाव आश्रमात. आश्रमाचे मुख्य प्रवेशद्वार म्हणून तो अगदी आत्तापर्यंत होता. सध्या आश्रमाची नवीन इमारत

झाल्याने तो काढून ठेवण्यात आला आहे. तेथे भेट दिल्यावर हा दरवाजा मठामध्ये पाहायला मिळाला. उंचीला हा दरवाजा दहा फूट इतका आहे.त्याच्यावर लोखंडी अणकुचीदार खिळे असून त्यात दिंडी दरवाजासुद्धा आहे. डोमगाव मठातील मंडळी मात्र हा दरवाजा गोदावरीत (कोपरगावहून) वाहून आल्याचे सांगतात.

डोमगाव मठातील वाड्याचा मुख्य दरवाजा

बाकी जोत्याचे आणि भिंतींचे काही दगड वाड्याच्या ठिकाणी होते; पण तेही लोकांनी नेले. राघोबादादांच्या या बेटातील वाड्याचे दगड ज्यांनी घेतले, त्यांचे कधी चांगले झाले नाही, अशी समजूत या भागात रूढ आहे. एके काळी आपले वैभव दिमाखात मिरवत असलेला आणि पेशवेकालीन अनेक घटनांचा साक्षीदार असणारा हा वाडा आता जमीनदोस्त झाला आहे.

दुसरा वाडा पुरातत्त्व विभागाकडे

दुसरा एक पेशव्यांचा वाडा कोपरगाव शहरामध्ये होता. तो सुदैवाने आजही आहे. राज्य पुरातत्त्व विभागाच्या अखत्यारित तो असून त्याच्या संवर्धनाचे काम सध्या सुरू आहे. आवर्जून भेट देण्यासारखा असा हा वाडा. कोपरगावातला हा वाडा पांडे गल्लीत आहे. वाड्याच्या सर्व बाजूंनी शहरवस्ती वाढलेली आहे. त्यामुळे वाडा शोधणे बऱ्याचदा अवघड होऊन बसते. वाड्यासमोर येऊन आपण उभे राहतो, तेव्हा आपल्याला दिसतो तो वाड्याचा सुमारे वीस फुटांचा उंच दगडी चौथरा आणि त्यावरची वाड्याची आकर्षक गच्ची. खरे म्हणजे उंची आणि गच्ची ही वाड्याची महत्त्वाची वैशिष्टे सांगता येतील. नदीच्या संभाव्य पुराचा धोका लक्षात घेता उंची अधिक वाढवलेली दिसते, तर पूर्वाभिमुख असणारी गच्ची नदीसह तिच्या पलीकडील शुक्राचार्य बेट आणि कचेश्वर दिसू शकेल, यादृष्टीने बांधलेली दिसते.

खरे तर वाडा उतार असलेल्या जमिनीवर बांधलेला आहे. वाड्याचा चौथरा अथवा जोत्याची उंची त्याच्या पश्चिमेला कमीकमी होत गेल्याचे दिसते. म्हणजे

मागून, पश्चिमेकडून वाडा पाहिला, तर तो अगदी जमिनीला लागून दिसतो. वाड्याच्या या पूर्वाभिमुख गच्चीला बाहेरच्या बाजूला नक्षीदार महिरपी सागवानी कमानी आहेत. खाली त्याला सागवानी लाकडाचे कठडे अथवा जाळ्या आहेत. महिरपींवर बारीक नक्षीकाम केलेले आपल्याला दिसते. कमानींची एकूण संख्या बारा आहे. या सगळ्याने हा दर्शनी भाग खरोखर सुरेख दिसतो.

वाड्यासमोरून थेट गच्चीत प्रवेश करायला पायऱ्या आहेत. मात्र त्या पूर्वी नव्हत्या. इंग्रजकाळात त्या बांधण्यात आल्या. वाड्याचे मुख्य प्रवेशद्वार हे उत्तराभिमुख आहे. उत्तर बाजूने गेल्यावर ते प्रवेशद्वार आपल्याला दिसते. काही पायऱ्या चढून वर जावे लागते. सध्या हे दार बंद असून गच्चीत जाणाऱ्या पायऱ्यांचाच वर जाण्यासाठी वापर केला जातो. वाड्याच्या समोरच आज राज्य पुरातत्त्व विभागाच्या खोल्या आहेत. एक पूर्णवेळ कर्मचारीही येथे असतो.

गच्चीतून आत प्रवेश केल्यावर मागे वळून पाहिले, तर कोपरगावातील समोरचा नजारा आपल्याला येथून दिसतो. गच्चीतून आत प्रवेश करायला दोन दारे आहेत. एका दाराची कडी जुन्या पद्धतीची म्हणजेच नागफणीसारखी आहे. आत गेल्यावर आपण वाड्याच्या मुख्य भागात पोहोचतो. दोन चौकाचा हा वाडा. इंग्रजकाळात बरेच बदल केल्याने वाड्याची रचना मात्र बदललेली दिसते. त्यामुळे कुठे नेमके काय-काय होते याचा अंदाज करणे अवघड जाते.

पुढचा चौक मोकळ्या ओसरीचा आहे. चौकात मध्यभागी फरसबंदी असून कडेने पाणी जायला व्यवस्था आहे. डाव्या बाजूची ओसरी जुनी तर नव्या बाजूची नवी (म्हणजे इंग्रजकालीन) दिसते. डाव्या बाजूच्या ओसरीवर दिवाणखाना (किंवा सदर) होता. आजही तेथील खांबांच्या दरम्यान असणाऱ्या कमानदार महिरपी आणि त्यांच्या टोकांवरची 'केळफुले' प्रेक्षणीय आहेत. बाजूच्या भिंतींत खिडक्या अथवा गवाक्ष रांगेने दिसतात,

पहिल्या चौकातील दिवाणखाना

वाड्याच्या मधल्या दारावरील गणेशपट्टी

मागचा चौक

तर उजव्या ओसरीवरील बांधकाम नवे असून इंग्रजकाळात काढलेली न्यायालयीन कोठडी आपल्याला दिसते. येथे बाजूला, वाड्याच्या उत्तराभिमुख प्रवेशद्वाराची मागची बाजू आहे. इथले दार सध्या बंद आहे. मात्र कधीकाळी येथूनच वाड्यात प्रवेश करता येत असे.

समोरच्या म्हणजेच पश्चिम ओसरीतून वाड्याच्या मागच्या चौकात प्रवेश करता येतो. तेथे जे मधले दार आहे, त्याच्या चौकटीवर गणेशपट्टी आहे. विशेष म्हणजे दोन चौकांना जोडणारे इथले माजघर फक्त डाव्या ओसरीच्या म्हणजेच दिवाणखान्याच्या ओसरीला लागून आहे. माजघरात भिंतीवर चुन्याचा गिलावा केलेला दिसून येतो. त्यात काही चौकोन आपल्याला दिसतात. बहुधा त्यात पूर्वी भित्तीचित्रही असावीत. येथून आत एक स्नानगृह आणि शौचकूपाची व्यवस्था आपल्याला दिसते. मधल्या दाराच्या डाव्या बाजूला वर जाण्यासाठी जिन्याची व्यवस्था आहे, तर उजव्या बाजूला खाली जाण्यासाठी (म्हणजेच तळघरात) जिना आहे. सध्या तो बंद आहे. काहींच्या मते तो भुयारी मार्ग असून तो थेट गोदावरी नदीच्या खालून शुक्राचार्य मंदिरात निघतो.

मधल्या दारातून आपण मागच्या चौकात येतो. मागचा चौक तसा अगदीच साधासुधा आहे. तेथेही ओसऱ्याच आहेत. चौकात नंतर बदल केलेला जाणवतो. ओसरीवरचे खांब नंतरच्या काळातले आहेत. वरचे माळवददेखील पडले असून वर पत्रा लावला आहे. पुढच्या चौकाप्रमाणे येथेही डाव्या बाजूला म्हणजेच

दक्षिणेला खिडक्यांची रांग आपल्याला दिसते. असा हा दुसरा चौक.

या चौकाच्या पुढे मागची ओसरी आहे. तेथे डाव्या बाजूला जिना असून तो आपल्याला वरच्या पोटमाळ्यावर घेऊन जातो. मागच्या ओसरीच्या उजव्या बाजूला खोल्या काढलेल्या आहेत. सध्या तेथे वाड्यातील साग काढून ठेवलेला दिसतो. खोल्या इंग्रजी पद्धतीच्या असून तेथे हवा यायलाही जागा नसल्याचे दिसते. पूर्वी बहुधा येथे कोठीघर (स्टोअर रूम) असल्याचे दिसते. वाड्याला मागच्या बाजूला दरवाजासुद्धा आहे.

अडगळीत पडलेला खजिना

अडगळीत पडलेले वाड्याचे सागवान बघून वाड्याच्या एके काळच्या आकर्षक रूपाचा अंदाज करता येतो. काय-काय आहे या अडगळीत? तर त्यात आहेत नक्षीदार खांब, सुट्यासुट्या महिरपी, लाकडी कठडे, नागफणीची नक्षी असणारे हस्त, तखतपोशीचे तुकडे अशा गोष्टी. खांबांची एवढी संख्या बघून पूर्वी ते वाड्यात कुठे असतील, असा प्रश्न पडतो. निश्चित वाड्याला एक सुंदर दिवाणखाना किंवा रंगमहाल असणार याची यांवरून कल्पना येते. तक्तपोषीवरील नक्षीकाम सुंदर फुलांचे आहे. तिच्यावर आठ पाकळ्यांची मोठी फुले आणि मधल्या जागेत चार पाकळ्यांची फुले आहेत. ('नगर डिस्ट्रिक्ट गॅझेटीअर'मध्ये म्हटल्यानुसार, वाड्यात सब-जज कोर्ट जिथे होते, ज्याच्या खोलीत ही सुंदर नक्षीदार तखतपोशी होती.)

वाडा राघोबांच्या काळातील की नंतरचा?

हा वाडा नेमका कधी बांधला गेला याची ठोस माहिती नाही. तो रघुनाथराव पेशवे यांनी बांधला की त्यांच्या नंतर उभारला गेला हे समजत नाही. रघुनाथराव आणि आनंदीबाई यांच्या वास्तव्यासंबंधी जे ऐतिहासिक उल्लेख येतात, ते बेटातील वाड्यासंदर्भातच आहेत. या वाड्यासंबंधाने नाहीत. रघुनाथरावांच्या मृत्यूनंतर आनंदीबाई या आपल्या कुटुंबासह बेटातील वाड्यात राहत असत. त्यांचे वर्तमान

त्यावेळी पुण्याला कळवले जायचे. त्यासंबंधी बरीच पत्रे उपलब्ध आहेत (पेशवे दफ्तर खंड ४, 'आनंदीबाईंची रोजनिशी'). बेटातून कोपरगाव शहरात आनंदीबाई, बाजीराव, अमृतराव ही मंडळी नेहमी जात. कोपरगावातील पवारांच्या वाड्याचा त्या पत्रात उल्लेख आहे (कोपरगाव हे 'देवास धाकटी पाती' यांच्या पाटिलकीच्या वतनाचे गाव असून त्यांचा मोठा वाडा गावात आहे.) आनंदीबाई आणि कुटुंबीय कोपरगावात पवारांच्या बागेत जेवायला गेल्याचे उल्लेख आहेत. याशिवाय शहरातील अग्निहोत्री आणि पुराणिक यांसारख्या कुटुंबांच्या घरी गेल्याचा आणि गावातील भवानीमातेच्या मंदिरात गेल्याचादेखील उल्लेख आहे. मग पेशव्यांच्या कोपरगावातील या वाड्याचा कसा नाही, हा एक प्रश्नच आहे.

एक प्रसंग या बाबतीत सांगण्यासारखा आहे. एका वर्षी गोदावरी नदीला मोठा पूर आला. बेटातील अनेक घरांत पाणी शिरले. काही घरे वाहून गेली. पेशव्यांच्या वाड्याच्या पन्नास हातांवर पाणी आले होते. त्यामुळे नंतर बाजीराव हे कोपरगावाच्या पवारांच्या वाड्यात जायचे, असा हट्ट धरून बसले होते. मग 'दरवर्षी असा पूर येत नाही', असे सांगत त्यांची मोठ्या मुश्किलीने आनंदीबाईंसह सर्व मंडळींनी समजूत काढली. मग कुठे ते शांत झाले. 'कोपरगाव येथील पवारांच्या वाड्यात राहायला जाऊ असे बाजीराव का म्हणतील?' पेशव्यांचा कोपरगावचा वाडा पवारांच्या वाड्याच्या फक्त दोनशे मीटर अंतरावर आणि नदीच्या काठापासून समान अंतरावर आहे. शिवाय ज्या दगडी जोत्यावर तो उभा आहे, त्याची उंचीच तब्बल वीस फूट आहे. मग हा वाडा जर तेव्हा असता, तर बाजीरावांनी पवारांच्या वाड्यात जाण्याचा हट्ट का केला असता, असा प्रश्न उभा राहतो.

कोपरगावातील जुने लोक या वाड्याला 'विटाळशीचा वाडा' म्हणत. आनंदीबाई जेव्हा अस्पर्श असत, तेव्हा त्यांना राहण्यासाठी हा वाडा रघुनाथरावांनी बांधला अशी एक ऐकीव माहिती प्रचलित आहे. काही इतिहास अभ्यासक त्याला दुजोरा देतात. रोजनिशीमध्ये 'बाई अस्पर्श झाली म्हणून बेटातील बागेत गेली होती,' असे किती तरी उल्लेख आहेत. यावरून बाई अस्पर्श असताना बेटातच बागेत जात असल्याचे दिसते. मग कोपरगाव येथील वाडा नेमका कधी बांधला गेला, हा प्रश्नच आहे. त्यामुळे हा वाडा रघुनाथराव आणि आनंदीबाई यांच्या वास्तव्यकाळाच्या नंतर कधी तरी बांधला गेला असण्याचा एक तर्क आहे. असो!

१८१८मध्ये मराठ्यांची सत्ता संपुष्टात आली आणि कोपरगाव शहरातील हा वाडा

इंग्रजांकडे आला. इंग्रजकाळात वाड्यातील पुढच्या चौकात सब डिविजनल ऑफिस होते. तसेच सब जज कोर्टसाठीसुद्धा वाड्याच्या एका खोलीचा वापर केला गेला होता. गेल्या शतकापर्यंत कोपरगावची मामलेदार कचेरी म्हणजेच तहसील कार्यालय या वाड्यातच होते. १९५३च्या आसपास नवे तहसील कार्यालय झाल्यावर कचेरी हलवण्यात आली. असा हा पेशव्यांचा कोपरगाव शहरातील वाडा.

तीन भिंती आणि समाधी

कोपरगाव येथील बेट आणि शहरातील वाडे सोडता पेशव्यांच्या संबंधित तिसरी एक वास्तू कोपरगाव परिसरात आहे. ती म्हणजे 'हिंगणी' येथील रघुनाथराव पेशवे यांची समाधी आणि तेथील 'तीन भिंतींचा अपूर्ण वाडा' होय.

कोपरगावपासून हिंगणी सहा किलोमीटरवर आहे. हिंगणी गावाला तसे धार्मिक महत्त्व आहे. येथून वाहणारी पूर्ववाहिनी गोदावरी ही दक्षिणवाहिनी होते. नदीपात्राचा येथे अगदी काटकोन झाला आहे. हिंगणी येथे मुक्तेश्वराचेदेखील स्थान आहे. आज जिथे नदीकाठी ज्या स्थानावर नदीपात्राचा काटकोन झाला आहे, त्याच स्थानावर रघुनाथराव पेशव्यांची समाधी आहे. समाधीचा हा परिसर गावाच्या बाजूला आणि नदीकाठी असल्याने शांत आणि रम्य आहे. समाधीच्या जागी छोटेखानी मंदिर असून आत शिवलिंग आहे. त्याच्या तिन्ही बाजूला आहेत तीन महाकाय भिंती आणि नदीच्या बाजूने दोन बुरूज. या वास्तूची रचना ही एक बाजू नसलेल्या चौकोनासारखी आहे. नदीच्या कडेची बाजू तिला नाही. तिन्ही बाजूंच्या भिंतींची लांबी ही प्रत्येकी साठ मीटर इतकी आहे. तर उंची अंदाजे चाळीस फूट इतकी आहे. आत असणारे क्षेत्रफळ हे साधारण एक एकर इतके आहे. त्यामुळे ही

हिंगणी येथील तीन भिंती

हिंगणीच्या अपूर्ण वास्तूचे प्रवेशद्वार

रघुनाथराव पेशव्यांची समाधी

वास्तू किती भव्य आहे याचा अंदाज करता येईल. दक्षिणेकडची जी भिंत आहे, तिच्यात या वास्तूचे प्रवेशद्वार आहे. दहा फूट उंचीच्या दाराच्या चौकटीवर दगडात काहीसे नक्षीकाम आणि एक सुंदर गणेशमूर्ती कोरलेली आपल्याला दिसते.

'तीन भिंतींचा वाडा' असेही या वास्तूला संबोधले जाते. रघुनाथराव यांनी मृत्यूपूर्वी येथे वाडा बांधायला घेतला; पण त्यांच्या मृत्यूमुळे हे काम पूर्ण होऊ शकले नाही. त्यामुळे रघुनाथराव यांचे अंत्यसंस्कार येथे करण्यात येऊन त्यांची समाधी येथे बांधण्यात आली, असे म्हटले जाते.

रघुनाथराव पेशवे यांची समाधी येथे आहे खरी; पण त्यांचा मृत्यू कोपरगाव बेटात झाला की हिंगणीत झाला, हे नेमके समजत नाही. गॅझेटीअरमध्ये रघुनाथराव यांचा मृत्यू येथे हिंगणीला झाला आणि त्यांचे अंत्यसंस्कार येथे झाले असे म्हटले आहे. तर आनंदीबाईंच्या रोजनिशीत यासंबंधी एक उल्लेख आढळतो. 'साहेब मृत्यू पावले त्या स्थानी देवालय बांधिले होते, ते गंगेच्या पुराने पडले' असे त्यात म्हटले आहे. त्यामुळे रघुनाथरावांनी शेवटचा श्वास हिंगणीत घेतला की कोपरगाव बेटात हे नेमके स्पष्ट होत नाही.

अशा या कोपरगाव परिसरातील तीन ठिकाणच्या तीन वास्तू. यातला कोपरगाव

बेटातील वाडा सध्या नाही. दुसरा कोपरगावातील वाडा सुदैवाने सुस्थितीत असून पाहण्यासाठी खुला आहे. तिसरे म्हणजे हिंगणी येथील रघुनाथराव पेशव्यांची समाधी आणि अपूर्ण वाडा. ही ठिकाणे काहीसे आडवळणावर आहेत खरी; पण भेट देण्यासारखी आहेत, हे मात्र निश्चित.

आनंदीबाईंची दिनचर्या

रघुनाथराव पेशवे यांच्या पत्नी आनंदीबाई आणि त्यांचे कुटुंब कोपरगाव बेटात राहत होते, तेव्हा घडलेल्या अगदी खऱ्याखुऱ्या आणि समकालीन नोंदीवर आधारित घडामोडी उपलब्ध आहेत. आनंदीबाई आपल्या कुटुंबासह बेटात वास्तव्यास असताना त्यांचे वर्तमान त्यावेळी पुण्याला कळवले जायचे. सप्टेंबर १७८६ ते ऑक्टोबर १७८८ या दोन वर्षांत कोपरगावहून पुण्याला नाना फडणीस यांना लिहिलेली ७४ पत्रे इतिहासकार गो. सं. सरदेसाई यांना सापडली. त्यांनी ती पेशवे दफ्तर खंड चारमध्ये प्रकाशित केलेली आहेत. आनंदीबाईंच्या तत्कालीन वर्तमानाची माहिती देणाऱ्या या खंडाला 'आनंदीबाईंची रोजनिशी' असे नाव सरदेसाईंनी दिले. त्यातून आनंदीबाई यांचे कोपरगाव बेटातील जीवन, त्यांचे कुटुंब, घटनाप्रसंग, व्रत-वैकल्ये, पुण्याला केलेल्या मागण्या, आनंदीबाईंच्या तोंडची वाक्ये, त्यांची इतरांबद्दलची मते, एकंदर स्वभाव अशा बऱ्याच गोष्टी समजू शकतात. त्यातील काही गोष्टी कोपरगाव येथील वाडे आणि परिसराबद्दल आहेत.

रघुनाथराव पेशव्यांच्या मृत्यूनंतर कोपरगाव बेटात आनंदीबाई यांच्यासह रघुनाथराव पेशव्यांचे दत्तक पुत्र अमृतराव, पुत्र बाजीराव, अमृतराव यांची पत्नी सावित्रीबाई, बाजीरावांची पत्नी भागीरथीबाई आणि लहाने चिमाजी ही मंडळी राहत असत. आनंदीबाई यांचा सर्वाधिक वेळ जायचा तो व्रतवैकल्ये करण्यात. त्यांनी केलेल्या विविध व्रतांचा उल्लेख या पत्रांत आहे. पुण्याहून त्या वेळोवेळी पैशांची आणि हव्या त्या वस्तूंची मागणी करत. पालखीच्या दांड्या, अब्दागीरी, कापड, पुस्तके, सोन्याचे तोडे या गोष्टी त्यांनी मागवल्याची नोंद आहे. देव्हाऱ्यातील सोन्याचे देव बदलण्यासंबंधी त्यांनी वेळोवेळी पुण्याला कळवलेले दिसते. त्याचबरोबर त्यांच्याकडे असलेला छत्तीस तोळ्यांचा सोन्याचा मोर ज्याला पाचूचा पिसारा होता, तो त्यांनी पुण्याला पेशव्यांना पाठवला होता. बदलायच्या मूर्त्यांमध्ये पार्वती, गणपती, स्कंद आणि यंत्र होते. हे सर्व सदतीस तोळ्याचे होते,

अशी त्यात नोंद आहे. त्याच्यापुढेच याची किंमत अंदाजे पावणेसहाशे रुपयेपर्यंत होते, असे म्हटले आहे. (हिशोब केल्यास पावणेसहाशे भागिले सदतीस. उत्तर येते साडेपंधरा. म्हणजे त्यावेळचा सोन्याचा दर साडेपंधरा रुपये होता, असे आपल्याला ढोबळमानाने म्हणता येईल.)

आनंदीबाई या हुशार, राजकारणी आणि मुत्सद्दी असल्याचे इतिहास संशोधकांनी म्हटलेच आहे. पत्रांतून यावर शिक्कामोर्तब होते. तत्कालीन राजकीय घडामोडींविषयी बाई जे बोलत असत यावरून त्यांना राजकारणाची चांगली जाण असल्याचे दिसते. यासोबत पूर्वी पेशवाईत घडलेल्या काही घटना आणि व्यक्तींबद्दलची त्यांची मते अभ्यासनीय आहेत. त्यांचे बोलणे स्पष्ट, उपरोधिक दिसते. टोमण्यांचा वापर अधिक केलेला दिसतो. थोरल्या जाऊबाई गोपिकाबाई (नानासाहेब पेशव्यांच्या पत्नी!) यांना खासकरून त्यांनी सर्वाधिक टोमणे मारलेले दिसतात. एक गोष्ट मात्र या पत्रांतून लक्षात येते, ती म्हणजे कोपरगावमधील कारभारी मंडळी पुण्याला त्यांची तोंडची वाक्ये जशीच्या तशी लिहून पाठवत असत.

बेटात असताना आनंदीबाई आणि कुटुंबीय गोदावरी काठच्या आजूबाजूच्या गावांत देवदर्शनाला जात. बऱ्याचदा अमृतराव आणि बाजीराव दोघे बंधू जवळपास गेल्याचे उल्लेख आहेत. त्यात कचेश्वर, संवत्सर आणि कोकमठाणला गेल्याचे उल्लेख सर्वाधिक आहेत. त्याशिवाय कुंभारी येथील मंदिर, सोनारीचा भैरवनाथ, कोपरगावची भवानीदेवी, हिंगणीचा मुक्तेश्वर याठिकाणी गेल्याचे उल्लेख सापडतात. आजही ही दैवते आणि त्यांची मंदिरे या भागात आहेत.

बेटात कोणीही आले तरी त्याची कडक चौकशी होत असे. आनंदीबाईंच्या कुटुंबाला कुणालाही भेटता येणे शक्य नव्हते. मनुबाई नावाची त्यांची एक पेशव्यांची नातेवाईक बाई आली, तरी तिला थांबवून आणि शहानिशा करून मगच पाठवण्यात आले होते.

बेटातील वाड्यात रंगपंचमी, दीपावली, भाऊबीज यांसारखे सण त्यांनी साजरे केल्याचे उल्लेख आहेत. भाऊबीजेला आनंदीबाई यांच्या माहेरकडील ओक कुटुंबीय, सावित्रीबाई यांच्या माहेरकडील परांजपे कुटुंबीय, भागीरथीबाई यांच्या माहेरचे भागवत कुटुंबीय यांसह जोशी, पेंडसे, मराठे पाहुणे आल्याची नोंद आहे.

बाजीराव आणि त्यांची पत्नी भागीरथीबाई बऱ्याचदा आजारी पडण्याचे उल्लेख आहेत. अशावेळी प्रकृतीला आराम न पडल्यामुळे एकदोनदा कोपरगाव येथील

नथू कुंभार आणि जेऊर कुंभारी येथील अंतोजी फटांगरे हे भगत आनंदीबाईंनी बोलावले असल्याची माहिती मिळते. तसेच एकदा एका महिलेच्या अंगात देव आल्यावर तिने 'अमृतरावांना मुलगा होईल' असे भाकीत केले होते.

बेट परिसरात इतरही वास्तू असल्याची माहिती या पत्रांतून मिळते. येथे बाग असून आनंदीबाई अस्पर्श असल्यावर नेहमी बागेत जात असल्याचे उल्लेख आहेत. गौशाळा, बागेतील बंगला, बागेतील हौद यांचे देखील उल्लेख येतात (आता हे गेले तरी कुठे?) आनंदीबाई एकदा कोपरगावाला गेल्या असताना नवे होत असलेले कोठीघर येताना पाहून आल्याचा एके ठिकाणी उल्लेख आहे.

नंतर पेशवेपदावर आलेले, शेवटचे पेशवे दुसरे बाजीराव यांच्या बालपणाविषयीदेखील माहिती यातून मिळते. त्यांचा हट्टी आणि उथळ स्वभाव त्यातून कळतो. आनंदीबाईंना उलटून बोलल्यावर बाजीरावांना त्यांनी दिलेल्या माराचाही एक प्रसंग आहे. काही प्रसंगांतून बाजीरावांचे त्यांचे मोठे बंधू अमृतराव यांच्यावरील प्रेम दिसून येते. राघोपंत ठोसर हे बाजीरावांचे शिक्षक होते. एकदा ते पुण्याला गेले आणि परत आले नाहीत. त्यांना पुन्हा बोलावण्याची मागणी आनंदीबाई यांनी अनेक वेळा केली. बाजीरावांच्या शिक्षणाचे पुण्यातील कारभाऱ्यांना काहीच घेणेदेणे नसल्याचे म्हणत आनंदीबाई आपला राग व्यक्त करताना दिसतात.

नाना फडणीस यांनी येथे ठेवलेली मंडळी मात्र आपले काम चोख पार पाडत होती. आनंदीबाई कुणाला भेटतात, काय करतात याची बारीकसारीक माहिती त्यांनी पुण्याला लिहून पाठवल्याचे दिसते. आनंदीबाईंची ही सर्व तत्कालीन वर्तमाने अभ्यासनीय आहेत. तत्कालीन राजकारण, पेशवे घराण्यातील एका स्त्रीचे आयुष्य, त्यावेळची समाजव्यवस्था, रूढीपरंपरा, कोपरगाव परिसर अशा किती तरी बाबी कळण्यास ती उपयोगाची ठरतील.

असे हे कोपरगावचे वाडे, रघुनाथराव पेशवे आणि त्यांच्या कुटुंबाचा या परिसराशी आलेला संबंध. पेशव्यांनी बांधलेल्या वाड्यांच्या रूपाने एक मोठा वारसा या भागाला लाभला. कोपरगाव बेटातील मोठा वाडा तर आता नाही; पण शहरातील आहे.

शहरातील वाडा सरकारी वापरात असल्याने आजवर जतन राहिला. वापरात नसता, तर तो नामशेषही झाला असता. कोपरगावचा हा वाडा असो की नाशिकचा पेशव्यांचा वाडा किंवा पुण्याचा विश्रामबागवाडा; पेशव्यांचे हे तिन्ही वाडे सरकारी

वापरामुळे आजवर जिवंत राहिले. खासगी मालकीचे असते, तर महाराष्ट्रातील इतर वाड्यांसारखे हिस्से आणि भाऊबंदकी हे प्रकार त्यांच्या वाट्याला येऊन ते लयाला गेले असते.

हे तिन्ही वाडे सध्या राज्य पुरातत्त्व विभागाच्या अखत्यारित आहेत. राज्य संरक्षित स्मारक म्हणून दर्जा असणाऱ्या या वाड्यांचे संवर्धन सुरू आहे. कोपरगाव येथील वाड्याचे संवर्धन संथ गतीने का होईना; पण शास्त्रीय पद्धतीने सुरू आहे. त्यामुळे काही काळातच तो पर्यटकांसाठी खुला होईल. मात्र त्याच्या आत अजून काय-काय करता येईल, पर्यटकवर्ग येथे कसा खेचला जाऊ शकतो, याच्याकडे लक्ष देण्याची गरज आहे. कोपरगाव शहराची ऐतिहासिक ओळख असणाऱ्या या वाड्याचे चित्र कोपरगाव नगरपालिकेच्या बोधचिन्हात आपल्याला पाहायला मिळते.

या वाड्यांसोबतच मराठा शैलीतील अनेक मंदिरे ही बेट, कचेश्वर आणि कोपरगाव शहर या तिन्ही ठिकाणी आहेत. त्यांचे संवर्धन करायला हवे, तर 'हिंगणी' येथील रघुनाथराव पेशवे यांची समाधी आणि 'तीन भिंतींच्या अपूर्ण' वास्तूसारखा वारसा कोपरगाव परिसराला लाभला आहे. तेथे अद्याप कुणाचेच लक्ष नाही. इतिहासाबरोबर नैसर्गिक श्रीमंती लाभलेल्या त्या परिसरात काही तरी चांगले करता येऊ शकेल. हिंगणीच्या वास्तूचे ज्या पद्धतीने विद्रुपीकरण झालेले दिसते, त्याला कोठे तरी पायबंद बसण्यासाठी केवळ याच नव्हे, तर अनेक ऐतिहासिक वास्तूंचे जतन व्हायला हवे.

संदर्भ :

१) मराठी रियासत (खंड ६, ७, ८) : गो. स. सरदेसाई

२) पेशवे दफ्तरातून निवडलेले कागद (खंड ४)

३) पेशवे घराण्याचा इतिहास : प्रमोद ओक

४) आमचा नगर जिल्हा : हरी गणेश पारखे

५) थोरले माधवराव पेशवे यांची रोजनिशी

६) Gazetteer of the Bombay Presidency (Vol. 17, Ahmednagar)

•••

कोपरगावचे पाटील
देवास ज्युनिअरचे पवार सरकार

मराठेशाहीत अनेक सरदार घराण्यांकडे 'पाटिलकी', 'देशमुखी'ची वतने होती. सरदारमंडळींनी अशा 'पाटिलकी'ची वतने खरेदी केल्याचीही बरीच उदाहरणे आपल्याला इतिहासात दिसतील. छत्रपतींचे भोसले घराणेदेखील त्याला अपवाद नव्हते. एवढ्या मोठ्या सत्ताधीशांना गावाच्या पाटिलकीच्या वतनाची काय गरज, असा प्रश्न आपल्याला पडेल. याचे कारण म्हणजे सरदारकी ही घराण्याचे कर्तृत्व संपले की संपू शकते, जहागिरी केव्हाही जप्त होऊ शकते. शाश्वत असते ते फक्त 'वतन'.

महाराष्ट्रात 'पाटिलकी' आणि 'देशमुखी' ही दोन मोठी वतने होती. वतने करून ठेवण्यात उत्पन्नाचा एक कायमस्वरूपी स्रोताचा विचार, शिवाय पुढील पिढीची सोय लावून देण्याचादेखील विचार असतो. आणि यासोबतच 'मोठेपणा'.

त्यामुळे मराठेशाहीच्या उत्तरकाळात सर्वाधिक मातब्बर सरदार आणि दिल्लीच्या बादशहाकडून 'वकील-ई-मुतलक'सारखा मोठा सन्मान मिळालेले महादजी शिंदे सुद्धा 'पाटील' हे पद गौरवाने मिरवत होते. मराठेशाहीत पुष्कळ मराठा घराण्यांनी ठिकठिकाणी 'पाटिलकी' वतने करून ठेवलेली आपल्याला दिसतील. ज्याची वतने अधिक तो तितका मोठा!

मराठेशाहीतील पवार घराण्याची अशीच काही वतने होती. पवारांच्या मध्य प्रदेशातील देवास ज्युनिअर (धाकटी पाती) शाखेची दोन वतने म्हणजे कोपरगाव आणि त्याच्या जवळचे 'जेऊर कुंभारी' होय. कोपरगाव म्हटले की, पेशवाईतील रघुनाथराव पेशवे आणि त्यांचे इथले वाडे आठवतात; पण याच कोपरगावची दुसरी एक ओळख म्हणजे पवार घराण्याच्या देवास ज्युनिअर संस्थानचे वतन आणि त्यांचा वाडा होय. कोपरगावबरोबरच त्याच्याजवळच्या 'जेऊर कुंभारी' येथेही त्यांचा वाडा होता. वाड्यांसह त्यांनी निर्माण केलेल्या इतरही वास्तू आज त्याची साक्ष देत या ठिकाणी उभ्या आहेत.

कोपरगाव तसे जुने गाव, खरे तर शहर. 'कर्पुरग्राम' असे यादवकाकाळापर्यंत पूर्वीचे नाव असणारे हे गोदावरीकाठचे मोठे शहर. मराठेशाहीतील कसब्याचे गाव. गावात नदीकाठी रामेश्वर, गोपालकृष्ण ही मराठाशैलीतील सुंदर मंदिरे आहेत, समाध्या आहेत, वाडेदेखील आहेत. त्यामुळे गाव तसे ऐतिहासिकदृष्ट्या समृद्ध आहे. पवारांचा वाडा, वेस आणि सोमेश्वर मंदिर या वास्तू, गावाच्या मध्यवर्ती

भागात आहेत. सोनार गल्लीतून तेथे जायला रस्ता आहे. नदीकडे जाणारा हा रस्ता आपल्याला थेट वेशीपर्यंत घेऊन येतो.

गावची वेस पूर्वाभिमुख आहे. तिच्या बाजूच्या दोन भिंती उभ्या आहेत. वेशीच्या वरचा धाबा आणि दोन्ही सागवानी झडपा मात्र सध्या नाहीत. वेशीच्या उत्तरेला मारुती मंदिर आणि समोर सोमेश्वर महादेव मंदिर आहे. 'श्रीमंत महामहिम पवार सरकार देवास ज्युनिअर यांचे सोमेश्वर महादेव,' असा गावकऱ्यांनी लावलेला फलक त्याच्यावर दिसतो. मंदिराचा चौथरा साधारण पाच फूट उंच आहे. मंदिरात भाविकांची सतत ये-जा चालू असल्याचे आपल्याला दिसते. आत गाभाऱ्याच्या प्रवेशद्वारावर शिलालेख आहे. त्यातील शेवटच्या तीन ओळींत ते मंदिर 'राजश्री जिवाजी काळोजी पोवार मुकदम कसबे मजकूर' यांनी बांधल्याचा उल्लेख आहे. (याच्या वरच्या ओळीत कोपरगावचा उल्लेख असल्याने खाली त्यासाठी कसबे शब्दापुढे मजकूर असे म्हटले आहे). मुकादम म्हणजे पाटील. शिलालेख आहे शके १६९३ चा. म्हणजे इसवी सन १७६४चा!

मंदिराच्या दक्षिणेला साधारण पंचवीस मीटर अंतरावर पवारांचा वाडा आहे. मात्र तो आता आसपासच्या नव्या इमारतींनी आणि बोळांनी वेढला गेला आहे. वाड्याला बाहेरचे प्रवेशद्वार आणि आतील प्रवेशद्वार अशी दोन प्रवेशद्वारे आहेत. बाहेरचे प्रवेशद्वार वेशीसारखे मोठे असून त्याची डाव्या बाजूची सागवानी झडप अद्याप टिकून आहे. दाराची उंची बारा फूट इतकी आहे. त्यात दिंडी दरवाजासुद्धा

वाड्याबाहेरचे प्रवेशद्वार

वाड्यातील प्रवेशद्वार

आहे. प्रवेशद्वारावर पूर्वी नगारखाना होता; परंतु सध्या तेथे नव्या खोल्या काढल्याचे दिसते. आत गेले की वाड्याची भिंत आपल्याला दिसते. भिंत सुमारे पंचवीस फूट उंचीची आहे. काही ठिकाणी ती शाबूत आहे, तर काही भागात नाही. वरचा थोडा चपट्या विटांचा थर सोडला, तर संपूर्ण भिंत दगडी आहे.

बाहेरच्या प्रवेशद्वारातून आत आले की उजव्या बाजूला वाड्याचे आतील प्रवेशद्वार आहे. तेथून चौकात प्रवेश करता येतो. दाराची उंची पुरुषभर म्हणजे सहा फुटांची आहे. त्याच्यावर तीन ओबडधोबड दगडी कमळे कोरलेली आहेत. बाकी नक्षीकाम नाही. वर एक सुंदर शोभेची महिरपी कमान काढली असून तिच्यात छोटी खिडकी दिसते. बाजूला चुन्याचा गिलावा केलेला आहे. मात्र सध्या हे सगळे बाजूला झालेल्या नव्या सिमेंट काँक्रिटच्या बांधकामाबरोबर एकरूप झालेले दिसते. दाराच्या झडपा मात्र टिकून आहेत. त्यात गजखिळे आहेत.

आत गेल्यावर आपण पहिल्या चौकात येतो खरे; पण येथे सगळीकडे नवे बांधकाम झालेले दिसून येते. डाव्या बाजूला मात्र काही जुना भाग आपल्याला पाहायला मिळतो. कमरेइतके वाड्याचे उंच दगडी जोते तेथे आहे. त्यावर भिंतीत गेलेले खांब आणि तुळ्यांना जोडणारे काही हस्तसुद्धा आपल्याला दिसतात. स्तंभशीर्षावरही नक्षी आहे. याशिवाय ज्या तुळयांची बाहेरची बाजू (किंवा डोके) बाहेर आलेले आहे, तेथे सुंदर नक्षीकाम केलेले दिसते.

आतील भाग

पवारांच्या वाड्यात नव्या खोल्या झाल्या असून अनेक कुटुंब मागच्या अनेक वर्षांपासून येथे वास्तव्यास आहेत. प्रत्येकाने एकेक भाग खरेदी केला. मग आपापल्या भागात बांधकाम केले. त्यामुळे वाड्याची नेमकी रचना सांगणे अवघड आहे. वाड्याला तीन चौक असल्याचे सांगितले जाते. वाड्यासंबंधी येथे आसपास एखाद्याला समजा विचारले की, 'काय हो, हा वाडा कुणाचा आहे' तर एखाद्याच्या तोंडून 'यशवंतराव भाऊसाहेब,' 'मेनकाराजे'

अशी देवास ज्युनिअरच्या शेवटच्या राजे आणि त्यांच्या पत्नीची नावे समोर येतात.

वाड्याचे बांधकाम कधीचे ?

पवारांचा हा वाडा कधी बांधला गेला, हे निश्चित सांगता येत नाही. त्याच्या जवळचे सोमेश्वर मंदिर १७६४मध्ये पवारांनी बांधले (तसे शिलालेखात लिहिले आहे). वाड्याचे बांधकामही त्याच्या आसपास झाले असण्याची शक्यता आहे. याच काळात रघुनाथराव पेशवे यांचा कोपरगावशी संबंध आला. त्यांचा परिवार १७८३ ते १७९२ पर्यंत कोपरगावलगतच्या बेटात नजरकैदेत होता. रघुनाथराव पेशव्यांच्या पत्नी आनंदीबाई यांचे वर्तमान पुण्याला कळवणारी त्याकाळातील काही पत्रे 'आनंदीबाईंची रोजनिशी'त आहेत. त्यात पवारांच्या वाड्याचा उल्लेख आहे. दुसरे बाजीराव पेशवे यांनी एकदा बेटात पुराचे बरेच पाणी आल्याने कोपरगावात पवारांच्या वाड्यात राहायला जाण्याचा हट्ट धरला होता, अशी नोंद त्यात आहे. तसेच पवारांची बागही येथे होती. आनंदीबाई यांच्यासह बाजीराव, अमृतराव हे पवारांच्या बागेत जेवण करायला गेल्याचे उल्लेख आहेत. त्यामुळे १७८०च्या पूर्वीच पवारांचा वाडा आणि इतर वास्तू कोपरगावात दिमाखात उभ्या होत्या हे मात्र नक्की.

पवारांच्या वतनाचे दुसरे गाव

पवारांचे दुसरे वतनाचे गाव म्हणजे 'जेऊर कुंभारी'. कोपरगावपासून तीन-चार किलोमीटर अंतरावर गोदावरीच्या दक्षिणेला असणारे हे गाव. खरे तर नदीच्या अलीकडे आणि पलीकडे दोन जेऊर आहेत. गोदावरी नदीच्या उत्तरेला 'पाटोदा' परगणा आणि दक्षिणेला 'कुंभारी' परगणा होता. त्यामुळे उत्तरेच्या जेऊरला 'जेऊर पाटोदा' आणि दक्षिणेच्या जेऊरला 'जेऊर कुंभारी' म्हणतात. जेऊर कुंभारीला जायला कोपरगावाच्या अलीकडे नगर-मनमाड महामार्गापासून रस्ता आहे. गावात पवारांचा वाडा नदीच्या काठापासून

पवारांच्या वाड्याचे जोते

सुमारे शंभर मीटर अंतरावर आहे.

सध्या मात्र तो पूर्णपणे पडलेला आहे. त्याचे केवळ जोतेचे काही ठिकाणी शिल्लक आहे. त्यात वेड्या बाभळी वाढल्या आहेत. वाड्याचे प्रवेशद्वार, भिंती वगैरे अगदी काहीसुद्धा अस्तित्वात नाही. वाडा जवळजवळ अर्ध्या एकरात पसरलेला असल्याने तो वाडा भव्य असावा, इतकाच अंदाज मनाशी बांधता येऊ शकतो. वाड्यापासून काही अंतरावर नदीच्या दिशेला वेस आहे. ती पूर्ण दगडात असून तिला दोन बुरूजसुद्धा आहेत. तिच्यातून नदीकडे जाता येते. तेथेच गावची स्मशानभूमी दिसते.

वेशीच्या पश्चिमेला काही मराठाकालीन मंदिरांचा समूह आहे. सर्वांत पुढे मोठे महादेव मंदिर आणि त्याच्या मागे तीन मंदिरे आहेत. ही मंदिरे मराठा शैलीतील मंदिरांचे उत्तम नमुने म्हणता येतील. महादेवाला 'गंगेश्वर महादेव' म्हणतात. मागच्या तीन मंदिरांपैकी एक मंदिर या मंदिराच्या डाव्या हाताला आहे. त्याला 'नकटीचे मंदिर' म्हणतात, तर दोन मंदिरे उजव्या हाताला आहेत. ती म्हणजे भोन्याईचे (भवानी आई?) आणि खंडोबाचे मंदिर. या दोन्ही मंदिरांच्या समोर साधारण दहा मीटर अंतरावर दोन दीपमाळा आहेत. सध्या त्या पडल्या आहेत. खंडोबा मंदिरावर एक शिलालेख आहे. त्यानुसार हे मंदिर शके १७०३ म्हणजेच इ. स. १७८१मध्ये बांधण्यात आल्याचे स्पष्ट होते. खंडोबा मंदिराच्या बाजूलाच दोन समाध्या आहेत. त्यातील एक तुळशी वृंदावन आणि एक छत्री आहे. 'पवार राजाची समाधी' असे येथील लोक या समाधीला

गोदावरीकाठचे मंदिर

पवार घराण्यातील अज्ञात समाधी

म्हणतात. त्यानुसार ही समाधी पवार घराण्यातील कोणाची तरी असली पाहिजे.

या झाल्या कोपरगाव आणि जेऊर कुंभारी येथील पवारांच्या वास्तू. आता या पवार घराण्याचा थोडक्यात इतिहास आपण पाहू या.

मातब्बर मराठा सरदार घराणे

पवार घराणे मराठेशाहीतील मातब्बर सरदार घराणे होते. शिवशाहीपासून ते पेशवाईच्या शेवटपर्यंत हे घराणे त्याच्या शाखांसह मराठेशाहीत सक्रिय होते. सतराव्या आणि अठराव्या शतकात या घराण्यातील अनेकांनी पराक्रम करून नवनवी वतने आणि जहागिरी मिळवल्या. छत्रपती राजाराम महाराजांच्या काळात आणीबाणीच्या परिस्थितीत असो, की मराठ्यांच्या साम्राज्यविस्तारात किंवा पानिपतसारख्या अनेक लढायांत, या घराण्यातील मंडळींनी महत्त्वाची भूमिका बजावली. 'धार', 'देवास थोरली पाती', 'देवास धाकटी पाती' ही त्यांची मध्य प्रदेशातील तीन संस्थाने १९४७ पर्यंत अस्तित्वात होती. खानदेशात नगरदेवळा येथे मोठी जहागीर होती. इतर जहागिरी आणि वतने पश्चिम महाराष्ट्रात होती.

पवार घराण्याचे मूळ गाव म्हणजे नगर जिल्ह्यातील पारनेर तालुक्यातील 'सुपे'. साबूसिंह उर्फ साबाजी पवार हे त्यांचे मूळ पुरुष. ते शहाजीराजे, छत्रपती शिवाजी महाराज यांच्या काळात होऊन गेले. त्यावेळी महाराष्ट्रात मोगल, निजामशाही आणि आदिलशाही यांचे राज्य होते. शिवाजी महाराजांच्या कल्याण मोहिमेसारख्या काही प्रसंगी त्यांचा उल्लेख दिसतो. त्यांना 'कृष्णाजी' नावाचे एक पुत्र होते. कृष्णाजी साधारण संभाजी महाराजांच्या काळात होते. कृष्णाजींना तीन मुले होती. ती मोठी पराक्रमी निघाली. बुवाजी, रायाजी आणि केरोजी अशी त्यांची नावे.

छत्रपती राजाराम महाराजांच्या काळात स्वराज्यावर संकट आले. मोगल बादशाह औरंगजेब महाराष्ट्रात होता. मोगल आणि छत्रपती यांच्या पक्षात संघर्ष सुरू झाला. त्यामुळे तत्कालीन मातब्बर मराठा सरदार घराण्यांना बरेच महत्त्व प्राप्त झाले. सरदार मंडळींना आपल्या पक्षात घेण्यासाठी दोन्ही सत्ता प्रयत्न करू लागल्या. बदल्यात 'सरंजाम' कबूल केले गेले. अनेक मराठे सरदार आपल्या फौजांनीशी नवनव्या मुलखात स्वाऱ्या करू लागले. पवार हे त्यांपैकी एक महत्त्वाचे घराणे. बुवाजी, रायाजी आणि केरोजी हे पवार बंधू अनेक ठिकाणी स्वाऱ्या करू

पवार घराणे

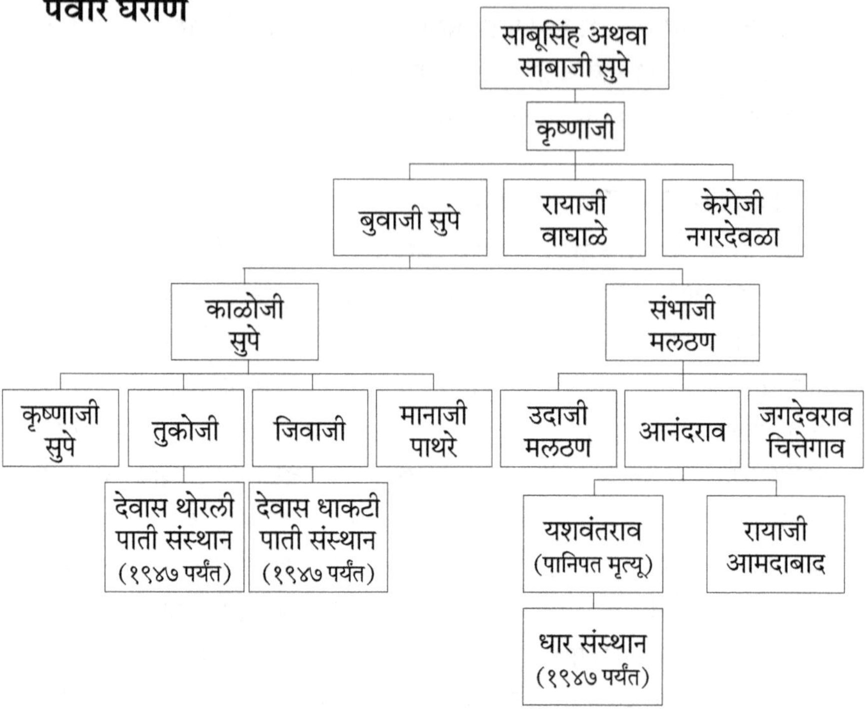

लागले. यांपैकी केरोजी यांना 'नगरदेवळा' (आजच्या जळगाव जिल्ह्यात!) येथे जहागीर मिळाली. नगरदेवळेकर पवार म्हणून हे घराणे प्रसिद्ध आहे. रायाजींचा वंश 'वाघाळे' येथे गेला तर बुवाजी हे 'सुपे' येथे होते.

धार, देवास संस्थानांचा जन्म

पुढे बुवाजींना दोन मुले झाली. काळोजी आणि संभाजी. काळोजी सुप्याच्या तर संभाजी 'मलठण' (शिरूरजवळ) येथील वतनावर गेले. अशाप्रकारे येथे या घराण्याच्या पुन्हा दोन शाखा झाला. काळोजी यांना कृष्णाजी, तुकोजी, जिवाजी, मानाजी हे चार पुत्र होते, तर संभाजींना उदाजी, आनंदराव आणि जगदेवराव हे तीन पुत्र होते. ही पुढची पिढी खूप कर्तृत्ववान होती. या पिढीनेदेखील छत्रपती शाहू आणि पहिल्या बाजीराव पेशव्यांच्या काळात मोठे कर्तृत्व गाजवले. मराठ्यांच्या साम्राज्यविस्तारात, तसेच अनेक लढायांत पवार कुटुंबीयांनी महत्त्वाचा सहभाग घेतला. पहिल्या बाजीरावांबरोबर मोहिमेत उदाजी पवार असत, तर पानिपतच्या

लढाईत यशवंतराव पवार कामी आले. मध्य प्रदेश येथील माळव्यात मराठ्यांच्या अधिपत्याखाली आलेल्या मुलखाची वाटणी करण्यात आली, तेव्हा होळकर आणि शिंदे यांच्याबरोबर पवारांनाही मुलूख मिळाला. येथूनच 'धार', 'देवास' संस्थानांचा जन्म झाला. काळोजी यांचे पुत्र तुकोजी आणि जिवाजी यांनी देवास येथे आपले केंद्र बसवले ('देवास' हे इंदूरपासून चाळीस किलोमीटर अंतरावर ईशान्येला असणारे शहर आहे.). तुकोजी हे 'देवास थोरली पाती' तर जिवाजी हे 'देवास धाकटी पातीचे' जनक. उरलेले दोघे कृष्णाजी आणि मानाजी आपल्या सुपे, पाथरे या वतनांवर महाराष्ट्रात राहिले, तर मलठणच्या आनंदरावांचे पुत्र यशवंतराव हे 'धार' संस्थानचे जनक होय ('धार' हे इंदूरपासून चौसष्ट किलोमीटर अंतरावर पश्चिमेला असणारे शहर आहे.).

उत्तरमराठेशाहीत मात्र मराठ्यांच्या मध्यवर्ती राजकारणात शिंदे, होळकरांसारखा पवार घराण्याने रस घेतला नाही. आपापल्या मुलखापर्यंत ते मर्यादित राहिले. १९४७पर्यंत 'धार', 'देवास थोरली पाती' आणि 'देवास धाकटी पाती' ही तीन संस्थाने होती. 'थोरली पाती' आणि 'धाकटी पाती' यांना इंग्रजकाळात 'सिनिअर' आणि 'ज्युनिअर' असे संबोधले जाऊ लागले. नंतर ही संस्थाने भारतीय संघराज्यात विलीन झाली. महाराष्ट्रातील मातब्बर मराठा घराण्यांशी (सातारा आणि कोल्हापूरच्या छत्रपतींसहित!) या घराण्याच्या सोयरिकी आहेत. तिन्ही ठिकाणी पवार यांचे राजवाडे, त्यांच्या सरदारांचे वाडे आणि महाराष्ट्रातून गेलेली किती तरी घराणी आहेत. याशिवाय महाराष्ट्रात त्यांची वतने होती. तेथेही त्यांचे वाडे आणि त्यांनी बांधलेल्या वास्तू आहेत. त्यातली आपण पाहिली ती 'देवास ज्युनिअर' संस्थानची 'कोपरगाव' आणि 'जेऊर कुंभारी' ही वतने.

पाटिलकीची वतने

ती वतने त्यांनी कधी केली, हे पाहायला पाहिजे. या घराण्यातील सरदार काळोजी बुवाजी पवार यांच्याकडे अठराव्या शतकाच्या सुरुवातीला सात गावांच्या

पाटिलकीचे वतन होते. 'सुपे', 'गणेगाव', 'हिंगणी', 'टाकळी', 'जेऊर', 'नांदूर' आणि 'पाथरे' अशी ती सात गावे. ही गावे आजच्या नगर आणि पुणे जिल्ह्यात आहेत. त्यांच्या चारही मुलांत म्हणजे कृष्णाजी, तुकोजी, जिवाजी आणि मानाजी यांच्यात त्यांची १७४८मध्ये वाटणी झाली. यातील एक गाव म्हणजे जेऊर. हे 'जेऊर' म्हणजेच कोपरगावजवळचे जेऊर कुंभारी होय. ते जिवाजी यांच्याकडे म्हणजेच 'देवास धाकटी पाती' संस्थानचे पहिले शासक, यांच्याकडे आले.

'जेऊर कुंभारी'चे पाटिलकीचे वतन 'देवास ज्युनिअर' यांच्याकडे वाटणीतून आले. मग कोपरगाव येथील वतनाचे काय, तर कोपरगाव गावचे हे पाटिलकीचे वतन जिवाजी यांनी नंतर खरेदी केल्याचे दिसते. कोपरगाव येथे पवारांच्या वाड्याजवळ असणाऱ्या सोमेश्वर मंदिराच्या गाभाऱ्याच्या प्रवेशद्वारावर शिलालेख आहे. त्यात शेवटच्या तीन ओळींत याच 'राजश्री जिवाजी काळोजी पोवार मुकदम कसबे मजकूर' असा उल्लेख आहे. अशाप्रकारे जिवाजीराव पवार हे कोपरगाव आणि जेऊर कुंभारीचे 'पाटील' झाले. मग त्यांनी दोन्ही ठिकाणी भव्य वाडे आणि मंदिरे बांधत कोपरगाव परिसराच्या ऐतिहासिक समृद्धीत भर घातली.

गुमास्ते पाटील

आता 'पाटिलकी' करायला ते स्वतः थोडेच येथे होते! त्यांच्यावतीने त्यांचे गुमास्ते येथे कारभार पाहात. ('गुमास्ते' म्हणजे संबंधितांच्या वतीने प्रत्यक्ष कारभार बघणारे!) कोपरगाव येथील नरोडे पाटील हे पवारांचे गुमास्ते होते. नरोडेंचा छोटा वाडा कोपरगावात सोमेश्वर मंदिराच्या मागच्या बाजूला आहे. नरोडेंचा देवास ज्युनिअर येथील पवारांशी चांगला स्नेह होता. अलीकडच्या काळापर्यंत कामासाठी त्यांचे देवासला येणे-जाणे होते. त्यांची चांगली बडदास्त तिकडे गेल्यावर पवार घराणे ठेवत असत. नरोडे पाटील हे देवास आणि दिल्ली येथे देवास ज्युनिअरचे शेवटचे राजे यशवंतराव उर्फ भाऊसाहेब पवार यांच्या घेतलेल्या भेटीच्या आठवणी आजही सांगतात.

कोपरगावात पूर्वीपासून बैलपोळा व्हायचा. त्यात पहिला मान हा पाटील या नात्याने पवार सरकारच्या बैलजोडीचा असायचा. अगदी आजपर्यंत गावकऱ्यांनी ही परंपरा कायम ठेवली आहे. कोपरगावच्या बाजारतळाच्या जागी पूर्वी पवारांचा हत्तीखाना असल्याचेही सांगितले जाते. पवारांच्या कोपरगाव आणि जेऊर

कुंभारीत जमिनी होत्या. बऱ्याच कूळ कायद्यात गेल्या. कोपरगाव शहराच्या उत्तरेला असणाऱ्या 'महाराष्ट्र सरकारच्या बीज गुणन केंद्रा'ला जमीन ही पवारांनी दिली. याशिवाय जेऊर कुंभारी येथील जमीन कान्हेगावाच्या 'साखरवाडी साखर कारखान्याला' ऊस लागवडीसाठी दिल्याचे समजते.

असे हे कोपरगाव परिसराशी असलेले पवार घराण्याचे नातं होय. पण येथील फार मोजक्या मंडळींना ते माहीत असल्याचे दिसते. विशेष गोष्ट म्हणजे पवार यांच्याशी संबंधित कोपरगावचा हा ऐतिहासिक ठेवा जतन करण्याचा आदर्शवत प्रयत्न अलीकडे होताना दिसत आहे. सुशांत घोडके या कोपरगाव येथील तरुणाच्या प्रयत्नातून वेस, मारुती मंदिर, सोमेश्वर मंदिर आणि पवार वाडा याठिकाणी माहितीपूर्ण रेडियमचे नीलफलकदेखील लावण्यात आले आहेत. त्यामुळे कोपरगावात येथून येणारे-जाणारे क्षणभर थांबून फलकावरील माहिती वाचत असतात. पवारांच्या सोमेश्वर मंदिरात पूजा-उत्सव गावकऱ्यांनी सुरू ठेवले आहेत. कोपरगावात कोणी मान्यवर पाहुणा आल्यास त्याला सोमेश्वराचे हे मंदिर सुशांतराव आवर्जून दाखवतात.

वारसा जतन करण्याचा आणि त्याचा प्रचारप्रसार करण्याचे 'नीलफलक' हे खरोखर एक उत्तम माध्यम आहे. ऐतिहासिक वास्तूंजवळ लावलेले असे नीलफलक आपल्याला त्यांच्याविषयी थोडक्यात आणि वस्तुनिष्ठ माहिती सांगत असतात. एरवी दगडधोंडे वाटत असलेल्या, मोडकळीस आलेल्या या वास्तू माहिती कळल्यावर मग सोन्यासारख्या वाटतात. त्या पाहून, तेथे भेटी देऊन आपण कल्पनेने इतिहासात जाऊ शकतो. नीलफलकाच्या या मूळच्या पाश्चात्त्य संकल्पनेचा भारतात आज मोजक्याच ठिकाणी वापर केलेला दिसतो. सरकारने त्यात लक्ष घालण्याची गरज आहे. कोपरगावात खासगी माध्यमातून झालेले काम प्रशंसनीय असेच आहे. असे आपल्याकडच्या इतरही वाडे आणि ऐतिहासिक वास्तूंच्या बाबतीत झाले तर...

संदर्भ :

१) पवार घराण्याच्या इतिहासाची साधने, संपादक : मा. वि. गुजर

२) पेशवे दफ्तरातून निवडलेले कागद (खंड ४)

३) आमचा नगर जिल्हा : हरी गणेश पारखे

•••

अकोले भागातील मोठी घरे अथवा वाडे

पेशवाईत बंड उभारलेले जावजी बांबळे आणि महादेव कोळी-नाईक घराणी

इंग्रजकाळात सरकारविरोधात बंड उभारलेल्या आदिवासी महादेव कोळी वीरपुरुषांत राघोजी भांगरे यांचे नाव आपल्याला कदाचित माहीत असते; पण मध्यवर्ती सत्तांविरुद्धच्या बंड करण्याची 'महादेव कोळी' समाजाची ही परंपरा अगदी चौदाव्या शतकापर्यंत मागे जाते. मराठेशाहीच्या काळात पाहिले, तर महादेव कोळी-नाईकांनी अनेकदा बंड केले. बांबळे, भांगरे, शिळकांडे, कोकाटे, पिचड अशी बंड केलेली किती तरी ऐतिहासिक नाईक घराणी होती. त्यात नगर जिल्ह्यातील 'अकोले' तालुका बंडांच्या केंद्रस्थानी होता. त्यातील उत्तरपेशवाईत मोठे बंड केलेले एक महत्त्वाचे नाव म्हणजे 'जावजी बांबळे'! बरोबर किती तरी लोक जमवून त्यांनी चक्क काही किल्ले जिंकून घेतले होते. पेशव्यांना त्या बंडाची विशेष दखल घेणे, त्यावेळी भाग पडले होते.

अकोले तालुक्यातील कोळी-नाईक घराणी, त्यांच्या बंडांचा इतिहास जाणून घेण्यापूर्वी त्यांचे निवासस्थान असणारा हा भाग समजून घ्यायला हवा.

नगर जिल्ह्यातील 'अकोले' तालुका हा जिल्ह्यातील इतर तालुक्यांपेक्षा वेगळ्या धाटणीचा आहे. कारण सह्याद्रीची पर्वतरांग त्याच्या पश्चिमेकडून गेली आहे. तिच्या काही उपरांगा पूर्वेकडे पसरत आलेल्या आहेत. त्यामुळे येथील बराचसा प्रदेश डोंगरदऱ्यांचा आणि उंचसखल असून अधिक पावसाचा आहे. 'अकोले' तालुक्याला पश्चिम सीमा ही ठाणे जिल्ह्याची आहे. 'कळसूबाई', 'हरिश्चंद्रगड', 'रतनगड', 'अलंग', 'मलंग', 'कुलंग' अशी काही शिखरे या भागात आहेत. प्रवरा नदीसह तिच्या उपनद्या असणाऱ्या मुळा, आढळा, म्हाळुंगी या नद्या याच भागात सह्याद्रीच्या डोंगररांगांत उगम पावतात. भंडारदरासारखे प्रवरेवरचे धरण असो की घाटघरसारखे अतिपर्जन्याचे ठिकाण किंवा मग रंधा धबधबा, एकाहून एक रम्य ठिकाणे या तालुक्यात आहेत. पावसाळ्यात तर या भागात जणू काही स्वर्गच अवतरतो.

अकोले तालुक्यातील प्रेक्षणीय रंधा धबधबा

त्यामुळे ‘अकोले’ तालुक्यात पर्यटकांची सतत रेलचेल असलेली आपल्याला पाहायला मिळते.

सह्याद्रीच्या कुशीत वसलेली अनेक छोटीछोटी गावे, पाडे या भागात आहेत. काही ठिकाणी पक्के रस्ते नाहीत. एक हजार लोकसंख्या असणारी गावे म्हणजे येथली सर्वांत मोठी गावे, असे समीकरण आहे. ‘अकोले’ तालुक्याच्या या पश्चिम भागाला ‘डांग’ किंवा ‘डांगण’ असे म्हणतात. तालुक्यातील दोन-तृतीयांश इतका मोठा भाग ‘डांगणात’ येतो. ‘राजूर’, ‘कोतुळ’ आणि ‘समशेरपूर’ या तीन डांग अथवा डांगण येथे आहेत. ही तीनही अकोले शहराच्या खालोखाल असणारी तालुक्यातील तीन मोठी गावे आहेत. त्यांना अनेक छोटी-छोटी गावे जोडली गेलेली आहेत. येथील गावांमध्ये महाराष्ट्रात पठारावर सर्वसाधारण दिसणारी जमीनदार शेतकरी, ब्राह्मण, अलुतेदार, बलुतेदार अशी गावची रचना येथे दिसत नाही. हा भाग आदिवासीबहुल आहे. त्यात सर्वाधिक संख्या आहे ती ‘महादेव कोळी समाजा’ची. बरीच गावेच्या गावे त्यांची आहेत. याशिवाय ‘ठाकर समाज’ आहे. ‘तलवार कानडी’ आणि ‘हाटकर कानडी’ हे दोन संख्येने फार कमी असणारे समाजदेखील तेथे दिसतात. येथे गावोगावी पाटिलक्या या महादेव कोळी समाजाकडे होत्या. विशेष म्हणजे ‘राजूर’ तर्फ किंवा महालाची देशमुखीसुद्धा महादेव कोळी समाजाची (पिचड-देशमुख घराण्याची) आहे.

‘महादेव कोळी समाज’ हा आदिवासी जनजातींत मोडणारा एक समाज आहे. महाराष्ट्रात तो सह्याद्रीच्या पूर्वेला लागून असणाऱ्या नाशिक जिल्ह्यातील त्र्यंबकेश्वर ते पुणे जिल्ह्यातील मुळशी या उभ्या पट्ट्यात दिसतो. कोकणातील उत्तर भागात ‘जव्हार’जवळ काही भागात तो आहे. जव्हार येथे तर या समाजातील एक घराणे अगदी चौदाव्या शतकापासून राज्य करत होते, हे लक्षात घेण्यासारखे आहे. चौदाव्या शतकापासून आपली स्वायत्तता टिकवत अगदी इंग्रजकाळापर्यंत ‘जव्हार संस्थान’ महाराष्ट्रात आपले अस्तित्व टिकवून होते.

महादेव कोळी नाईक

महादेव कोळी समाजाची मोठी लोकसंख्या ‘अकोले’ तालुक्यात आहे. पूर्वी या भागात महादेव कोळी समाजाचे अनेक पुढारी असत, त्यांना ‘नाईक’ म्हणत. हा भाग दुर्गम असल्यामुळे या दुर्गमतेचा फायदा घेऊन हे ‘नाईक’ स्वायत्त बनत.

मुळातच डोंगरदऱ्यांत राहणारा आदिवासी समाज हा स्वातंत्र्यप्रिय आहे. हे 'नाईक' लोक माणसांचे संगठन करत, स्वायत्तता पुकारत आणि बंड करून मध्यवर्ती सत्तेच्या येथील अंमलाला आव्हान देत. अशी बरीच बंड या भागात घडली. बंडांचे स्वरूप हे सरकारी खजिना लुटणे, एखाद्या भागातून पट्टी वसूल करणे, गडकिल्ले आणि मोक्याच्या जागा ताब्यात घेणे इत्यादी असे. बंडाला लागणाऱ्या पैशांसाठी बऱ्याचदा धनाढ्य सावकारांची घरे लुटली जात. राजसत्ता मग या नाइकांना या भागात काही अधिकार किंवा नेमणुका देत. मग बंड शांत होत असे.

महादेव कोळी समाजाच्या बंडांचा, त्यांच्या नाईक घराण्यांचा इतिहास हा तेराव्या शतकातील बहामनशाहीच्या काळापासून ते इंग्रजकाळापर्यंतचा आहे. बहामनी राजवट आणि नगरच्या निजामशाहीत नाइकांना या भागात तसेच किल्ल्यांवर महत्त्वाच्या नेमणुका होत्या. त्यांचा मान हा एखाद्या सरदार अथवा मनसबदाराप्रमाणे असल्याचे म्हटले आहे. १३४०च्या आसपास दिल्ली राजवटीच्या मुहम्मद बिन तुघलकाने पुणे जिल्ह्यातील सिंहगड किल्ला जिंकून घेतला, तो या कोळी समाजाकडून. त्यामुळे बरेच किल्ले या समाजाकडे असावेत असे दिसते. या काळात सह्याद्रीच्या पूर्व पट्ट्यात 'बावन्न मावळ' (बावन मावळ हा बावन्न खोऱ्यांचा प्रदेश होता. हे सर्व प्रदेश मुख्यतः पुणे आणि अहमदनगर जिल्ह्यांत होते.) होती आणि प्रत्येक मावळात एक नाईक होता. त्यांचे मुख्यालय हे 'जुन्नर' होते, तेथे त्यांच्यावर सरनाईक असायचा. 'सरनाईक' हा मुस्लीम समाजाचा असे. अनेकदा नाईक मंडळ बंड करत आणि सरकारला त्याची दखल घेणे भाग पडे. मराठेशाहीच्या काळातील बंडांचा इतिहास आणि संबंधित महादेव कोळी घराणी यांची माहिती आपण पाहूयात.

मराठेशाहीच्या काळातील बंड

१६३६ ला नगरची निजामशाही संपून महाराष्ट्रात भीमा नदीच्या उत्तरेकडच्या भागात मोगलांचे राज्य आले. १६५०च्या दशकात असाच एक मोठा उठाव महादेव कोळी-नाइकांनी केला होता. त्याचे कारण म्हणजे मोगलशाहीतील 'जमीन मोजणी पद्धत' ही पद्धत नाइकांना मान्य नव्हती. 'खेनी' नावाच्या एका नाइकाने यावेळी पुढाकार घेतीलची नोंद आहे. बंड मोडण्यात आले. अनेक कोळी-नाइकांना 'जुन्नर' येथे फाशी देण्यात आले. आजही ही जागा जुन्नरमध्ये 'काळा चबुतरा' अथवा

'काळा चौथरा' म्हणून ओळखली जाते. (पुणे आणि मावळ परिसरात छत्रपती शिवाजी महाराजांचे स्वराज्यस्थापनेचे प्रयत्न सुरू होते, तो हाच काळ.)

पेशवेकाळात म्हणजेच अठराव्या शतकातदेखील या भागात बंड झाले होते. १७६१मध्ये हैदराबादच्या निजामाकडे असणारा त्र्यंबक किल्ला हा गमाजी भांगरे, खेरोजी पट्टेकर यांनी जिंकून घेतला होता. त्यांना पैसे आणि नेमणुका देऊन तो सरकारने खाली करून घेतला. उत्तरपेशवाईत बांबळे, कोकाटे, शिळकांडे (शिलकंदे), बोकड या नाइकांनी प्रामुख्याने बंड केल्याचे उल्लेख आहेत. 'तालुके पटा (पट्टा) या प्रांती कोळ्यांचा उपद्रव जाहला आहे,' 'संगमनेर प्रांती कोळ्यांची गडबड आहे', 'भांगरे, बांबळे व बोकड कोळी यांस दोन गाव दिल्याखेरीज कोळ्यांचा बंदोबस्त होत नाही,' असे उल्लेख पेशवाईत मिळतात. या बंडांचे केंद्रस्थान हे बऱ्यापैकी 'अकोले' आणि त्याच्या शेजारच्या 'जुन्नर' तालुक्यात होते असे दिसते. यातील पेशवाईच्या काळात झालेले सर्वांत मोठे बंड म्हणजे 'जावजी बांबळे' यांचे.

जावजींनी ताब्यात घेतले किल्ले

माधवराव पेशव्यांचा तो काळ. म्हणजे १७६१ नंतरचा. जावजी बांबळे यांचे घराणे हे जुने कोळी-नाईक घराणे होते. त्यांना काहीएक अधिकार सरकारकडून होते. जावजी यांचे वडील हिराजी यांच्यानंतर जावजी यांना त्यांचे अधिकार देण्यात आले; पण जुन्नरच्या सुभेदाराने ते काही काळाने जप्त केले. त्यामुळे जावजींनी बंड सुरू केले. १७६० व १७७०च्या दशकात हे बंड झाले होते. जावजी यांच्याबरोबर अनेक लोक या बंडांत सहभागी होते. रामजी सावंत नावाचे कोळी-नाईक हे जावजींचे शत्रू होते. आपल्याविरुद्ध जुन्नरच्या सुभेदाराकडे कागाळ्या केल्यामुळे जावजींचा त्यांच्यावर रोष होता. रामजी सरकारच्या बाजूने होते. बंड केल्याने रामजी सावंत यांनी जावजींना पकडण्यासाठी प्रयत्न सुरू केले. जावजींकडची सात माणसे, ज्यात त्यांचे एक भाऊ आणि पुतणे होते, त्यांना रामजी सावंतांनी पकडले.

जुन्नरच्या सुभेदाराची परवानगी घेऊन त्यांचा शिवनेरी किल्ल्यावरून कडेलोट करण्यात आला. जावजी यामुळे चांगलेच संतापले. त्यांनी रामजींच्या एका भावाला आणि इतर माणसांना मारून त्याचा बदला घेतला. जावजींच्या हालचाली वाढल्या. रामजींनी अतिरिक्त फौजेची मागणी सरकारकडे केली. जावजींनी आपल्या फौजेची, लोकांची वेगवेगळ्या भागात विभागणी करून

त्यांना ठिकठिकाणी रवाना केले. रामजी सावंत आणि त्यांची लोकंही जावजींना पकडण्यासाठी विखुरली होती. दोन्ही गटांमध्ये चकमकी सुरू झाल्या. त्यात जावजी वरचढ ठरले. जावजींनी रामजी आणि त्यांच्या दोन्ही मुलांना पकडून ठार मारले. त्यामुळे सरकारला म्हणजेच पेशव्यांना या हालचालींकडे लक्ष देणे भाग पडले. यावेळी पेशवाईत गृहकलह सुरू झाला होता. माधवराव पेशव्यांचा मृत्यू, नारायणरावांचा खून, रघुनाथराव पेशवे विरुद्ध बारभाई मंडळी असे बरेच काही पेशवाईत घडत होते. जावजी रघुनाथराव पेशव्यांच्या पक्षाला मिळाले.

जावजींनी आजच्या नगर जिल्ह्यातील 'अकोले' तालुक्यात असणारे 'अलंग', 'मदनगड' आणि 'रतनगड' आणि ठाणे जिल्ह्यातील 'सिद्धगड', 'भैरवगड', 'कोट्टा' हे किल्ले जिंकून घेतले. पेशव्यांपुढे मोठी चिंता निर्माण झाली. पेशव्यांचे कारभारी नाना फडणीस यांनी दुसरे एक प्रभावी कोळी-नाईक असलेले दाजी कोकाटे यांना जावजींवर पाठवले. दाजी यांनी जावजींशी मैत्री करणे सुरू केले. त्यांनी जावजींना भेटीसाठी बोलावले. दोघांची भेट होऊन गप्पा झाल्या; पण दाजींच्या कारस्थानाचा जावजींना सुगावा लागला. असे म्हणतात की दाजींच्या पिशवीत जावजींच्या माणसाला नाना फडणीस यांचे पत्र सापडले. दाजी आणि त्यांच्या मुलांना मग ठार मारण्यात आले.

बंड शांत होण्यासाठी हालचाली

रघुनाथराव पेशव्यांच्याविरुद्ध बारभाईंनी आघाडी उघडल्याने नंतर रघुनाथरावांचे आसन धोक्यात आले. जावजींना रघुनाथरावांची मदत मिळू शकली नाही. जावजींना काय करावे सुचत नव्हते. त्यांचे स्नेही असणाऱ्या नाशिकचे सुभेदार धोंडो गोपाल यांनी त्यांना तुकोजी होळकरांची मदत घेण्याचा सल्ला दिला. मग त्यांनी तुकोजी होळकरांशी संपर्क साधला. जावजींनी जिंकलेले सर्व किल्ले होळकरांच्या स्वाधीन केले. तुकोजींच्या मध्यस्तीने पेशव्यांकडे तह झाला. 'राजूर तर्फ' अथवा महालातील साठ गावांचा कोतवाली अधिकार जावजींना देण्यात आला. अशा रीतीने बंड शांत झाले. १७७६-७७ चा हा काळ होता. जावजींचे कुटुंबीय आणि सहकारी ज्यांना वेगवेगळ्या ठिकाणी कैदेत ठेवण्यात आले होते, त्यांची मुक्तता करण्यात आली. सर्वांकडून सरकारशी एकनिष्ठ राहण्याचा करार करून घेण्यात आला होता. गुन्हे मागे घेण्यात आले.

जावजी यांच्याबरोबर असणाऱ्या नाइकांत खाडे, भांगरे, पिचड यांचा उल्लेख येतो. जावजींच्या बाजूच्या कैदेत असणाऱ्या माणसांत वाघ, लांघे, तळपाडे, परदेशी, मोरे, ढगळे, हरवले, खंडित, कोथे, भोईर, बहरे, लाडे या मंडळींचे उल्लेख येतात. बंडाच्या दरम्यान त्यांना त्यांच्या कुटुंबासह 'कावनई', 'माहुली', 'लोहगड', 'पट्टा', 'चास', 'शिवनेरी', 'त्र्यंबक', 'हडसर', 'चावंड', 'भास्करगड' या किल्ल्यांवर कैदेत ठेवण्यात आले होते. त्यामुळे घटना, घडामोडी आणि साथीदारांची यादी पाहता जावजी बांबळे यांच्या बंडाची एकंदर व्याप्ती बरीच मोठी होती असे दिसते.

त्यानंतर आयुष्यभर जावजी सरकारच्या बाजूने राहिले. नंतर या भागात कोकाटे आणि शिळकांडे हे कोळी-नाईक बंड करू लागल्यावर जावजींनी त्यांना सरकारच्या वतीने शांत केले. येसाजी नाईक कोकाटे आणि संताजी नाईक शिळकांडे हेही उत्तरपेशवाईतील प्रभावी कोळी-नाईक असल्याचे दिसते. १७८९ला जावजी बांबळेंचा मृत्यू झाला. जावजींचे पुत्र हिराजी हे त्यांच्यानंतर त्यांच्याजागी आले.

नाईक-भांगरे घराणे बनले प्रभावी

१७९८मध्ये भांगरे घराण्याचे वर्चस्व या भागात वाढले. तेही या भागातील महादेव कोळी-नाईक घराणेच. गोविंदराव, मानाजी आणि वालोजी या तीन भांगरे बंधूंनी बंड सुरू केले. त्यांनी अनेक माणसे जमा केली. पेशवे सरकारकडून ते दडपण्याचे प्रयत्न सुरू झाले. यातील गोविंदराव पकडले गेले, मानाजी निसटले आणि त्यांचा मृत्यूही झाला. तर वालोजी अथवा वालजी भांगरे यांनी बंडाची मशाल तेवती ठेवली. वालजींनी एक हजार लोक जमा करून ढोल आणि पताका घेऊन त्यांनी कोकण आणि पश्चिम घाटात अनेकदा बंड केले. बंड मोडण्याची जबाबदारी पेशव्यांनी हिराजी बांबळे यांच्यावर सोपवली. बंड मोडण्यात त्यांना यश येऊन वालजी भांगरे यांना शेवटी राजूर येथे तोफेच्या तोंडी देण्यात आले. बंड शांत झाले असे वाटत होते खरे; पण वालजींचे पुतणे रामजी यांनी बंडाचे नेतृत्व स्वीकारले.

रामजी मोठे शूर होते. आपले वडील आणि चुलते यांच्यातील धडाडी त्यांच्या अंगी होती. त्यामुळे त्यांना सरकारचे त्यांना पकडण्याचे प्रयत्न यशस्वी होऊ शकले नाहीत. शेवटचे पेशवे दुसरे बाजीराव यांचा हा काळ होता (म्हणजे

१८१८च्या काही वर्षे आधीचा!). पेशव्यांनी त्यांच्याशी समोपचाराचे धोरण स्वीकारले. शेवटी रामजींना कोतवालीचे अधिकार सरकारच्या वतीने सोपवण्यात आले. १८१८ला पेशवाई संपून इंग्रजांचे राज्य आले. नवी राजवट सुरू झाली. याच रामजी यांनी आपल्या अधिकरांवर गदा येते आहे म्हणून इंग्रजकाळातदेखील बंड केले. रतनगड किल्ल्याचे किल्लेदार गोविंदराव खाडे यांनी त्यांना साथ दिली. १८२०च्या दशकात हे अनेक बंड घडले होते. ते दडपून टाकण्यात इंग्रजांना यश आले. रामजींना पकडण्यात आले. रामजींचे एक साथीदार रामा किरवा यांनी बंड सुरू ठेवले, मात्र त्यांनादेखील ब्रिटिशांनी पकडले.

याच रामजी भांगरे यांचे पुत्र म्हणजे इतिहासप्रसिद्ध क्रांतिकारक 'राघोजी भांगरे'. १८४५ च्या आसपास त्यांनी इंग्रजांना सळो की पळो करून सोडले. देशातील ब्रिटिशांविरुद्ध झालेल्या मोठ्या उठावकर्त्यांत राघोजी भांगरे यांची गणना होते. त्यांच्या उठावावर आजवर काही प्रमाणात लेखन झाले आहे.

असा हा मराठेशाहीच्या काळातील महादेव कोळी-नाइकांच्या बंडांचा इतिहास. मराठेशाहीच्या काळात म्हणजेच अठराव्या शतकात ज्यांनी बंड केले, त्यांमध्ये बांबळे, कोकाटे, शिळकांडे, भांगरे ही नाईक घराणी प्रमुख होती. बंडांशिवाय पाहिले, तर ही कोळी-नाईक घराणी पेशवाईत वेगवेगळ्या पदांवर असल्याचे आपल्याला दिसते. पेशवेकाळात काही किल्ल्यांवरसुद्धा या मंडळींना पूर्वापार नेमणुका असल्याचे दिसते. १७४९-५०च्या नानासाहेब पेशवे यांच्या काळातील 'रतनगड' किल्ल्यासंबंधीच्या एका पत्रात साळोजी भांगरे, परसोजी खाडे, हरजी खाडे, केरजी नाईक-खाडे या किल्ल्यावरील महत्त्वाच्या व्यक्तींचा उल्लेख आहे. त्यामुळे फार आधीपासून ही घराणी या भागात, विशेषतः किल्ल्यांवर अधिकारपदावर होती असे दिसते. त्यामुळे त्यांचा इतिहास बराच जुना आहे.

बांबळे कुठले?

देवगावमधील क्रांतिवीर राघोजी भांगरे स्मारक

आता या घराण्यांची नेमकी गावे कोणती आणि वंशज काय करतात, असा प्रश्न पडतो. खरे तर त्यांचे वंशज शोधणे अवघड आहे. एक तर ही मंडळी एका जागी स्थिर नव्हती. सरकारकडून काही किल्ले अथवा प्रदेशात नाइकांना अधिकार मिळाले की ते तेथे जात. त्यांना सरकारकडून रोख नेमणुका होत्या. जहागिरी नव्हती. त्यामुळे ते एका ठिकाणी स्थिरस्थावर झाल्याचे दिसत नाही. त्यामुळे मराठा घराणी आणि त्यांचे वंशज शोधण्याचे वाडे, वतने-सरंजाम, नातेसंबंध हे जे निकष असतात, ते यांच्याबाबतीत लागू होत नाहीत.

क्रांतिवीर राघोजी भांगरे यांच्या भांगरे घराण्याचे गाव 'अकोले' तालुक्यातील 'देवगाव' असल्याचे समोर आले आहे. गावची पाटिलकी या भांगरे घराण्याला होती. राघोजी भांगरे यांचे स्मारकदेखील गावात झाले आहे. पेशवाईत बंड करणारे जावजी बांबळे यांचे गाव आणि वंशज नेमके कोणते हे मात्र सापडत नाही. बांबळे आडनावाची बरीच कुटुंबे पुणे जिल्ह्यातील आंबेगाव भागात आहेत. तशी ती नाशिक जिल्ह्यातील 'टाकेद' (जटायूचे) येथेही आहेत. 'टाकेद'जवळ बांबळेवाडी असून तेथे त्यांची संख्या बरीच आहे. (यादवराव बांबळे हे नव्वदच्या दशकात इगतपुरीचे आमदार होते.) अकोले तालुक्यातही अनेक गावांतदेखील बांबळे कुटुंबे आहेत. मग या जावजी बांबळेंचे घराणे शोधायचे कसे?

बांबळ्यांचे राजूर

जावजी बांबळे यांना उत्तरपेशवाईत राजूर महालातील गावांचा 'कोतवाली अधिकार' दिला गेला होता, ही गोष्ट लक्षात घेतली पाहिजे. मग त्यानुसार त्यांचे वंशज राजूरमध्ये असले पाहिजेत, असे म्हणता येईल. राजूर येथे शोध घेताना सुभाष बांबळे यांचे एकच बांबळे कुटुंब (मूळ 'राजूर'चे म्हणता येईल असे!)

दिसले. त्यांचा वाडा पूर्वी गावातील खोकल्याई माता मंदिराजवळ होता. याशिवाय घराण्यात कोणीतरी बंड केल्याची ऐकीव माहिती त्यांच्याकडे आहे. 'एक भाऊ बंडकरी होता. वाड्यात मूल होत नसून सुख पडत नव्हते, म्हणून आम्ही नव्या ठिकाणी राहायला आलो', असे ते सांगतात. बहुधा हे बांबळे घराणे जावजी बांबळेंच्या वंशजांपैकी असावे, अशी एक शक्यता आहे.

येथे एक विशेष गोष्ट मात्र सांगितली पाहिजे. ती म्हणजे, राजूर गावाला पूर्वी लोक 'बांबळ्यांचे राजूर' असे म्हणत. अजूनही जुन्या लोकांच्या तोंडी हे नाव आहे.

महादेव कोळी-नाईक घराण्यांचा, त्यांच्या मूळ ठिकाणांचा आणि त्यांच्या बंडांचा सखोल अभ्यास व्हायला हवा. गोविंद गारे यांच्यासारखे मोजके अभ्यासक सोडले, तर त्यांच्यावर तितकसे लक्ष आजवर कोणी दिले नसल्याचे दिसते. राघोजी भांगरे असोत की जावजी बांबळे त्यांच्या बंडांच्या कहाण्या या चित्रपट, वेब सिरीज किंवा कादंबरीचा विषय ठरू शकतील, इतक्या रोमांचक आहेत हे मात्र नक्की. रूढार्थाने सरदार, जहागीरदार या प्रकारातील जरी नसली, तरी कोळी-नाइकांची जुनी ऐतिहासिक घराणी 'अकोले' तालुक्यात आहेत. त्यांचे मोठे वाडे, जमीनजुमले नसतीलही; पण त्यांनी केलेला संघर्ष नजरेआड करून चालणार नाही. शेवटी या नाईकांनी मोठ्या संख्येने आपल्याभोवती माणसे जमवली होती. बंडाची कारणे कोणतीही असोत, मध्यवर्ती सत्तेचे लक्ष त्यांनी वेधून घेतले होते. राघोजी भांगरे यांच्यावर किती तरी लोकगीते या भागात जुन्या बायाबापड्यांच्या तोंडी प्रचलित होती, किंबहुना अजूनही आहेत. त्यामुळे येथील लोकमाणसांत या नाईकांचा असलेला प्रभाव दिसून येतो. 'नाईक' किंवा 'नायक' या शब्दाचा खरा अर्थ त्यांनी सार्थ करून दाखवला आहे. म्हणतात ना, जगातील सर्वांत अवघड काम म्हणजे माणसे उभी करणे!

संदर्भ :

१) सवाई माधवराव पेशवे यांची रोजनिशी (भाग २)

२) बाळाजी बाजीराव पेशवे यांची रोजनिशी (भाग १)

३) त्रैमासिक उज्ज्वल उद्यासाठी (अंक, मे-ऑक्टो २०२३, आद्यक्रांतिकारक राघोजी भांगरे विशेषांक), संपादक : विठ्ठल शेवाळे

४) Gazetteer of the Bombay Presidency (Vol. 17, Ahmednagar)

•••

पूर्वीचा देहाडराय आणि सध्याचा वाघ यांचा वाडा

वाड्यांचे गाव 'पुणतांबा'

महाराष्ट्रात सर्वाधिक वाडे कोणत्या गावांत आहेत याचा शोध घेतला, तर 'पैठण', 'पुणतांबा', 'वाई', 'त्र्यंबकेश्वर', 'नाशिक', 'नेवासे' ही धार्मिक महत्त्व असणारी गावे त्यात अग्रेसर ठरतील. मात्र येथे असणारे वाडे हे तलवार किंवा मुत्सद्देगिरी गाजवलेल्या सरदार घराण्यांचे नाहीत, तर ते आहेत शास्त्री-पंडितांचे. एकाअर्थी धार्मिक क्षेत्रातील सरदार म्हणता येतील, अशा मंडळींचे. त्यातील एक म्हणजे नगर जिल्ह्यातील पुणतांबा. 'पुण्यस्तंभ' असे जुने नाव असणारे, दक्षिणगंगा समजल्या जाणाऱ्या गोदावरीच्या काठी वसलेले आणि शतकानुशतकांची विद्याभ्यासाची परंपरा असणारे हे गाव!

'पुणतांबा' हे नगर जिल्ह्यातील राहाता तालुक्यात आहे. शिर्डीपासून ते सोळा किलोमीटर असून शिर्डीहून पुणतांब्याला जाण्यासाठी रस्ता आहे. गोदावरी जिथे उत्तरवाहिनी होते, तेथे तिच्या पूर्वकाठावर पुणतांबा वसले आहे. पुणतांब्याला धार्मिक महत्त्व आहे. गावात कुठेही फेरफटका मारला असता अनेक मंदिरे आणि वाडे आपल्याला दिसतील. या संपूर्ण गावाला गावकूस आहे तसेच नदीकाठी काही घाटदेखील येथे आहेत. पुणतांब्याला 'दक्षिणकाशी' म्हणतात. पूर्वापार येथे अनेक ब्राह्मण विद्याभ्यास करायला येत. येथे पूर्वी वेदपाठशाळा होत्या. अनेक विद्वान शास्त्री-पंडिताची ही भूमी.

पुणतांबा गावची महत्त्वाची ओळख म्हणजे इथले चांगदेव महाराजांचे मंदिर. चौदाशे वर्षे आयुष्य लाभले असे मानले जाणाऱ्या नाथपंथातील योगी चांगदेव यांचे संत ज्ञानेश्वरांनी गर्वहरण केले. चांगदेवांनी ज्ञानेश्वरांच्या लहान भगिनी मुक्ताईंना गुरू मानले. मग माउलींच्या समाधीनंतर त्यांनी पुणतांब्यात संजीवन समाधी घेतली. चांगदेव मंदिर मुख्य गावात नसून गावाच्या दीड किलोमीटर ईशान्येला आहे. येथे काही मंदिरांचा समूह आहे. सहसा लोक पुणतांब्यातील याच ठिकाणी भेट देतात. मुख्य गावामध्ये गल्लोगल्ली आणि नदीकाठी वाडे, मंदिरे, घाट यांच्या रूपाने कोणता ऐतिहासिक खजिना आहे, याची अनेकांना कल्पना नसते.

आज जिथे पुणतांबा गाव आहे, त्याच्या काहीसे आग्नेयला म्हणजे आजच्या बाजारतळाजवळ फार पूर्वी गाव असल्याचे म्हणतात. नदीला आलेल्या पुरामुळे गाव वाहून गेल्याचे सांगितले जाते. तिथला मारुती बराच जुना असून त्याला 'सुतकळ मारुती' म्हणतात. पुरामुळे गावात अक्षरशः सुतक धरायलाच

कोणी राहिले नाही. त्यामुळे त्या मारुतीलाच सुतक पडले, अशी या मारुतीच्या नावामागची दंतकथा येथे सांगितली जाते. अर्थात त्याला काही शतके उलटली असावी. येथे बाजूलाच नदीकाठी असणारे मामा-भाचे मंदिर हे गावातील सर्वांत जुने मंदिर समजले जाते. तेथला घाटही जुना असून त्याला 'ब्राह्मण घाट' म्हणतात. गावातील ब्राह्मण मंडळींचे विधी आजही येथेच पार पडतात.

आजचे पुणतांबा गाव पाहिले तर त्याचे मराठाकालीन म्हणजे सतराव्या, अठराव्या शतकातले रूपडे टिकून असलेले दिसते. संपूर्ण गावाला दगडी तटबंदी होती. आजही ती बऱ्यापैकी अस्तित्वात आहे. ती कर्नाटकातील जमखंडी येथील शासक असणाऱ्या पटवर्धन घराण्याने बांधली. तटबंदीला बारा प्रवेशद्वारे म्हणजेच 'वेशी' असे लोक सांगतात. मंदिरे आणि वाड्यांची संख्या तर गावात खूप आहे.

मंदिरांचे गाव

गावात नदीकाठी अनेक मंदिरे आहेत. त्यातील बहुतांशी मराठा शैलीतील आहेत. त्यातील कार्तिकस्वामींचे मंदिर प्रसिद्ध आहे. ते फक्त कार्तिक महिन्यातच खुले असते. त्याच्याजवळचा घडीव दगडांचा घाट अहिल्याबाई होळकरांनी बांधला. मृत्यूपश्चात केले जाणारे विधी येथे पार पडतात. याशिवाय महादेवाची बरीच मंदिरे येथे आहेत. नदीच्या काठावरच्या समाध्यांची संख्या तर विचारायलाच नको. अनेक ठिकाणी त्या विखुरलेल्या दिसतात. त्याचबरोबर अनेक भग्न मूर्ती, चिरे, वीरगळी आपल्याला नदीत किंवा नदीच्या काठावर दिसतील. खरे तर भग्न झालेल्या अशा गोष्टी आसपासच्या परिसरातील लोकांनी येथे आणून टाकल्या आहेत. गोदावरीने हे सगळे आपल्या पोटात घेतले आहे.

पुणतांब्याचे कार्तिकस्वामी मंदिर आणि घाट

पुणतांब्यात नदीकाठी कार्तिकस्वामी मंदिर, याज्ञसेनी मंदिर, मुद्गलेश्वर मंदिर, शनी मंदिर, मामा-भाचे मंदिर, काशीविश्वेश्वर मंदिर यांसह बरीच मंदिरे आहेत. गावात खंडोबा, श्रीराम,

कृष्ण, काळभैरव, गणपती, बालाजी अशी मंदिरे आहेत. बालाजीची तीन मंदिरे गावात आहेत. खंडोबाचा खंडा असणारे एक विशेष मंदिर गावात आहे. खंडोबा देव येथून जाताना तो नदीत विसरून गेल्याची आख्यायिका आहे. पुणतांबा हा खरे तर स्वतंत्र संशोधनाचा विषय आहे. त्याची व्याप्ती मोठी आहे. गावाचा संपूर्ण इतिहास, मंदिरे, इथले वाडे, घराणी, परंपरा अशा अनेक अंगांनी गावचा सखोल अभ्यास करता येईल. गावातील महत्त्वाची घराणी आणि वाडे यांच्याच अंगाने आपण विचार करणार आहोत.

पुणतांबा गावची मूळ वस्ती ब्राह्मणांची होती. गावातील जवळजवळ सर्वच वाडे ब्राह्मण मंडळींचे होते. मराठा व इतर समाजाच्या मालकीचे हल्ली जे वाडे आपल्याला दिसतात, तेही मूळ ब्राह्मणांचेच आहेत. काळाच्या ओघात अनेक ब्राह्मण कुटुंबे येथून इतरत्र स्थलांतरित झाली. नोकरी-शिक्षणाच्या निमित्ताने अनेकांनी गेल्या शतकात गाव सोडले. यामुळे ब्राह्मणांची संख्या झपाट्याने कमी झाली. याशिवाय दुसरे एक कारण म्हणजे अनेक कुटुंबांचा झालेला निर्वंश होय. घराण्याला कोणी वारस न मिळाल्यानेही वाड्यांची विक्री झाली. गावातील फार कमी वाडे बऱ्या स्थितीत असून वापरात आहेत. बाकी बरेच वाडे हे बेवारस असून त्यांची केवळ प्रवेशद्वारे आपल्याला दिसतील. आतून पडलेले आणि त्यांच्या दारांना ताळे असा प्रकारही आपल्याला येथे दिसेल.

ब्राह्मणबहुल गाव

गावात पूर्वी ब्राह्मण शास्त्री-पंडितांची बरीच घराणी होती. येथून काशीसारख्या ठिकाणी विद्याभ्यास करण्यासाठी गेलेल्यांची संख्यादेखील मोठी होती. गावात पूर्वी बऱ्याच वेदपाठशाळाही होत्या. पूर्वी गावात २५० ब्राह्मण घराणी होती असे म्हणतात. आज मात्र काहीच शिल्लक आहे. आज पुणतांबा गावात जी महत्त्वाची ब्राह्मण कुटुंबे आहेत त्यात देहाडराय, गोरे, मरुद्गन, खुळगे, रोकडे, गोसावी, बिडवाई, लुंपाटकी, कुलकर्णी, लावर, चितळकर, धर्माधिकारी, सराळकर,

येवलेकर, मुळे, जोशी, ठोंबरे, लाळे, सांब, निद्रे, नाईक इत्यादींचा समावेश होतो.

सर्वच देशस्थ ब्राह्मण असून त्यात यजुर्वेदींची संख्या अधिक आहे. यांतील अनेक जण शेती करतात अथवा करून घेतात. काहींचा व्यवसाय आहे, तर काही आसपास नोकरी करतात. काही जण पारंपरिक पौरोहित्य करतानाही आपल्याला दिसतील. प्रत्येकाच्या घरातील कोणी तरी (एखादा भाऊ, मुलगे, चुलत कुटुंब वगैरे) पुणे, मुंबई सारख्या शहरांत वास्तव्याला असल्याचे दिसते.

काही कुटुंबांकडे पुणतांब्यातील मंदिरांचे वंशपरंपरागत पुजारीपण चालत आलेले आहे. अनेक देवतांचे काहीना काही उत्सव वर्षातून येथे चालू असतात. या सगळ्या परंपरांचादेखील स्वतंत्र अभ्यास होऊ शकेल. काही देवस्थानांना वंशपरंपरागत इनामी जमिनी होत्या. आजवर त्या या कुटुंबांकडे चालत आलेल्या आहेत.

गावात बालाजीची दोन अप्रतिम मंदिरे शेजारीशेजारी आहेत. डाव्या बाजूचे रोकडे (जहागीरदार) यांचे असून उजव्या बाजूचे गोसावी यांचे आहे. गोसावी यांचे मूळ आडनावसुद्धा रोकडेच. दोन्ही ठिकाणच्या मंदिरांत श्रीबालाजीसह इतर पंचधातूंच्या सुरेख मूर्ती आपल्याला पाहायला मिळतात. या मंदिरांना इनाम जमिनी आहेत.

गावात नदीकाठी असणारे याज्ञसेनी देवीचे मंदिर बिडवाईंकडे आहे. चार भक्कम बुरुजांचे हे पेशवेकालीन मंदिर म्हणजे मोठी गढीच. त्याच्यावरच्या शिलालेखानुसार त्याचा १७५९मध्ये जीर्णोद्धार केला गेला आहे. त्याच्या शेवटच्या ओळीत '...बीडवैय्यानी निर्मिले' असे लिहिलेले आहे. याज्ञसेनी देवीजवळचे मुद्गलेश्वराचे (मुंजा) मंदिर आहे. ते मुद्गल-गोरे कुटुंबाकडे आहे. या मुद्गलेश्वराच्या उत्पत्तीची कथाही याच घराण्यातील एका पुरुषाच्या संदर्भात सांगितली जाते.

गावातील प्रसिद्ध कार्तिकस्वामी मंदिराची सेवा ही गोरे कुटुंबाकडे आहे. कार्तिकस्वामी मंदिर फक्त कार्तिक महिन्यात भाविकांसाठी खुले करण्यात येते. त्रिपुरारी पौर्णिमेला येथे उत्सव असतो. गावातील मरुद्गन कुटुंबाकडे गावची ओळख असलेल्या चांगदेव मंदिराची सेवा आहे. याशिवाय गावातील केशवराज मंदिरही त्यांच्याकडे आहे. श्रीकृष्ण मंदिर हे मुळे कुटुंबाकडे असून ते सध्या छत्रपती संभाजीनगर येथे वास्तव्यास असतात, तर विठ्ठल मंदिर हे नाईक कुटुंबाकडे असून ते आता नव्या धाटणीचे झाले आहे. गावातील काळभैरव मंदिराची सेवा मात्र जाधव या मराठा कुटुंबाकडे आहे.

वाड्यांची वैशिष्ट्यपूर्ण शैली

पुणतांबा गावात कोणत्याही गल्लीत जा, आपल्याला वाडे दिसतातच. ब्राह्मण गल्लीत त्यांची संख्या अधिक आहे. वर सांगितलेल्या प्रत्येक कुटुंबाचे वाडे आपल्याला गावात दिसतील; परंतु बरेच वाडे काळाच्या ओघात पडले असून त्यांची केवळ प्रवेशद्वारे शिल्लक राहिलेली आहेत. अनेकांमध्ये नंतरच्या काळात आतून नवे बांधकाम केलेले आपल्याला दिसेल.

पुणतांबा गावातील वाड्यांची काही सर्वसाधारण वैशिष्ट्ये सांगता येतील. पहिले म्हणजे त्यांची उंच जोती. काही वाड्यांना त्याच्यासमोर जोते किंवा चौथरा आहे. उंच दगडी चौथऱ्यावर ते उभे असलेले आपल्याला दिसतील. उंची चांगली पाचसहा फूट असल्याचे आपल्याला दिसेल, तर अनेकांच्या वाड्यांत आत प्रवेश केल्यावर आत चहूबाजूंना जी जोती असतात, त्यांची उंची अधिक असल्याचे दिसते. त्याला चढायला पायऱ्या आहेत.

दुसरे वैशिष्ट्य म्हणजे वाड्यांना समोरच्या बाजूने असणाऱ्या तळघराच्या खोल्या. पुणतांब्याच्या बऱ्याच वाड्यांच्या मुख्य प्रवेशद्वाराच्या बाजूला आपल्याला दुसरे एक दार दिसते. आत उतरत्या पायऱ्या असून एक खोली असते. या खोल्या म्हणजे शास्त्री-पंडित मंडळींची सदर किंवा आजच्या भाषेतील ऑफिसच! कामानिमित्त आल्यागेल्या माणसांसाठी त्याचा उपयोग होत असे.

गावातील एक वाडा

तिसरे वैशिष्ट्य म्हणजे वाड्यांची प्रवेशद्वारे. सर्वसाधारण अठराव्या शतकाच्या उत्तरार्धात उभारल्या गेलेल्या वाड्यांच्या प्रवेशद्वारांच्या तुलनेत ही प्रवेशद्वारे काहीशी वेगळी आहेत. फरक आहे तो दारावरच्या नक्षीकामात. इतर वाड्यांत दारावर आपल्याला सहसा दिसते, तशी गणेशपट्टी येथील वाड्यांना नाही. म्हणजे मध्यभागी असणारा 'गणपती' आणि त्याच्या आजूबाजूला

एकमेकांत गुंफलेल्या वेलबुट्ट्या येथे दिसत नाहीत. त्याऐवजी असणारे नक्षीकाम सुंदर आणि वैविध्यपूर्ण आहे.

दारांवर आलेली तुळयांच्या टोकांवर आणि त्यांच्यामधील जागेत सुंदर नक्षीकाम केलेले आपल्याला दिसेल. बाकी प्रवेशद्वारावर एरवी दिसतात तशी तीन दगडी कमळे कोरलेली आणि दाराच्या दोन्ही बाजूंना कोनाडे काढलेले आपल्याला दिसतील. मात्र याबरोबर आणखी एक विशेष गोष्ट येथे दिसते. ती म्हणजे, वाड्यांच्या प्रवेशद्वाराच्या चौकटीवरील दोन्ही कोपऱ्यात असणारी दोन 'अश्वमुखे' (घोड्यांची तोंडे).

गावातील विशेष आणि सुस्थितीत असणाऱ्या वाड्यांपैकी होळकर वाडा, देहाडराय (सध्याचा वाघ) यांचा वाडा आणि लुंपाटकी वाडा हे प्रातिनिधीक म्हणून आपण पाहूयात.

पुण्यश्लोक अहिल्याबाई होळकरांचा वाडा

पहिला होळकर वाडा. होळकर वाडा येथला विशेष आहे, कारण तो कुणा स्थानिक माणसाने बांधलेला नसून एका शासकाने येथे बांधला आहे. म्हणजे इंदूरच्या होळकरांनी. ब्राह्मण गल्लीत चितळकर यांच्या वाड्यासमोर तो आहे. इंदूरच्या अहिल्याबाई होळकरांनी हा वाडा बांधला. कार्तिकस्वामी मंदिराजवळचा सुंदर घाटही त्यांनीच बांधलेला आहे, हेही ध्यानात घ्यायला हवे. अहिल्याबाई

होळकरांचा वाडा

यांनी संपूर्ण भारतभरात अनेक तीर्थक्षेत्रांच्या ठिकाणी मंदिरे, वाडे, घाट बांधले हे सर्वश्रुतच आहे. पुणतांबा क्षेत्राचेही महत्त्व लक्षात घेता त्यांनी येथेही या वास्तू बांधल्या. येथील हा वाडा आणि घाट त्यांनी कोणत्या काळात बांधला हे निश्चितपणे सांगता येणार नाही. अहिल्याबाई होळकर यांचा भारतभरात हे महान कार्य करण्याचा काळ साधारण १७७५-१७९५ दरम्यानचा होता. त्यामुळे पुणतांबा येथील वाडाही त्याच काळात उभारला गेला असावा.

मागच्या शतकापर्यंत हा वाडा अगदी चांगल्या अवस्थेत होता. आता मात्र त्याच्या दगड-विटांच्या बाजूच्या भिंती तेवढ्या शिल्लक आहेत. आत कचऱ्याचे साम्राज्य असून सागवानी लाकूड बघायलासुद्धा येथे नाही. विशेष गोष्ट म्हणजे वाड्याचे एकेकाळचे भव्य प्रवेशद्वारच सध्या नाही.

पुणतांबा गावातील सर्वांत भव्य वाडा म्हणजे होळकरांचा वाडा असल्याचे गावकरी सांगतात. इतर सर्व वाड्यांच्या तुलनेत या वाड्याचा दगड अधिक घडीव असल्याचे आपल्याला दिसेल. प्रवेशद्वार 'हत्ती आत जाईल' एवढे मोठे असल्याचे सांगितले जाते. त्याला अणकुचीदार लोखंडी खिळे होते. त्यात दोन दिंडी दरवाजे होते. म्हणजे मुख्य प्रवेशद्वारात एक दार आणि त्याच्यात अजून एक दार. आज मात्र हे वैभव नाही.

वाडा उभट असल्याचे दिसते. म्हणजे लांबीच्या तुलनेत त्याची रुंदी जरा अधिकच आहे. आत त्याच्या जोत्यांची उंची ही बरीच आहे. आत ठिकठिकाणी भिंतींत कोनाडे दिसतील. भिंती आतील बाजूने पांढऱ्या मातीने लिंपलेल्या दिसतील. विशेष गोष्ट म्हणजे, इथले रांजण. दोन ठिकाणी कोनाड्यात चुना आणि चपट्या विटांनी तयार केलेले रांजण आपल्याला दिसतील. त्यांचा वापर कशासाठी केला जायचा, हे मात्र कळत नाही.

होळकर वाड्यातील रांजण

हा वाडा होळकरांनी गोरे कुटुंबाला दिल्याचे सांगतात. गोरे हे बहुधा त्यांचे

तीर्थोपाध्याय असावेत. त्यांच्याकडून नंतरच्या काळात तो गावातील काही मंडळींनी खरेदी केला. आता तर हा वाडा अखेरची घटका मोजताना दिसत आहे.

वेदशास्त्रसंपन्न लुंपाटकी

दुसरा वाडा लुंपाटकी यांचा. पुणतांबा गावात अगदी अलीकडच्या काळापर्यंत शास्त्राध्यायनाची परंपरा जपलेल्या लुंपाटकी कुटुंबाचा हा वाडा. वाडा तसा इंग्रजकाळातील; नव्या रूपातील आहे. वाड्याला रंगरंगोटी केलेली दिसते. वाड्याचे दार रस्त्याला अगदी लागूनच आहे. त्याला ओटा वगैरे नाही. दारही अगदी साधे असून त्यावर कसलेही नक्षीकाम नाही. मुख्य प्रवेशद्वाराच्या उजव्या बाजूलाच अजून एक छोटा दरवाजा आहे. ती तळघराची खोली. लुंपाटकी येथे ज्योतिष वगैरे बघतात.

वाड्यात प्रवेश केल्यावर चौक दिसतो. आतील जोत्याची उंची साधारण सहा फुटांची दिसते. म्हणजे सर्वसामान्य माणसाच्या उंचीपेक्षाही अधिक. पायऱ्यांनी वर चढून ओसरीवर जावे लागते. वाड्यात संपूर्ण काळा किंवा मलबारी साग वापरलेला आहे. भिंतीवर वेदशास्त्रसंपन्न शंकर बाळकृष्ण लुंपाटकी (मृत्यू १९५६) यांचे रेखाचित्र आहे. काशीत उच्चशिक्षण घेतलेल्या त्यांनीच हा वाडा बांधल्याचे सांगतात. ओसरीत इथले देवघर आपल्याला पाहायला मिळते. देवघर म्हणजे जणू

लुंपाटकी यांच्या वाड्याचा आतील भाग

लुंपाटकी यांचे देवघर

काही भिंतीत काढलेला एक मोठा कोनाडाच आहे. त्याच्या आत शिरले म्हणजे आत देवघर दिसते. मात्र आत शिरून एकच माणूस देवघरासमोर बसू शकतो, इतकी जागा आहे. देवघर तीन पायऱ्यांचे आहे.

सर्वांत वरच्या पायरीवर घराण्याचे दैवत असणाऱ्या बालाजीची त्यांच्या दोन्ही पत्नींसह पितळी मूर्ती आहे. मधल्या पायरीवर शंकराचे बाणलिंग, गणपतीचा नर्मदेच्या पाण्यातून मिळालेला लाल गोटा, विष्णूचा शाळिग्राम आणि सूर्यदेवाचा स्फटिक आहे. खालच्या पायरीवर एक बालाजीची पितळी मूर्ती, लोकदैवतांचे टाक आणि एका तबकडीत काही शाळिग्राम आपल्याला दिसतात. देवघरात बाजूलाच भिंतीत एक कोनाडा करून तेथे गणपतीची मूर्ती स्थापन केली आहे. ही मूर्ती स्वयंभू असल्याचे लुंपाटकी सांगतात. यासोबत एक विशेष गोष्ट येथे आहे, ती म्हणजे 'पीर'!

वाड्याच्या मागच्या चौकात डाव्या बाजूला एक खोली आहे, तिला 'हवनाची खोली' म्हणतात. लुंपाटकी यांच्याकडे अग्निहोत्र आहे. खोलीत होमकुंड असून यज्ञविधी चालत असत. तसेच विद्याभ्यासही चाले. इतर कोणी विनाकारण त्या खोलीत जात नसे. बाकी या मागच्या चौकात स्वयंपाकघर वगैरे आहे.

लुंपाटकी घराण्याकडे जुनी भांडी, अडकित्ते, चिलीम, घंगाळ, नक्षीदार तांबे, पितळी साखळ्या, चोपाळा अशा अनेक जुन्या वस्तू आहेत. त्यांनी त्या व्यवस्थित सांभाळून ठेवल्या आहेत. या घराण्याकडे अनेक हस्तलिखिते आणि पोथ्यांचा संग्रह होता. काही वर्षांपूर्वी तो त्यांनी 'नॅशनल मिशन फॉर मॅन्युस्क्रिप्टस्' (राष्ट्रीय पांडुलिपी मिशन) या केंद्रसरकारच्या संस्थेने मागणी केल्यावर, घरातील सर्वांच्या सहमतीने त्यांच्याकडे सोपवला. त्यामुळे तो जतन केला जाणार आहे.

लुंपाटकी कुटुंबाला आपल्या पाच पिढ्या तोंडी माहिती आहेत. पहिले यादवशास्त्री, त्यांचे पुत्र जनार्दन, त्यांचे बाळकृष्ण, त्यांचे शंकर, त्यांचे भास्कर आणि त्यांचे हे हल्लीचे. यादवशास्त्रींचा काळ एकोणिसाव्या शतकातील. वेदशास्त्रसंपन्न असणाऱ्या या यादवशास्त्रींची समाधी गावात ब्राह्मणघाटाजवळ आहे. त्यांची पुढची पिढी म्हणजे जनार्दन आणि बाळकृष्ण हेसुद्धा वेदशास्त्रसंपन्न होते. बाळकृष्ण यांनी काशीत 'लुंप' नावाचा ग्रंथ लिहिला आणि त्यांचे पुत्र शंकर यांनी तो पूर्णत्वास नेला. त्यामुळे या घराण्याला 'लुंपाटकी' आडनाव प्राप्त झाले असे म्हणतात. शंकर म्हणजे शंकरशास्त्री यांनीच पुणतांब्याचा सध्याचा वाडा

बांधला. शंकरशास्त्री यांचे पुत्र भास्कर हेसुद्धा वेदशास्त्रसंपन्न होते. त्यांची पुढची पिढी सध्या येथे आहे. काही ज्योतिषी, पौरोहित्य करतात, तर काही नोकरी.

पुणतांब्याची विद्याभ्यासाची परंपरा अलीकडच्या काळापर्यंत टिकवून ठेवणाऱ्या घराण्यांमध्ये लुंपाटकी घराण्याचे नाव घ्यावे लागेल. शंकरशास्त्री लुंपाटकी यांच्याप्रमाणे गंगाधरशास्त्री धर्माधिकारी हे विद्वान गृहस्थ काही वर्षांपूर्वी गावात होऊन गेले. त्यांची वेदपाठशाळा बहुधा पुणतांबा गावातील शेवटची वेदपाठशाळा असावी. पुणतांबा गावची फार मोजकी घराणी अशी होती, ज्यांनी विद्वत्तेची आणि विद्याभ्यासाची परंपरा अगदी आत्तापर्यंत धरून ठेवली होती. अलीकडच्या काळात मात्र ती लोप पावल्याचे आपल्याला दिसते.

शूटिंग झालेला वाडा

तिसरा वाडा आहे, पूर्वीचा देहाडराय आणि सध्याचा वाघ यांचा. वाडा ज्यांनी बांधला, ते देहाडराय घराणे पुणतांबा गावातील एक महत्त्वाचे शास्त्री-पंडित घराणे होते. विसाव्या शतकाच्या सुरुवातीला त्यांचे कुटुंब येथून स्थलांतरित झाले. त्यांचा वाडा पुणतांब्याजवळच्या चितळीच्या वाघ पाटील घराण्याने विकत घेतला. त्यामुळे सध्या याला 'वाघांचा वाडा' म्हणतात.

वाड्यातील चौक

वाडा गावाच्या वेशीतून आत गेले की काही अंतरावर रस्त्यालगत आहे. वाड्याच्या भिंती आणि त्यांची उंची आपले लांबून लक्ष वेधून घेते. वाड्याची उंची साधारण वीस फूट इतकी आहे. त्यातही भिंत पंधरा फुटांपर्यंत दगडी आणि वर चपट्या विटांची आहे. प्रवेशद्वारासमोर आपल्याला ओटा किंवा जोते दिसेल. त्याच्या बाजूलाच काहीसे खाली दोन दरवाजे दिसतात. त्यात तळघराच्या खोल्या होत्या. वाड्याच्या प्रवेशद्वारापर्यंत जाण्यासाठी

पायऱ्या आहेत. दारावर वरच्या मजल्यावर एक सुंदर गवाक्षाची योजना करण्यात आलेली आहे.

वाड्याच्या आतील पहिला चौक तसा शाबूत आहे. चार फुटांचे जोते आपल्याला त्यावर दिसते. येथे बाजूला मोकळी ओसरी आणि तिच्याभोवती खोल्या आहेत. चौक सध्या वरून पत्र्याने पूर्णपणे झाकल्याने येथे सूर्यप्रकाश पोहोचत नाही. वाघ मंडळी येथे वास्तव्यास आहेत. वाड्याचा मागचा तसेच उत्तरेकडचा भाग मात्र पडला आहे. वरच्या मजल्यावर जाण्यासाठी जिने आहेत. वर एक जुने शौचकूप आपल्याला दिसते.

हा वाडा तसा त्याचा समोरचा दर्शनी भाग आणि आतील चौकामुळे बऱ्या अवस्थेत आहे. विशेष म्हणजे येथे एक-दोन चित्रपट मालिकांचे शूटिंगदेखील झाले आहे. सोनी टीव्हीवरच्या प्रसिद्ध 'सीआयडी' मालिकेच्या एका भागाचे चित्रीकरण गावात झाले होते. त्यात हा वाडा आपल्याला दिसतो.

वाडामालक वाघ कुटुंब तसे शेतकरी. ते येथील राजकारणातदेखील सक्रिय होते. पुणतांबा गावातील मराठा घराण्यांविषयी एक विशेष गोष्ट सांगायला पाहिजे. ती म्हणजे, ही मंडळी गेल्या शतकात किंवा अगदी अलीकडच्या काळापर्यंत परिसरातील मोठ्या असामी होत्या. गावातील धनवटे, वहाडणे, बारहाते, वाघ, जाधव अशी या घराण्यांची नावे सांगता येतील. गेल्या पाच-पन्नास वर्षांत यातील काही मंडळी राजकारणात चांगली सक्रिय होती. तीही तालुका, जिल्हा आणि अगदी राज्य पातळीपर्यंत.

१७५०-५१ सालची म्हणजेच नानासाहेब पेशव्यांच्या काळातील गावाच्या पाटिलकीच्या वादासंबंधी एक नोंद आहे. उगले आणि ठुपके विरुद्ध धनवटे आणि वाहाडणे असा तो वाद होता. सरकारने धनवटे आणि वाहाडणे यांच्या बाजूने त्यावेळी निकाल दिला होता.

अशी ही पुण्यस्तंभ नगरी. पूर्वी अनेक शास्त्री-पंडित घराणी येथे होती. काळानुरूप त्यांची संख्या कमी होत गेली. अनेक ब्राह्मण मंडळी शिकून गावातून बाहेर पडली. वेगवेगळ्या क्षेत्रांत त्यांनी प्रगती केली. त्यातील एक महत्त्वाचे नाव सांगायचे म्हणजे चितळकर घराण्यातील रामचंद्र चितळकर म्हणजेच सी. रामचंद (१९१८-१९८२) यांचे. ते विख्यात संगीतकार होते. 'ये मेरे वतन के लोगो'सारख्या गीतांना त्यांनी संगीत दिले होते. त्यांनी संगीत दिलेली जुन्या हिंदी चित्रपटांतील गाणी अजूनही देशातील जनतेच्या ओठांवर आहेत.

गावात शेकडो शास्त्री-पंडित घराणी होऊन गेली असतील. एके काळी होमहवन, यज्ञयाग, धर्मसभा येथे होत असणार. आता ते बंद झाले. त्याअर्थी गाव ओस पडले खरे; परंतु इथला चांगदेव महाराज मंदिर परिसर, जनार्दन स्वामी मंदिर, महानुभाव मंदिर, गंगागिरी महाराज मठ या ठिकाणी आज भजन-कीर्तनाच्या रूपाने कर्मकांडविरहित नामस्मरणभक्ती मात्र अखंड सुरू असते. गावाच्या येथील पंडितांनी पूर्वी उच्चविद्या घेऊन आपल्या प्रतिभेने संस्कृत ग्रंथ रचले. शेकडो प्रकांडपंडित व्यक्ती येथे होऊन गेल्या असतील. मात्र त्यांची नावेही आज कुणाला माहीत नाहीत. गावची ख्याती आहे, ती फक्त येथील 'चांगदेव महाराज' आणि त्यांच्या वारकरी संप्रदायाच्या संबंधांमुळेच!

पुणतांबा गावाला मोठा वारसा लाभला हे मात्र खरे. अनेक वाडे, मंदिरे या गावाला लाभली आहेत. या सगळ्यांचे शास्त्रीय पद्धतीने जतन व्हायला हवे. पुणतांबा गावावर सखोल अभ्यास आजवर झाला नाही, हे दुर्दैवच म्हणावे लागेल. तो व्हायला हवा. या सगळ्यांतून मोठा पर्यटकवर्ग येथे खेचला जाऊ शकतो. ऐतिहासिक श्रीमंती असणारे हे गाव 'हेरिटेज व्हिलेज' म्हणून घोषित झाले, तर सोन्याहून पिवळे!

संदर्भः

१) बाळाजी बाजीराव पेशवे यांची रोजनिशी (खंड २)
२) Gazetteer of the Bombay Presidency (Vol.17, Ahmednagar)

•••

ओंकार घराण्याचा टोके येथील पडलेला वाडा

उद्ध्वस्त झालेली समृद्ध नगरे टोके, कायगाव आणि प्रवरासंगम

एके काळी भरभराट असणारी तीन नावाजलेली तीर्थक्षेत्रे उद्ध्वस्त झाली. कारण होते नदीला आलेला पूर. जुनी अनेक शतकांची परंपरा असणाऱ्या या ठिकाणी अनेक शास्त्री-पंडित घराणी नांदत होती. मंदिरे सोडून तेथे आज काहीही उरले नाही. त्यातील एक गाव तर पेशवाईत निर्माण करण्यात आलेली 'स्मार्ट सिटी' होते. पेशवाईतील महत्त्वाच्या व्यक्तींचे भव्य वाडे तेथे होते. उद्ध्वस्त झालेली ही तीन तीर्थक्षेत्रे म्हणजे गोदावरी आणि प्रवरासंगमावरची 'कायगाव', 'टोके' आणि 'प्रवरासंगम' आणि त्यातील पेशवाईतील 'स्मार्ट सिटी' म्हणजे 'टोके'.

नगर जिल्ह्यातील नेवाशापासून साधारण पंधरा किलोमीटर अंतरावर असणारी 'कायगाव', 'टोके' आणि 'प्रवरासंगम' ही तिन्ही जुनी तीर्थक्षेत्रे दुर्दैवाने आज आपल्या मूळ ठिकाणी नाहीत. १९६९ ला गोदावरीला आलेल्या पुराने तिन्ही गावे उद्ध्वस्त झाली. सत्तरच्या दशकात तिन्ही गावांचे मूळ ठिकाणाहून काही अंतरावर पुनर्वसन करण्यात आले.

पूर्ववाहिनी गोदावरीला नेवाशावरून आलेली प्रवरा दक्षिणेकडून मिळते. जवळजवळ काटकोनात. ती जिथे छेदते तेथे डावीकडे म्हणजे पश्चिमेला 'टोके', तर उजवीकडे म्हणजेच पूर्वेला 'प्रवरासंगम' आहे, तर गोदावरीच्या उत्तरेला 'कायगाव' आहे. तिन्ही गावे पहिल्यापासून वेगवेगळी होती. तिन्ही जुनी ठिकाणे तेथील प्रसिद्ध देवस्थानांच्या संदर्भाने सांगायची झाली, तर आज जिथे सिद्धेश्वर महादेवाचे मंदिर असून नदीला सुंदर घाट आहे, ते 'टोके'. जुने आणि पडलेले संगमेश्वर मंदिर आणि घटेश्वर मंदिर आहे, ते 'प्रवरासंगम' आणि गोदावरीच्या उत्तरेला जेथे रामेश्वर मंदिर आहे, तेथे होते, 'कायगाव'. आज

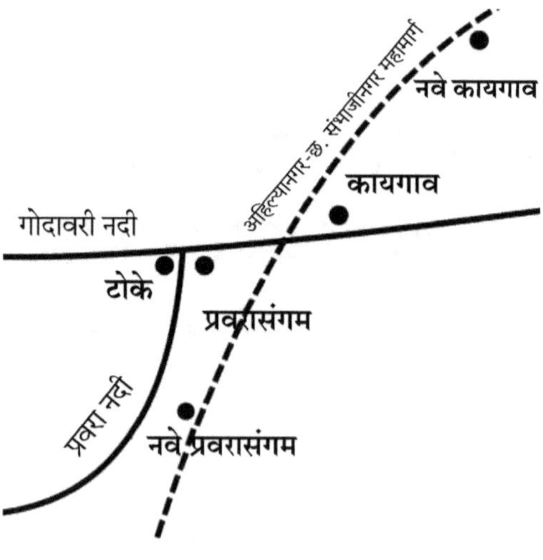

मात्र या तिन्ही ठिकाणी आहेत, ती फक्त मंदिरे. मनुष्यवस्ती नाही. केवळ लोक दर्शनासाठी आणि मृत्यूनंतरच्या विधींसाठी येथे येत असतात.

महादेवाची स्थाने

'टोके' आणि 'प्रवरासंगम' ही दोन्ही गावठाणे विस्थापित होऊन आज नगर-छत्रपती संभाजीनगर महामार्गालगत जे 'प्रवरासंगम' गाव आहे तेथे गेली. म्हणजे मूळ ठिकाणाच्या साधारण दोन ते अडीच किलोमीटर दक्षिणेला. 'कायगाव' गावठाणाचेसुद्धा पूर्वेला काही अंतरावर पुनर्वसन करण्यात आले. नवे कायगाव निर्माण झाले. नव्या 'कायगावाला' लागून मग 'अंमळनेर', 'लखमापूर' गावांची गावठाणे आली. तिन्हींची आद्याक्षरे मिळून 'अलकानगर' असे त्याला म्हणू लागले खरे, पण ते नाव काही रूढ होऊन लोकांच्या तोंडवळणी पडू शकले नाही. गोदावरी अलीकडे नगर जिल्हा आणि पलीकडे छत्रपती संभाजीनगर जिल्हा असल्याने आजचे 'प्रवरासंगम' (म्हणजेच 'टोके' व 'प्रवरासंगम' ही दोन जुनी गावे) नगर जिल्ह्यात आहे, तर 'कायगाव' सध्याच्या छत्रपती संभाजीनगर जिल्ह्यात आहे.

तिन्ही धार्मिक ठिकाणे फार जुनी आहेत. तेराव्या शतकात रचण्यात आलेल्या 'लीळाचरित्र ग्रंथात' या क्षेत्रांचा उल्लेख सापडतो. 'पेहरासंगम' आणि 'टोकेगव्हाण' येथे चक्रधरस्वामी येऊन गेल्याचे म्हटले आहे. नेवाशाप्रमाणेच ही तेराव्या शतकातच भरभराटीला आलेली ठिकाणे होती. मग त्यांचा इतिहास त्याहून अधिक शतकांचा असला पाहिजे.

तसा गावाच्या नावांची व्युत्पत्तीमागे रामायणातील एका घटनेचा संदर्भ देऊन मौखिक परंपरा सांगितली जाते. ती म्हणजे मारीच वध. सीतामाईंनी पंचवटीत असताना एक हरीण पाहून ते हवे असल्याचा हट्ट धरला, तेव्हा श्रीराम त्या हरणाचा पाठलाग करत येथे आल्याचे म्हणतात. त्या हरणाच्या रूपात होता तो मारीच राक्षस. रामचंद्रांच्या बाणाचे टोक जिथे मारीचरूपी हरणाला लागले ते 'टोके' आणि मारीचाचे शरीर म्हणजे काया जिथे पडली ते 'कायगाव', असे म्हणतात.

टोके, कायगाव आणि प्रवरासंगम या तिन्ही ठिकाणी महादेवाची अनेक जुनी तीर्थस्थाने आहेत. 'टोके' येथे 'सिद्धेश्वर', प्रवरासंगम येथे 'संगमेश्वर', 'घटेश्वर', 'गौतमेश्वर', 'हरिहरेश्वर', 'कायगाव' येथे 'रामेश्वर', 'मुक्तेश्वर' तर जवळच्या 'म्हाळापूर'मध्ये असलेले 'म्हाळेश्वर' अशी काही नावे सांगता येतील.

जुन्या प्रवरासंगम गावचे एक संगमेश्वर मंदिर सोडले, तर बाकीची सर्व पेशवाईत म्हणजेच अठराव्या शतकात मूळ ठिकाणी नवी बांधली गेली (जीर्णोद्धार झाला).

संगमेश्वर मंदिर मात्र पडले असून आपले यादवकाळातील रूप कसेबसे सांभाळून उभे आहे. त्याच्याजवळच गंगामातेचे सागवानी सभामंडपाचे मंदिर होते. ते मात्र वाहून गेले.

संगमेश्वर मंदिरातील शिवलिंग विधिवत तेथून काढून नव्या प्रवरासंगम गावात नवीन मंदिर बांधून तेथे स्थापित केले गेले. गंगामातेचेही मंदिर नव्या गावात उभारण्यात आले. प्रवरासंगम येथील महाशिवरात्र उत्सव फार पूर्वीचा आहे. महाशिवरात्रीला टोक्याहून सिद्धेश्वराची पालखी आणि कायगावहून मुक्तेश्वराची पालखी प्रवरासंगम येथील संगमेश्वराच्या भेटीला येते.

या तिन्ही क्षेत्रांचा इतिहास, धार्मिक महत्त्व, तेथील शिवालये हा स्वतंत्र संशोधनाचा विषय आहे.

यातील 'टोके' गावासंबंधी एक विशेष गोष्ट सांगायला पाहिजे. ती ही की पेशवाईत हे गाव नव्याने वसवले गेले अथवा त्याचा विकास करण्यात आला होता. मराठेशाहीच्या काळात मराठ्यांनी नवीन नगर निर्माण केल्याचे दाखले मिळत नाहीत. 'टोके' मात्र पेशव्यांनी निर्माण केलेल्या नगररचनेचा उत्तम नमुना होता. पुरामुळे वाहून गेल्याने आज त्याचे ते रूप अस्तित्वात नाही. आज सिद्धेश्वर मंदिर, घाट आणि काही वास्तूंचे दगडी अवशेष इतकचे शिल्लक आहे. मात्र जुन्या गावची जुनी वर्णने उपलब्ध आहेत. त्याने आपल्याला या समृद्ध नगराची कल्पना करता येऊ शकेल.

स्मार्ट सिटी 'टोके'

कसे होते जुने टोके? तर टोक्याचे आज जे सिद्धेश्वर मंदिर आहे, ते त्यावेळी गावाच्या मध्यभागी होते. १७६७मध्ये पुण्यातील सावकार, विष्णू महादेव गद्रे यांनी हे मंदिर बांधले. नागर शैलीत बांधलेल्या या मंदिरासाठी त्यावेळी त्र्यान्नव

टोके येथील घाट आणि प्रवरा-गोदावरी संगम

सिद्धेश्वर मंदिर

हजार रुपये खर्च झाले होते. मंदिर प्रेक्षणीय आहे. लोक तेथे भेटी देत असतात. महादेवाच्या मंदिराबरोबर बाजूला विष्णू आणि देवी (गद्रादेवी) यांची मंदिरे आहेत. मंदिराच्या दोन्ही बाजूला म्हणजे गोदावरी आणि प्रवरा नदीला विस्तीर्ण असे घाट होते. जे आजही पाहायला मिळतात. हे काय साधेसुधे घाट नाहीत. घडीव दगडांचा वापर त्याच्यासाठी केलेला दिसतो. त्यात भक्कम कमानदार ओवऱ्या आहेत आणि ठिकठिकाणी बुरूज आहेत.

तेथील शिलालेखांवरून त्याचे बांधकाम १७६१मध्ये झाल्याचे कळते. या घाटांना समांतर असे एकमेकांना छेदणारे रस्ते 'टोके' गावात (सिद्धेश्वर मंदिराच्या चहूबाजूला!) होते. रस्ते रुंद असून त्यांची लांबी तीन मीटरपेक्षा अधिक नव्हती. काटकोनात छेडणाऱ्या रस्त्यांमुळे जे चौकोन तयार होत, त्यांत वाडे होते. अजून एक विशेष म्हणजे, हे रस्ते पूर्ण फरसबंद होते. सांडपाणी जायला व्यवस्था केलेली होती. बरेच काही होते; पण त्याचा अंदाज आज लावणे कठीण आहे. अशी होती ही पेशवेकाळात निर्माण करण्यात आलेली 'स्मार्ट सिटी'.

कुणाचे होते वाडे

'टोके' येथे नाना फडणीस, थत्ते, ओंकार, गद्रे, खरे, जोशी अशा काही मंडळींचे वाडे होते. काळाच्या ओघात ते नष्ट झाले. सिद्धेश्वर मंदिराच्या समोर नैऋत्येला एक दगडी वाड्याचे अवशेष दिसतात. एक दगडी भिंत आणि तिच्यावर दगडी हस्त, तो जोशी

(जहागीरदार) यांचा वाडा असल्याचे सांगतात, तर सिद्धेश्वराच्या उत्तरेला नदीच्या ऐन घाटावर एक जुन्या वाड्याचे दगड-विटांचे अवशेष आपले लक्ष वेधून घेतात, तो ओंकार यांचा वाडा. त्याच्या चपट्या विटांच्या भिंतींतील काही कोनाडे आणि वरच्या मजल्यावर जाण्यासाठी असणाऱ्या काही पायऱ्या आपल्याला तेथे दिसतात. वाड्याच्या खिडक्यांमधून पूर्वी नदीचे सुंदर पात्र किती मनमोहक दिसत असेल याची आता केवळ कल्पना करता येऊ शकेल.

ओंकार यांचा पडलेला वाडा

गद्रे, ओंकार, थत्ते अशा ज्या मंडळींचे वाडे पेशवाईत टोक्यात होते, ही तिन्ही मंडळी तशी सरदार नव्हती. तर ती होती, पुण्यातील गडगंज सावकार. जातीने कोकणस्थ चित्पावन ब्राह्मण. या मंडळींनी वेळोवेळी पेशव्यांना कर्ज दिल्याचे संदर्भ आहेत. यातील गद्रेंनी पुण्यातील प्रसिद्ध खुन्या मुरलीधराचे देऊळ बांधले. नाना फडणीसांच्या पहिल्या पत्नी गद्रेंच्या होत्या. लोकमान्य टिळक वगैरे मंडळींनी स्थापन केलेल्या 'डेक्कन एज्युकेशन सोसायटी'ची 'न्यू इंग्लिश स्कूल' सुरू झाले ते गद्रे यांच्या वाड्यात. ओंकार यांचे मूळ आडनाव ओक. तेही सावकार. चिमाजीअप्पा पेशवे यांची कन्या बयाबाई या ओंकार घराण्यात दिल्या होत्या, तर थत्ते घराण्यातील रमाबाई या पेशवे सवाई माधवराव यांच्या पहिल्या पत्नी होत्या. विशेष बाब म्हणजे अनेक ठिकाणी त्यांचा उल्लेख 'टोकेकर थत्ते' असा येतो.

तीर्थक्षेत्री वाडे बांधण्याचा प्रघात तसा जुना आहे. याबरोबरच अशा ठिकाणी धर्मशाळा आणि अन्नछत्रदेखील बांधून दिली जात. अनेक मराठा सरदारमंडळींनी अठराव्या शतकात काशीतही वाडे बांधले होते. अशा ठिकाणी या मंडळींचे 'तीर्थोपाध्याय' असत. मग ते किंवा त्यांच्या निकटवर्तीय लोक येथे आल्यावर अनेक पूजाविधी केले जात.

ऐतिहासिक प्रसंगांची साक्षीदार नगरी

पेशवाईतील काही घटनांची ‘टोके’ नगरी साक्षीदार आहे. पेशव्यांचे अनेकदा मुक्काम टोक्यासह ‘कायगाव’ आणि ‘प्रवरासंगम’ याठिकाणी झाल्याचे उल्लेख आहेत. पेशव्यांचा टोके येथे ‘वाडा’ असण्याची शक्यता आहे. माधवराव पेशवे तब्येतीला आराम पडावा म्हणून हवापालटासाठी त्यांच्या शेवटच्या काळात येथे आले होते. रघुनाथराव पेशवे यांचे दत्तक पुत्र अमृतराव (आज त्यांचा वंश पुणे येथे आहे.) त्यांचा पहिला विवाह झाला तो टोक्याला. ही तिन्ही ठिकाणे मराठा आणि निजाम यांच्या राज्याच्या सीमेवर होती. त्यामुळे मराठे आणि निजाम यांच्यातील संघर्षाचा त्रास त्यांना व्हायचा.

१७६१ला पानिपतच्या लढाईनंतर हैदराबादचा निजाम मराठ्यांवर चालून आला. त्याने ‘टोके’, ‘कायगाव’ आणि ‘प्रवरासंगम’ लुटले. या क्षेत्राचा मोठा विध्वंस त्याने केला होता. टोक्याचा देव (सिद्धेश्वर?) भग्न करण्यात आला. पुढे ‘राक्षसभुवन’च्या लढाईत मराठ्यांनी निजामाला धूळ चारली. उत्तरपेशवाईत टोके गावचे पुनरुज्जीवन झाले.

१८०२मध्ये यशवंतराव होळकर यांनी पेशव्यांच्या मुलखात स्वारी केल्यावर येथील ब्राह्मण मंडळींना भीती वाटू लागली. त्यांनी ‘पुणतांबा’ येथे होळकरांचे सरदार फत्तेसिंह माने यांची भेट घेतली. यशवंतराव होळकरांनी येथील रामचंद्र व लक्ष्मीनारायण दीक्षित यांना पाठवलेल्या पत्रात, ‘आम्ही या तिन्ही स्थळांना कसलाही धक्का पोहोचवणार नाही. थोरल्या सुभेदारांपासून (म्हणजे मल्हारराव होळकरांपासून) आम्हाला या स्थळाचा अभिमान आहे,’ असे म्हटले आहे.

तिन्ही गावचे मूळ कोण-कोण?

या तिन्ही ठिकाणी ‘पुणतांबा’, ‘नेवासे’ या ठिकाणांसारखी जुनी शास्त्री-पंडित घराणी होती. वेदपाठशाळा होत्या. अनेक ‘तीर्थोपाध्याय’ मंडळी होती. मृत्यूनंतरचे विधी येथे मोठ्या संख्येने केले जात. या मंडळींचे वाडे मात्र तिन्ही गावे पुराच्या तडाख्यात बाधित झाल्याने आता नाहीत. तसेच गावे दुसऱ्या ठिकाणी गेली खरी; पण बरीच ब्राह्मण मंडळी त्याच्या पूर्वी किंवा त्याच्यानंतर नोकरी-शिक्षणाच्या निमित्ताने मोठ्या प्रमाणावर शहरांत गेली. पाच-सहा घराणी सोडली, तर आता येथे कोणी नाही.

जोशी यांचा पडलेला वाडा

जुन्या टोके येथे जोशी (जहागीरदार), विद्वंस, बागुल, टोणपे, ऐनापुरे ही घराणी. मागच्या काही काळापर्यंत येथे होती. जुन्या प्रवरासंगम येथे काळे (जहागीरदार) सभारंजक, धर्माधिकारी, गुब्बी, काटकर, रसाळ, खोचे, शास्त्री ही मंडळी होती, तर जुन्या कायगावमध्ये दीक्षित-पाटणकर (जहागीरदार), भिडे, भोगले, मुळे इत्यादी घराणी होती. तिन्ही गावांतून बाहेर पडून वेगवेगळ्या क्षेत्रांत नाव कमावलेली मंडळी अनेक आहेत.

'कायगाव' हे ज्यांना पेशवेकाळात जहागीर होते ते घराणे म्हणजे दीक्षित-पाटणकर. या घराण्याचे मूळ पुरुष म्हणजे वेदशास्त्रसंपन्न नारायण दीक्षित पाटणकर. नंतर त्यांचे पाटणकर नाव जाऊन 'कायगावकर' झाले. त्यांना पहिले बाजीराव आणि चिमाजीअप्पा पेशवे हे गुरुस्थानी मानत. तत्कालीन अनेक पत्रांत त्यांचा उल्लेख सापडतो. 'कायगाव' सध्या छत्रपती संभाजीनगर जिल्ह्यात आहे. मात्र येथे या घराण्यातील सध्या कोणीही नाही. या घराण्यातील मंडळींचा नगरला 'कायगावकर - दीक्षित ज्वेलर्स' नावाने अनेक वर्षांपासून सोनेचांदीचा व्यवसाय आहे.

दुसरे एक घराणे म्हणजे टोक्याच्या खरे यांचे. माधवराव पेशव्यांच्या काळात टोक्याच्या वेदमूर्ती धोंडभट खरे अग्निहोत्री यांचा उल्लेख येतो. त्यांनी सोनई आणि वांबोरी या गावांच्या दरम्यान असणाऱ्या चेडगाव येथे धर्मशाळा व अन्नछत्र काढले होते. ('राहुरी तालुक्यातील काही ऐतिहासिक वाडे व घराणी' या लेखात त्यासंबंधी माहिती दिली आहे.). शेवटचे पेशवे दुसरे बाजीराव यांच्या काळात बाळशास्त्री दीक्षित टोकेकर हे मोठे न्यायाधीश होऊन गेले. त्यांचा पुण्यात विश्रामबावाड्याजवळ वाडा होता. तेथील हौद 'टोकेकरांचा हौद' म्हणून अगदी अलीकडच्या काळापर्यंत अस्तित्व टिकवून होता.

एकोणिसाव्या शतकात बापुदेवशास्त्री उर्फ नृसिंह सीताराम परांजपे नावाचे टोक्याचे विद्वान गृहस्थ होऊन गेले. त्यांचा गणित आणि ज्योतिषशास्त्राचा मोठा अभ्यास होता. इंग्रजकाळात महामहोपाध्याय, सी.आय.ई. यांसारख्या पदव्या

त्यांना मिळालेल्या होत्या. काही ग्रंथ त्यांनी लिहिले असून लंडनच्या 'रॉयल एशियाटिक सोसायटी'चे मानद सदस्यपदही त्यांना देण्यात आले होते.

टोक्याच्या विद्वंस घराण्यात नारायणबुवा विद्वंस हे नारदीय पद्धतीचे कीर्तन करणारे कीर्तनकार होऊन गेले, तर जोशी घराण्यातील व. कृ. जोशी हे पोलीस खात्यात उच्चपदावर होते. त्यांचे पोलीस तपासावर अनेक कथासंग्रह प्रसिद्ध आहेत. 'दक्षता' हे नियतकालिक त्यांनी सुरू केले होते.

तर कायगावाच्या भोगले घराण्यातील राम भोगले हे छत्रपती संभाजीनगरमधील मोठे उद्योजक आहेत. भोगलेंच्या निर्लेप कंपनीची नॉनस्टिक भांडी एकेकाळी खूप प्रसिद्ध होती. आज या भागातील ब्राह्मणसंख्या कमी झालेली दिसते. सध्या नव्या प्रवरासंगम गावात धर्माधिकारी, जोशी, रसाळ, काटकर, सभारंजक आणि गुब्बी इतकीच घराणी वास्तव्यास आहेत. यातील बहुतांशी पौरोहित्य करतात. त्यातील काटकर-जोशी घराणे प्रातिनिधीक म्हणून पाहूयात.

तीर्थोपाध्याय काटकर-जोशी

काटकर (जोशी) घराणे हे जुन्या प्रवरासंगमचे. तेथील ते एक तीर्थोपाध्याय घराणे. हल्ली नव्या प्रवरासंगम गावात त्यांचे घर आहे. विशेष म्हणजे नव्या घरामध्ये जुन्या त्यांच्या वाड्याचा काही साग वापरलेला दिसतो. दाराची चौकट जुन्या वाड्याची आहे. तसेच जुन्या वाड्याच्या एका सुंदर गवाक्षाची योजनाही घरात केलेली आहे. असाच प्रकार आपल्याला नव्या प्रवरासंगम गावात बऱ्याच ठिकाणी दिसेल. जुने 'टोके' आणि 'प्रवरासंगम' गावचे १९७४मध्ये नव्या ठिकाणी पुनर्वसन झाल्यानंतर आपापल्या जुन्या गावातील वाड्यांचे सागवान अनेकांनी इकडे आणले. नवीन घर बांधताना त्याचा वापर केलेला आढळतो.

काटकर यांच्याकडील सनद

काटकर घराणे हे तीर्थोपाध्याय. शृंगेरीच्या शंकराचार्यांच्या तसेच शृंगेरी मठाची शाखा असणाऱ्या संकेश्वर-करवीर

(कोल्हापूर) येथील मठाच्या जवळजवळ दोनशे वर्षांपासूनच्या सनदा काटकरांकडे आहेत. त्यात साधारण पुढील मजकूर लिहिला आहे.

'आपण पूर्वापार मठाचे तीर्थोपाध्याय आहात. यापुढे संकेश्वर करवीर मठाचे जे कोणी सद्गुरू येतील, ते तुम्हास तीर्थोपाध्याय समजतील.'

काटकर हे अनेक मोठमोठ्या घराण्यांचे तीर्थोपाध्याय आहेत. पूर्वापार अशा घराण्यांचे याठिकाणी आल्यावर मृत्यूपश्चात विधी वगैरे काटकर कुटुंबाकरवी करण्यात येतात. विधी करण्यात येणाऱ्या घराण्यांना 'यजमान' असे संबोधले जाते. विधी झाल्यावर या यजमानांचे लेख लिहून घेण्याचा प्रघात आहे. त्यात यजमानांचे नाव, गाव, घराण्याची बरीच माहिती, मृत्यूच्या तारखा या बाबी लिहिल्या जातात. अशा अनेक नोंदीचा गठ्ठा त्यांच्याकडे आहे. काटकरांच्या यजमानांत मराठा, ब्राह्मण, गुजराती, मारवाडी या समाजातील मंडळींचा समावेश आहे. तसेच लांबूनलांबून लोक त्यांच्याकडे विधी करण्यासाठी येतात. महाराष्ट्रातील अनेक दिग्गज मंडळी आमचे 'यजमान' असल्याचे काटकर सांगतात. स्थानिक भागातील सांगायचे झाले, तर नेवासे येथील मोहिते व देशमुख कुटुंबाचे तीर्थोपाध्याय हे काटकर आहेत.

काटकर यांच्या देवघरातील रेणुकामातेची मूर्ती

काटकरांच्या घरात त्यांचे कुलदैवत असणाऱ्या रेणुकामातेची दगडी मूर्ती अथवा 'तांदळा' आहे. त्याला केलेल्या साजशृंगारामुळे मूर्तीत जणू काही जिवंतपणा असल्याचे भासते. काटकरांकडे या देवीच्या उत्सवाची परंपरा चालत आली आहे. कार्तिक शुद्ध पाडवा म्हणजेच दीपावली पाडव्याच्या दिवशी हा उत्सव मोठ्या थाटामाटात केला जातो. देवघरात असणाऱ्या रेणुका देवीच्या मूर्तीची मिरवणूक काढण्यात येते. गावाच्या सुडके पाटलांसह काही घराण्यांना देवीच्या पालखीचा मान असतो. गावची

मंडळी त्यात सहभाग घेतात. काटकरांकडे पूर्वी जुने धार्मिक साहित्य बरेच होते. त्यांच्यासह याठिकाणच्या इतर घराण्यांकडे असणारे धार्मिक साहित्य (पोथ्या) नगरच्या ऐतिहासिक वस्तूसंग्रहालयात असल्याचे समजते. असे हे तीर्थोपाध्याय काटकर यांचे घराणे.

काटकर किंवा अन्य ठिकाणच्या सर्व घराण्यांकडे असणाऱ्या जुन्या नोंदी तपासायला हव्यात. भारतात इतिहास संशोधनमंडळात 'तीर्थोपाध्यायांकडील लेख अथवा नोंदी' हेदेखील एक साधन आहे, हे ध्यानात घ्यायला हवे. त्यातून काही ऐतिहासिक घराण्यांची खासगी माहिती समोर येऊ शकेल. प्रामुख्याने वंशावळी जुळवायला अशा साधनांचा वापर होत असतो.

अशी ही तिन्ही क्षेत्रे आणि येथील काही घराणी. आधीच अनेक ब्राह्मण घराणी गाव सोडून शहरांत गेली आहेत. आज मोजकी ब्राह्मण घराणी येथे आहेत. भविष्यात ती किती राहतील, हे सांगता येत नाहीत. या ठिकाणीच काय पण इतरत्रही असाच प्रकार आहे. ब्राह्मण समाजातील युवक मंडळी ही पौरोहित्य, जोतिष वगैरे पारंपरिक कामे करायला हल्ली उत्सुक नसल्याचे दिसते. शिकूनसवरून नोकरीनिमित्त शिक्षण-नोकरीनिमित्त गावाबाहेर पडण्याकडे त्यांचा कल आहे. काळही आता बराच बदलला आहे. गावाकडील ब्राह्मण कुटुंबांना आपल्या मुलीसाठी पुणे-मुंबईसारख्या शहरांत नोकरी करणारा नवरा पाहिजे, तर शहरातील कुटुंबांना परदेशात स्थायिक असलेला.

अलीकडे 'टोके', 'कायगाव' आणि 'प्रवरासंगम' ही तिन्ही क्षेत्रे मनुष्यवस्ती नसल्याने ओसाड झाल्यासारखी वाटतात. मात्र तिथली मंदिरे आणि सुंदर घाट प्रेक्षणीय आहेत. सिद्धेश्वर मंदिर समूह आणि नदीकाठचे पाचही घाट भारतीय पुरातत्त्व सर्वेक्षण विभागाच्या अखत्यारित असून त्यांना केंद्रिय संरक्षित स्मारकाचा दर्जा देण्यात आलेला आहे. त्यांच्या संवर्धनासाठी सरकारने लक्ष देण्याची गरज आहे. नदीकाठच्या घाटांवर निर्माल्यामुळे कचरा मोठ्या प्रमाणात निर्माण

होतो आणि दुर्गंधी पसरते. जुने आणि पौराणिक महत्त्व असणारी ही तीर्थक्षेत्रे कालौघात खरेच मागे पडली आहेत. येथील मंदिरे अनेकांना माहीतही नाहीत. या तिन्ही स्थळांची केवळ एकच ओळख नगर, छत्रपती संभाजीनगर जिल्ह्यातील स्थानिक मंडळींना आहे ती म्हणजे, अस्थीविसर्जन! येथील मंदिरे आणि घाट टिकवण्याबरोबर नव्या उद्यानांची वगैरे येथे योजना केल्यास ही तीर्थक्षेत्रे पुन्हा ऊर्जितावस्थेत येतीलच; परंतु नगर-छत्रपती संभाजीनगर महामार्गालगत ही ठिकाणे असल्याने मोठा पर्यटकवर्ग येथे येऊ शकतो, यात शंका नाही.

संदर्भ :

१) मराठेशाही वास्तुशिल्प : म. श्री. माटे

२) थोरले माधवराव पेशवे यांची रोजनिशी (खंड २)

३) Gazetteer of the Bombay Presidency (Vol.17, Ahmednagar)

•••

ऐतिहासिक नेवासे बुद्रुक व सरदार चंद्रचूड वाडा

त्रिभुवनैक पवित्र । अनादि पंचक्रोश क्षेत्र ।
जेथ जगाचें जीवनसूत्र । श्रीमहालया असे ॥

असे संत ज्ञानेश्वरांनी ज्ञानेश्वरीच्या शेवटच्या अध्यायात म्हटले आहे. ज्ञानेश्वरी जिथे रचली गेली, त्या नेवासे नगरीबद्दल माहिती सांगणारी ही ओवी आहे. यातील 'महालया' म्हणजेच नेवाशाचे मोहिनीराज हे दैवत होय. नेवाशाची ती फार पूर्वीपासूनची ओळख. ओवीत गावाला 'अनादी पंचक्रोशक्षेत्र' म्हटले आहे. हे शब्द गावचे जुनेपण स्पष्ट करतात. अशा या अनादिकाळापासून पंचक्रोश क्षेत्र असणाऱ्या नेवाशाचा इतिहास खूप जुना आहे. किती जुना, तर येथे झालेल्या पुरातत्त्वीय उत्खननाने नवाश्मयुगीन काळातील पुरावे मिळालेत, एवढे सांगणे पुरेसे आहे. 'निधीवास' किंवा 'निवास' असे प्राचीन नाव असणाऱ्या नेवासे गावातून काळाच्या ओघात 'बुद्रुक' आणि 'खुर्द' अशी दोन गावे निर्माण झाली. त्यातील 'नेवासे बुद्रुक' हे गाव मराठेशाहीच्या काळात होळकरांचे सरदार चंद्रचूड यांना जहागीर होते. याच चंद्रचूडांनी नेवासे खुर्द येथले आज दिसणारे भव्य मोहिनीराजाचे मंदिर बांधले.

प्रवरेच्याकाठी 'नेवासे बुद्रुक' आणि 'नेवासे खुर्द' अशी दोन गावे आहेत. फार पूर्वी ती एकच होती. त्यावेळी प्रवरा नदी येथे दक्षिणवाहिनी होऊन लाडमोड टेकडी आणि ज्ञानेश्वर मंदिराजवळून वाहत असे; परंतु ती नंतर पूर्ववाहिनी झाली आणि त्यामुळे गावाचे दोन भाग झाले. नेवासे बुद्रुक आणि खुर्द. ही गोष्ट मराठेशाहीच्या काळाच्या पूर्वीची आहे. मराठेशाहीच्या काळात दोन्हीही वेगळी होती. नदीच्या आग्नेयला असणारे जे आजचे मोठे, महामार्गावर लागणारे आणि तालुक्याचे ठिकाण आहे, ते नेवासे खुर्द. मोहिनीराज मंदिर आणि ज्ञानेश्वर मंदिर ही या गावची ओळख. तर नदीच्या वायव्येला असणारे खुर्दच्या मानाने काहीसे लहान ते नेवासे बुद्रुक. एकाहून एक प्रसिद्ध मंदिरे आणि जुने वाडे तेथे आहेत.

धार्मिक नगरी

नेवासे बुद्रुक, वाडे आणि मंदिरांचे गाव. नेवासे ही तशी प्रवरेकाठची धार्मिक नगरी. 'पुणतांबा', 'पैठण' यासारखी येथेही जुनी शास्त्री-पंडित घराणी होती. अनेक मंदिरे होती. काळाच्या ओघात किती आली आणि किती गेली. मराठेशाहीच्या

काळातील म्हणजे अठराव्या शतकातील वाडे आणि मंदिर असा ऐतिहासिक खजिना मात्र गावात दिसतो.

नेवासे बुद्रुक येथील एक मराठाशैलीतील मंदिर

नेवासे बुद्रुक येथे नारदमुनींचे मंदिर आहे. ते जगातील नारदांचे एकमेव मंदिर असल्याचे म्हटले जाते. तसेच खंडोबा आणि म्हाळसेचे मंदिर गावात आहे. खंडोबा देवाच्या पत्नी म्हाळसा यांचे हे माहेर असल्याची मान्यता आहे. गावाच्या तिमाशेठ वाणी यांच्या त्या कन्या होत्या, असे लोकपरंपरा सांगतात. या मंदिरात भक्तांची नेहमी ये-जा असल्याचे आपल्याला दिसेल. याशिवाय ज्ञानेश्वरी लिहिणाऱ्या सच्चिदानंद बाबा यांचे मंदिरही नेवासे बुद्रुक येथे आहे. ते या गावचे रहिवासी असल्याचे सांगितले जाते, तर विसाव्या शतकातील देवगडच्या किसनगिरी बाबांचे गुरू विश्वेश्वर नाथबाबांचे समाधी मंदिर गावात आहे. अशी ही गावातील तीन-चार प्रसिद्ध मंदिरे.

मराठेशाहीच्या काळात संपूर्ण गावाला दगडी तटबंदी होती. चार दिशांना चार वेशी होत्या. काही ठिकाणी त्यांचे अवशेष दिसतात. इतर गावांत असते, तसे मारुती मंदिर गावात आहे. हा दक्षिणमुखी मारुतीही बराच जुना असल्याचे सांगितले जाते. गावाच्या चार कोपऱ्यांत चार गणपतीची मंदिरे असल्याचे गावकरी सांगतात. विठ्ठल मंदिर हे मराठा शैलीतील असून त्याची दोन प्रवेशद्वारे फार आकर्षक आहेत. गावात महादेवाची मंदिरे भरपूर आहेत. (नेवासे परिसरात कोटी शिवलिंग होती, असे म्हणतात.) चांगेश्वर, धनेश्वर अशी अनेक मंदिरे मराठा शैलीतील मंदिरांचे उत्तम नमुने म्हणता येतील.

मोठ्या संख्येने वाडे

अनेक जुने वाडे आपल्याला येथे पाहायला मिळतील. हे सर्व वाडे मूळ ब्राह्मण शास्त्री पंडितांचेच; पण ते येथून बाहेर पडल्याने त्यांची विक्री झाली. आज हे वाडे मराठा समाजातील कुटुंबांच्या मालकीचे असल्याचे दिसते. एके काळच्या ब्राह्मणबहुल

गावातील एक वाडा

गावात आता केवळ शास्त्री (इनामदार), थावरे, पाठक, जोशी हीच ब्राह्मण कुटुंबे शिल्लक आहेत.

बहुतांशी वाडे पडले असून काही वाड्यांचे आतील बांधकाम नव्याने झालेले आहे. नेवासे येथील वाड्यांची काही सर्वसाधारण वैशिष्ट्ये सांगता येतील. ती म्हणजे, नेवासे येथील वाड्यांची प्रवेशद्वारे फार साधी आहेत. त्यावर नक्षीकाम नाही. गणेशपट्टी तर कुठल्याही वाड्याला नाही. सहसा दारावर जी तुळ्यांची टोके आलेली असतात, त्यांच्यावर नक्षीकाम केले जाते. नेवासा येथील वाड्यांत तेही केलेले दिसत नाही. साधारण सहा फूट उंचीची प्रवेशद्वारे आणि बाजूला दोन कोनाडे. वर चपट्या विटांच्या भिंतीत काही नक्षीकाम दिसते. कुठे विटांच्या रचनेतून, मधूनमधून पक्क्या भाजलेल्या विटा लावून तर काही ठिकाणी विटांचे काही भाग कापून नक्षी केलेली दिसते. प्रवेशद्वारावर भिंतीत मात्र महिरपी खिडकी किंवा गवाक्ष काढलेला अनेक वाड्यांकडे नजर टाकल्यावर दिसून येईल. मात्र प्रवेशद्वारावर नक्षीकाम अथवा काष्टकाम असे नाहीच (गावातील चंद्रचूड यांचा वाडादेखील त्याला अपवाद नाही).

चंद्रचूडांची जहागीर

मराठेशाहीच्या काळातील नेवासे बुद्रुक गावची एक महत्त्वाची ओळख म्हणजे होळकरांचे सरदार चंद्रचूड यांना जहागीर असणारे गाव ही होय. ज्यांना हे गाव होते, ते चंद्रचूड म्हणजे गंगाधर यशवंत उर्फ गंगोबातात्या चंद्रचूड. अठराव्या शतकात होळकर घराण्याचे मूळ पुरुष असणाऱ्या मल्हारराव होळकर यांच्या ते पदरी होते. मल्हाररावांचे ते विश्वासू सल्लागार, मुत्सद्दी आणि दिवाण. होळकरशाहीच्या उभारणीत गंगाधर चंद्रचूड यांचा वाटा होता. उत्तर भारतातील मराठ्यांच्या झालेल्या अनेक स्वाऱ्यांमध्ये ते होते. या चंद्रचूड यांचे गाव हे पुणे जिल्ह्यातील खेड (राजगुरूनगर) तालुक्यातील निमगाव-दावडी. ते होते, होळकरांकडे इंदूरला.

त्यांना महाराष्ट्रात प्रामुख्याने दोन ठिकाणचे सरंजाम मिळाले. एक आपले गाव असणाऱ्या निमगाव-दावडी आणि जवळच्या गावांचा. आणि दुसरा नेवासे बुद्रुक परिसरातील. नेवासे बुद्रुकसह नेवासे तालुक्यातील दहिगाव आणि रांजणी अशी तीन गावे त्यांना जहागीर होती.

चंद्रचूड यांना ही गावे १७५३च्या आसपास जहागीर देण्यात आली. खरे तर नेवासे भाग हा त्याच्या काही काळापूर्वीच हैदराबादच्या निजामाकडून मराठ्यांकडे आला होता. या नव्या भागात पेशव्यांनी काही सरंजाम होळकरांना दिला. मग मल्हारराव होळकरांनी आपल्या पदरी असणाऱ्या चंद्रचूड यांना त्यांच्या कार्याची पोचपावती म्हणून यातील काही गावे दिली.

का बांधले मोहिनीराजाचे मंदिर

याच सरदार गंगाधरराव चंद्रचूड यांनी दुसरे एक मोठे काम या भागात करून ठेवले. ते म्हणजे नेवासे बुद्रुकच्या पलीकडच्या नेवासे खुर्द येथील आजच्या प्रसिद्ध मोहिनीराजाचे मंदिराचे बांधकाम. १७७३मध्ये त्यांनी ते बांधले. नागर शैलीत बांधलेल्या या मंदिरासाठी चंद्रचूड यांनी त्यावेळी बराच पैसा खर्च केला होता. आजही मोहिनीराजाचे हे मंदिर उत्तम स्थितीत आहे. ज्ञानेश्वर महाराजांनी ज्ञानेश्वरीत उल्लेख केलेले, येथील हे 'महालय' म्हणजे 'मोहिनीराजाचे' ठिकाण हे देशातील एक मोठे धार्मिक ठिकाण होते. देव आणि दानव यांच्यात झालेल्या समुद्रमंथनाशी त्याचा पौराणिक संबंध असल्याचे सांगतात. समुद्रमंथनातून जेव्हा अमृत बाहेर आले, तेव्हा ते दानवांच्या हाती लागू न देण्यासाठी विष्णूने मोहिनीचे रूप घेतले. ते ठिकाण म्हणजे नेवासे. तोच हा मोहिनीराज. त्याला 'अर्धनारीनटेश्वर' असेही म्हणतात.

नेवासे खुर्द येथील मोहिनीराज मंदिर

खरे तर मोहिनीराज यांचे जुने मंदिर नदीकाठी गणेश घाटाजवळ होते, अशी मान्यता आहे. आजचे नवे असलेले मंदिर म्हणजे चंद्रचूड यांनी बांधलेले गावातील

मंदिर होय. १७५३च्या सुमारास नेवासे बुद्रुक येथे जहागीर मिळालेल्या गंगाधरराव चंद्रचूड यांनी १७७३मध्ये हे मंदिर बांधले. म्हणजे मधल्या वीस वर्षांच्या काळात कधी तरी मंदिर बांधण्याची संकल्पना त्याच्या डोक्यात आली असावी असे दिसते. नेवासे गावात त्याविषयी एक दंतकथा प्रचलित आहे. जुन्या लोकांच्या तोंडून ती ऐकायला मिळते. ती अशी,

एकदा सरदार चंद्रचूड यांच्या स्वप्नात मोहिनीराज आले. त्यांनी सांगितले की, नेवाशात अमुक एका ठिकाणी पाण्यात मी आहे. मग चंद्रचूड नेवाशात आले. त्यांनी स्वप्नाप्रमाणे एका पाणवठ्याचा शोध घेतला. त्यात वाळुकाश्माची मोहिनीराजाची मूर्ती सापडली. मग त्यांनी ती मूर्ती रथाने वाजतगाजत गावात आणून प्रतिष्ठापित करायचे ठरवले. त्यांनी रथ आणून त्यात ती मूर्ती ठेवली. मात्र गावात तो रथ येत असतानाच रथाचे चाक मातीत रुतून बसले. ते काही केल्या निघेना. चंद्रचूड यांनी हा देवाचा संकेत मानून त्याचा अर्थ, मोहिनीराजांना याठिकाणी राहायचे आहे असा लावला. मग चाक ज्या ठिकाणी अडकले होते, तेथे मंदिर बांधण्यात आले. तेच आजचे नेवासे खुर्द येथील मोहिनीराजाचे मंदिर.

अपरिचित चंद्रचूड वाडा

गंगाधरराव चंद्रचूड यांनी आपल्या जहागिरीच्या नेवासे बुद्रुक गावी वाडा बांधला होता. तो आजही गावात आहे. हा वाडा नंतर चंद्रचूड यांच्या वंशजांनी विकला. सध्या हा वाडा हापसे घराण्याच्या मालकीचा आहे. चंद्रचूड यांचा हा वाडा बहुतेक नेवासकरांनाच माहीत नसल्याचे दिसते. वाडा गावात कुठे आहे, तर तो गावाच्या दक्षिणेला प्रवरा नदीच्या काठाला लागून आहे. त्याचे ठिकाण सांगायचे झाले, तर विश्वेश्वर नाथबाबा समाधी मंदिराजवळ (तेथून दीडशे मीटर आग्नेयला) असे सांगता येईल.

वाड्याला पूर्वाभिमुख दोन प्रवेशद्वारे आहेत. यासोबत मागच्या बाजूला एक द्वार असून ते नदीच्या बाजूला उघडते. समोरच्या दोन प्रवेशद्वारांपैकी उजव्या बाजूचे

वाड्याच्या आतील भाग

चंद्रचूड वाड्याचे दुसरे प्रवेशद्वार

प्रवेशद्वार मुख्य असून मोठे आहे, तर डाव्या बाजूचे त्याहून छोटे आहे. दोन्ही प्रवेशद्वारे फार साधी असून त्यावर कसलेही नक्षीकाम नाही. मुख्य प्रवेशद्वाराच्या दोन्ही बाजूला दोन ओटे आहेत.

वाडा चार चौकी आहे. चारही चौक एकासमोर एक सरळ रेषेत नव्हेत. एकाशेजारी दुसरा याप्रमाणे आहेत. म्हणजे चौकोनात उभी आणि आडवी मध्यभागी रेषा मारून त्याचे चार समान भाग करावेत, त्याप्रमाणे त्याची रचना आहे. वाड्याला असणाऱ्या दोन्ही प्रवेशद्वारांतून पुढच्या दोन चौकांत प्रवेश करता येतो. वाडा आतून बराच पडला असून त्यात नंतरच्या काळात बांधकाम केल्याचे दिसून येते. हापसे मंडळी काही वर्षांपूर्वी वाड्यात राहत असत. आता ती अन्य ठिकाणी राहायला गेली. वाड्यातील जोते गुडघ्याइतके उंचीचे आहे. भिंतीत ठिकठिकाणी कोनाडे काढलेले दिसतात. पुढच्या दोन्ही चौकांत तळघरे आहेत. मागच्या डाव्या कोपऱ्यातील चौकात मोठा आड आहे. तेथे जवळच मागचे दार आहे.

वाड्यात खोल्यांपेक्षा मोकळ्या ओसऱ्या अधिक असल्याचे सांगितले जाते. पुढचे दोन चौक पूर्ण ओसरीचे होते. वाडा ८४ खणांचा असल्याचे सांगतात. त्यातील तळघरांचा धान्य साठवण्यासाठी वापर केला जायचा. चंद्रचूडांचा हा वाडा नारायण तुकाराम हापसे यांनी १९५६मध्ये खरेदी केल्याचे हापसे मंडळी सांगतात. तो त्यावेळी गहाण असून त्याहून काही वर्षे अगोदर चंद्रचूडांपैकी एक घराणे तेथे राहत होते, मात्र ते नंतर पुण्यात कायमस्वरूपी स्थायिक झाल्याची माहिती मिळते. असा हा चंद्रचूडांचा वाडा.

चंद्रचूड यांच्या वाड्यासारखे अनेक वाडे गावात होते. हेही मूळ ब्राह्मण शास्त्री-पंडित यांचेच. ही मंडळी येथून बाहेर पडली. वाडेही पडले. गावात वाडे सोडता मंदिरे बरीच आहेत. विशेष म्हणजे ती चांगल्या अवस्थेत आहेत. त्यांचे संवर्धन आगामी काळात झाले पाहिजे. नेवासे बुद्रुक हे तेथील सुंदर मंदिरे आणि धार्मिक ठिकाणांमुळे एक पर्यटन स्थळ म्हणून विकसित होऊ शकते.

नेवासे खुर्द गावात मोहिनीराज मंदिराची उभारणी करून सरदार चंद्रचूडांनी या नगरीसाठी मोठे कार्य करून ठेवले, हे मात्र नक्की!

संदर्भ :

१) प्रवरा खोरे, गॅझेटिअर

२) चंद्रचूड दफ्तर, संपादक : दं. वि. आपटे

•••

नेवासे येथील देशमुखांच्या गढीचा बुरूज

नेवासकर सरदार निकम-देशमुख

नेवासे हे महाराष्ट्रातील नव्हे, तर देशातील एक जुने गाव. संत ज्ञानेश्वरांनी ज्ञानेश्वरीची रचना जिथे केली, त्या या नेवाशाचा इतिहास अनेक शतकांचा आहे. मराठेशाहीच्या काळात पाहिले, तर नेवासे हा एक परगणा होता. मग या परगण्याला वतनदार देशमुखही असणार. आणि तेही बरेच जुने असणार यात शंका नाही. नेवाशाचे वतनदार देशमुख म्हणजे 'निकम-देशमुख' होय. विशेष म्हणजे देशमुखीसोबत वेगवेगळ्या काळात त्यांच्यातील काही मंडळींनी सरदारकीही केली होती. अजूनही आपल्या गढीच्या अवशेषांच्या रूपाने आपला वारसा सांगणारे असे हे एके काळचे प्रभावी घराणे. देशमुखांच्या कुकाणा येथील शाखेतील कुटुंबाने अजूनही आपले मोठेपण सांभाळून ठेवल्याचे दिसते.

नेवाशाची ही देशमुखी, निकम घराण्यातील कोणी मिळवली आणि कधी मिळवली याची नेमकेपणाने उत्तरे शोधणे कठीण आहे. अर्थात ती छत्रपती शिवाजी महाराजांच्या जन्मापूर्वी आणि मुस्लीम राजवटीत कधी तरी मिळाली असावी. नेवासे खुर्द येथे भव्य गढी होती, आजही आहे. ती निकम-देशमुखांची होय. सध्या ती पडली असून तिचा घडीव दगडाचा साधारण वीस फूट उंचीचा एक बुरूज अद्याप शिल्लक आहे. विशेष म्हणजे गढीवर राहणारी निकम-देशमुखांची कुटुंबे ही मात्र मुस्लीम समाजाची आहेत.

महाराष्ट्रात मुसलमानी राजवटीत आपल्या वतनावर राजसत्तेकडून टांगती तलवार आल्यावर बऱ्याच घराण्यांनी तत्कालीन राज्यकर्त्यांचा धर्म स्वीकारल्याची उदाहरणे आहेत. निकम देशमुख त्यांच्यापैकी एक. त्यात नेवासे परगणा हा नेहमीच सीमेवर राहिला आहे. मराठेशाहीच्या काळात पाहिले, तर येथून पूर्व तसेच उत्तरेला हैदराबादच्या निजामाचे राज्य होते, तर पश्चिम आणि दक्षिणेला मराठ्यांचे.

निकम-देशमुखांचे घराणे बरेच मोठे आहे. देशमुखांना ठिकठिकाणी इनाम जमिनी होत्या. अनेक ठिकाणी या घराण्याच्या शाखा झालेल्या आपल्याला पाहायला मिळतील. नेवासे परिसरातील 'शिरसगाव', 'सालाबतपूर', 'कुकाणा', 'आंतरवली', 'जेऊर' 'हैबती', 'दिघी', 'तोंडोली' 'मळेगाव' या गावांत निकम-देशमुखांची घराणी विखुरलेली आहेत. मूळ नेवासे खुर्द गावीही (गढीवरची मुस्लीम मंडळी सोडता) या घराण्यातील मंडळी आहेत. ती सध्या ज्ञानेश्वर महाराज (पैस खांब) मंदिराच्याजवळ राहतात.

केवळ नेवाशाचे वतनदार देशमुख इतकीच या घराण्याची ओळख नाही, तर वेगवेगळ्या सत्तांच्या काळात त्यांनी सरदारकीदेखील केली. जे घराणे मुसलमान धर्मीय आहे, त्याने मुस्लीम राजवटीच्या काळात सरदारकी केल्याचे सांगितले जाते. त्याच्याविषयी माहिती नाही. त्यानंतर मराठेशाहीच्या काळात एक घराणे बडोद्याला गायकवाडांबरोबर होते (कुकाणा येथील!). तर उत्तर पेशवाईत ग्वाल्हेरकर शिंदेंकडे एक. दौलतराव शिंदे यांच्याकडे असणाऱ्या 'माधवराव निकम देशमुख नेवासकर' या एका महत्त्वाच्या व्यक्तीचे उल्लेख मिळतात.

निकम-देशमुखांतील मोठे आणि प्रातिनिधिक म्हणून आपण कुकाणेकर देशमुखांचे घराणे पाहू या!

देशमुखांची कुकाणा शाखा

'कुकाणा' हे नेवासे शहरापासून वीस किलोमीटर अंतरावर आहे. शेवगाव व पैठणकडे जाणाऱ्या मार्गावर ते लागते. गावात मध्यभागी या निकम देशमुखांची गढी आहे. ती पडून आत नवे बांधकाम उभे आहे. मात्र गढीसमोर असणारा भलामोठा पांढऱ्या मातीचा एक बुरूज त्याची साक्ष देत उभा आहे. हीच या घराण्याच्या किंवा वास्तूच्या मोठेपणाची शिल्लक असलेली निशाणी. बुरुजाच्या दोन्ही बाजूला दोन दरवाजे आहेत. ते नंतरच्या काळात देशमुखांच्या दोन्ही घराण्यांनी बांधून घेतले. दोन्ही कुटुंबे वेगवेगळी राहतात. डाव्या बाजूचा भाग देसाई आबांचा आणि उजव्या

कुकाणा येथील पांढऱ्या मातीचा बुरूज

देशमुखांच्या दोन कुटुंबांची प्रवेशद्वारे

बाजूचा भाग 'भैय्यासाहेबांचा' म्हणून ओळखला जातो. दोन्ही दारांना रंगरंगोटी केलेली आहे. दोन्ही भागांत आत जुन्याशी नाते सांगणारे काही नसून पूर्ण नवे बंगले उभे आहेत. गढी पूर्वी जळाल्याचे सांगतात. आज जो एकमेव बुरूज समोरच्या बाजूला अस्तित्वात आहे, असे चार ते सहा बुरूज असल्याचे सांगितले जाते. गढीचा परिसर एकरभर होता. आत दगडी जोती होती; परंतु बांधकाम कमी आणि बखळ जागा (म्हणजे मोकळी जागा) अधिक होती. दोन आड होते. तसेच खाली तळघरे होती. त्यात जळालेले धान्य वगैरे सापडले होते.

कुकाण्याच्या या निकम-देशमुख घराण्याने मराठेशाहीच्या काळात सरदारकी केली होती. महाराष्ट्रातील काही देशमुख घराणी सरदारकी करत. बऱ्याचदा तत्कालीन राजसत्ता त्यांना मानद सरदारकी बहाल करत. अंगी शौर्य असेल, माणसे गोळा करण्याचे कौशल्य असेल, गाव सोडायची तयारी असेल, तर अशी मंडळी स्वतःची वतने सांभाळत सरदारकी करत. (बऱ्याचदा मुख्य वतन भावकीतील थोरल्या कुटुंबाकडे गेलेले असते, मग धाकटी घराणी सरदारकी करू लागतात.). मराठ्यांच्या इतिहासात पाहिले, तर मराठा सत्ताधाऱ्यांनी अशा काही देशमुखमंडळींना सरदारक्या दिल्याचे पाहायला मिळते.

शिवरायांच्या काळात मावळ भागातील अनेक देशमुख घराणी स्वराज्यकार्यात होती. पेशवाईत अनेक घराणी सक्रिय होती (उदाहरणार्थ, शितोळे-देशमुख), तर उत्तर मराठेशाहीत 'बडोदा', 'ग्वाल्हेर', 'धार', 'देवास' येथील मराठा शासकांच्या पदरी महाराष्ट्रातील अनेक देशमुख घराण्यांनी सरदारकी केल्याची उदाहरणे आहेत (यातील अनेक घराण्यांच्या मुली तेथील शासकांना दिलेल्या असत. मग ते शासक आपल्या मेव्हण्यांना सरदारकी देऊन त्यांच्याकडे बोलवत.). तेथून काही जण नंतर पुन्हा आपल्या वतनांवर महाराष्ट्रात परतली. निकम-देशमुख असेच त्यांच्यापैकी एक. ते बडोदेकर गायकवाडांच्या पदरी होते. बाकी ते कधी गेले, किती पिढ्यांनी सरदारकी केली, कोणकोणत्या लढाईत सहभाग घेतल, याची वस्तुनिष्ठ माहिती दुर्दैवाने सध्या तरी उपलब्ध नाही.

कुकाणेकर-देशमुखांशी संवाद साधला असता इतिहासातील त्रोटक माहितीसह तीन पिढ्यांपूर्वीची या घराण्याची माहिती आपल्याला मिळते. तीन पिढ्यांपूर्वी दत्ताजीराव निकम-देशमुख हे बडोदा संस्थानात सरदार, मानकरी असल्याचे ते सांगतात. त्यांना धापाबाई आणि दर्याबाई अशा दोन पत्नी होत्या. दर्याबाई या कोकणातील सुर्वे घराण्यातील, तर धापाबाई या कोल्हापूरजवळच्या कागलच्या (घाटगे?) होत्या. दर्याबाई या फार हुशार असून घोड्यावर नेवासे येथे वसूल आणण्यासाठी जात असल्याचे सांगतात. या दत्ताजीरावांना पुत्र नसल्याने त्यांनी देशमुखांच्या तोंडोली (ता. शेवगाव, जि. नगर) शाखेतून नारायणराव यांना दत्तक घेतले. नारायणराव त्यांचे वारसदार झाले. नारायणराव यांच्या पत्नी शेवगाव तालुक्यातील मुंगी येथील राजेभोसले घराण्यातील होत्या.

नारायणराव यांचे चिरंजीव भाऊसाहेब (मृत्यू १९९९) हे कुकाणा पंचक्रोशीतील एक नावाजलेले व्यक्तिमत्त्व होते. ते काही काळ भारतीय सैन्यदलात होते. इंग्रजकाळात मोठ्या सरदार, देशमुख घराण्यांना त्यावेळी लष्करात मानद हुद्दे देण्यात येत. भाऊसाहेब हे कुकाणा परिसरात सामाजिक आणि राजकीय क्षेत्रात सक्रिय होते. 'नगर जिल्हा लोकल बोर्डा'चे ते सदस्य राहिले. 'जिल्हा लोकल बोर्डाचे प्रेसिडेंट' असलेले सरदार शिवराव भवानराव थोरात यांच्याशी त्यांचा स्नेह होता. पुढे कुकाणा परिसरात मारोतराव घुले पाटलांबरोबर भेंडा येथे ज्ञानेश्वर सहकारी साखर कारखाना स्थापन करण्यात आला. त्याच्या उभारणीतही

कोल्हापूरचे शहाजी महाराज छत्रपती आणि इतर मंडळींसमवेत भाऊसाहेब देशमुख (उजवीकडून पहिले) (सौजन्य: देसाईआबा देशमुख)

भाऊसाहेबांचा महत्त्वाचा सहभाग होता. ज्ञानेश्वर शिक्षणसंस्थेच्या आणि तालुक्यातील इतर सहकारी संस्थांच्या स्थापनेतही त्यांचा वाटा होता. ते दीर्घकाळ या सगळ्या ठिकाणी संचालक राहिले. नगर जिल्हा मध्यवर्ती सहकारी बँकेचे ते संस्थापक संचालक होते. भाऊसाहेबांच्या पत्नी कुकाणा गावच्या सरपंच होत्या.

भाऊसाहेब यांना देसाई, कुमारराव आणि वसंतराव अशी तीन मुले. यातील देसाई हे 'आबा' या नावाने 'कुकाणा' पंचक्रोशीत ओळखले जातात. अलीकडच्या काळात फार क्वचित सरदार-देशमुख घराण्यातील मंडळी अशी आहेत की ज्यांनी समाजकारण आणि राजकारणाच्या माध्यमातून आपल्या घराण्याचा काहीएक वंशपरंपरागत प्रभाव आजवर टिकवून ठेवला आहे. त्यांपैकी एक म्हणजे हे 'देसाई उर्फ आबा'.

प्रभावी व्यक्तिमत्त्व देसाई आबा

देसाई (आबा) देशमुख

आबांचा जन्म १९४०चा. वडील भाऊसाहेब यांचा वारसा समर्थपणे चालवत ते सध्या ज्ञानेश्वर सहकारी साखर कारखाना, शिक्षणसंस्था यांच्या संचालक पदावर अनेक वर्षांपासून आहेत. त्याचबरोबर पेशाने वकील असणारे आबा अजूनही वकिली करतात आणि आपल्या शेतीकडेसुद्धा लक्ष देतात.

आबांचे शिक्षण हे बीड जिल्ह्यातील आंबेजोगाई येथे मामाच्या गावी झाले. आबांचे आजोळ आंबेजोगाईच्या काळम पाटलांचे आहे. स्वामी रामानंद तीर्थ यांनी स्थापन केलेल्या शाळेत ते शिकले. नंतर पुण्याला आय.एल.एस महाविद्यालयातून त्यांनी लॉची पदवी घेतली. पदव्युत्तर शिक्षसासाठी स्कॉलरशिप मिळवत त्यांनी मुंबई येथील शासकीय विधी महाविद्यालयातून एलएलएमचे पदव्युत्तर शिक्षण घेतले. ज्येष्ठ विधीज्ञ, महाराष्ट्राचे माजी उपमुख्यमंत्री आणि श्रीरामपूर तालुक्याचे सुपुत्र असलेले बॅ. रामराव आदिक यांच्याकडे आबांनी मुंबईत प्रॅक्टिस सुरू केली. वकिली सुरू होऊ लागली खरी; परंतु घरी निघून येण्याचा आईचा निरोप आला. त्यानंतर ते कायमस्वरूपी 'कुकाणा' येथे राहू लागले. तेव्हा आबांनी कळत्या वयात पहिल्यांदा गाव पाहिले. आपली

मोठी शेती, वडिलांचा समाजकारण आणि राजकारणाचा वारसा सांभाळत त्यांनी इकडेच वकिली व्यवसाय सुरू केला.

देशमुखांच्या कुटुंबातील इतरही सर्व जण सुशिक्षित आहेत. खरे तर घरी भरपूर जमीनजुमला असणारी अभिजन वर्गातील जुनी देशमुख, सरदार मंडळी ही पूर्वी उपजिवीकेसाठी शिक्षण घेत नसत. गावाबाहेर राहून शिक्षण घेण्याची दोन कारणे असायची. पहिले म्हणजे, स्थानिक भागात राहून सभोवतालच्या मंडळींकडून मोठेपणाची हवा डोक्यात घुसू नये, वाईट वळणे लागू नये, गावातील भाऊबंद तसेच इतर विरोधक मंडळींकडून त्यांना दगाफटका होऊ नये. आणि दुसरे म्हणजे, बाहेर राहून पुस्तकी शिक्षणाबरोबरच समाजज्ञान आणि व्यावहारिक ज्ञान मिळावे म्हणून. अशी मंडळी शिक्षण घेऊन गावी येत. आणि मग समाजकारण, राजकारणाचा आपला वारसा समर्थपणे चालवत.

आजही आबांकडे गावातील, तसेच पंचक्रोशीतील मंडळी कामे घेऊन येतात. वाड्यात हल्ली बांधलेल्या नव्या हॉलमध्ये सतत लोकांची ये-जा चालू असल्याचे चित्र आपल्याला दिसते. हॉलमध्ये छत्रपती शिवाजी महाराजांच्या राज्याभिषेकाचे चित्र आणि आबांचे वडील भाऊसाहेब यांचा मोठा फोटो लावला आहे. तसेच एक जुना फोटो ज्यात भाऊसाहेब देशमुख हे लष्करी पोशाखात असलेले कोल्हापूरचे छत्रपती शहाजी महाराज, एक इंग्रज लष्करी अधिकारी अशा काही मंडळींसमवेत आहेत. नेवासे येथे हा फोटो विसाव्या शतकात काढला गेल्याची माहिती मिळते.

आबा आजही वकिली करतात. त्यांना एक मुलगा आणि एक मुलगी आहे. त्यांचे चिरंजीव हिम्मतसिंह हे छत्रपती संभाजीनगर येथे वास्तव्यास असून मुंबई उच्च न्यायालयाच्या छत्रपती संभाजीनगर खंडपीठात वकिली करत आहेत. आबांचे बंधू चंद्रकुमार हे पुणे येथील कृषी महाविद्यालयातील कृषी पदवीधर आहेत. ते गावचे सरपंच होते. त्यांची सासुरवाडी ही राशीन येथील काळे-देशमुख घराण्यातील आहे. देसाई आबा आणि चंद्रकुमार या उभयतांना इतिहासाची, ऐतिहासिक घराण्यांची

चांगली माहिती आहे. आपल्या नातेवाईकांकडे वगैरे गेले की त्यांच्या गढीवाडे ते आवर्जून पाहत असतात.

पाटीलही, देशमुखही आणि सरदारही

कुकाणेकर देशमुखांची नेवाशाकडची वतने सांगायची झाली, तर पूर्वापार देशमुखी वतन तर होतेच. देशमुखांना पूर्वी मिळत असलेला 'रुसुम'ही त्यांना मिळत असायचा. त्याशिवाय पाटिलकीची वतने ही 'नारायणवाडी', 'शिरगाव' आणि 'खाटीकवाडी' उर्फ 'सुलतानपूर' या गावांची असल्याचे ते सांगतात. इनामी जमिनीही भरपूर होत्या. पूर्वी गायकवाडांकडे सरदारकी करत असताना कर्तृत्वाने खानदेशातही या घराण्याला काही गावे सरंजाम असल्याचे सांगण्यात येते. धुळ्याजवळील रानमळा या एका गावाविषयी ही मंडळी सांगतात, जिथे त्यांच्या बऱ्याच जमिनी पूर्वापार होत्या. त्यामुळे एकाअर्थी हे घराणे पाटीलही, देशमुखही आणि सरदारही!

नातेसंबंधांबाबत बोलायचे झाले तर कुकाणेकर देशमुखांचे नातेसंबंध राज्यभर पसरलेले आहेत. येथील दोन्ही वाड्यांतील कुटुंबांचे. पूर्वी पश्चिम महाराष्ट्रात नाती अधिक असून नंतर मराठवाड्यात नातेसंबंध गेल्याचे कळते. मराठवाड्यातील मातब्बर देशमुख घराण्यांशी कुकाणेकर देशमुखांचे हल्लीचे नातेसंबंध अधिक असल्याचे लक्षात येते. बीड जिल्ह्यातील 'मस्साजोग' येथील देशमुख, लातूर जिल्ह्यातील 'वळसंगी' येथील देशमुख, नांदेड जिल्ह्यातील 'बारहाळी' येथील देशमुख, धाराशिव जिल्ह्यातील 'वाशी' येथील देशमुख, बीड जिल्ह्यातील 'आंबेजोगाई' येथील काळम-पाटील अशी त्याची काही उदाहरणे सांगता येतील. तसेच चंद्रकुमारांच्या कन्या या तामिळनाडूतील तंजावर येथील सरदार गाडेरावसाहेब घराण्यात दिल्याने राज्याबाहेरदेखील या घराण्याचे नातेसंबंध आहेत. उत्तर नगर जिल्ह्यात त्यांचा थेट नातेसंबंध आहे तो म्हणजे, कोपरगाव तालुक्यातील 'माहेगाव' देशमुख येथील जाधवराव-देशमुख आणि संगमनेरजवळील 'पिंपरणे' येथील म्हस्के-देशमुख घराण्याशी.

सरदार माधवराव नेमके कोण?

हे झाले कुकाणेकर देशमुखांच्या शाखेविषयी. त्याशिवाय निकम-देशमुखांचे दुसरे एक घराणे किंवा व्यक्ती उत्तर मराठेशाहीत सरदारकी करत होती; पण

त्यांच्या आजच्या वंशजांची माहिती मिळत नाही. ती म्हणजे नेवाशाच्या देशमुख घराण्यातील 'माधवराव!' ते शेवटचे पेशवे दुसरे बाजीराव यांच्या काळात दिसतात. ग्वाल्हेरचे दौलतराव शिंदे यांचे ते सरदार होते. त्यांचे काही उल्लेख त्याकाळात येतात. १७९८मध्ये दौलतराव शिंदे यांचे सासरे आणि सरदार सर्जेराव घाटगे यांनी पुण्यात लूट केली, त्या घटनाक्रमात माधवराव देशमुख दिसतात. १८१०मध्ये औंधच्या पंतप्रतिनिधींची जहागीर जप्त करण्याचे प्रयत्न पेशव्यांनी सुरू केल्यावर दौलतराव शिंदे यांनी माधवराव देशमुख यांना बरीच पत्रे लिहून असे न करण्याबद्दल पेशव्यांची समजूत घालायला सांगितले होते. त्यामुळे शिंदे यांच्याकडून पेशव्यांकडे वकिली अथवा बोलणी करण्याचे महत्त्वाचे काम माधवराव देशमुखांकडे असल्याचे दिसते. १८११ मध्ये दुसरे बाजीराव पेशवे यांना दसरा उत्सवानिमित्त सरदार मंडळींनी सोन्याच्या मोहरा दिल्याचा उल्लेख आहे. त्यात त्यांचा 'माधवराव निकम-देशमुख नेवासकर दिमत दौलतराव शिंदे' असा उल्लेख आहे. निश्चितच ही व्यक्ती १८१०च्या दशकात महत्त्वाच्या पदावर होती. शिंदेंकडून पेशव्यांकडे वकिली करण्यासारखे मुत्सद्देगिरीचे काम ती करत होती; पण नेवासे येथे मात्र कोणाला त्यासंबंधी माहीत नाही किंवा त्यांचा वंश समोर आलेला नाही. दौलतराव शिंदे यांच्या पदरी ते होते, त्यामुळे वंश ग्वाल्हेर येथे असण्याचीदेखील एक शक्यता आहे.

असे हे निकम-देशमुख घराणे. हल्ली नेवाशासह इतर गावांत जी मंडळी आहेत, ती प्रामुख्याने शेती करतात. मागे जी गावे सांगितले त्या गावांत ही मंडळी आहेत. याशिवाय सुलतानपूर उर्फ खाटीकवाडी येथे निकम-देशमुख यांच्या नात्यातील यादव-देशमुख घराणे बऱ्याच काळापासून स्थायिक आहे. 'भूपतीराव' पदवी असणारे हे यादव देशमुखांचे घराणे मूळ नगरजवळच्या मांडवगण येथील होय. सर्व निकम देशमुखांचे नातेसंबंध तसे दूरदूर आणि सरदार, देशमुख घराण्यांशी असल्याचे दिसते. नेवासे खुर्द येथील मोहिनीराजांच्या उत्सवात एक मान पूर्वीपासून देशमुखांना आहे. तो म्हणजे, आबदागिरी धरण्याचा. हा मान त्यांच्यासोबत नेवाशाच्या मोहिते घराण्यालासुद्धा आहे. देशमुखांचे गढीवरचे पूर्वी मुस्लीम धर्म स्वीकारलेले घराणे आणि इतर हिंदू देशमुखांचे अगदी अलीकडच्या काळापर्यंत घरोब्याचे संबंध असल्याचे, तसेच मोहिनीराज देवाच्या उत्सवात मुस्लीम देशमुख मंडळी सहभाग घेत होती, असे जुनी मंडळी सांगतात.

एकंदर निकम-देशमुख घराणे हे महाराष्ट्रातील जुन्या आणि मोठ्या वतनदार देशमुख घराण्यांपैकी एक असावे असे दिसते. बाकी कुकाणे येथील देशमुखांच्या कुटुंबाने अजूनही समाजकारण आणि राजकारण यांच्या माध्यमातून आपला वारसा आणि घराण्याचे तेज टिकवून ठेवले हे मात्र खरे!

संदर्भ :

१) मराठी रियासत (खंड ८) : गो. स. सरदेसाई

२) दुसरे बाजीराव पेशवे यांची रोजनिशी

३) ऐतिहासिक लेखसंग्रह (खंड १०) : संपादक वासुदेवशास्त्री खरे

•••

पेशवेकालीन वांबोरी आणि सरकारवाडा

'वांबोरी' हे नगर जिल्ह्यातील एक जुने आणि मोठे गाव. वैभवशाली वारसा असणारे. गावातील यादवकालीन खोलेश्वर मंदिर, महानुभाव पंथाचे स्थान, वाल्मिक तीर्थ नावाची पुष्करणी गावाच्या जुनेपणाची साक्ष देतात. त्यांच्या जोडीला अनेक मंदिरे, वाडे, समाध्या यांची मोठी संख्या गावात आहे. यांसोबतच गावात आहे, तो एक भव्य वाडा. तो म्हणजे पेशव्यांचा 'सरकारवाडा'. येथे पेशव्यांची पागा होती. त्यासाठी पेशव्यांनी येथे भागवत घराणे नेमले होते. पेशव्यांच्या विश्वासातील हे कोकणस्थ ब्राह्मण घराणे वांबोरी येथे येऊन पागेचा कारभार पाहू लागले. त्यांनी गावात पेठ वसवली. नंतर हे गाव त्यांना जहागीर करून देण्यात आले होते.

'वांबोरी' हे राहुरीपासून एकोणावीस किलोमीटर अंतरावर आहे. नगर – मनमाड राष्ट्रीय महामार्गावर राहुरी कृषी विद्यापीठ आणि नांदगाव यांच्या दरम्यान वांबोरी फाटा लागतो. तिथून वांबोरी साडेआठ किलोमीटर आहे.

वांबोरी गावाचे भौगोलिक स्थान पूर्वीपासून महत्त्वाचे होते. सह्याद्रीच्या पूर्वेकडे पसरत आलेली हरिश्चंद्र बालाघाटची डोंगररांग गावाच्या दक्षिणेला काही अंतरावर आहे. गोदावरी आणि भीमेचे खोरे वेगळे करते, ती ही डोंगररांग. या डोंगरांतील वांबोरी आणि डोंगरगण दरम्यान असणारा हा घाटमार्ग एकेकाळी फार रहदारीचा होता. वांबोरीला धार्मिक, राजकीय आणि व्यापारी महत्त्व होते. मराठेशाहीत ते एक महत्त्वाचे गाव होते. मराठेशाहीच्या काळात 'कसबे वांबोरी' असा या गावचा उल्लेख येतो. वांबोरीचे विशेष म्हणजे तेथील मोठी पेठ. मराठाकाळ, इंग्रजकाळ ते अगदी अलीकडच्या काळापर्यंत वांबोरी संपन्न बाजारपेठेचे गाव म्हणून प्रसिद्ध आहे. धान्य आणि मीठमसाल्याची ती मोठी बाजारपेठ असून येथे वाहने बनवण्याचे कारखाने असल्याचे गॅझेटिअरमध्ये म्हटले आहे. व्यवसायानिमित्त गुजराती आणि मारवाडी समाज फार पूर्वीपासून येथे येऊन स्थिरावला होता. मारवाडी वाणी समाजाची ही महाराष्ट्रातील एक मोठी वस्ती होती, किंबहुना अजूनही आहे.

गावाला पूर्वी चार दिशांना चार वेशी होत्या. हल्ली त्यातील केवळ नगरवेस शिल्लक आहे. गावात शिरले की पेठेत अनेक दुकाने, तसेच वर्दळ आपल्याला पाहायला मिळते. गावाच्या या पेठेतच सरकारवाडा आहे. बाहेरून त्याचे भव्य कमानदार दगडी प्रवेशद्वार आपले लक्ष वेधून घेते. वाड्याला बाहेरून संपूर्ण दगड-

विटांची भक्कम तटबंदी असून चार कोपऱ्यांत चार बुरूज आहेत. (मग त्याला 'गढी'देखील म्हणता येऊ शकेल का?) अजूनही ही तटबंदी सुस्थितीत आहे. सुमारे वीस फूट उंचीची ही दगड-विटांची तटबंदी आहे. तिला वरच्या विटांच्या थरात छोट्या छोट्या कमानी केलेल्या आहेत. अशा कमानी आणि जंग्यांची एक रांग वाड्याच्या सर्व बाजूने आपल्याला दिसते.

सरकारवाड्याचे मुख्य प्रवेशद्वार

वाड्याचे मुख्य प्रवेशद्वार उत्तराभिमुख असून दहा-पंधरा फुटांचे आहे. अलीकडे जमिनीवर मातीचा बराच भराव आल्याने ते काहीसे खचले आहे. हल्ली या प्रवेशद्वाराला अगदी चिटकून बाजूला इमारती होत असल्याचे दिसते. दगडाची महिरपी कमान, बाजूला कोनाडे, त्यात पुन्हा एक कमान आणि बाजूला कोनाडे अशी प्रवेशद्वाराची रचना आहे. आतील कमानीत दाराच्या सागवानी झडपा आहेत. या दोन्ही झडपा सुस्थितीत असून त्यांच्यावर गजखिळे आहेत. त्यात दिंडी दरवाजासुद्धा आहे. झडपा आत लोटून दार उघडण्यासाठी बरेच कष्ट घ्यावे लागतात. आत एक मोठी खोली असून तेथे पहारेकऱ्याची देवडी आहे. चुन्याचा गिलावा केलेली ही खोली हल्ली बंद असल्याने येथे वटवाघळे फार झालेली दिसतात. समोर आत जाण्यासाठी एक छोटं दार आहे. त्याच्या डाव्या बाजूच्या भिंतीत तळघराचा मार्ग आहे. तळघराच्या उतरत्या पायऱ्या बॅटरी लावून प्रकाश केला असता आपल्याला त्यात दिसतात.

वाड्यात गेल्यावर मात्र आत संपूर्ण परिसर मोकळा असून त्यात झाडेझुडपे मोठ्या प्रमाणात वाढल्याचे दिसते. जवळजवळ एका एकरात हा वाडा पसरलेला असल्याचे लक्षात येते. एक पाण्याचा आड सोडला, तर बाकी या वास्तूत कुठे काय होते, याचा कसलाच अंदाज करता येत नाही. तटबंदीवरून आपल्याला सर्व बाजूंनी फेरफटका मारता येतो. तटाची रुंदी अंदाजे चार फूट इतकी असून मोटारसायकलसुद्धा त्यावरून सहजासहजी चालवता येऊ शकेल. बुरुजांवरही आपल्याला जाता येते. आसपासचा परिसर येथून न्याहाळता येतो. येथील नैऋत्य बुरुजावर पीराचे ठाणे आहे. तेथे अधूनमधून पूजाअर्चा केली जात असल्याचे दिसते

सरकारवाड्याचा बुरूज, भिंत आणि बाजूच्या वाड्याचे प्रवेशद्वार

सरकारवाड्यातील तळघरात जाणारा रस्ता

(महाराष्ट्रात अनेक गढ्यांच्या बुरुजांजवळ पीराचे ठाणे आढळते. त्याच्यमागचे कारण मात्र नेमके स्पष्ट होत नाही).

या वाड्याला पश्चिम बाजूने त्याला अगदी चिटकून दुसरा एक वाडा आहे. त्याचे मोठे दार आपल्याला दिसते खरे, मात्र तेथे पूर्वी काय होते, हे लक्षात येत नाही.

कारभार सरदार नागोराम भागवतांकडे

'वांबोरी' येथे हा सरकारवाडा कधी बांधण्यात आला, हे निश्चित सांगता येणार नाही. या वाड्याला 'पायग्याचा वाडा' असेदेखील संबोधले जात होते. 'पायग्याचा' किंवा 'पागेचा वाडा' म्हणजे पागेच्या कामकाजासाठी उभारला गेलेला वाडा, खासगी निवासासाठी नव्हे. येथे पेशव्यांची पागा होती. नानासाहेब पेशव्यांच्या काळात नागोराम भागवत यांच्याकडे इथला कारभार सोपवला गेला, त्यामुळे वाडा नानासाहेबांच्या काळात (१७४० ते १७६१) किंवा त्यापूर्वी उभारला गेला असे म्हणता येईल. त्यावेळी वांबोरीच्या पूर्वेला हैदराबादच्या निजामाच्या राज्याची सीमा होती. त्यामुळे या ठिकाणचे महत्त्व लक्षात घेऊन पेशव्यांनी हे ठाणे मजबूत केले असल्याचे म्हणता येईल. वांबोरीचा कारभार मराठेशाहीच्या शेवटपर्यंत या नागोराम भागवतांच्या घराण्याकडे होता. त्यांच्यासह त्यांच्या मुलांचा 'वांबोरीकर किंवा वामोरीकर' या नावासह उल्लेख ऐतिहासिक कागदपत्रांत आढळतो. त्यामुळे

या भागवत घराण्याविषयी माहिती पाहायला हवी.

नागोराम भागवत हे पेशव्यांचे सरदार. भागवत घराणे हे कोकणस्थ ब्राह्मण होते. नागोराम हे नानासाहेब पेशव्यांच्या काळातील मराठ्यांच्या काही मोहिमांत दिसतात. हैदराबादच्या निजामाकडे पेशव्यांकडून वकिलीचे कामही या नागोरामांनी केले होते. १७५६मध्ये कर्नाटकातील सावनूरच्या मोहिमेत ते होते, तर १७६०मध्ये निजामाशी झालेल्या उदगीरच्या लढाईनंतरच्या तहानुसार विजापूर पेशव्यांना देण्यात आले, तेव्हा त्याचा ताबा घ्यायला पेशव्यांनी याच नागोराम भागवतांना विजापूरला पाठवले होते. नागोराम यांचा पेशव्यांशी, तसेच सदाशिवरावभाऊंशी पत्रव्यवहार होता.

१७४८च्या एका पत्रात ते पेशव्यांना म्हणतात, 'आपण वांबोरीस घर बांधणार त्यास लाकडे पाहिजेत. ऐसियास जेऊरास बाबळी, रायेवल लाकडे मिळतात. कृपाळू होऊन राहा. जानोजी निंबाळकर यांस पत्र आले तरी चाळीस-पन्नास लाकडे मिळतील.' यात वांबोरी संदर्भाने उल्लेख आपल्याला दिसतो. (मग या पत्रातील वांबोरीला बांधण्यात येणारे घर म्हणजे सरकारवाडा म्हणावा का?)

सदाशिव पेठ वसवली

नागोराम यांनी वांबोरीची प्रसिद्ध पेठ वसवली असून त्यांना या पेठेचे शेटे वतन होते. १७६९-७०मध्ये माधवराव पेशव्यांनी त्यांना ते नूतनीकृत करून दिल्याची सनद आहे.

त्या सनदेत वांबोरी येथे मोठे कष्ट घेऊन 'सदाशिव पेठ' आपण वसवली, असे म्हटले आहे. तसेच 'आपण राज्याचे पुरातन सेवक आहात,' असेदेखील म्हटले आहे. त्यामुळे वांबोरी येथील पेठेचे नाव सदाशिव पेठ असून ती या नागोराम भागवत यांनी वसवल्याचे लक्षात येते. ही पेठ पुणे येथील सदाशिव पेठेप्रमाणेच पानिपतात वीरगती प्राप्त केलेल्या सदाशिवरावभाऊंच्या नावाने असावी का, असा प्रश्न पडतो. (हल्ली मात्र गावातील कोणालाही या पेठेचे नाव सदाशिव पेठ होते, हे माहिती असल्याचे दिसत नाही.)

उत्तरपेशवाईतील बळवंतराव नागनाथ

नागोराम यांना तीन मुले होती. तीही नंतर वांबोरी येथील आपल्या वतनाचा आणि पागेचा कारभार पाहू लागली. बळवंतराव, लक्ष्मणराव आणि पांडुरंगराव अशी त्यांची नावे. यातील बळवंतराव म्हणजेच उत्तर पेशवाईतील प्रसिद्ध 'बळवंतराव नागनाथ' होय. सवाई माधवरावांच्या काळातील एका प्रकरणामुळे ते ओळखले जातात. ते प्रकरण म्हणजे पेशवे सवाई माधवराव आणि दुसरे बाजीराव यांच्यात संभाषण घडवून आणण्याच्या प्रयत्नाचे होय. त्याकाळात बाळपेशवे सवाई माधवराव यांच्यावतीने नाना फडणीस पेशवाईचा कारभार पाहत होते. त्यावेळी रघुनाथराव पेशवे यांचे पुत्र दुसरे बाजीराव हे जुन्नर येथे नजरकैदेत होते. त्यांचे एक पत्र बळवंतरावांनी गुप्तरूपाने पुण्यात सवाई माधवराव पेशव्यांपर्यंत पोहोचवले. नाना फडणीसांना जेव्हा त्याची खबर लागली, तेव्हा त्यांनी बळवंतराव यांची गय केली नाही. बळवंतराव यांना बेड्या घालून त्यांची रवानगी कुर्डुगड किल्ल्यावर केली. हे प्रकरण आहे १७९५ मधील. त्यानंतर काही दिवसांनी सवाई माधवराव पेशव्यांचा अपघाती मृत्यू झाला.

त्यानंतर अनेक नाट्यपूर्ण घडामोडींनंतर दुसरे बाजीराव पेशवेपदी आले. त्यांनी बळवंतराव नागनाथ यांची सुटका केली. बळवंतराव पुण्यात पेशव्यांच्या भेटीसाठी आले असता, 'पेशव्यांनी त्यांना गावी वांबोरीला जा, आराम करा, डोकी वाढली आहे ती करा, लवकरच आपल्याला बोलावण्यात येईल,' असा सल्ला दिला. बळवंतराव वांबोरीला आले. पुढच्या वर्षी म्हणजे १७९८मध्ये बळवंतरावांना पेशव्यांनी वांबोरीहून पुण्यात बोलावून सन्मानपूर्वक वस्त्रे दिली. बळवंतराव पुढे दुसऱ्या बाजीराव यांच्याबरोबर होते. त्यांचा सल्ला पेशवे घेत असत. इंग्रजांशी पेशव्यांच्या वतीने बोलणी करायला जाण्यासह काही प्रसंगांत ते दिसतात. १८०८मध्ये ते वारले. तोवर ते निश्चितच पेशव्यांच्या निकटवर्तीय असणाऱ्यांपैकी एक होते असे दिसते. बळवंतराव यांचे बंधू पांडुरंगराव, लक्ष्मणराव यांचाही उल्लेख दुसऱ्या बाजीराव पेशव्यांच्या काळात येतो.

१८०२मध्ये यशवंतराव होळकरांनी पेशव्यांच्या मुलखात स्वारी केली होती. नगर जिल्ह्यातील पेशवे आणि शिंदे यांच्या ठिकाणी त्यांनी लूट केली. यातून वांबोरी कसे सुटू शकेल! होळकरांचे सरदार फत्तेसिंह माने यांनी वांबोरी हे अख्खे गाव लुटून येथील वाडा त्यावेळी खणून काढला होता.

जहागीर वांबोरी

बळवंतराव यांना वांबोरी हे गाव जहागीर दिले असल्याची माहिती मिळते. म्हणजेच आधी या घराण्याला वांबोरी येथील पागेची जबाबदारी, नंतर पेठेचे शेटे वतन आणि नंतर गावची जहागीर देण्यात आल्याचे दिसते. बळवंतराव यांची तीन मुले परशुराम, पुरुषोत्तम आणि बाळकृष्ण हे इंग्रजकाळात वांबोरी येथे राहत असत. १८१८ ला पेशव्यांची सत्ता संपून इंग्रजांची सत्ता आली. इंग्रजकाळात १५,००९ रुपये महसूल असणारे हे वांबोरी या भागवत घराण्याकडे होते. पुढे या कुटुंबात जहागिरीवरून अनेक तंटे सुरू झाले. वांबोरी जहागीर इंग्रजकाळात पूर्ण खालसा करण्यात आली. नंतर या घराण्याने वांबोरी सोडले.

भागवत गेले कुठे ?

आज वांबोरी येथे या भागवत घराण्याविषयी अगदी कोणालाही माहीत नसल्याचे दिसते. सरकारवाडा आज गावातील भराडीया शेठ यांच्या मालकीचा आहे. १९३०मध्ये त्यांनी तो ६००० रुपयांना विकत घेतला असल्याची माहिती शेठजींकडून मिळते. त्याच्या मूळ मालकाविषयी काही समजत नाही. भागवत यांचे वंशज नेमके गेले कुठे हा प्रश्न पडतो. १९३१मध्ये प्रकाशित झालेल्या 'आमचा नगर जिल्हा' या हरी गणेश पारखे यांच्या पुस्तकात हे भागवत घराणे वांबोरी सोडून छत्रपती संभाजीनगर जिल्ह्यातील कृष्णापूर येथे त्यांच्या इनामाच्या गावी स्थायिक असल्याचे म्हटले आहे; परंतु छत्रपती संभाजीनगर जिल्ह्यातील पैठण तालुक्यात असणारे हे कृष्णापूर आज त्याच्या मूळ ठिकाणी नाही. गोदावरी नदीवर झालेल्या जायकवाडी धरणामुळे गाव नंतरच्या काळात विस्थापित झाले. नवे कृष्णापूरही गावठाण हे पैठण-छत्रपती संभाजीनगर रस्त्यावरच्या बिडकिन गावाजवळ आहे. तेथे भागवतांचे आज कोणीही नाही; पण तेथील मंडळी ही, 'आमच्या जुन्या कृष्णापुरात भागवत घराणे होते,' असे सांगतात. नंतर भागवतांनी तेथून अन्य ठिकाणी स्थलांतर केल्याचे समजते.

बाकी 'वांबोरी' हे इतिहासाचे वरदान लाभलेले गाव आहे, हे मात्र नक्की. येथील खोलेश्वर मंदिर यादवकालीन आहे. महानुभाव संप्रदायात वांबोरीला महत्त्व आहे. यादवकालीन, मराठाकालीन, इंग्रजकालीन आणि अलीकडची अशा प्रकारांत मंदिरांची विभागणी करावी एवढी मंदिरे गावात आहेत. गावातील पेठेत मारवाडी

मंडळींच्या जुन्या पेढ्या दिसतात. अलीकडे या मंडळींचे नवनवे आणि सुंदर बंगले येथे झाले आहेत. ते त्यांची व्यापारामुळे झालेली भरभराट दाखवतात. श्वेतांबर जैनांचे मंदिर गावात आहे. इस्कॉनचे एक गुरू आणि प्रसिद्ध मोटिवेशनल स्पीकर, गौर गोपाल दास यांचे वांबोरी हे जन्मगाव होय. गावाला असणाऱ्या वेशींपैकी एक असणारी नगरवेस अजूनही दिमाखात उभी असल्याचे दिसते. याशिवाय गावात बरेच वाडे आहेत. तुलनेने नंतर म्हणजे इंग्रजकाळात उभारला गेलेला शुक्रे या जुन्या सावकार घराण्याचा वाडादेखील बघण्यासारखा आहे.

या सगळ्यामुळे वांबोरी हे सहलीचे एक उत्तम ठिकाण म्हणून भविष्यात पुढे येऊ शकते, हे मात्र निश्चित!

संदर्भ :

१) मराठी रियासत (खंड ५ व ८) : गो. स. सरदेसाई

२) थोरले माधवराव पेशवे यांची रोजनिशी (भाग २)

३) ऐतिहासिक लेखसंग्रह (खंड १०) : वासुदेवशास्त्री खरे

४) आमचा नगर जिल्हा : हरी गणेश पारखे

५) पेशवे दफ्तरातून निवडलेले कागद (खंड २५)

६) Gazetteer of the Bombay Presidency (Vol.17, Ahmednagar)

७) Clunes Itinararay

•••

देशमुखांचा वाडा

संगमनेरचा म्हस्के-देशमुखांचा वाडा

अलीकडे महाराष्ट्राची वाडा संस्कृती लोप पावत चालली आहे. मराठेशाहीत अठराव्या शतकात निर्माण झालेले मोजकेच वाडे आज सुस्थितीत असल्याचे पाहायला मिळते. असाच एक सुस्थितीत असणारा वाडा म्हणजे संगमनेर शहरातील म्हस्के-देशमुखांचा वाडा. संगमनेर परगण्यातील जुने वतनदार देशमुख असणाऱ्या या घराण्यातील भवानीबाई या उत्तर भारतात मराठ्यांचे वर्चस्व निर्माण करणाऱ्या सरदार महादजी शिंदे यांना दिलेल्या होत्या. आज जिकडेतिकडे वाडे नष्ट झालेले असताना आणि जे थोडेफार आहेत, तेही अखेरची घटका मोजत असताना, महादजी शिंदेंच्या सासुरवाडीचा हा वाडा मात्र अजूनही डौलाने उभा आहे.

'संगमनेर' हे तसे फार जुने गाव. मराठेशाहीतील मोठ्या संगमनेर परगण्याचे ते मुख्यालय. गावही चांगले मोठे, कसब्याचे होते. संगमनेरच्या जुन्या गढीच्या पाऊलखुणा आपल्याला प्रवरा-म्हाळुंगीच्या संगमावर पाहायला मिळतात. मराठेशाहीत येथील पेठ मोठी होती. वस्त्रोद्योगाचा मोठा उद्योग त्यावेळी येथे होता. संगमनेरमध्ये अनेक घराण्यांचे छोटे मोठे वाडे, नदीकाठी सुंदर घाट, मंदिरे आणि समाध्या आपल्याला अजूनही पाहायला मिळतात. अशा या संगमनेर परगण्यातील एक वतनदार देशमुख घराणे म्हणजे म्हस्के-देशमुख. संगमनेरमध्ये त्यांचा मोठा वाडा आहे. देशमुखांच्या थोरल्या शाखेचा हा वाडा असून त्यांचे गाव म्हणजे संगमनेरपासून पंधरा किलोमीटर अंतरावर असणारे 'आंभोरे'. त्यामुळे त्यांना आंभोरकर-देशमुख आणि वाड्याला 'आंभोरकर-देशमुखांचा वाडा,' असेही संबोधले जाते.

देशमुखांचा वाडा हा जुन्या संगमनेरमध्ये घासबाजारात आहे. जनावरांसाठी चारा (घासाची) विक्री येथे होत असल्यामुळे या भागाला 'घासबाजार' नाव पडले आहे. तसा हा भाग संगमनेरच्या कसबा पेठेत येतो. देशमुखांचा हा वाडा घासबाजारातील रस्त्यावरून आपले लक्ष वेधून घेतो, तो त्याच्या प्रवेशद्वारावर असणाऱ्या आकर्षक सज्जामुळे. उत्तराभिमुख असणाऱ्या या वाड्याच्या प्रवेशद्वारासमोर मोकळे पटांगण आहे. मोकळ्या पटांगणाच्या बाजूला आणि वाड्याच्या भिंतीला चिटकून एक वाडा आहे. तेथे घोड्याची पागा असल्याचे सांगण्यात येते. आतून तो पडलेला असून त्याची जागा देशमुखांच्या 'पिंपरणे' शाखेतील मंडळींच्या मालकीची आहे.

देशमुखांच्या वाड्याचे प्रवेशद्वार तसे साधे, आठ फूट उंचीचे आहे. त्यावर गणेशपट्टी वगैरे नाही. मात्र वरच्या मजल्यावर काळ्या सागवानाचा वापर करून सुंदर सज्जा बांधला आहे. तीन नक्षीदार सुंदर गवाक्षाची योजना त्यात केली आहे. बाजूला नक्षीकाम केलेले आहे. सज्जाला वरच्या बाजूने कडेने पानपट्टी असून तिच्या दोन कोपऱ्यात दोन झुंबरे आहेत. काहीसा पुढे आलेला हा आकर्षक सज्जा दारावरील तुळ्यांनी तोलून धरला आहे. एका रांगेत असणाऱ्या या तुळ्यांची टोकेदेखील नक्षीदार आहेत.

दारातून आत प्रवेश करताच थोडे पुढे गेले की, आपण पहिल्या चौकात आलेलो असतो. चौक तसा आकाराने मोठा आहे. त्याच्या चारही बाजूंच्या जोत्यांवर तळमजला तसेच वरचा मजला असून दोन्ही संपूर्ण शाबूत आहेत. वाडा तीन चौकांचा आहे. हा पहिला चौक असून याच्यापुढे दोन चौक आहेत. ते दोन्ही चौक एकापुढे एक नसून पहिल्या मोठ्या चौकाला समांतर आणि शेजारी-शेजारी आहेत. दोन्ही आता पडले असून देशमुखांच्या पिंपरणे आणि भेर्डापूर येथील देशमुखांच्या कुटुंबांच्या मालकीचे आहेत. पुढचा शाबूत असलेला जो चौक आपण बघणार आहोत, तो 'आंभोरकर' देशमुखांचा म्हणजेच म्हस्के देशमुखांच्या थोरल्या शाखेचा आहे. वाड्याचा हा पहिला चौक बैठकीचा होता, तर मागच्या दोन पडलेल्या चौकांत स्वयंपाकघर, राहण्याच्या खोल्या वगैरे होत्या.

वाड्यातील एक चौक

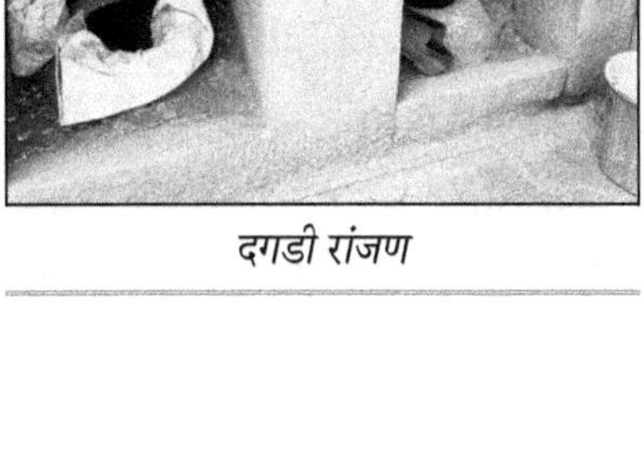

दगडी रांजण

पुढच्या चौकाच्या मधील जागेत पूर्ण फरसबंदी होती. आता तेथे पेवर ब्लॉक्स बसवले गेले आहेत. तळमजला

आणि वरच्या मजल्यावर हल्ली जरी बंद खोल्या दिसत असल्या, तरी तळमजला रिकाम्या ओसरीचा होता. नंतर तेथे भिंती घालण्यात येऊन खोल्या काढण्यात आल्या. आयताकृती असणाऱ्या या चौकात पूर्व-पश्चिम जोत्यांवर ओळीने आठ-नऊ खांब, तर उत्तर-दक्षिण जोत्यांवर सहा-सात खांब आहेत.

पश्चिम बाजूच्या जोत्यावरच्या ओसरीवर असणारे खांब मात्र नक्षीदार आहेत. खाबांच्या स्तंभशीर्षावर नक्षी असून, खांब आणि तुळ्यांना जोडणारे जे हस्त आहेत, ते नक्षीदार आहेत. सध्या भिंतीत झाकोळल्या गेलेल्या या हस्तांवरचे नक्षीकाम बघण्यासारखे आहे. येथे जोत्यात एक भुयारी मार्ग आपल्याला दिसतो. येथून आत उतरता येते. आत मोठी पोकळी आहे. बाजूला दोन वाटा फुटतात. उजव्या बाजूची भुयारी वाट ही भवानी बागेत जाते, तर डाव्या बाजूची वाट देवीच्या मंदिरात जात असण्याचे सांगितले जाते. स्त्रिया देवदर्शनासाठी या मार्गाचा वापर करत असत. आता मात्र त्या वाटा बुजवल्या गेल्या आहेत.

चौकातील जोत्यांत तीन दगडी रांजण आपल्याला पाहायला मिळतात. चौकात वायव्य कोपऱ्यात पाण्याचा आड आहे. त्यातून पाणी काढून हौदात सोडले जायचे. ते त्यातून खापरी कौलांच्या नलिकांनी रांजणात येत असे. रांजणात उघडणाऱ्या नलिकांची तोंडे अजूनही आपल्याला दिसतात. सध्या ही व्यवस्था बंद आहे. एकंदरीत वाड्यातील जलव्यवस्थापन प्रणाली अभ्यासण्याजोगी आहे. जोत्याला ठिकठिकाणी लोखंडी कड्याही आहेत. एका ठिकाणी विशेष गोष्ट दिसते ती म्हणजे हत्तीच्या आकाराचा दगडी चौरंग. त्याचा वापर लहान मुलांना अंघोळ घालण्यासाठी केला जात असल्याचे देशमुख मंडळी सांगतात.

चौकात उभे राहून वरच्या मजल्याकडे चहूबाजूंना नजर टाकली, तर तो उत्तम स्थितीत असल्याचे दिसते. चारही बाजूंनी चौकाच्या बाजूने असणाऱ्या खांबांत लाकडी कठडे (रेलिंग्ज) दिसतात. वरच्या मजल्यावर जाण्यासाठी अरुंद जिना असून तो एकावेळी एकच माणूस जाईल असा आहे. वर गेल्यावर सगळीकडे खोल्या दिसतात. तेथे जायला बाजूने जो कॉरिडॉर आहे, तोदेखील अरुंद आहे.

बैठकीच्या खोलीतील गवाक्ष

वाड्याच्या मुख्य प्रवेशद्वाराच्या वर असणारी आणि सज्जा जिथे आहे, ती खोली देशमुखांची मुख्य बैठकीची खोली म्हणून आज वापरात आहे. आलेल्या पाहुण्यांचे आगत-स्वागत तेथे केले जाते.

तेथे सज्जाचे बाहेरून दिसणारे तीन गवाक्ष आपल्याला दिसतात. त्यांना प्रत्येकी चार झडपा आहेत. या महिरपी गवाक्षांतून समोरच्या रस्त्यावरची संगमनेरातील लगबग पाहता येते. बैठकीच्या या खोलीत लाकडी खुर्च्या, तसेच गादी-तक्क्याची बैठक आहे. खोलीत काही जुनी छायाचित्रे लावलेली आहेत. त्र्यंबकराव उर्फ अण्णासाहेब देशमुख (मृत्यू १९५९) यांचा खांद्यावर बंदूक आणि शिकार केलेल्या बिबट्यासह फोटो तेथे आहे. खोलीत कोपऱ्यात एक काचेची हंडी आहे. त्यामुळे बैठकीच्या खोलीच्या रूपाने देशमुखांनी आपले वैभव आणि वारसा चांगला सांभाळून ठेवला असल्याचे दिसते.

बैठकीच्या पूर्व बाजूला दिवाणखाना आहे. तेथे सागवानी खांबांच्या उभ्या-आडव्या रांगा आपल्याला दिसतात. त्यातील एका ओळीच्या चार-पाच खांबांमध्ये महिरपी असून त्यांच्या टोकांना नक्षीदार केळफुले आहेत. दिवाणखान्याच्याच बाजूला सागवानी जाळी असणारी देवघराची खोली आहे. देशमुखांच्या या देवघरातील मूर्ती, टाक आणि चित्रे ही अलीकडच्या काळातील असल्याचे दिसते. देवघरातील मारुतीची एक दगडी मूर्ती फक्त जुनी असल्याचे सांगितले जाते.

बाकी वरच्या मजल्यावर असलेल्या सर्व खोल्या नवे रूप घेऊन उभ्या आहेत. वाड्याच्या मागच्या बाजूला येथून जाता येते. मागचे पडलेले एकाशेजारी एक असणारे दोन चौक येथून पाहता येतात.

खोलीतील एक छायाचित्र

देशमुखांकडे असणारी सर्वांत मौल्यवान गोष्ट म्हणजे त्यांच्याकडचे जुने 'दफ्तर' होय. बरीच कागदपत्रे या घराण्याने अजूनही सांभाळून ठेवली आहेत. त्यातील बरीच मोडी लिपीतील असून काही फारसीसुद्धा आहेत. ती सर्व अप्रकाशित असून पडून आहेत. अद्याप त्यांचे वाचन झालेले नाही. त्यात त्यांच्या वतनाच्या सनदा वगैरे पत्रे अधिक असावीत, असे दिसते. त्र्यंबकराव उर्फ अण्णासाहेब देशमुखांच्या छायाचित्रांप्रमाणेच त्यांचा एक लाकडी पुतळासुद्धा येथे पाहायला मिळतो. असा हा देशमुखांचा वाडा.

दिवाणखाना

परगणे संगमनेरची देशमुखी

संगमनेरचे देशमुख घराणे हे एक वतनदार देशमुख, सरदार नव्हे. त्यामुळे मराठेशाहीच्या काळात होऊन गेलेला एखादा मोठा पुरुष अथवा बजावलेली एखादी कामगिरी या घराण्याच्या नावावर नाही. आपल्या मोठ्या देशमुखी वतनाचा कारभार ते येथे राहून पाहत असत इतकेच. अर्थात देशमुखांच्या ज्या मूळ पुरुषाने हे वतन संपादित केले, तो मोठा कर्तृत्ववान असणार याबद्दल शंका नाही. मात्र त्याचा शोध घेण्यासाठी निजामशाही किंवा बहामनशाहीच्या काळापर्यंत मागे जावे लागेल.

संगमनेर परगण्यात मराठेशाहीच्या काळात दोन वतनदार देशमुख होते. एक म्हस्के आणि दुसरे शेळके (कोऱ्हाळे / रांजनगाव देशमुख). संगमनेर परगण्यात

पाच 'तर्फा' अथवा 'महाल' होते. 'हवेली', 'बेलापूर', 'राहुरी', 'कोऱ्हाळे' आणि 'देवपूर'. म्हस्के आणि शेळके या दोघांत परगण्यातील गावांच्या देशमुखीची वाटणी झालेली होती.

म्हस्के यांचे मूळ गाव म्हणजे संगमनेरपासून बारा किलोमीटरवर असलेले 'पिंपरणे' हे होय. पिंपरण्याच्या शेजारचे 'जाखुरी' आणि 'आंभोरे' ही गावेसुद्धा त्यांच्याच इनामी जमिनी असणारी आहेत. तेथेही देशमुखांची बरीच कुटुंबे राहतात. म्हस्के देशमुखांचे सर्वांत थोरले घर असून ते आंभोरे येथील वतनावरचे होय. त्यामुळे त्यांना 'आंभोरकर' म्हणतात. देशमुखांचे वतनही मोठे होते आणि त्यांचे पूर्वापार नातेसंबंधही महाराष्ट्रातील अनेक सरदार आणि देशमुख घराण्यांशी होते. त्यासंदर्भानेच त्यांचे काही उल्लेख मराठेशाहीत येतात.

देशमुखांचे जावई महादजी शिंदे

सतराव्या-अठराव्या शतकात महाराष्ट्रात प्रभावी असणाऱ्या सरदार पवार घराण्यात त्यांची एक मुलगी दिली होती. कृष्णाजीराव तुकोजीराव पवार (देवास थोरली पाती येथील शासक!) हे १७७६च्या एका पत्रात 'शंकरराव देशमुख संगमनेरकर आमचे मामा' असे म्हणतात. यावरून त्यांचे वडील तुकोजीराव पवार (देवास थोरली पाती अथवा सीनियरचे मूळ पुरुष!) यांची सासुरवाडी ही संगमनेरकर देशमुखांची असल्याचे म्हणता येईल.

अजून एक महत्त्वाचा नातेसंबंध किंबहुना मराठ्यांच्या इतिहासात म्हस्के-देशमुख घराण्याची एक महत्त्वाची ओळख म्हणता येईल, तो म्हणजे महादजी शिंदे यांच्याशी. सरदार महादजी शिंदे यांच्या चौथ्या पत्नी भवानीबाई या म्हस्के-देशमुखांच्या होत्या. महादजी शिंदे म्हणजे उत्तर भारतात मराठ्यांचे वर्चस्व प्रस्थापित करणारे पराक्रमी सरदार. भवानीबाई आणि त्यांचा विवाह २३ डिसेंबर १७७७ रोजी झाला. देशमुखांच्या संगमनेरच्या आजच्या भव्य वाड्याचे कामदेखील तेव्हाच झाले. विशेष म्हणजे या भवानीबाई कधी महादजी शिंदे यांच्याबरोबर उत्तरेत गेल्या नाहीत. उत्तरेत बोलावणे आले, तेव्हा त्या निघाल्या खऱ्या, मात्र 'नगरसूल' (आजच्या नाशिक जिल्ह्यातील येवला तालुक्यातील गाव!) येथे त्यांनी हिरकणी गिळून स्वतःचा प्राण दिला, असे सांगितले जाते.

देशमुखी वतनाचा वाद

देशमुख घराण्याचा विस्तार बराच होता. त्यांच्या वतनाच्या वादासंबंधी एक पत्र पेशवे रोजनिशीत उपलब्ध आहे. १७७६-७७चे म्हणजे सवाई माधवराव पेशवे यांच्या काळातील ते आहे. त्रिंबकराव गमाजी देशमुख यांचा, त्यांचे भाऊबंद तुळसाजी नेवजी म्हस्के आणि लक्ष्मण वेडोजी म्हस्के या दोघांशी हा वाद होता. तो होता, देशमुखी हक्कासंबंधी; परंतु थोरले असल्याने त्रिंबकराव गमाजी म्हस्के यांना देशमुखीचा शिक्का आणि अधिकार देण्यात आले.

'बाकीच्या भाऊबंदांना तुमच्या इनामी जमिनींत यथायोग्य वाटणी द्या,' असे सरकारकडून सांगण्यात आले होते.

'आपल्या तक्षिमेचा एक शिक्का चालवून दीडशे गावाच्या देशमुखीचा कारभार करा', असे त्रिंबकरावांना त्यात म्हटले आहे. त्यावरून त्यावेळी त्यांना दीडशे गावची देशमुखी असल्याचे दिसते. पत्रात परगणे संगमनेरची निम्मी देशमुखी म्हस्के यांची व निम्मी शेळके यांची ही माहिती मिळते.

> खरे तर वतनदार असो, सरंजामदार असो, की राजा, त्याचा मृत्यू झाल्यावर त्याच्या ज्येष्ठ मुलालाच त्याच्या ठिकाणचा हक्क देण्यात येत असे. मग धाकट्यांना खासगी मालमत्तेत मिळणाऱ्या वाट्याशिवाय काही मिळत नाही. त्यामुळे सत्ता असलेले थोरले घर हे नेहमी मानपान, नातेसंबंध यांसारख्या इतर बाबतीत धाकट्या घरापेक्षा मोठे असल्याचे दिसून येते. याला म्हस्के-देशमुखही अपवाद नाहीत.

इनाम तेथे शाखा

म्हस्के-देशमुख यांची संगमनेरच्या या वाड्यात राहणारी थोरली शाखा म्हणजे 'आंभोरकर' होय. 'आंभोरे' येथेसुद्धा त्यांचा वाडा असून तो आता पडला आहे. एक सतीचे वृंदावनदेखील आंभोरे येथे पाहायला मिळते. जवळच्याचे 'पिंपरणे' या देशमुखांच्या मूळ गावी आणि त्याच्याशेजारील 'जाखुरी' येथे इतर देशमुख मंडळी आहेत. जुन्या संगमनेर परगण्यात अनेक ठिकाणी या घराण्याच्या पूर्वापार चालत

आलेल्या इनामी जमिनी होत्या. त्यामुळे वाटणी होऊन काही कुटुंबे 'पिंपरणे' आणि 'जाखुरी' येथूनही तिकडे कायमची स्थलांतरित झाली.

श्रीरामपूर तालुक्यातील 'भेरडीपूर' आणि 'बेलापूर खुर्द', राहुरी तालुक्यातील 'देवळाली प्रवरा', 'टाकळीमिया', 'ब्राह्मणी' येथे ही मंडळी गेली आहेत. तेथेही चारएक पिढ्यांचा विस्तार होऊन ही मंडळी आता तिकडचीच होऊन गेली आहेत. इनामी जमिनी असणाऱ्या गावांमध्ये श्रीरामपूर तालुक्यातील 'उंदीरगाव', 'चांदेगाव' अशा काही गावांचा समावेश होतो. त्यामुळे देशमुखांचे हे घराणे बरेच जमीनजुमला असणारे आणि विस्तृत असल्याचे लक्षात येते.

साईभक्त राधाबाई

शिर्डीचे साईबाबा आणि या आंभोरकर देशमुख घराण्याचा संबंध होता. 'श्रीसाईच्चरित्रात' बाबांच्या एक भक्त राधाबाई देशमुख यांचा उल्लेख आहे. त्या संगमनेरच्या असून खाशाबा देशमुख यांच्या आई असल्याचे त्यात म्हटले आहे (खाशाबा हे त्रिंबकराव उर्फ अण्णासाहेब देशमुख यांचे वडील होते). राधाबाई या वृद्ध अवस्थेत बाबांची ख्याती ऐकून संगमनेरकर मंडळींसोबत शिर्डीला आल्या होत्या. 'बाबा जोवर मला उपदेश करत नाही, तोवर अन्न घेणार नाही,' असे म्हणत तीन दिवस राधाबाईंनी उपोषण केले. मग बाबांनी त्यांची भेट घेऊन त्यांना आपल्या सहज सोप्या शैलीत उपदेश केला. ही लीला आणि बाबांनी राधाबाईंना केलेला उपदेश श्रीसाईच्चरित्राच्या अठराव्या आणि एकोणिसाव्या अध्यायात आला आहे. अलीकडेच दक्षिण भारतातील काही साईभक्त मंडळींनी त्याचा शोध घेऊन वाड्याला भेट दिली होती.

सुस्थितीतील वाडा आणि एकत्र कुटुंब

संगमनेरमधील आंभोरकर देशमुखांचा वाडा किंवा वाड्याचा पुढचा चौक दोन शतके लोटली तरी सुस्थितीत कसा राहिला? असा प्रश्न आपल्याला पडल्याशिवाय राहत नाही. त्याची काही कारणे आहेत.

पहिले म्हणजे, वाडा हा विसाव्या शतकाच्या सुरुवातीपर्यंत गहाण असल्याचे देशमुख मंडळी सांगतात. त्र्यंबकराव उर्फ अण्णासाहेब देशमुख यांनी तो सोडवून घेतला. पूर्वी वाड्यात बोर्डिंग होते. त्यामुळे दरम्यानच्या काळात वाड्याच्या

वाटण्या झाल्या नाहीत. त्यामुळे एरवी महाराष्ट्रातील बहुतांशी ठिकाणचे वाडे नामशेष होण्याचे 'वाटणी' हे महत्त्वाचे कारण येथे दिसत नाही.

दुसरे म्हणजे, त्र्यंबकराव यांना भाऊसाहेब हे एकुलते एक पुत्र आणि किसनराव हे एक बंधू होते. म्हणजे तुलनेने कुटुंब छोटे होते आणि तिसरे म्हणजे, या घराण्यात आजवर असणारी एकी आणि वाडा जतन करण्यासाठी त्यांचे चाललेले प्रयत्न हे होय.

सध्या देशमुखांचा एकूण सतरा जणांचा परिवार वाड्यात गुण्यागोविंदाने राहतो. तसा शेती हाच सर्वांचा मुख्य व्यवसाय आहे. 'आंभोरे' या गावाला काही 'शे' एकर जमीन आजही त्यांच्याकडे आहे. अनेक देशमुख आणि सरदार घराण्यांशी त्यांचे नातेसंबंध आहेत. संगमनेर भागातील मोठी असामी असूनही राजकारणापासून ही मंडळी अलिप्त राहिल्याचे दिसते. त्र्यंबकराव उर्फ अण्णासाहेब हे इंग्रजकाळात 'जिल्हा लोकल बोर्डा'वर सदस्य होते. त्याच्याशिवाय त्यांनी किंवा पुढच्या पिढीने राजकारणात म्हणावा असा सहभाग घेतला नाही. अलीकडे या घराण्यातील विजयसिंह उर्फ बाळासाहेब देशमुख यांचे पुत्र रणजितसिंह हे राजकारणात सक्रिय आहेत. राज्याचे माजी मंत्री आणि संगमनेरचे आमदार बाळासाहेब थोरात यांचे ते जावई. महाराष्ट्र सहकारी दूध उत्पादक संस्थेचे (महानंदा) ते अध्यक्ष होते.

आपला वारसा जपण्यासाठी देशमुख मंडळी प्रयत्नशील असल्याचे दिसते. वाड्याची देखभाल आणि डागडुजी त्यांच्याकडून केली जाते. अभिजीत यांच्या रूपाने घरातच आर्किटेक्ट असल्यामुळे बऱ्यापैकी शास्त्रीय पद्धतीला धरून वाड्याचे संवर्धन केले जात आहे. इतिहास अभ्यासक, वास्तुविशारद यांना देशमुख मंडळी प्रेमाने वाडा दाखवत असतात.

अलीकडे महादजी शिंदे यांना दिलेल्या या घराण्यातील भवानीबाई यांच्या नगरसूल येथील समाधीचा शोध नगरसूलचे इतिहास अभ्यासक विनोद पाटील व संगमनेर येथील इतिहास अभ्यासक संतोष खेडलेकर यांनी लावला आहे. नगरसूल गावाबाहेर ही समाधी असून त्या भागाला 'भवानीमळा' म्हणतात. तेथील खैरनार कुटुंबाला समाधीच्या देखभालीसाठी काही जमीनही इनाम देण्यात आली होती. बाईंचा विवाह ज्या तारखेला झाला त्यादिवशी नगरसूल येथे जाऊन समाधीचे दर्शन घेण्याचा नवा पायंडा अलीकडे देशमुख मंडळींनी सुरू केला आहे.

देशमुख मंडळी पूर्वीपासून धार्मिक वृत्तीची असल्याचे दिसते. राधाबाई या साईबाबांच्या भक्त तर होत्याच; परंतु संगमनेरमध्ये पेशवाईत होऊन गेलेल्या भवानीबाबा या साधूंचे हे घराणे भक्त होते. त्यांना बाबांबद्दल खूप आस्था होती. आजही संगमनेरमधील भवानी मठात थोडीबहुत सेवा देशमुख मंडळी करत असतात.

संगमनेरचा हा देशमुखांचा वाडा स्थापत्यशास्त्राच्या दृष्टीने महत्त्वाचा आहे. त्याचे चांगल्या प्रकारे जतन आणि संवर्धन झाले, तर निश्चित त्याचा भविष्यातील पिढ्यांना 'वाडा संस्कृती' समजून घेण्यासाठी उपयोग होऊ शकतो, हे मात्र नक्की.

संदर्भ :

१) सवाई माधवराव पेशवे यांची रोजनिशी (खंड २)

२) श्रीसाईसच्चरित्र, संपादन : गोविंद रघुनाथ दाभोळकर

३) पवार घराण्याच्या इतिहासाची साधने, संपादन : मा. वि. गुजर

•••

सरदार रायाजी पाटील शिंदे यांचा वाडा

आग्रा किल्ला जिंकणारे सरदार रायाजी पाटील शिंदे

ग्वाल्हेरच्या शिंदे घराण्याच्या भावकीतले एक शिंदेंचे घराणे नगर जिल्ह्यात आहे, हे अनेकांना माहित नाही. कोपरगाव तालुक्यातील 'वारी' येथे हे घराणे आहे. उत्तरमराठेशाहीत सर्वांत प्रभावी असणाऱ्या महादजी शिंदे यांचे विश्वासू सरदार रायाजी पाटील शिंदे यांचे हे घराणे. उत्तर भारतात मराठ्यांचे वर्चस्व प्रस्थापित करण्यासाठी महादजींना ज्या सरदारांची महत्त्वाची साथ लाभली त्यातील महत्त्वाचे नाव म्हणजे, रायाजी पाटील शिंदे. रायाजी हे महादजी शिंदे यांचे भाऊबंद होते.

१७८५मध्ये आग्रा, अलिगड जिंकून रायाजींनी मराठ्यांच्या इतिहासात आपले नाव नोंदवले. लढाऊ वृत्तीच्या रायाजींनी राजपुतांशी झालेली लालसोटची लढाई असो की आग्रा येथे मोगल सरदार इस्माईल बेग याच्याशी झालेल्या लढाया किंवा अगदी मराठे व निजाम यांच्यात झालेली खर्ड्याची लढाई, या सगळ्यात महत्त्वाचा सहभाग घेतला. महादजींनंतर त्यांचे उत्तराधिकारी झालेल्या दौलतराव शिंदे यांचेदेखील रायाजी हे काहीकाळ सल्लागार आणि कारभारी होते. रायाजींच्या कर्तृत्वामुळे त्यांना 'वारी' गाव जहागीर मिळाले. आणि त्यांचे घराणे पुढे येथेच स्थिरावले.

वारी गाव गोदावरीच्या पूर्व काठावर कोपरगाव तालुक्यात आहे. नगर-मनमाड महामार्गावर असणाऱ्या साईबाबांच्या शिर्डीपासून वारी पंधरा किलोमीटर अंतरावर आहे. 'वारीला चाललोय' असे या भागात म्हटले की, समोरच्याचा अनेकदा गैरसमज होतो. तेव्हा 'पंढरपूरची नाही रे, ही येथे, आपली कोपरगाव तालुक्यातील', असे समोरच्या व्यक्तीला सांगावे लागते. 'वारी'जवळ 'कान्हेगाव' आणि 'शिंगवे' (नदीपलीकडे) ही गावे आहेत. त्यामुळे बऱ्याचदा 'वारी'ला 'वारी-कान्हेगाव' किंवा 'वारी-शिंगवे' असे संबोधतात.

गावात प्रवेश केला की गावची पेठ दिसते. रायाजी पाटील शिंदे यांनी वसवलेली ही पेठ. पेठेत अजूनही जुन्या पेढ्यांच्या काही सुंदर रचना आपल्याला दिसतात. पेठेच्या रस्त्यापासून उजवीकडे वळले की, त्या रस्त्याने आपण थेट रामेश्वर महादेव मंदिराजवळ जाऊन पोहोचतो. हे रामेश्वर म्हणजे गोदावरीकाठचे बरेच जुने 'शिवस्थान' असल्याचे सांगितले जाते. ते काहीसे उंचावर आहे. तिथूनच दक्षिणेला त्याच्यासारखेच उंचावर असणारी एक वास्तू आपले लक्ष वेधून घेतल्याशिवाय राहत नाही. ती म्हणजे सरदार रायाजी शिंदे यांचा वाडा.

वाड्याचे मुख्य प्रवेशद्वार

वाड्याचे पश्चिमेकडचे प्रवेशद्वार

रामेश्वर मंदिराच्या आवारातून वारीकर शिंदे यांच्या वाड्याची सुंदर उत्तराभिमुख दर्शनी बाजू आणि मुख्य प्रवेशद्वार दिसते. हे पाहूनच आपल्याला या वास्तूचे तसेच रायाजी शिंदेंचे मोठेपण लक्षात येते. नदीच्या बाजूने म्हणजे पश्चिमेला वाड्याला एक दगडी बुरूज आहे. वाड्याची भिंत तीस-पस्तीस फुट लांबीची आहे. ती खाली अर्ध्या घडीव दगडांची आणि वर अर्ध्या चपट्या विटांची आहे. वाड्याला संपूर्ण वरचा मजला होता. वाड्याचे इथले सुंदर उत्तराभिमुख प्रवेशद्वार, त्यावरील वरच्या मजल्यावर असणारा नक्षीदार गवाक्ष आणि सर्वांत वर भिंतीत रांगेने असणाऱ्या जंग्या वाड्याची शोभा वाढवताना दिसतात.

वाड्याला हा उत्तराभिमुख मुख्य दरवाजा असला तरी त्याशिवाय पूर्व बाजूला एक दरवाजा आहे. तोच सहसा अधिक वापरात असे. उत्तरेकडचा हा दरवाजा महत्त्वाच्या प्रसंगीच उघडला जात असायचा. पूर्वी बाहेरगावहुन कोणी आले, की तो उघडला जायचा. घोडा किंवा मेणा थेट त्याच्यासमोर येऊन लागायचा असे सांगितले जाते.

पूर्वेचे प्रवेशद्वार सहा-सात फुटांचे असून त्याच्यावर गणेशपट्टी आहे. वर एक खिडकी असून तिच्या दोन्ही बाजूला दोन छोट्या खिडक्या काढलेल्या दिसतात.

आतला चौक

भिंतीतील कोनाडे

सध्या त्या पडल्या आहेत. वरचा मजलाही होता जो आता पडला. वाडा दोन चौकी होता. पुढचा चौक आणि त्याच्यापुढे दुसरा.

वाड्याच्या या पूर्वाभिमुख दारातून आत आले की, आपण पहिल्या चौकात येतो. येथे उजव्या हाताला भिंतीत दार आहे. तिथून वरच्या मजल्यावर जाण्यासाठी जिना होता. सध्या तोही पडला आहे. पुढे गेले की चारही बाजूंना आपल्याला जोती दिसतात. त्याच्या केवळ पश्चिम आणि दक्षिण जोत्यांवर काही खोल्या आहेत. वाड्याचा केवळ एवढाच काय तो भाग शिल्लक आहे. शिंदेंची दोन कुटुंबे सध्या येथे राहतात. त्यांचाच राहाता भाग हा जोत्यांवर उभा आहे. बाकीमंडळी आपल्या वाट्याला आलेला भाग उतरवून गावात वस्त्यांवर राहायला गेली. राहत्या भागात आत धाब्याचे बांधकाम आहे. तसे येथे पूर्वी मोकळ्या ओसऱ्या असून नंतर भिंती घालून खोल्या काढल्या गेल्या. इथले काही खांब नव्या भिंतीत गेले असल्याचे आपल्याला दिसते. खांबांवरील स्तंभशीर्षावर ठिबक्याठिबक्यांची नक्षी केलेली दिसते. भिंतीत काही खुंट्या, कोनाडेही दिसतात. येथील एका दालनाला काळ्या सागाची जाळी केलेली दिसते. आत जायला त्यात छोटं दार आहे. यावरून ही वाड्यातील देवघराची खोली असावी असे कळते. वाड्याचा हा पहिला चौक काहीका होईना अस्तित्व टिकवून आहे. मात्र दुसऱ्या चौकाचे तसे नाही. तो पूर्णपणे पडला असल्याचे दिसते. या चौकाच्या उजव्या ओसरीलगत वाड्याच्या मोठ्या उत्तराभिमुख प्रवेशद्वारातून येण्याचा मार्ग होता.

शिंदेंच्या या वाड्याचा राहाता भाग सोडला तर बाकी संपूर्ण वाडा पडला आहे. सबंध पहिला मजला असणारा हा वाडा २५० खणाचा असल्याचे सांगितले जाते. वाड्याला तळघर देखील असून ते बंद आहे. जवळच नदी असल्याने इतर वाड्यांत सामान्यतः असणारा आड येथे नाही. गोदावरीचे पात्र येथून शंभर मीटर अंतरावर आहे. त्यामुळे एकेकाळी वाड्याच्या वरच्या मजल्यावरील खिडक्यांमधून नदीचे रूप किती सुंदर दिसत असेल, याची आता केवळ कल्पनाच करता येण्यासारखी आहे.

वाड्यात एक विशेष गोष्ट पूर्वी होती, जी सध्या नाही. ती म्हणजे वरच्या मजल्यावरील 'रंगमहाल'! वाड्याच्या पूर्व दरवाजाजवळचा जिना वर रंगमहालात जायचा. 'रंगमहाल' म्हणजे रंगीत चित्रं असणारे दालन. तो सहसा कोणत्याही वाड्यात बघायला मिळत नाही. 'वारी'करांच्या वाड्यातील हा रंगमहाल सध्या अस्तित्वात नाही, मात्र त्याचे जुने रूप ही मंडळी सांगतात. या रंगमहालात छताला नक्षीदार तखतपोषी होती. आतील भिंतींवर पूर्ण चुन्याचा गिलावा केलेला असून त्यात ठिकठिकाणी नैसर्गिक रंग वापरून आकर्षक चित्रे रेखाटलेली होती. ग्वाल्हेरकर शिंदे यांचे निशाण त्यात एकेठिकाणी रेखाटलेले होते. ज्यात उगवता सूर्य आणि त्याच्या दोन्ही बाजूला नाग होते. एकेठिकाणी राजाची दाढी करताना एक नाभिक होता. तर लग्नसोहळ्याचा प्रसंगही रेखाटलेला होता. त्यात नवरदेव नवरीसह उंट, हत्ती, पालख्या, नगारे, तुताऱ्या असे बरेच होते. राजस्थानी शैलीची ही चित्रं असल्याचे यावरून दिसते.

हा झाला शिंदे यांचा मुख्य वाडा. याशिवाय त्यांचा दुसरा एक वाडा गावात होता. तो म्हणजे कचेरीचा वाडा. गावाच्या जहागिरीसोबत पाटिलकी असणारे शिंदे पूर्वी तिथून गावचा सगळा कारभार करत असत. मुख्य वाड्यातील एका कुटुंबाला वाटणीनंतर त्या वाड्यात हिस्सा दिला गेला होता. मग एक कुटुंब त्या वाड्यात राहत होते. सध्या मात्र हा कचेरीवाडा पडला असून तिथंदेखील कोणी

राहत नाही. येथे जवळच शिंदे यांची पागासुद्धा होती.

असे हे मोठा राहाता वाडा, कचेरी, पेठ, पागा, मंदिरे असे सगळे ऐतिहासिक वैभव असणारे 'वारी' गाव आणि इथले जहागीरदार असणारे शिंदे घराणे!

ग्वाल्हेरकरांची भावकी

'वारी'कर शिंदे यांचा इतिहास म्हणजे त्यांचे मूळ पुरुष असणाऱ्या रायाजी पाटील शिंदे यांचा इतिहास. रायाजींचा काळ हा अठराव्या शतकातला. रायाजी हे ग्वाल्हेरकर शिंदे यांचे भाऊबंद असल्यामुळे जे त्यांचे मूळ गाव तेच रायाजींचे. त्यामुळे त्यांचे गाव म्हणजे सातारा जिल्ह्यातील 'कन्हेरखेड'. ग्वाल्हेरकर शिंदे यांचे मूळ पुरुष राणुजी शिंदे यांनी पहिल्या बाजीराव पेशव्यांच्या काळात कर्तृत्व गाजवले. ते सरदार झाले, मध्य प्रदेशातील माळव्यात त्यांना मुलुख मिळाला, उज्जैन येथे त्यांनी आपले ठाणे वसवले. तेव्हा त्यांनी आपल्याबरोबर आपल्या भावकीतील अनेक-जण आपल्याबरोबर नेले.

इतिहासात एखाद्या शासकाने अथवा सरदाराने आपल्या भावकीतील हुशार आणि तरतरीत मुले-माणसे पुढे आणल्याची बरीच उदाहरणे आहेत. शिंदे यांनीही काहीमंडळी तेथे नेली (यातील साबाजी शिंदे आणि त्यांचे नातू मानाजी शिंदे-फाकडे हे एक महत्त्वाचे होते.). रायाजींचं घराणे त्यांपैकी एक. काही समकालीन साधनांत रायाजींचा उल्लेख 'रायाजी पाटील शिंदे कन्हेरखेडकर' असा दिसतो. याशिवाय 'रायाजी पाटील' 'रायाजी पाटील शिंदे' असाही येतो.

उत्तरेत शिंदेंचे वर्चस्व

रायाजींच्या पूर्वायुष्याबद्दल माहिती नाही. ते राणुजी शिंदे यांचे पुत्र महादजी शिंदे यांच्या काळात आपल्याला दिसतात. पानिपतनंतर झालेल्या मराठ्यांच्या अनेक मोहिमांत रायाजींचा महादजींबरोबर महत्त्वाचा सहभाग होता. विशेषकरून १७८२-१७९२ या दहा वर्षांच्या काळात महादजींनी उत्तर भारतात जे वर्चस्व प्रस्थापित केले, त्या काळात रायाजी पाटील शिंदे यांचे मोठे योगदान होते. त्यामुळे याच काळातील काही महत्त्वाच्या घटनांच्या संदर्भात रायाजींचे चरित्र आपल्याला पाहावे लागेल.

१७६१मध्ये पानिपतचे युद्ध झाले. त्यात मराठ्यांचे मोठे नुकसान झाले. नंतरच्या काळात पेशवे माधवराव यांच्या नेतृत्वात पुन्हा मराठ्यांची सत्ता उभारी घेऊ लागली. उत्तरेत महादजी शिंदे यांच्याकडे शिंदे घराण्याची सूत्रे आली. काही काळाने म्हणजेच १७७१-७२मध्ये दिल्लीच्या बादशहाला मराठ्यांनी गादीवर बसवत, उत्तर भारतात पुन्हा आपला प्रभाव निर्माण केला. महादजी कर्तृत्व गाजवू लागले. पण त्यानंतर एकाहून एक संकटे मराठ्यांवर कोसळली. माधवराव पेशवे यांचा मृत्यू, नारायणराव पेशवे यांचा खून, बारभाईंनी रघुनाथराव पेशवे यांच्याविरुद्ध उघडलेली आघाडी, रघुनाथरावांनी इंग्रजांची घेतलेली मदत आणि पहिले इंग्रज-मराठा युद्ध यांमुळे १७७०च्या या दशकात पुन्हा उत्तरेत मराठ्यांची सत्ता अस्थिर झाली.

पहिल्या इंग्रज-मराठा युद्धानंतर म्हणजे १७८२ मध्ये महादजींनी पुन्हा आपला मोर्चा उत्तर भारतात वळवला. आणि एकेक ठिकाणे काबिज करण्याचे प्रयत्न सुरू केले. यात त्यांच्या अनेक सरदारमंडळींनी त्यांना मोलाची साथ दिली. त्यातील एक म्हणजे रायाजी पाटील शिंदे!

शिंदे यांच्या प्रयत्नांना सुरुवात झाली. जाट राण्यांनी मराठ्यांकडून घेतलेली 'ग्वाल्हेर' आणि 'गोहद' ही ठिकाणे पुन्हा हस्तगत करण्याचे प्रयत्न सुरू झाले. यासाठी फार संघर्ष करावा लागला. दोन्ही ठिकाणे काही काळाने महादजींनी ताब्यात घेतली. त्यात रायाजी शिंदे होते. दिल्लीच्या बादशहाची परिस्थिती यावेळी दयनीय झालेली होती. दरबारात त्यांच्या सरदार उमरावांचे वर्चस्व असे. जो तो बादशाही तख्त आपल्या हातात घेण्याचा प्रयत्न करत होता (खरे तर १७०७ ला औरंगजेब बादशहाच्या मृत्यूनंतर हे सगळे सुरू झाले होते.) बादशहाने महादजींची मदत मागितली. आग्र्याजवळ दोघांच्या भेटी झाल्या. तेव्हा 'वकील ई मुतलक' हा किताब देत, महादजी शिंदे यांचा मोठा सन्मान बादशहाने केला. आता बादशाहाच्या सरदारांनी बळकावलेले आग्रा आणि रामगड (म्हणजे अलिगड) किल्ले शिंदे यांनी ताब्यात घेणे सुरू केले. हे किल्ले मोगल सरदार अफरासियाब खान (ज्याचा काही काळापूर्वी खून झाला.) यांच्या कुटुंबीयांकडे होते. या दोन्ही मोहिमा महादजींनी सोपवल्या त्या रायाजी शिंदेंवर.

आग्रा व अलीगड घेतले

१७८५च्या सुरुवातीला रायाजींना बादशाहकडून आग्र्याच्या किल्लेदारीची सनद देऊन पाठवण्यात आले. हे काम सोपे बिलकुल नव्हते. रायाजी आग्र्यात पोहोचले. किल्ला घेण्याचे प्रयत्न सुरू झाले. किल्ल्याला तोफा लावल्या गेल्या. आतील शिबंदी फोडली. २६ मार्च १७८५ला किल्ला रायाजींनी हस्तगत केला. पुढे जुलैमध्ये महादजींनी त्यांच्यावर अलिगड घेण्याची जबाबदारी सोपवली. ते अंतर्वेदीत रवाना झाले ('अंतर्वेदी' म्हणजे गंगा-यमुना नद्यांमधील प्रदेश. आणि या अंतर्वेदीतले एक मुख्य ठिकाण म्हणजे अलिगड!) अलिगड काबीज करण्यापूर्वी कोयल हे ठिकाण रायाजींनी ताब्यात घेतले. अलिगडावर स्वारी केली. मोर्चे लावले. किल्ल्याला वेढा टाकला. तोही बराच काळ चालला. शेवटी डिसेंबरमध्ये तो रायाजींनी जिंकला. किल्लेदार असणारा अफरासियाब खान याचा भाऊ जहांगीर खान रायाजी यांना शरण आला. त्यांना घेऊन रायाजी हे महादजी शिंदेंच्या भेटीला गेले. अशाप्रकारे आग्रा आणि अलिगड मोहिमा रायाजींनी यशस्वीरीत्या पार पाडल्या.

जयपूर प्रकरण आणि परिस्थिती हाताबाहेर

आता सतलज नदीपर्यंत मराठयांचा अंमल होता. बादशहाने 'वकील ई मुतलक' किताब महादजी शिंदे यांना दिला होताच. बादशाहला दिल्लीला रवाना करून महादजींनी आपले जावई लाडोजी शितोळे यांची बादशहाकडील कारभारावर नियुक्ती केली. आता महादजींनी आपला मोर्चा राजस्थानातील जयपूरकडे वळवला.

जयपूरच्या राजाकडून बादशाहच्या वतीने शिंदे यांनी खंडणी मागितली (पहिल्या बाजीराव पेशव्यांच्या काळापासून मराठे जयपुरकरांकडून खंडणी वसूल करत असत.) जयपूरकर राजा प्रतापसिंह त्यासाठी टाळाटाळ करू लागले. महादजी शिंदेंच्या आज्ञेने रायाजी शिंदे यांना तेथे पाठवण्यात आले. रायाजींनी जयपुरकरांच्या राज्यात घुसून त्यांचा काही मुलूख जप्त केला. राजांनी समझोता केल्यामुळे खंडणीची रक्कम ठरली. जयपूरकर ठरलेली रक्कम देतील की नाही याबद्दल शंका होती. मग रकमेचे ठरलेले हप्ते वसूल करण्यासाठी रायाजींना कायमस्वरूपी जयपूर येथे ठेवण्यात आले.

मात्र काही काळात जयपूरच्या राजाने राजकारण सुरू केले. जयपूरच्या राजाने

जोधपूरच्या राजाशी संधान बांधून मराठ्यांविरुद्ध युती केली. रकमेची मागणी करायला आलेल्या रायाजींना हुसकावून देण्यात आले. परिस्थिती चिघळली. रायाजींनी यावेळी एका गढी वर हल्ला केला, ज्यात त्यांचे सातशे लोक मारले गेले, परंतु यश मिळाले नाही. परिस्थिती पाहून महादजींनी इतर सरदारमंडळींची तिकडे रवानगी केली. ते स्वतः देखील तिकडे रवाना झाले. मोगलांचा मातब्बर सरदार मुहम्मद बेग हमदानी याला जयपुरकरांनी आपल्या बाजूला वळवून घेतले. मग शिंदे आणि या पक्षात लढाई झाली. तिला इतिहासात 'लालसोटची लढाई' म्हणतात (१७८७). त्यात दोन्ही पक्षांची हानी झाली. रायाजी लढाईत जोमाने लढले. लढाईमुळे मराठ्यांचे नुकसान झाले, हे मात्र खरे.

बघता बघता उत्तर भारतात इतर ठिकाणीही परिस्थिती मराठ्यांच्या विरुद्ध गेली. रोहिला खंडातील गुलाम कादिर (पानिपतला कारणीभूत ठरलेल्या नजीब उद्दौलाचा नातू आणि शिंदे यांचा विरोधक!) याने आपले वर्चस्व वाढवले. मराठ्यांकडचे अलिगड त्याने घेतले. दिल्लीची बादशाही ताब्यात घेण्याचे प्रयत्न सुरू केले. आग्रा शहर इस्माईल बेग (मोगलांचा सरदार महम्मद हमदानीचा पुतण्या) याने ताब्यात घेऊन किल्ला घ्यायचे प्रयत्न सुरू केले. राजपुताना तर हातचा गेल्यासारखाच होता. गुलाम कादिर यावरच थांबला नाही. त्याने अफगाणच्या अहमदशाह अब्दालीचा पुत्र तैमूरशाह याला इकडे येण्याचे आवाहन केले. (अनेक इतिहासकारांनी या काळाचे वर्णन 'प्रतिपानिपत परिस्थिती' असे केले आहे.) महादजी शिंदेंसाठी हा प्रसंग फार अवघड होता. महादजींनी पैसे आणि फौजेची मदत पुण्यात नाना फडणीस यांच्याकडे मागितली. तुकोजी होळकर आणि अलीबहादूर (मस्तानीपुत्र समशेरबहादूर यांचा मुलगा!) यांची रवानगी उत्तरेत केली. ते धीम्या गतीने महादजींकडे उत्तरेत येऊ लागले.

पुन्हा जोमाने लढत

शिंदे शांत बसले नाहीत. त्यांनी जोमाने आपले वर्चस्व पुन्हा प्रस्थापित करण्यासाठी प्रयत्न सुरू केले. आग्रा घेण्यासाठी पुन्हा रायाजी पाटील शिंदे यांना पाठवण्यात आले. दरम्यानच्या काळात इस्माईल बेग आणि गुलाम कादिर यांची युती झाली होती. इस्माईल बेग आणि रायाजी त्यांच्या फौजेत लढाई झाली. त्यात रायाजींना अपयश आले पण त्यांनी प्रयत्न सुरू ठेवले. महादजींनी इतर सरदारांसह फौजा

आग्र्याकडे पाठवल्या. आग्र्याचा किल्ला शिंदे यांचे सरदार लखबादादा लाड मोठ्या हिमतीने लढवत होते. बऱ्याच प्रयत्नांती आग्रा मराठ्यांनी जिंकून इस्माईल बेगला यमुनापार हुसकावून लावले. त्यासाठी अनेक चकमकी आणि लढाया येथे झाल्या (इतिहासाने त्याची फार दखल घेतली नाही.) रायाजींचा त्यात महत्त्वाचा सहभाग होता.

आग्र्यानंतर रायाजींना अंतर्वेदित पाठवण्यात आले. रायाजींनी यमुना नदी ओलांडली. दहा हजार फौजांसह ते तेथे होते. इकडे गुलाम कादिर आणि इस्माईल बेग यांनी दिल्लीची बादशाही हातात घेण्याचा प्रयत्न केल्यावर बादशाहने महादजींकडे मदत मागितली. महादजींनी रायाजींना दिल्लीला पाठवले. दोन हजारांच्या घोडदळासह फौज त्यांच्याकडे देण्यात आली. पण दिल्लीतील परिस्थिती खूप चिघळली. गुलाम कादिरने बादशाहाचे राजवाडे ताब्यात घेतले. तेथील मंडळींवर अत्याचार केले. बादशाहचे डोळे काढून त्याला पदच्युत केले आणि दुसऱ्या एका मुलाला गादीवर बसवले.

त्यामुळे महादजींनी इतर सरदार आणि फौजा दिल्लीकडे पाठवल्या. त्याने रायाजींना धीर आला. शिंदे आणि गुलाम कादिरच्या फौजांत तेथे चकमकी सुरू झाल्या. मग दिल्ली सोडून गुलाम कादिरने यमुनेपलीकडे पळ काढला. त्याचा वचपा काढण्यासाठी मराठे त्याच्यामागे रोहिला खंडात घुसले. एकेक ठाणं शिंदे यांचे सरदार काबीज करू लागले. रायाजी त्यात सक्रिय होते. 'करोली' वगैरे ठाणी रायाजी शिंदे यांनी गुलाम कादिर यांच्या लोकांशी लढाया करून घेतली. शेवटी कादिरला जिवंत पकडून पुढे ठार मारण्यात आले. शेवटी गुलाम कादिर याने रायाजी पाटील यांच्याशी तह आणि सलोख्याची बोलणी सुरू केली होती, हेही लक्षात ठेवण्यासारखं आहे.

या गुलाम कादिरने मराठ्यांकडे असलेला अलिगड किल्ला हस्तगत केलेला होता. तो पुन्हा रायाजी पाटलांनी कादिरने नेमलेल्या किल्लेदाराकडून परत घेतला. रायाजींनी अलिगड किल्ल्यात थाटात प्रवेश केला. अशाप्रकारे 'आग्रा' आणि 'अलिगड' किल्ले रायाजींनी आधी घेतले होते, ती ठिकाणे काही काळासाठी शत्रूच्या ताब्यात गेले होते, ते पुन्हा रायाजी शिंदे यांनीच परत मिळवली.

धोके टळले

आता मराठ्यांपुढचे धोके बऱ्यापैकी टळले होते. यानंतर दिल्लीच्या बादशहाला मराठ्यांकडून पुन्हा सन्मानपूर्वक गादीवर बसवण्यात आले. काही काळाने पुन्हा शिरजोर झालेल्या जयपूर आणि जोधपूरच्या राजांचा शिंदे यांनी 'पाटण' आणि 'मेडते' येथे लढाया करून पराभव केला. इस्माईल बेगचाही कायमचा बंदोबस्त करून त्याला आग्र्याच्या किल्ल्यात कैदेत ठेवण्यात आले. अशारीतीने १७९२ च्या सुरुवातीला उत्तरेत महादजी शिंदेंनी मराठ्यांचे वर्चस्व पुनःप्रस्थापित केले. असा हा १७८२ ते १७९२ चा काळ, त्याकाळात झालेला संघर्ष आणि त्यातला रायाजी पाटील शिंदे यांचा सहभाग.

महादजी शिंदे उत्तर भारतातील सर्व व्यवस्था लावून महाराष्ट्रात आले. रायाजीही देशी (म्हणजे महाराष्ट्रात) आले, अशी नोंद आहे. पुढची दोन वर्षे तशी शांततेची गेली. १७९४ मध्ये दुर्दैवाने महादजी शिंदे यांचे निधन झाले. महादजींना पुत्र नसल्याने शिंदेशाहीची सूत्रे त्यांच्या भावाच्या नातवाकडे म्हणजेच दौलतराव शिंदे यांच्याकडे आली. त्यानंतर मार्च १७९५ मध्ये मराठे व निजाम यांच्यात 'खर्डा' येथे जे युद्ध झाले त्यात रायाजी होते. एका स्वतंत्र फौजेनिशी त्यांनी एक बाजू त्यांनी सांभाळली होती. मराठ्यांचा त्यात विजय झाला.

मराठेशाहीत अंतर्गत राजकारण

रायाजी पाटील शिंदे यांच्या आयुष्यातला पुढचा टप्पा आता सुरू झाला होता. आता शिंदे घराण्याची सूत्रे सांभाळत होते ते दौलतराव शिंदे. रायाजी त्यांचेही सरदार आणि ज्येष्ठ सल्लागार होते. मराठेशाहीत त्यानंतर एकाहून एक संकटं कोसळणे सुरू झाली. महादजी शिंदेंसह अहिल्याबाई होळकर, तुकोजी होळकर, हरिपंत फडके या ज्येष्ठांनी जगाचा निरोप घेतला. सवाई माधवराव पेशव्यांचाही अकस्मात मृत्यू झाला आणि पेशवे पदावरून मराठेशाहीत अंतर्गत राजकारण सुरू झाले. १७९५ ते १८०२ हा काळ अशा राजकारणांनी भरला आहे. त्यात रायाजींचा शिंदे यांच्या बाजूने सहभाग दिसतो.

सवाई माधवराव पेशवे यांच्या मृत्यूनंतर नाना फडणीस यांनी त्यांच्या पत्नीच्या मांडीवर मूल दत्तक देऊन पेशवाईची गादी चालवण्याचे ठरवले. पेशवे घराण्यातील रघुनाथराव पेशवे यांचे पुत्र बाजीराव (दुसरे) हे यावेळी जुन्नर येथे

होते. कायदेशीररित्या ते वारस ठरत होते. मात्र नाना फडणीस यांच्या राजकीय महत्त्वाकांक्षा यावेळी एका वेगळ्या स्तरावर पोहोचल्या होत्या. मग बाजीरावांनी दौलतराव शिंदे यांच्या मदतीची मागणी केली. याबद्दल जहागीर आणि रोख रक्कम त्यांनी शिंदे यांना कबुल केली. दौलतराव पुण्याच्या दिशेने रवाना झाले.

त्यातच नाना फडणीसांनी दुसरी योजना आखली. नानांनी दुसऱ्या बाजीरावांची मागणी कबुल करून त्यांना पुण्याला बोलावले. दौलतराव पुण्याजवळ आल्यावर मात्र नानांनी पळ काढला. दौलतराव यांनी बाजीराव यांच्याकडे पैशांची मागणी केली. मात्र यावेळी त्यांच्याकडे काहीही नव्हते. मग एक वेगळे कारस्थान आकाराला आले. दौलतराव शिंदे यांनी बाजीरावांचा लहान भाऊ चिमणाजी यांना पेशवेपदी आणले. त्यासाठी पेशव्यांचे एक प्रभावी सरदार परशुरामभाऊ पटवर्धन यांनादेखील शिंदे यांनी आपल्या पक्षात वळवले.

नाना फडणीस महाडला आले. आता त्यांनी तिथून एक मोठे कारस्थान रचले. याला इतिहासात 'महाडचे कारस्थान' म्हणतात. नानांनी निजाम, नागपूरकर भोसले, कोल्हापूरकर भोसले, इंग्रज यांच्याशी संधान साधून त्यांना मोठमोठी प्रलोभने दाखवली. या मंडळींची पुण्याला येण्याची हालचाल सुरू झाली. दौलतराव नरमले. नाना फडणीस यांनी शिंदे यांच्याकडे मग बोलणी सुरू केली. ती बोलणी व्हायची ती रायाजी शिंदे यांच्यामार्फत. त्यानुसार शिंदे यांना पैसे मिळणार होते. तसेच दोन गोष्टी करायच्या होत्या.

पहिली म्हणजे शिंदे यांचे कारभारी असलेले बाळोबा पागनीस यांना अटक करायची, आणि दुसरी म्हणजे परशुरामभाऊ पटवर्धन यांची जहागीर जप्त करायची.

शिंदे आणि नाना एक झाले. बाळोबांना नगरच्या किल्ल्यात डांबण्यात आले. बाळोबा अटकेत गेल्यावर शिंदे यांचे कारभारी किंवा दिवाणपद रिक्त झाले. शिंदे यांचे कारभारीपद देण्यात आले ते रायाजी पाटील शिंदे यांना. (म्हणजे रायाजी हे शिंदे यांचे काहीकाळ कारभारी होते.).

डिसेंबर १७९६ त दुसरे बाजीराव यांना पेशवेपदी बसवून नाना फडणीस यांना कारभारीपद देण्यात आले. काही काळ शांततेत गेला असेल मात्र नाना काही शांत बसले नाहीत. पुन्हा त्यांच्या राजकीय हालचालींना उत आला. त्यांनी चक्क शिंदे यांचे सरदार फोडण्याचा प्रयत्न सुरू केला. निजामाशी संधान बांधले. तुकोजी होळकरांच्या मृत्यूनंतर इंदूरच्या गादीचा प्रश्न निर्माण झाला. तिच्या वारसाबाबतही

शिंदे आणि नाना यांच्या भूमिका परस्परविरोधी होत्या.

नाना फडणीसांना मग दौलतराव यांनी कपटाने कैद केले. त्यांची रवानगी नगरच्या तुरुंगात करण्यात आली. दरम्यानच्या काळात रायाजी पाटील शिंदे हे नाना फडणीस यांचे पक्षपाती म्हणून वागले, असा समज झाल्याने दौलतरावाची त्यांच्यावर गैरमर्जी झाली. त्यांना कारभारी पदावरून काढण्यात येऊन कृष्णाजी शेटे यांना कारभारी नेमले. रायाजींची जहागीर जप्त करण्याच्यादेखील हालचाली सुरू झाल्या होत्या.

सर्जेराव घाटगेंची 'एन्ट्री'

पेशव्यांकडे शिंदे यांची पैशांची मागणी सतत सुरू होती. शिंदे यांची ही मागणी बाजीराव पेशवे पूर्ण करू शकत नव्हते. त्यामुळे शिंदे यांचे सरदार सर्जेराव घाटगे यांनी पुणे शहर लुटून पैसा मिळवला. सर्जेराव घाटगे ही याच काळातील मराठेशाहीच्या राजकीय पटावर आगमन झालेली व्यक्ती होती. त्यांचे मूळ नाव सखाराम. कोल्हापूरजवळच्या कागल येथील 'सर्जेराव' हा किताब असलेल्या एका जुन्या सरदार घराण्यातील असणारे सखाराम घाटगे हे तसे आधी पटवर्धन आणि नंतर पेशवे यांच्या फौजेत होते.

१७९५-९६ मधील राजकारणे ते पाहत होते. याच काळात सर्जेराव यांची आणि रायाजी पाटील - शिंदे यांची मैत्री झाली. नाना पुणे सोडून पळून गेले होते. सर्जेराव यांना शिंदे यांनी आपल्या पक्षात घेण्याचे ठरले. घाटगेंकडून काही फायदे शिंदे यांना होणार होते, ते पूर्ण झाले.

पहिला म्हणजे, ही व्यक्ती शिंदे यांच्याकडे आल्याने तिच्या कर्तृत्वाचा वापर करून घेता येणार होता. त्यांच्यामार्फत पेशव्यांकडून पैसे काढून घेता येणार होते.

दुसरा म्हणजे, सर्जेराव यांची मुलगी बायजाबाई ही दौलतराव शिंदे यांना द्यायचा. त्याने शिंदे घराण्याची सोयरीक घाटगेंसारख्या जुन्या मराठा घराण्याशी (छत्रपती घराण्याशी नातेसंबंध होते.) होणार होती. दौलतराव शिंदेंच्या प्रतिष्ठेत त्याने भर पडणार होती. बहुधा या सगळ्या राजकारणात रायाजी पाटलांचा बराच सहभाग असण्याचा तर्क आहे. कारण सर्जेराव सुरुवातीला संपर्कात आले होते, ते रायाजी यांच्याच.

दौलतराव आणि बायजाबाई यांच्या पुण्यात होणाऱ्या विवाहाची आमंत्रणे रायाजींनी दिल्याचे दिसते. इंग्रज रेसिडेंटला त्यांनी विवाहाचे आमंत्रण दिले होते.

रेसिडेन्सीतून कोलकात्याला गेलेल्या पत्रात त्याविषयी माहिती मिळते. 'शिंदे यांचे प्रमुख म्हणून नियुक्त झालेले रायाजी पाटील माझ्याकडे आले होते. त्यांनी मला दौलतराव शिंदेंच्या लग्नाचे आमंत्रण दिलं, जे सर्जेराव घाटगे यांच्या मुलीशी होणार आहे, जे मी स्वीकार केलं'

रायाजी हळूहळू दूर

१७९८ त सर्जेराव घाटगेंनी शिंदे यांच्या वतीने पुणे लुटले. याकाळात दुसरी एक गोष्ट होत होती ती म्हणजे, शिंदेशाहीतच मोठी दुफळी पडली होती. महादजी शिंदे यांच्या पत्नींनी दौलतराव यांच्याविरुद्ध आघाडी उघडली. शिंदे यांचे काही सरदार त्यांना सामील झाले. पत्नी फौजेसह पुण्याकडे दाखल झाल्या. पुढे त्यांच्यात आणि दौलतराव यांच्यात संघर्ष झाला. अनेक राजकारणे झाली. या काळात रायाजी पाटील हे महादजींच्या पत्नींच्या बाजूला राहिल्याने दौलतराव यांची त्यांच्यावर गैरमर्जी झाली. रायाजी हे आधी नाना फडणीस आणि नंतर पत्नींच्या पक्षात गेल्याचा समज झाल्याने रायाजींना दौलतराव यांनी दूर केले. रायाजींबरोबर वावरणारे महादजी शिंदे यांचे मुत्सद्दी सरदार रामजी पाटील यांच्यासारख्या इतर जुन्या मंडळींनाही दूर करण्यात आले. वास्तविक ही मंडळी 'समेटाचे धोरण घ्या', असेच दौलतरावांना सुचवत होती.

एकेकाळी इतके सक्रिय असणारे रायाजी पाटील हे १७९८ नंतरच्या मराठ्यांच्या राजकारणात मात्र आजिबात दिसत नाहीत. त्यांची नंतरची पिढी शिंदेशाही राजकारणात नव्हती. त्यामुळे रायाजींचे उत्तरआयुष्य हे त्यांना जहागीर मिळालेल्या 'वारी' येथे गेले असे म्हणता येईल. त्यांचा मृत्यू कधी झाला हेही माहीत नाही. रायाजी पाटील शिंदे कन्हेरखेडकर हे आता 'रायाजी पाटील शिंदे वारीकर' झाले होते.

वारीचे जहागीरदार रायाजी

'वारी' गाव रायाजींना कधी जहागीर मिळाले हे निश्चित सांगता येणार नाही. बहुधा महादजी यांच्याबरोबर पुण्याला आल्यावरच त्यांना हे गाव दिले गेले असावे. यासंदर्भात एक आख्यायिका 'वारी'कर शिंदे सांगतात. ती म्हणजे, 'एकदा पेशवे आणि महादजी शिंदे यांच्यासोबत रायाजी पाटील पुण्याला होते. त्यांचे भोजन

चाललेले होते. रायाजींच्या जहागिरीचा विषय निघाला. तो सुरू असताना, राग येऊन रायाजी यांनी ताटातले फुलपात्र एका हाताने मोडून टाकले.' आता ही दंतकथा किती खरी आहे हे माहीत नाही. बाकी एक गोष्ट खरी की, एखाद्या सरदाराने मोठा पराक्रम केला की तो जहागिरीच्या मागणीसाठी राजसत्तेकडे आडून बसायचा. त्यात अजून एक गोष्ट म्हणजे, उत्तर भारतात 'इंदूर', 'ग्वाल्हेर', 'बडोदा' येथील सरदारांना तिकडे कितीही नेमणुका आणि मानमरातब असला तरी इकडे महाराष्ट्रात जहागिरी आणि वतने मिळवण्याकडे त्यांचा विशेष कल असायचा.

रायाजींना 'वारी' जहागीर मिळाल्यावर त्यांनी गावात गोदावरीकाठी सुंदर ठिकाण निवडून भव्य वाडा बांधला. पेठही वसवली. पेठेच्या संदर्भात रायाजी पाटील यांच्यातर्फे नाना फडणीसांना पाठवलेल्या एका पत्रात म्हटले आहे, 'रायाजी पाटलांनी मौजे वारीत बाजारपेठ घालून वसविला. पेठेस व बाजारास पैका लावून आबादी केली. नवे लोक वस्तीत बाजारास आले, येतात. आताशी बाजार बरा भरू लागला आहे, त्याचे संरक्षणास शिबंदी खर्च होतो. इतर खर्चही लागतो.'

पेठेत आजही काही जुनी मारवाडी कुटुंबे राहतात. काही व्यापारानिमित्त इतर शहरांत स्थलांतरित झाली. पार्श्वनाथ जैनांचे त्यांनी बांधलेले मंदिर तेथे आहे. बालाजीचे एक मंदिर पेठेत आहे. या पेठेला 'बालाजी पेठ' असे म्हणतात.

गावाच्या दक्षिणेला असणाऱ्या खंडोबा मंदिराजवळही 'मल्हार पेठ' म्हणून आणखी एक पेठ वसवायचे त्यावेळी नियोजन होतं, अशी ऐकीव माहिती शिंदे सांगतात.

'वारी'शिवाय उज्जैनजवळ ९ गावे आमच्याकडे होती, जी नंतर ग्वाल्हेर संस्थानाने पूर्णपणे स्वतःकडे घेतली, असे ते सांगतात. ग्वाल्हेरकर शिंदे यांचे ग्वाल्हेरआधी मूळ ठाणे हे 'उज्जैन' होते. त्यामुळे तिथंही रायाजींना 'सरंजाम' असावा असे दिसते. वारीची जहागीर आणि पाटिलकी वतन त्यांना होते. त्याशिवाय नाशिक जिल्ह्यातील नांदगाव तालुक्यातील 'मोहेगाव' येथे त्यांच्या काही जमिनी

असल्याचे ते सांगतात. वारीशिवाय या घराण्याला असणाऱ्या 'सरंजाम' अथवा वतनांचादेखील शोध घेतला पाहिजे.

रायाजींचा वंश : शिंदे जहागीरदार

रायाजींची सध्या सातवी-आठवी पिढी आहे. वारीकर शिंदे घराण्याचे पूर्वीचे वैभव आज म्हणावे तेवढे राहिले नसल्याचे दिसते. साधारण चौथ्या पिढीनंतर परिस्थिती ढासळल्याचे दिसून येते. गावात आजही शिंदे यांना 'जहागीरदार' असे संबोधतात. गावातील रामेश्वर मंदिरातील नंदीजवळ गावातील एका 'संत' आडनावाच्या व्यक्तीचे स्मारक आहे. संत हे नाभिक समाजाचे. या घराण्यातील व्यक्तीने शिंदे जहागीरदारांना मुल व्हावे म्हणून स्वतःचे मस्तक देवापुढे तलवारीने छाटले होते, अशी एक आख्यायिका आहे. ती किती खरी आहे, हे माहीत नाही.

सध्या वाड्यात दिलीपराव शिंदे व त्यांच्या बंधूंचे कुटुंब वास्तव्यास आहे. त्यांचे आजोबा कृष्णराव मुकुंदराव शिंदे यांच्याकडे गावची पाटिलकी होती. कृष्णरावांना संगीताची विशेष आवड होती. त्यांना सतार वाजवता येत असल्याचे ही मंडळी सांगतात. त्यांचे चिरंजीव घनश्यामराव उर्फ तात्यासाहेब हे हुशार गृहस्थ होते. त्यांचे शिक्षण उज्जैन येथे झाले. देवास ज्युनिअरचे महाराज खासेसाहेब पवार हे कृष्णराव यांचे नातेवाईक होते. त्यांनी कृष्णरावांचे पुत्र घनःश्याम यांची शिक्षणासाठी उज्जैन येथे व्यवस्था केली. मॅट्रिक्सच्या परीक्षेला एक वर्ष राहिलेले असताना ते उज्जैनहून इकडे आले. मग नगरला त्यांनी ते पूर्ण केले. ते नगर जिल्हा लोकल बोर्डाच्या शाळेत शिक्षक म्हणून रुजू झाले. पुढे त्यांनी नोकरी केली.

पूर्वी घरी कुणाला काही दुखणे आले की संगमनेरहून राजवैद्य वारीला यायचा, असे ही मंडळी सांगतात. संगमनेर तालुक्यातील पानोडीच्या सरदार शिवराव भवानराव थोरात यांच्याशी विसाव्या शतकात शिंदे घराण्याचा स्नेह असल्याचे ही मंडळी सांगतात. स्वातंत्र्यपूर्व काळात 'नानासाहेब' म्हणून एक पहिलवान व्यक्ती या शिंदे घराण्यात होऊन गेली. त्यांचेही नाव लोक घेतात. नानासाहेब हे त्यांच्याशी झुंज देण्यासाठी लांबून-लांबून पहिलवान मंडळी बोलवत असत. काही दुखापत झाली की संगमनेरच्या राजवैद्याला बोलावणे जाई. एकदा वारीपासून काही अंतरावर असणाऱ्या 'बाप्तरे' गावात इंग्रजांचा कॅम्प होता. तेथे शिंदे यांना बोलावण्यात आले होते. तेथील इंग्रज अधिकाऱ्याशी पहिलवान असणाऱ्या नानासाहेबांनी हस्तांदोलन

केले तेव्हा त्या अधिकाऱ्याचा गोरापान आणि कोवळा हात लालबुंद झाला होता, असे सांगतात.

'वारी' गावाला रायाजींच्या माध्यमातून वाडे, पेठ असा मोठा ऐतिहासिक ठेवा लाभला हे मात्र खरं. वारी गावठाणाच्या दक्षिणेला असणारे मराठा शैलीतील खंडोबाचे मंदिर आहे. ते मात्र कोणी बांधले माहीत नाही. त्याच्यासमोर असणारे देवीचे मंदिर हे मात्र नंतरच्या काळातले आहे. देवीचा तांदळा नदीत वाहून आल्याचे गावातील मंडळी सांगतात. देवीसमोर असणारी सुंदर दीपमाळ ही शिंदे घराण्याने बांधली असून, त्यावरील उल्लेखानुसार ती १८६८ मध्ये बांधली असल्याचे लक्षात येते.

वारीकर शिंदे घराण्यातील मंडळी हल्ली प्रामुख्याने शेती व्यवसायात आहेत. काही शिकूनसवरून बाहेर पडत आहे. शिकून दोन पिढ्यांपूर्वी गावाबाहेर पडलेल्या न्या. शामराव शिंदे यांच्या नाशिकला वास्तव्यास असणाऱ्या कुटुंबाचे नाव घेता येईल. या कुटुंबातील रमेश शामराव शिंदे यांचा रायाजी पाटील शिंदे यांच्यावर विशेष अभ्यास आहे. वारीच्या शिंदे घराण्याचे नातेसंबंध पाहिल्यास सरदार आणि देशमुख घराण्यांशी असल्याचे दिसतात. मूळ सातारा जिल्ह्यातून आलेल्या, ग्वाल्हेरकरांच्या भावकीतील असलेल्या या शिंदे घराण्याने वारीला आपलंसे करत उत्तर नगर जिल्ह्यातील अनेक घराण्यांशी नंतर नातेसंबंध केले. पुणे जिल्ह्यातील पाटस येथील, भीमा पाटस सहकारी साखर कारखान्याचे संस्थापक-प्रवर्तक मधुकरराव शितोळे-देशमुख यांचे आजोळ हे वारीकर शिंदेंचे होते. असे हे वारीकर शिंदें घराणे.

अठराव्या शतकाच्या उत्तरार्धात महादजी शिंदे यांच्या नेतृत्वात उत्तर भारतात मराठ्यांचे वर्चस्व प्रस्थापित करण्यासाठी मोठे प्रयत्न झाले. महादजी शिंदे यांच्यावर आजवर दुर्दैवाने म्हणावे असे संशोधन होऊन त्यांच्या कार्याचा मोठा प्रचारप्रसार झाल्याचे दिसत नाही. महादजींचे मुत्सद्दी आणि सरदारही उपेक्षितच राहिले. महादजी शिंदे यांच्या सर्वच सरदार मंडळींची उत्तर भारतात मराठ्यांचा प्रभाव निर्माण करण्यात महत्त्वाची भूमिका होती. महादजींनी एकेक जबाबदाऱ्या वाटून दिल्या होत्या. कोणी दिल्लीच्या बादशहाचा कारभार पाहायचा, कोणी माळव्यात असणारा शिंदे यांचा मुलूख अबाधित राखायचा, कोणी पंजाबमध्ये शिखांच्या हालचालींवर लक्ष ठेवायचं, कोणी बुंदेलखंडावर लक्ष ठेवायचं,

कोणी राजपुतान्यातून खंडण्या वसूल करायच्या, कोणी पुण्याला पेशव्यांकडे वकिली करायची.

रायाजींबाबत बोलायचे झाले तर शिंदे यांच्या एका मोठ्या फौजेचे नेतृत्व त्यांच्याकडे असल्याचे दिसते. १७८० च्या दशकात 'आग्रा', 'अलिगड', 'जयपूर', 'दिल्ली' येथे झालेल्या सगळ्या मोहिमा रायाजींवर सोपवण्यात आल्या होत्या. याठिकाणी सर्वप्रथम जाऊन पोहोचले ते रायाजीचं!

रायाजी पाटील शिंदे यांच्यासह महादजी शिंदे यांच्या राणेखानभाई, जिवबादादा बक्षी, अंबुजी इंगळे, रामजी पाटील जाधव, लखबादादा लाड, देवजी गवळी, लाडोजी शितोळे या सर्व सरदारांची चरित्रे आगामी काळात समोर येऊन त्यांना इतिहासात न्याय मिळायला हवा.

संदर्भ:

१) मराठी रियासत (खंड ७ व ८) : गो. स. सरदेसाई

२) शिंदेशाहीचा खरा इतिहास... : न. व्यं. राजाध्यक्ष

३) मासिक इतिहाससंग्रह (अंक ऑगस्ट, सप्टेंबर, ऑक्टोंबर १९११) : संपादन द. ब. पारसनीस

४) बक्षी बाहादर जीवबादादा उर्फ जिवाजी बल्लाळ केरकर यांवरील पोवाडा : संपादन नरहर व्यंकाजी उर्फ नाना हवालदार

५) Poona Residency Correspondence (Vol. 6): Edit. Jadunath Sirkar and G. S. Sardesai

६) History of Maharattas (Vol. 2) : James Grant Duff

•••

पानोडीचा जाधव (सध्याचा थोरात) यांचा वाडा

पानोडी जहागीर आणि दुर्लक्षित, मुत्सद्दी रामजी पाटील-जाधव

काही आडवाटेवरच्या गावांत मोठा ऐतिहासिक ठेवा दडलेला असतो. सहसा अशी ठिकाणे लोकांना फारशी माहीत नसतात. तर त्याठिकाणी राहणाऱ्यांनाही त्याचे तेवढे मोठेपण जाणवत नसते. असेच एक छोटे गाव म्हणजे, संगमनेर तालुक्यातील 'पानोडी'! भव्य वाडे, पेठ, मंदिरं, घाट, बारवा, वेशी, समाध्या असा दोन शतके उलटून गेलेला ठेवा या गावाने उराशी बाळगलेला आहे. गावचा हा वारसा तर दुर्लक्षित राहिलाच, शिवाय ज्यांनी तो निर्माण केला अशी व्यक्ती म्हणजेच सरदार रामजी पाटील-जाधव हेही दुर्लक्षित राहिले.

रामजी हे महादजी शिंदे यांच्या वतीने पेशव्यांकडे वकील होते. त्यावेळी मोठे जबाबदारीचे आणि मुत्सद्देगिरीचे हे काम त्यांच्याकडे होते. त्यांना आपल्या कर्तृत्वाची पोचपावती म्हणून 'पानोडी'सह काही गावे 'जहागीर' मिळाली. इंग्रजकाळात या जहागिरीवर त्यांच्या दोन पिढ्यांनंतर मुलीच्या वारसाकडून सरदार थोरात घराणे आले. त्यामुळे थोरातांची 'पानोडी' म्हणून एक वेगळी ओळख या गावाला मिळाली. याच थोरात घराण्यात विसाव्या शतकात, नगर जिल्ह्याच्या राजकीय आणि सामाजिक जडणघडणीत महत्त्वाचा सहभाग असणारे सरदार शिवराव भवानराव थोरात हे व्यक्तिमत्त्व होऊन गेले.

संगमनेरपासून चोवीस किलोमीटरवर असणारे 'पानोडी' हे बाळेश्वर डोंगररांगेच्या उत्तरेला लागून असलेले गाव. संगमनेर-लोणी महामार्गावर असणाऱ्या निमगावजाळी गावापासून पानोडीला जायला रस्ता आहे. आश्वी, शिबलापूरहून सरळसरळ आले की पानोडी!

गावात शिरल्यावर रस्त्याच्या सोबत चालणारा पानोडीचा ओढा दिसायला लागतो. गावठाण सुरू होण्यापूर्वी उजव्या बाजूला एक पडलेली वेस आपले लक्षं वेधून घेते. तिच्यातून आत गेले की गावची शाळा दिसते. जवळचे एक विठ्ठल-रुक्मिणीचे मंदिर आपल्याला दिसते. मराठाशैलीतील या मंदिराचे शिखर आता सिमेंट-काँक्रिटने लिंपले आहे. मंदिराच्या आवाराला असणाऱ्या दगडविटांच्या तटबंदीचे अवशेष आपल्याला तेथे दिसतात. मंदिराच्या दक्षिण भिंतीला लागूनच उतरत्या पायऱ्यांची बारव आहे. दगडी कमानीतून तिच्यात प्रवेश करता येतो. पाण्याने ती बहुधा भरलेलीच असते.

या रस्त्याने पुढे आले की दोन्ही बाजूला दगडी जोती दिसतात. काहीठिकाणी

त्यावर उभ्या असणाऱ्या जुन्या वास्तूंचे अवशेष दिसतात. ही गावची 'पेठ'. जाधवांनी दोनशे वर्षांपूर्वी वसवलेली ही 'पेठ' आज जरी ओसाड वाटत असली, तरी एकेकाळी भरभराटीची होती. इथला मारवाडी समाज नंतरच्या काळात शेजारच्या आश्वी बुद्रुक येथे स्थलांतरित झाल्याचे समजते. पेठ संपल्यावर डाव्या बाजूला असणाऱ्या वेशीतून आपण बाहेर पडतो.

पानोडीची पडलेली वेस

वेशीतून बाहेर पडताच पुन्हा आपल्याला गावचा ओढा दिसतो. आणि त्याच्या काठावर दिसतं ते एक सुंदर मंदिर आणि त्याच्या बाजूचे दोन घुमट. मराठाशैलीतले हे मंदिर महादेवाचे आहे. विशेष म्हणजे महादेव मंदिरात महादेवाच्या पिंडीबरोबर महादेवाची दगडी मूर्ती आहे. चतुर्भुज असणाऱ्या महादेवाच्या डाव्या मांडीवर पार्वती तर उजव्या मांडीवर गणपती आहे. मंदिराच्या जवळच्या दोन घुमट किंवा छत्र्यांमध्ये दोन दगडी टाक ठेवलेले आहेत. ते बहुधा खंडोबांसारख्या लोकदैवतांचे असावेत. मंदिराच्या या आवारात दगडी फरसबंदी केलेली आपल्याला दिसते.

अज्ञात समाधी

येथे ओढ्यात उतरायला पायऱ्या म्हणजेच घाटदेखील आहे. ओढ्याच्या आजूबाजूला झाडंही बरीच आहेत. पावसाळ्यात ओढा भरलेला असताना तर हा नजारा पाहण्यासारखा असतो. ओढ्याच्या पलीकडे नजर टाकली असता दगड आणि पांढऱ्या मातीच्या बुरुजांची एक वेस आपले लक्ष वेधून घेते. मात्र तिथून आत लोकवस्ती नाही. तेथे सर्वत्र झाडंझुडूपं असून जाधव घराण्यातील काही मंडळींच्या समाधीच्या छत्र्या तेथे आहेत.

आत गेले की, वाटेत येणाऱ्या झाडांच्या फांद्या बाजूला सारून जंगलात गेल्यासारखी अनुभूती येते. एकेठिकाणी एक सुंदर छत्री आणि त्याच्या बाजूला एक तुळशी वृंदावन आपल्याला तेथे दिसतो. एक पुरुष आणि स्त्रीची ही समाधी असल्याचे लक्षात येते. मंदिरांपासून रस्त्याने वर गावात आले म्हणजे वाडे दिसायला लागतात. नव्याने बांधण्यात आलेले हनुमानाचे मंदिर आपल्याला दिसते. येथे जाधवांचे तीन वाडे एकाच ठिकाणी आहेत. त्यातील दोन पूर्व-पश्चिम पसरलेले असून एकमेकांसमोर तोंड करून उभे आहेत. दोन्ही वाडे आता पडलेले आहेत. तर तिसरा त्यांच्या बाजूला उत्तर-दक्षिण पसरलेला असून आकाराने मोठा आहे. तो सध्या बऱ्या अवस्थेत असून 'सरदार थोरात यांचा वाडा' म्हणून ओळखला जातो.

पहिला वाडा जो रस्त्यालगत आपल्याला दिसतो, त्याची दगडी तटबंदीची भिंत अजून शाबूत आहे. वाड्याला दोन दरवाजे आहेत. मुख्य दरवाजा पूर्वाभिमुख आहे. त्याला वायव्येच्या कोपऱ्यात एक उत्तराभिमुख दरवाजा सुद्धा आहे, जो अगदी रस्त्याच्या कडेला आहे. दारासमोर ओटा आणि त्यावर चढायला दगडी फरसबंद पायऱ्या आहेत. दारावर सज्जा दिसतो. त्याला चुन्याचा गिलावा केलेला असून तीन सुंदर गवाक्ष आपल्याला त्यात दिसतात. त्याला दिलेला फिकट गुलाबी जुना रंगही आता उतरत असल्याचे आपल्याला दिसेल. तिथून चालत जाऊन वाड्याच्या पूर्वाभिमुख दाराकडे जाता येते. दारावरची गणेशपट्टी आणि तिच्यावर असणाऱ्या अजून दोन पट्ट्यांवरची नक्षीकामं अप्रतिम आहेत. आतून मात्र हा वाडा पडलाय.

हा वाडा सरदार जाधवांचाच असून तो कर्जात बुडाला होता, असे इथली मंडळी सांगतात. यासंबंधी पेशवाईतील सावकार कृष्णाजी ओक यांच्या एका पत्रात माहिती मिळते. त्यांची रक्कम या वाड्यात गुंतली असल्याचे ते आपल्या एका स्नेह्यांना पाठवलेल्या पत्रात याबद्दल सांगतात. 'पुण्यात वाडे घेणारे व मोडणारे पुष्कळ आहेत. नगरला कोणी नाही', अशी खंत त्यांनी त्यात व्यक्त केली आहे. त्यात वाड्याविषयी ते म्हणतात, 'संगमनेरपलीकडे सहा कोसांवर शिबलापूर पानवडी आहे. वाड्याला दगड फार आहेत. सागवानी खण १९१ आहेत. पटाईसुद्धा आहेत. वाडाही मोठ्याचा, रामजी पाटील, शिंदे यांचे वकील पेशव्यांकडे होते त्यांचा आहे.'

कर्जात बुडालेला वाडा

जाधवांचा वाडा

याच्या समोरच जो वाडा आहे, त्याचे दार या वाड्यासमोर साधारण वीस फूट अंतरावर आहे. पश्चिमाभिमुख असणाऱ्या या वाड्याला ओढ्याच्या बाजूने कोपऱ्यात एक छोटा बुरूजदेखील आहे. दारावर सज्जा असून तीन चुन्याचा गिलावा असणाऱ्या खिडक्या त्यात काढल्या आहेत (पहिल्या वाड्यासारख्या). हा वाडा मूळ जाधवांचा म्हणतात खरं, पण नेमका कोणत्या जाधवांचा ते मात्र समजत नाही.

आता मोठा वाडा. सरदार थोरात यांच्या कुटुंबाच्या मालकीचा असणारा हा वाडा मूळ जाधवांचाच. तो या दोन्ही वाड्याच्या नंतर बांधला असल्याचे दिसते. पहिला वाडा कर्जात बुडाल्याने तो सोडून देऊन हा दुसरा वाडा बांधला असे सांगितले जाते. पहिल्या वाड्याच्या पश्चिम तटबंदीला या वाड्याची पश्चिम भिंत जोडून घेण्यात आलेली दिसते. वाड्यासमोर उभे राहून क्षणभर न्याहाळले म्हणजे त्याची भव्यता लक्षात येते.

प्रवेशद्वारासमोर दगडी फरसबंदी पायऱ्या आहेत. बाजूला ओटे आहेत. त्यांची उंचीही पाच फूट इतकी आहे. दारावर गणेशपट्टी आहे. विशेष म्हणजे दाराच्या दोन्ही बाजूला दोन द्वारपाल (जय-विजय) रेखाटलेले येथे आपल्याला दिसतात. वरच्या मजल्यावरील सज्जा येथून दिसतो. साधे खांब आणि लोखंडी रेलिंग्ज असणाऱ्या या सज्जात बहुधा नंतर म्हणजे इंग्रजकाळात सुधारणा करण्यात

जाधवांचा किंवा सरदार थोरातांचा वाडा

पहिला चौक

दुसरा चौक

आल्याचे दिसते. प्रवेशद्वाराच्या उजव्या बाजूलाच एक मोठे जाते ठेवलेले आहे. हे जाते बैलाच्या साहाय्याने ओढले जायचे असे सांगितले जाते.

वाड्यात दारातून प्रवेश केला की, आपण पहिल्या चौकात येतो. आत आल्यावर मागे वळून पाहिले की, दारावर भिंतीत एक चौकोनी कोनाडा दिसतो. नगारा ठेवण्यासाठी असणारा असा कोनाडा आपल्याला बहुतांशी वाड्यात दिसतो. तेथे अजूनही नगारा ठेवलेला आहे. वाडा दोन चौकी आहे. पुढचा चौक काहीसा शाबूत असून मागचा पूर्णपणे पडलेला आहे. पहिल्या चौकात प्रवेशद्वाराला लागून असलेल्या उजव्या बाजूच्या ओसरीवर खोल्या काढल्या आहेत. त्याला 'जामदारखाना' म्हणत. येथे विसाव्या शतकात सरदार शिवराव भवानराव थोरात यांचे कार्यालय होते. प्रवेशद्वाराजवळून वर जाण्यासाठी रुंद जिना आहे. तसा वाड्याला वरचा मजला नाही. प्रवेशद्वाराच्यावर जो भाग आहे, तेथे एक दालन काढलेले आहे. या दालनातून प्रवेशद्वारावरील सज्जात जाता येते.

पहिल्या चौकातील समोरची म्हणजे दक्षिणेकडची ओसरी आणि तिच्या आजूबाजूला काढलेल्या खोल्या नवीन रूपासह सध्या वापरात आहे. वाड्यातील मुख्य बैठकीची खोली म्हणून तिचा वापर

केला जातो. भिंतीवर काही छायाचित्रं लावलेली आहेत. गावातील चित्रकार गोवर्धने यांनी वाड्याच्या प्रवेशद्वारासह त्याच्या समोरच्या बाजूचे काढलेले चित्रं येथे आहे. मागचा चौक तर पूर्ण पडला आहे. तेथे भिंतीत खुंट्या-कोनाडे दिसतात. तसेच सागवानी खांब जरी सध्या नसले तरी त्यांचे तळखडे मात्र येथे पडून आहेत. त्याच्याजोडीला दगडी उखळ, पाटा-वरवंटा, जातीसुद्धा येथे पाहायला मिळतात. मागच्या चौकातून बाहेर पडण्यासाठी दार असून ते बंद आहे.

वाड्याला मोठे तळघर होते. ते बराच काळ वापरात असून धान्य साठवण्यासाठी त्याचा वापर केला जायचा. वाड्यात एकदा क्रांतिसिंह नाना पाटील आलेले असताना त्यांनी हे तळघर पाहिल्यावर, 'स्वातंत्र्यचळवळीत भूमिगत राहायची वेळ आली, तेव्हा माहीत असते तर येथेच आलो असतो' असे गमतीने सरदार थोरातांना म्हणाल्याचे सांगितले जाते.

सध्या वाड्यात थोरातांपैकी कोणीही राहत नाही. मागच्या काही वर्षांपूर्वी या मंडळींनी वाडा सोडला. शेतात वस्त्यांवर, नोकरीनिमित्त शहरांत ही मंडळी वास्तव्यास आहेत. मात्र काही कार्यक्रम असल्यास अथवा कोणी वाडा पाहायला आल्यावर वाडा उघडला जातो. अलीकडे अधूनमधून साफसफाई करणं, वाड्याची डागडुजी करणे फार अवघड काम असल्याचे थोरात मंडळी सांगतात. पूर्वी पूर्ण वाडा शेणाने सारवला जायचा. आता शेण आणि मजूर यांच्या उपलब्धतेचा प्रश्न आहे. त्यामुळे फरशा बसवण्यात आल्या. तर धाबा भरण्यासाठी लागणारी पांढरी माती मिळणे अवघड झाल्याने पत्रा टाकण्यात आला. भिंतींनाही प्लॅस्टर करण्यात आले.

वाड्यात अठराव्या शतकातील जुन्या म्हणता येतील अशा वस्तू कमी आहेत (अलीकडच्या काळापर्यंत होत्या). त्यात तलवार, खंजीर, दांडपट्टा यांसारखी शस्त्रं होती. इंग्रजकाळातील वस्तू त्यामानाने बऱ्याच होत्या. त्याही शंभर वर्ष पूर्ण केलेल्या आणि बहुतांशी सरदार शिवराव भवानराव थोरात यांनी खरेदी केलेल्या होत्या. त्यात ग्रामोफोन, टेबल, खुर्च्या, डेगी, कपाटे अशा काही वस्तू होत्या. थोरातांकडे छायाचित्रांचा संग्रह आहे. तो या घराण्यातील मंडळींनी व्यवस्थित सांभाळून ठेवला आहे. याशिवाय काही इंग्रजकाळातील 'फोटोफ्रेम्स' येथे आहेत, ज्या सरदार थोरातांचा बडोद्याचा वाडा विकल्यानंतर येथे आणल्याचे सांगण्यात येते.

वाड्यातील असणारी सर्वांत मौल्यवान गोष्ट म्हणजे 'दफ्तर'. शेकडो कागदपत्रं येथे पोत्यांत अक्षरशः धूळ खात पडून आहेत. त्यात जुनी मोडी कागदपत्रं तर

आहेतच शिवाय सरदार शिवराव भवानराव थोरात यांचा पत्रसंग्रह आहे. सरदार थोरात यांचा जनसंपर्क मोठा होता. त्यांना आलेली विसाव्या शतकातील दिग्गज मंडळींची पत्रे त्यात आहेत. याशिवाय सरदार थोरातांच्या रोजनिशी देखील आहेत. हे सगळे अप्रकाशित असून अडगळीत पडून आहे.

असा हा थोरातांचा म्हणजेच पूर्वीचा जाधव घराण्याचा वाडा आणि पानोडी गाव. पानोडी गावची जहागीर ज्यांनी स्वकष्टाने मिळवली आणि दुर्दैवाने पडद्याआड गेलेले 'रामजी पाटील-जाधव' यांचा इतिहास जाणून घेणे महत्त्वाचे आहे.

रामजी : पानोडीचे पाटील

रामजींचा काळ हा उत्तर मराठेशाहीतला. महादजी शिंदे यांचे ते सरदार. त्यांचा उल्लेख बहुतांशी ठिकाणी 'रामजी पाटील' असा येतो. जाधव आडनावाचा उल्लेख कमी ठिकाणी आहे. बऱ्याचदा रायाजी पाटील आणि रामजी पाटील या शिंदे यांच्या दोन सरदारांत नावामुळे गल्लत होण्याची शक्यता असते. मराठ्यांचा आद्य इतिहासकारकर्ता ग्रँट डफच्या 'हिस्टरी ऑफ मराठाज्' मध्ये म्हटल्याप्रमाणे, 'रामजी पाटील-जाधव हे आधी शिंदे यांचे सरदार रायाजी पाटील शिंदे यांच्या पागेत साधे बारगीर होते. कर्तृत्वाने ते पुढे आले.' विशेष म्हणजे त्यांच्या गावचा देखील उल्लेख ग्रँट डफ करतो. 'आश्वी-उंबरी जवळच्या पानोडी गावचे पाटील' असे त्याने त्यात म्हटले आहे.

रामजींना कसलाही राजकीय वारसा नव्हता. ते स्वत:च्या कर्तृत्वाने मराठेशाहीत एका उच्चपदावर पोहोचले होते. आता हे रामजी मूळ पानोडीचेच की वतन आणि जहागीर असल्यामुळे ते इकडे आले हे समजत नाही. मूळ पानोडी गावात काही जाधवमंडळी आहेत, तर बरीच जाधवमंडळी आता येथून विखुरली गेली आहेत. पानोडीकर जाधव हे आपले मूळ पुणे जिल्ह्यातील आंबेगाव तालुक्यातील लोणी-धामणी सांगतात. लोणी-धामणी गावात असणारी जाधवमंडळीही याला पुष्टी देतात. पानोडीच्या पेठेतला जुना मारवाडी समाजही 'आम्हाला लोणी-धामणीहून जाधव जहागीरदारांनी पूर्वी इकडे आणलं' असे सांगतो. जाधवमंडळींचा (तसेच मारवाडी मंडळींचा) लोणी धामणीच्या देवाला दर्शनाला जाण्याचा जुना प्रघात आहे. त्यामुळे रामजी पाटील जाधव यांचे अथवा त्यांच्या घराण्याचे मूळ 'लोणी धामणी' म्हणता येईल.

शिंदे यांचे पेशव्यांकडील वकील

रामजी जेव्हा मराठेशाहीत एका महत्त्वाच्या स्थानी आले तेव्हा पुण्यात पेशवे होते, सवाई माधवराव! वयाने लहान असणाऱ्या या पेशव्यांच्या वतीने त्यांचे कारभारी नाना फडणीस कारभार करत असत. सरदारमंडळींत ग्वाल्हेरच्या शिंदे यांचे वजन त्यावेळी मराठेशाहीत वाढलेले होते. त्या काळात मराठ्यांच्या राजकारणात दोन महत्त्वाच्या व्यक्ती होत्या. एक नाना फडणीस आणि दुसरे महादजी शिंदे.

हुशारीच्या जोरावर नाना फडणीस मराठ्यांचे राजकारण पाहत, तर उत्तर भारतात मराठ्यांची सत्ता अबाधित राखण्यासाठी लढाऊ वृत्तीचे महादजी प्रयत्न करत होते. महादजी शिंदे यांच्यातर्फे पुण्याला पेशव्यांकडे वकील होते, ते म्हणजे रामजी पाटील जाधव! अनेक वर्षे त्यांनी हे काम केले. तत्कालीन राजकीय परिस्थिती पाहता रामजी पाटील यांचे काम, खूप मुत्सद्देगिरीचे होते. त्यांनी समर्थपणे ते सांभाळले.

रामजींचा पहिला उल्लेख येतो, तो १७७६ ला. त्यावेळी काही वर्षांपूर्वी पानिपतात कामी आलेल्या सदाशिवराव पेशवे यांचा एक 'तोतया' (आपण खरी व्यक्ती आहोत असे भासवणारा बहुरूपी!) कोकणात बंड करत होता. त्यांच्या पारिपत्यासाठी पुण्याहून पेशव्यांचे सरदार पानसे आणि शिंदे यांचे रामजी पाटील-जाधव गेले होते. रामजी यांचा अधिक काळ हा पुण्यालाच गेलेला असल्याचे दिसते. शिंदे यांची पुण्याकडची बाजू ते पाहात होते. हेच वकिलीचे काम हयातभर त्यांच्याकडे असल्याचे दिसते. दोन-तीनदा ते उत्तर भारतात महादजी शिंदे यांच्याकडे गेल्याचे दिसते.

१७८२ च्या आसपास, पहिल्या इंग्रज-मराठा युद्धाच्या काळात ते महादजी शिंदे यांच्याबरोबर होते. युद्ध संपून इंग्रजांशी सालभाईचा तह पक्का होत होता. यावेळी नाना फडणीस यांनी रामजींना पत्रांद्वारे तिकडचा वृत्तान्त विचारत. नानांनी रामजींना पाठवलेल्या एका पत्रात 'आपण तिकडचे वर्तमान हल्ली का लिहून कळवत नाहीत' असे विचारले होते. तिकडचे काम संपल्यावर रामजी लवकरच पुण्याला परतले.

१७८५ ते १७८८मध्ये ते पुन्हा उत्तरेत होते. यावेळी शिंदे हे उत्तर भारतात मराठ्यांची सत्ता मजबूत करण्याचा प्रयत्न करत होते. मध्यप्रदेशातील 'राघवगड' येथील राजांनी (ज्यांनी मराठ्यांचे मांडलिकत्व पत्करले होते.) तेव्हा बंड सुरू केले

होते. तेव्हा त्याच्यावर स्वारी करायला गेलेल्या शिंदे यांच्या सरदारांत रामजी पाटील होते. राघवगडच्या राजा बळवंतसिंहांशी तहाची बोलणी करायला महादजींच्या वतीने रामजी पाटील-जाधव गेले होते. त्यानंतर १७८७मध्ये 'लालसोट' येथे राजपूतांशी झालेल्या लढाईत शिंदे यांचे नुकसान झाले.

उत्तर भारतात मराठ्यांसाठी प्रतिकूल परिस्थिती निर्माण झाली. पेशव्यांकडे पैसे आणि फौजेची मागणी करण्यात आली. पेशव्यांकडून मदत लवकर आली नसल्याने महादजींनी रामजी पाटलांना पुण्याला पाठवले. पेशव्यांनी तुकोजी होळकर आणि अलीबहाद्दर यांना महादजी शिंदेंच्या मदतीला पाठवले होते. धीम्या गतीने ते उत्तरेत येत होते. वाटेत बऱ्हाणपूरजवळ भेटलेल्या अलिबहाद्दर यांना रामजींनी परखडपणे 'सहा महिने निघाला, अद्याप पोहोचला नाही' असे विचारले होते.

जुन्नरला रामजी बाजीरावांकडे

पुढे रामजी हे कायमस्वरूपी पुण्यालाच राहिले. यावेळी उत्तरेतून महादजींची कितीतरी पत्रं त्यांना येत आणि पुण्यात नाना फडणीस यांच्याशी त्यांच्या चर्चांचा कितीतरी फैरी होत. पुढे उत्तरेत यश संपादन करून महादजी शिंदे पुण्याला आले. १७९४मध्ये महादजींचा मृत्यू झाला. त्यानंतर मराठे व निजाम यांच्यात 'खर्डा' येथे लढाई झाली. महादजींनंतर शिंदेशाहीची सूत्रं दौलतराव शिंदे यांच्याकडे आली. काही काळातच पुण्यात पेशवे सवाई माधवराव यांचा अपघाती मृत्यू झाला. मराठेशाहीत अंतर्गत राजकारणे सुरू झाली. यावेळी पेशव्यांचे कारभारी नाना फडणीस यांनी पेशवेपदासाठी रघुनाथराव पेशवे यांचे ज्येष्ठ पुत्र बाजीराव यांना बगल देत दत्तक मूल शोधणे सुरू केले. त्यावेळी जुन्नर येथे असलेल्या बाजीरावांनी दौलतराव शिंदे यांची मदत मागितली. शिंदे यांच्यातर्फे त्यांच्याकडे जुन्नरला पाठवण्यात आले, ते म्हणजे रामजी पाटील जाधव यांना!

नाना फडणीसांनी मग आपली योजना बदलली. बाजीरावांचे लहान बंधू चिमणाजी यांना पेशवेपदी आणायचे त्यांनी ठरवले. चिमणाजींना आणण्यासाठी पेशव्यांचे सरदार परशुरामभाऊ पटवर्धन यांना जुन्नरला पाठवण्यात आले. ते जुन्नरला आले. पण रामजी पाटील तेथे ठाण मांडून बसले होते त्यामुळे परशुरामभाऊ काही करू शकले नाही. तसेच बाजीरावांनी भाऊंशी जवळीकीचे बोलणे सुरू केले होते.

नाना फडणीस यांच्याही बोलून तोडगा काढण्यासाठी परशुरामभाऊ आणि रामजी पाटील नंतर पुण्याला आले.

अनेक नाट्यपूर्ण घटना यानंतरच्या काळात घडल्या ('आग्रा किल्ला जिंकणारे सरदार रायाजी पाटील शिंदे' या लेखात त्या सांगितल्या आहेत.). या सगळ्यात शिंदेशाहीतील जुने मुत्सद्दी रायाजी पाटील आणि रामजी पाटील हे दोघं सोबत असून एकाच मताचे होते. दौलतराव शिंदे यांनी चिमणाजींना पेशवेपदी आणल्याची गोष्ट या दोघांना पटली नाही. 'नाना फडणीसांशी समेट करावा' असा सल्ला दोघं दौलतरावांना देत होते. दोघंही नाना फडणीस यांच्या बाजूने असल्याचा दौलतरावांचा ग्रह झाला. पुढे महादजी शिंदे यांच्या पत्नी आणि दौलतराव यांच्यात संघर्ष सुरू झाला. यावेळीही रायाजी पाटील आणि रामजी पाटील समेट घडवून आणण्याचा प्रयत्न करत होते. परंतु झाले उलटेच. नाना फडणीस आणि महादजींच्या पत्नींच्या बाजूचे पक्षपाती ठरवून दौलतराव शिंदे यांनी या दोन महत्त्वाच्या व्यक्तींसह महादजींच्या काळातील इतर जुन्या मुत्सद्यांनाही दूर केले.

१७९८ नंतर रामजी हे राजकारणात सक्रिय दिसत नाही. ना त्यांची पुढची पिढी दिसते. रामजींना काही गावे 'जहागीर' देण्यात आली होती. 'पानोडी' त्यातील एक. मग रामजी नंतर आपल्या गावी 'पानोडी' येथे येऊन राहू लागले. १८०२मध्ये यशवंतराव होळकरांनी पेशव्यांच्या मुलखात स्वारी करत पुण्याकडे येताना आजच्या नगर नाशिक जिल्ह्यांत मोठी लूट केली. पेशवे आणि शिंदे यांच्या सरदारांना जहागीर असणारी गावे त्यांच्या निशाण्यावर होती. 'पानोडी' त्यातून सुटू शकले नाही.

पानोडी जहागीरीवर थोरात

मराठ्यांचे राज्य जाऊन इंग्रज आले. पानोडी जहागीर कायम राहिली. रामजींना प्रतापराव नावाचा एक मुलगा होता. त्यांनी जहागिरीचा कारभार पाहिला. या प्रतापराव यांना शिवराव व रामजी अशी दोन मुले झाली. शिवराव हे जहागिरीचा कारभार पाहात. मात्र शिवराव यांना मुलगा झाला नाही. त्यामुळे जहागिरीसमोर वारसाचा प्रश्न उभा राहिला. शिवराव यांच्या कन्या या सरदार भवानराव थोरात यांना दिलेल्या होत्या. थोरात घराणे हे अकोले तालुक्यातील वीरगाव इथले जहागीरदार असून त्यावेळी बडोद्याच्या गायकवाडांकडे सरदार-मानकरी होते.

(वीरगावाच्या या थोरात घराण्याची माहिती 'वीरगावचे सरदार थोरात दिनकरराव' यामध्ये आली आहे.).

मग थोरातांना दिलेल्या या मुलीला (म्हणजे थोरात घराण्याला) या जहागिरीचा हक्क बक्षीसपत्रानुसार देण्यात आला. बाईंचे यजमान असणाऱ्या सरदार भवानराव थोरातांना मोठे बळवंतराव आणि धाकटे शिवराव अशी दोन अपत्ये होती. आधी बळवंतराव हे पानोडी येथील जहागिरीचा कारभार पाहण्यासाठी आले. मात्र काही काळाने पानोडीत त्यांचा अकस्मात मृत्यू झाला. मग दुसरे शिवराव हे बडोद्याहून येथे आले. वर्ष होतं, १९०६! हेच शिवराव भवानराव थोरात म्हणजे 'नगर जिल्हा लोकल बोर्डाचे पहिले प्रेसिडेंट', सरदार शिवराव भवानराव थोरात.

अशा रीतीने जाधव यांच्या जहागीरीवर थोरात आले. थोरात यांचे पानोडीशी नाते निर्माण झाले. पानोडीकरांची (म्हणजे थोरातांची झालेली आणि मूळ रामजी पाटील जाधव यांनी संपादन केलेली) 'जहागीर' ही इंग्रजकाळात देखील अस्तित्वात होती. पानोडी, शिबलापूर आणि ओझर खुर्द अशी ही संगमनेर तालुक्यातील तीन गावांची ही जहागीर होती. तशी इतरही काही गावे होती (कोल्हार भगवतीपूर, रूई वगैरे), पण ती इंग्रजांनी आधीच खालसा केली होती.

सरदार शिवराव भवानराव थोरात

सरदार शिवराव भवानराव थोरात
(सौजन्य: विनायकराव थोरात)

पानोडी गावाला विसाव्या शतकात अजून एक ओळख मिळाली ती या थोरात घराण्यातील सरदार शिवराव भवानराव थोरात यांच्यामुळे. नगर जिल्ह्याच्या सामाजिक, राजकीय, सांस्कृतिक जडणघडणीत स्वातंत्र्यपूर्व काळात ज्या मंडळींचा वाटा होता, त्यातील एक महत्त्वाचे नाव म्हणजे सरदार थोरात! १८८८ ते १९६० हा सरदार शिवराव भवानराव थोरात यांचा जीवनकाळ. त्यांना लोक 'सरदारसाहेब' म्हणत असत. १९२५मध्ये नगर जिल्हा

लोकल बोर्डाचे ते पहिले प्रेसिडेंट झाले. त्यावेळचे जिल्हा लोकल बोर्ड म्हणजे आजच्या काळातील जिल्हा परिषदा. १९२५ पूर्वी त्यांचे अध्यक्ष ब्रिटिश सरकार नेमत असे. १९१९च्या कायद्यानुसार जिल्हा लोकल बोर्डाच्या निवडणुका घ्यायचे ठरले. स्थानिक स्वराज्य संस्थेत भारतीयांना सामावून घेणाऱ्या, लोकशाहीची बीजं असणाऱ्या भारताच्या या इतिहासातील पहिल्याच निवडणुका! तत्पूर्वी इंग्रजांनी नेमलेले रावबहादूर ग. कृ. चितळे हे नगर जिल्हा लोकल बोर्डाचे प्रेसिडेंट होते. त्यांचा पराभव करत सरदार थोरात हे लोकल बोर्डाचे पहिले प्रेसिडेंट झाले. एकार्थी या पहिल्या निवडणुकांनी नगर जिल्ह्याचे नेतृत्व आले ते सरदारसाहेबांकडे म्हणजेच पानोडीकडे !

जिल्ह्याच्या सामाजिक, राजकीय क्षेत्रात सक्रीय

नगर जिल्ह्यातील एक मोठे जहागीरदार म्हणून ही संधी त्यांना मिळाली, असे आजिबात नव्हते. सरदार थोरात हे जेव्हा पानोडी येथे आले त्यानंतर ते समाजकारणात सक्रिय झालेले होते. त्यांचे लौकिक शिक्षण तसे कमीच. पण व्यवहारज्ञान, समाजज्ञान आणि एकंदर हुशारी त्यांच्यात खूप होती. माणसे जमवण्याचे कसब त्यांच्याकडे होते. आणि महत्त्वाची बाब म्हणजे त्यांच्यावर प्रभाव होता, तो बडोद्याचे लोककल्याणकारी राजा महाराज सयाजीराव गायकवाड यांचा!

बडोद्याला झालेल्या अखिल भारतीय शिक्षण परिषदेत ते नगर जिल्ह्याचे प्रतिनिधी म्हणून गेले होते. तिची बैठक नगरला झाल्यावर ते त्याचे स्वागताध्यक्ष राहिले होते. बहुजन समाजातील मुलांनी शिकावे ही त्यांची भूमिका होती.

नगर येथे 'मराठा बोर्डिंग' स्थापन करण्यात तसेच नंतर 'अहमदनगर जिल्हा मराठा विद्याप्रसारक समाज' या संस्थेची स्थापना करण्यातही त्यांचा पुढाकार होता. ते या संस्थेचे बराच काळ अध्यक्ष आणि खजिनदार राहिले. नगर जिल्ह्यातील बहुजन समाजापर्यंत शिक्षणाचा प्रचारप्रसार करण्यात या संस्थेचा महत्त्वाचा वाटा आहे. सत्यशोधक विचारांशी जवळीक असणारे सरदारसाहेब हे बडोद्याचे महाराज सयाजीराव गायकवाड यांच्या विचारांचे होते. 'मुंबई लेजिस्लेटिव्ह कौन्सिल'वर देखील ते सदस्य होते. सरदारसाहेब त्याकाळात किती संस्था-संघटनांवर होते हे सांगायचे झाल्यास त्याची एक लांबलचक यादीच तयार होईल.

१९२५मध्ये जिल्हा लोकल बोर्डाचे प्रेसिडेंट झालेल्या सरदारसाहेबांनी अठरा वर्ष या पदावर काम केले. अनेक शाळा, वळण बंधारे, दवाखाने, रस्ते, वसतिगृहे त्यांच्या काळात बांधण्यात आले. 'वृक्षारोपण मोहिमा' हा त्यातला एक विशेष उपक्रम. नगरला शहरात अनेक नामवंत मंडळी त्यांच्याकडे येत असत. जिल्हा लोकल बोर्डाची म्हणजेच अहमदनगर जिल्हा परिषदेची देखणी इमारत ही सरदारसाहेबांच्या काळात उभारली गेली. सरदार थोरातांच्या आग्रहाखातर बडोद्याचे सयाजीराव गायकवाड तिच्या उद्घाटनाला १९३३मध्ये नगरला आले होते.

सरदार थोरातांना १९४३मध्ये ब्रिटिश सरकारने त्यांच्या कार्यासाठी 'ऑर्डर ऑफ ब्रिटिश एम्पायर (ओ. बी. इ)' हा किताब दिला. नगर जिल्हा काँग्रेसचे तत्कालीन अध्यक्ष स्वामी सहजानंद भारती आणि मालोजीराव नाईक निंबाळकर यांच्या आग्रहावरून सरदारसाहेबांनी मग काँग्रेस पक्षात प्रवेश केला. १९५२ ला स्वतंत्र भारतात पहिल्या लोकसभा आणि विधानसभा निवडणुका झाल्या. सरदारसाहेब हे १९५२ ते १९५७ तत्कालीन श्रीगोंदा - कर्जत मतदारसंघाचे आमदार म्हणून निवडून आले. या काळात संयुक्त महाराष्ट्राची चळवळ जोर धरत होती. सरदारसाहेब हे संयुक्त महाराष्ट्राच्या बाजूचे होते. विशेष म्हणजे विधानसभेत काँग्रेसविरोधक मंडळी संयुक्त महाराष्ट्राची मागणी करत सरकारवर टीका करत असताना, सरदारसाहेबांनी काँग्रेसचे असूनही आपल्या काही भाषणांत संयुक्त महाराष्ट्राची भूमिका जोराने मांडली होती.

तगडा जनसंपर्क

सरदारसाहेबांचा जनसंपर्क मोठा होता. महाराष्ट्रातील तत्कालीन अनेक दिग्गज मंडळींशी त्यांचे स्नेहसंबंध होते. डॉ. बाबासाहेब आंबेडकर, शंकरराव देव, काकासाहेब गाडगीळ, केशवराव जेधे, भास्करराव जाधव, शंकरराव मोरे, मालोजीराव नाईक निंबाळकर, पंजाबराव देशमुख, क्रांतिसिंह नाना पाटील, मुकुंदराव पाटील अशी काही नावे सांगता येतील. यातील काहींनी पानोडी येथील वाड्यात भेटही दिली होती.

डॉ. बाबासाहेब आंबेडकर हे एकदा पानोडीला आले होते. सरदारसाहेबांचा त्यांच्याही चांगला स्नेह होता. बडोदा दरबार हा डॉ. आंबेडकर आणि सरदार

अहमदनगर जिल्हा लोकल बोर्डाला मान्यवरांची भेट. यात उजवीकडून चौथे सरदार थोरात, त्यांच्यामागे डॉ. बाबासाहेब आंबेडकर (सौजन्य: विनायकराव थोरात)

थोरात यांच्यातला समान दुवा होता. इतर ठिकाणी देखील डॉ. आंबेडकर आणि सरदार साहेबांच्या भेटी झालेल्या होत्या. वकील असणाऱ्या डॉ. आंबेडकरांनी सरदार थोरात यांची एक केसदेखील लढली होती.

सरदारसाहेबांची सर्वांत विशेष गोष्ट म्हणजे त्यांचे 'लिखाण'. त्यांचा पत्रव्यवहार मोठा होता. त्यांच्या काही पत्रांतून त्यांचे एक विशेष कौशल्य दिसते. ते म्हणजे, त्यांनी लिहिलेल्या काही पत्रांत सर्व ओळींची सुरुवात ही 'अ' या अक्षरापासून होत होती. त्यासाठी किती विचार करून आणि खुबीने लिहावे लागत असेल याची आपण कल्पना करू शकतो.

दुसरी एक महत्त्वाची आणि अपवादात्मक गोष्ट म्हणजे त्यांचे रोजनिशी लिहिणं. सरदार साहेबांच्या काही रोजनिशीच्या डायऱ्या उपलब्ध आहेत. रोज कायकाय झाले ते त्यांनी संक्षिप्त स्वरूपात त्यात नोंदवून ठेवले आहे. सरदारसाहेबांच्या या डायऱ्या म्हणजे नगर जिल्ह्याचा तत्कालीन इतिहासचं!

तलवारी (पानसंबळ घराणे, सडे)

नाणी (मोहिते घराणे, नेवासे खुर्द)

महिरप (पेशवे वाडा, कोपरगाव)

केळफूल (पेशवे वाडा, कोपरगाव)

देवघर (लुंपाटकी वाडा, पुणतांबा)

आगळ किंवा अडसर
(गिरी-मोकाशी वाडा, खेडले परमानंद)

वेस (कोंची)

जातं : बैलाच्या साहाय्याने ओढले जाणारे
(जाधव अथवा थोरात वाडा, पानोडी)

मोडी लिपीतील पत्र (देशमुख वाडा, संगमनेर)

दिंडी दरवाजा (आवटी वाडा, मालुंजे बुद्रुक)

लोलक किंवा झुंबर (शेटे वाडा, सोनई)

वाड्यातील आड
(जोंधळेंचा मोठा वाडा, निमगावजाळी)

घराण्याची वंशावळ
(हांडे-देशमुख घराणे, म्हैसगाव)

शिलालेख (जेऊर कुंभारी)

पांढऱ्या मातीचा बुरूज (कारेगाव)

हस्त (देशमुख वाडा, संगमनेर)

गणेशपट्टी (चोरमुंगे वाडा, सात्रळ)

तोफ (कविजंग गढी, भानसहिवरे)

दगडी जिना (जोंधळेंचा मोठा वाडा, निमगावजाळी)

प्रवेशद्वारावरच्या तुळयांची नक्षीदार टोकं
(संत अथवा टाकळकर वाडा, अकोले)

पंतप्रधान पंडित नेहरूंचा सत्कार करताना
सरदार शिवराव भवानराव थोरात
(सौजन्य: विनायकराव थोरात, पानोडी)

मराठा शैलीतील मंदिरं (पानोडी)

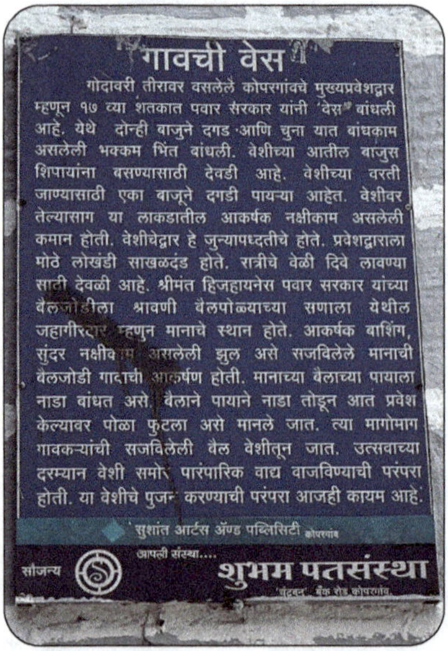

वारसा जपणारा माहिती फलक (कोपरगाव)

हत्तीच्या आकाराचा दगडी चौरंग
(देशमुख वाडा, संगमनेर)

बारव (ब्राम्हणी)

चिरेबंदी प्रवेशद्वार (अकोले)

गवाक्ष आणि त्यावर असलेले नक्षीकाम
(धर्माधिकारी वाडा, अकोले)

समाधी (पाथरे)

ब्रिटीशकालीन वाडा (मोरे वाडा, वडगावपान)

◀ ऐतिहासिक कागदपत्रांचे दफ्तर (जाधव अथवा थोरात वाडा, पानोडी)

सोनई येथील ▶
सरदार शेटे परिवार
(सौजन्य: प्रकाश शेटे, यूएसए)

◀ पेठेतील पेढ्या किंवा दुकानं (वारी)

हेरिटेज वॉक : निमगावजाळी, ▶
सरदार त्रिंबकजी डेंगळे
यांच्या वाड्याला भेट

सरदारसाहेबांच्या पत्नी लक्ष्मीबाई या बारामतीजवळच्या माळेगाव येथील जाधवराव घराण्यातील होत्या (माळेगावकर जाधवराव म्हणजे सिंदखेडच्या लखुजीराव जाधवराव यांच्या वंशातील असण्याबरोबरच, छत्रपती राजाराम महाराज आणि ताराराणी यांचे सरसेनापती असणाऱ्या धनाजी जाधवराव यांच्या वंशातील घराणे होय. इंग्रजकाळात ही फर्स्ट क्लास जहागीर होती.). फलटणचे मालोजीराजे नाईक निंबाळकर हे सरदारसाहेबांचे चुलत साडू होते. सरदारसाहेबांचे त्यावेळी 'ग्वाल्हेर', 'बडोदा', 'देवास', 'कोल्हापूर' येथील संस्थानातील सरदार मानकरी घराण्यांशी संबंध होते. सरदारसाहेब स्वतः बडोदा दरबारचे मानद सरदार होतेच.

> सरदारसाहेबांना लग्न जमवण्याचा एक नाद होता. महाराष्ट्रातील अनेक सरदार आणि देशमुख घराण्यांतील तरुण-तरुणींचे विवाह त्यांनी जमवले होते. इंग्रजकाळात महाराष्ट्रातील मराठा सरदार व देशमुख घराण्यांचा 'बडोदा', 'ग्वाल्हेर', 'इंदूर', 'धार', 'देवास' येथील सरदार-मानकरी घराण्यांत मुली देण्याकडे विशेष कल होता. कारण तिथली मराठ्यांची संस्थाने टिकून होती. घराणीही सुसंपन्न होती. त्यांच्यातील इंग्रजकाळात लष्करात मानद नेमणुका दिलेल्या आणि मेजर जनरल, लेफ्टनंट जनरल वगैरे हुद्दे असणाऱ्या तरूणांना मुलींसाठी 'डिमांड' असायची.

पुरोगामी विचारसरणी

सरदार थोरात नगरला भाड्याच्या घरात राहात असत. काम करण्यात तसेच भेटीगाठींत त्यांचा वेळ जाई. संगमनेर येथेही सरदारसाहेबांनी त्यांचे नातेवाईक असणाऱ्या गुंजाळ पाटलांच्या वाड्यातील काही भाग घेतला होता. त्यांच्या कुटुंबातील अनेकांची शिक्षणे आणि बालपण येथे गेले. सरदारसाहेबांचा पोशाख आणि राहणी तशी त्यावेळच्या मानाने फार पुढारलेली होती. एक विशेष प्रसंग सांगायचा म्हणजे, जेव्हा त्यांचे मोठे नातू भवानराव यांचा जन्म झाला, तेव्हा त्यांनी पानोडी ते शिबलापूर रस्त्यालगत वृक्षारोपण केले होते. या प्रसंगावरून सरदार थोरातांकडून आजच्या पिढीला बरंच घेण्यासारखं आहे.

प्रगतीशील थोरात कुटुंबीय

सरदारसाहेबांना पहिल्या पत्नींचे प्रतापराव उर्फ बाबाराजे तर दुसऱ्या पत्नींचे उल्हासराव व आबासाहेब हे दोन पुत्र होते. प्रतापराव उर्फ बाबाराजे हे पानोडीला राहून शेती सांभाळत. त्यांच्या काळात या भागातील सामाजिक राजकीय परिस्थिती पूर्ण बदलली होती. जहागीरदारीचे पूर्वीचे वैभव ओसरत चालले होते. जमिनींसाठी कोर्टकचेऱ्या करण्यात वेळ जात होता.

एकुलते एक असणाऱ्या बाबाराजे यांनी काळानुसार बदलत आपली मुले शिकवली. 'माझे वडील सरदार होते, मी नाही. मी शेतकरी आहे' असे ते म्हणत असत. त्यांच्या पत्नी या कोल्हापूर येथील सरदार जाधव (जप्तनमुलुख) घराण्यातील होत्या. त्यांना भवानराव, शिवाजीराव, शंकरराव, सदाशिवराव आणि बळवंतराव अशी पाच मुले होती. पाचही मुले वेगवेगळ्या क्षेत्रांत पुढे गेली.

सर्वांत मोठे भवानराव थोरात. ते राहुरी कृषी विद्यापीठात प्राध्यापक होते. सध्या ते इगतपुरी येथील विपश्यना केंद्रामार्फत विपश्यनेचे प्रशिक्षक आहेत. त्यांच्या पत्नी या प्रवरानगर सहकारी साखर कारखान्याच्या उभारणीत योगदान असलेले शंकरराव धुमाळ यांच्या कन्या होत्या.

दुसरे शिवाजीराव. शिवाजीरावांनी आपल्या आजोबांचा राजकारणाचा वारसा चालवला. ते गावचे सरपंच, संगमनेर तालुका सहकारी साखर कारखान्याचे संचालक, संगमनेर तालुका शेतकी संघाचे दीर्घकाळ चेअरमन राहिले.

नंतरचे तिसरे आणि चौथे सदाशिवराव आणि शंकरराव हे दोघं जुळे असून आजही त्यांच्यातला फरक अनेकांच्या लक्षात येत नाही. शंकरराव हे प्रसिद्ध वकील असून मुंबई उच्च न्यायालयात वकिली करतात. तर सदाशिवराव हे संगमनेर कोर्टात वकिली करतात. सदाशिवराव हे या घराण्यातील एक अष्टपैलू व्यक्तिमत्त्व. सदाशिवराव हे 'नॅशनल स्विमिंग चॅम्पियन' आहेत. अनेक नाटकांत देखील त्यांनी काम केले. शिवशाहीर बाबासाहेब पुरंदरे यांच्या 'जाणता राजा' या प्रसिद्ध नाटकात त्यांनी काम केले होते. दिसायला गोरेपान असणाऱ्या सदाशिवरावांना शिवराज्याभिषेकाला उपस्थित असलेल्या हेन्री ऑक्सिंडेनची भूमिका वाट्याला येई. बाबासाहेब पुरंदरे यांना त्यांनी पानोडीत आणून आपला वाडा दाखवला होता. याशिवाय सदाशिवराव हे संगमनेरात समाजकारण तसेच राजकारणातही सक्रिय असतात. सर्वांत धाकटे म्हणजे पाचवे, बळवंतराव हे प्रगतिशील शेतकरी असून

पानोडीचे पोलीस पाटीलही होते. असे हे थोरातांचे घराणे. आज ही मंडळी आणि त्यांची पुढची पिढी सध्या येथे आहे. काही नोकरीनिमित्त शहरांत असून काही शेती व्यवसायात असलेली आपल्याला पाहायला मिळतात.

पानोडीचे हे थोरात घराणे नगर जिल्ह्यातील ऐतिहासिक घराण्यांतले एक मोठे घराणे आहे. त्यांचा प्रभाव हा अगदी अलीकडच्या काळापर्यंत टिकून होता. याचे कारणे म्हणजे त्यांचे 'काळानुसार बदलत जाणं' होय. मूळ सतराव्या शतकातील एक सरदार घराणे, त्यानंतर वीरगाव येथील जहागीरदार, नंतर उत्तर मराठेशाहीत बडोद्याच्या गायकवाडांकडे सरदार-मानकरी, मग मातुलवंशाकडून मिळालेले पानोडीचे वतन, विसाव्या शतकात लोकशाही राजकारणात सक्रिय आणि मग आधुनिक शिक्षणाचा पुरस्कार. या सगळ्यामुळे त्यांचा सामजिक-आर्थिक स्तर आजवर टिकून राहिला. विसाव्या शतकाच्या उत्तरार्धात मात्र नगरसारख्या जिल्ह्यात सहकारी साखर कारखानदारीमुळे लोकशाही राजकारणाचा पोत बदलला. त्यात मात्र थोरात घराणे राजकीयदृष्ट्या मागे पडल्याचे दिसून येते.

पानोडी गावाला मोठा वारसा लाभलाय हे मात्र खरं. वाडे, बारवा, पेठ, मंदिरं, ओढ्याकाठचा घाट, समाध्या एवढे सगळे गावात आहे. त्यांच्याशिवाय गावाच्या उत्तरेला (म्हणजे शिबलापूर रस्त्याला!) 'प्रतापबाग' आणि 'रामबाग' अशा दोन बागा पूर्वी होत्या. जाधव घराण्यातील प्रतापराव, रामजी अशा पुरुषांच्या नावाने त्या असल्याचे दिसून येते. त्यामुळे 'जहागीरदार' म्हणून जाधवांनी हे गाव उत्तमप्रकारे विकसित केले असल्याचे समजते. हा सर्व वारसा जतन केले जाणे गरजेचे आहे.

जाधव घराण्याचे आणि या जहागिरीचे मूळ पुरुष असणारे रामजी पाटील-जाधव यांचे नाव मात्र आजवर इतिहासाच्या पडद्याआड गेले होते. 'पानोडी मूळ जाधवांची, थोरात मूळ वीरगावचे, मुलीकडून इकडे आले' इतकीच काय ती ऐकीव माहिती लोकांना होती. अलीकडेच तीन-चार वर्षांपूर्वी, संगमनेर तालुक्यातील निमगावजाळी येथील इतिहास अभ्यासक प्रा. विलास जाधव यांच्या संशोधनातून रामजींवर प्रकाश टाकला आहे. विस्मृतीत गेलेल्या रामजी पाटलांच्या नावावरची धूळ बाजूला

सारण्याचे श्रेय हे या विलासरावांकडे जाते. त्यांचा स्वतःचा रामजी पाटील यांच्यावर अभ्यास आहे. रामजींचे चरित्र आगामी काळात समोर यायला पाहिजे.

अजून एक गोष्ट आगामी काळात झाली पाहिजे. ती म्हणजे सरदार शिवराव भवानराव थोरात यांच्या चरित्रलेखनाची होय. सरदार थोरात यांचे व्यक्तिमत्त्व आणि कार्य लक्षात घेता त्यांच्यावर स्वतंत्र आणि विस्तृत लेखन होण्याची गरज आहे. त्यांचा पत्रसंग्रह आणि रोजनिशीचा मोलाचा अप्रकाशित खजिना येथे आहे. त्यातून नगर जिल्ह्याच्या विसाव्या शतकाचा पूर्वार्ध आणि मध्यावधीच्या इतिहासावर प्रकाश पडेल यात शंका नाही. शिवाय रोजनिशींतून त्याकाळच्या लोकशाही राजकारणात आणि समाजकारणात वावरणाऱ्या, एका राजघराण्यातील गृहस्थाचे जीवन कसे होतं हे आपल्याला कळू शकेल.

१९४७मध्ये सरदार थोरात यांनी धुळे येथील त्यांचे स्नेही गोविंदराव पवार यांना लिहिलेल्या एक पत्रात, आपण 'तीस' वर्षांपासून रोजनिशी लिहीत असल्याचे म्हटले आहे. सरदार थोरातांच्या सर्व डायऱ्या शोधल्या असता सापडतील की नाही माहीत नाही. मात्र ही गोष्ट ध्यानात घेतली तर सलग इतका काळ रोजनिशी लिहिणारे म्हणून एक आगळंवेगळे रेकॉर्ड सरदार थोरातांच्या नावे होईल यात शंका नाही!

संदर्भ :

१) मराठी रियासत (खंड ७,८) : गो. स. सरदेसाई

२) काव्येतिहाससंग्रहात प्रसिद्ध झालेले ऐतिहासिक पत्रे यादी वगैरे लेख : संपादन गो. स. सरदेसाई, या. मा. काळे, वि. स. वाकसकर

३) शिंदेशाहीचा खरा इतिहास... : न. व्यं. राजाध्यक्ष

४) त्रै. उज्ज्वल उद्यासाठी (अंक एप्रिल-सप्टेंबर २०१४) : संपादन विठ्ठल शेवाळे

५) ओक घराण्याचा इतिहास : भ. प्र. ओक

६) History of Maharattas (Vol. 2) : James Grant Duff

•••

सरदार कृष्णाजी शेटे यांचा वाडा

ग्वाल्हेरकर शिंदेंचे कारभारी सोनईचे शेटे बंधू

सोनई गावाच्या पेठेत शेटे कुटुंबीयांचे सुंदर आणि भव्य वाडे होते. आजही त्यांचे काही अवशेष आपल्याला दिसतात. अलीकडे बहुतांशी सरदार-जहागीरदार घराण्यांची जी अवस्था झालीय तोच प्रकार शेटेंच्या बाबतीत आहे. परंतु एवढे भव्य वाडे असणाऱ्या शेटेंना काहीतरी इतिहास नक्कीच असणार असे या वाड्यांवर नजर टाकल्यावर लक्षात येते. 'सोनई'चे हे आज साधंसुधं वाटणारे शेटे घराणे एकेकाळी ग्वाल्हेरकर शिंदे यांचे दिवाण राहिलेले होते. शेटे घराण्यातील कृष्णाजी आणि बाणाजी हे दोघे बंधू आधी महादजी शिंदे यांच्या काळात कर्तृत्वाने पागेचे सरदार झाले. त्यानंतर दौलतराव शिंदे यांच्या काळात आधी कृष्णाजी आणि त्यांच्या मृत्यूनंतर बाणाजी हे शिंदेंचे दिवाण झाले. दौलतरावांच्या महत्त्वाच्या सल्लागारांपैकी ते एक होते.

'सोनई' गाव नेवासे तालुक्यातील एक मोठे गाव आहे. राहुरीहून शनी शिंगणापूरला जाणाऱ्या रस्त्याला ते लागते. शनी शिंगणापूर हे 'सोनई' पासून अवघ्या चार-पाच किलोमीटरवर आहे. सोनईची अलीकडची ओळख म्हणजे ज्येष्ठ नेते आणि साहित्यिक यशवंतराव गडाख. सोनई गावचे दोन भाग आहेत. गावातून वाहणाऱ्या कौतुकी नदीच्या पश्चिमेला एक आणि पूर्वेला एक. नदीच्या पश्चिमेला असणारे जुने सोनई (वरची सोनई) आहे तर पूर्वेला असलेले 'पेठ सोनई' (खालची सोनई) आहे.

पश्चिमेकडचे 'सोनई' तेथील यादवकालीन महादेव मंदिरामुळे जुने म्हणता येईल. याशिवाय बालाजीचे एक जुने मंदिर तेथे असून देवस्थानला पूर्वीपासून इनामी जमिनी आहेत. तर पेठेचे गाव हे सरदार शेटे यांचे आहे. पेठेच्या सोनईत गेले की उजव्या बाजूला एक वेस आपले लक्ष वेधून घेते. पेठेची ही वेस. आत शिरले की दोन्ही बाजूला आपल्याला दुकाने दिसतील. पूर्वीच्या दुकाने आणि पेढ्यांच्या रचना काही ठिकाणी आपल्याला दिसतील. या रस्त्याच्या उत्तरेला समांतर असणाऱ्या रस्त्याच्या कडेला शेटेंचे

सरदार कृष्णाजी शेटे वाडा

दोन वाडे होते. यातला डाव्या हाताचा (म्हणजे उत्तरेचा) बाणाजी शेटे यांचा तर उजव्या हाताचा (म्हणजे दक्षिणेचा) कृष्णाजी शेटे यांचा होय.

कृष्णाजींचा वाडा सध्या कसाबसा अस्तित्वात आहे मात्र बाणाजींच्या वाड्याचा काही भागच आता केवळ शिल्लक आहे. कृष्णाजी यांचा वाडा रस्त्याच्या दक्षिणेला ऐन रस्त्याला लागून आहे. वाडा एक मजली असून दोन चौकाचा होता. बाहेरून वाड्याची दर्शनी बाजू दिसते. सात फुटांचे बाहेरचे प्रवेशद्वार आपल्याला दिसते. दारासमोर दोन्ही बाजूला ओटे आहेत. येथे पूर्वी बाहेरची ओसरी होती. त्याच्या वरच्या मजल्यावर सुंदर गॅलरी अथवा सज्जा होता. सध्या तो उतरवला गेला. प्रवेशद्वाराच्या वर नजर टाकली तर, वरच्या मजल्यावरील गॅलरीतील कोनाडे दिसतात. तसेच त्याच्यावर म्हणजे गच्चीवर जाण्यासाठीच्या पायऱ्याही बाजूने आपल्याला दिसतात.

आत मात्र दोन्ही चौक पडलेले दिसतात. बाजूच्या भिंतीमध्ये एका ओळीत कोनाडे दिसतात. अगदी वरच्या मजल्यावरही. तर त्याच्यावर भिंतींच्या वरच्या पट्टीत जंग्यासुद्धा अगदी रांगेत दिसतात. या वाड्याला मागचे प्रवेशद्वारदेखील आहे. पेठेच्या बाजूला ते उघडते. तेही मागच्या बाजूने पाहिले असता जणू काही मुख्य प्रवेशद्वार असल्यासारखे वाटते. शेटेमंडळी काही वर्षांपूर्वी येथे राहायला होती. शेटेंच्या या वाड्याची दोन समान उभ्या भागांत पूर्वी वाटणी झालेली होती. एक भाग माणिकरावांचा आणि एक भाग खासेरावांचा. दोघांच्या कुटुंबाचा नंतर

सरदार बाणाजी शेटे यांचा वाडा. सध्या जमीनदोस्त झाला आहे.
(सौजन्य: प्रकाश शेटे, अमेरिका)

बाणाजी शेटे यांच्या वाड्याचा उरलासुरला भाग

विस्तार झाला. आता सर्व जण येथून बाहेर पडले असून येथे कोणीच राहत नाही. वाडा अगदी अलीकडच्या काळापर्यंत अगदी वरच्या मजल्यासकट शाबूत होता, असे ते सांगतात. आता मात्र संपूर्ण वाडा उतरवला गेला आहे.

वाड्यासमोरच पलीकडे, म्हणजे रस्त्याच्या उत्तरेला शेटे यांचा दुसरा वाडा होता. बाणाजी शेटे यांचा हा वाडा. सध्या तो जवळजवळ पूर्णपणे पडला आहे. वाड्यातील शेटे कुटुंबीयांकडे या वाड्याचे काही जुने फोटो पाहायला मिळतात. ते पाहिल्यावर खरोखर या जागेवर एवढी भव्य वास्तू होती, याचे ही नवल वाटते. आजच्या घडीला एका ओसरीवरचा केवळ काही भागच शिल्लक आहे. एक कुटुंब तेथे राहते. तेथील सागवानी खांबावरील स्तंभशिर्षावर सुंदर नक्षी आहे. साधारण वाड्यांत दुर्मीळ दिसणाऱ्या दोन गोष्टी येथे आहेत, त्या म्हणजे पाणीपट्टी आणि लोलक. चौकाच्या छताच्या कडेने संपूर्ण पाणीपट्टी असल्याचे दिसते. तिच्या कोपऱ्यात असणारा एक लोलक किंवा झुंबर हा आपले अस्तित्व टिकवून आहे. असे हे दोन शेटेंचे वाडे.

महादजींच्या काळात उदय

शेटे घराणे शिंदेशाहीत होते. अठराव्या शतकाच्या उत्तरार्धाचा तो काळ. कृष्णाजी आणि बाणाजी हे दोघे बंधू महादजी शिंदे यांच्या काळात शिंदेशाहीत होते. त्यातील कृष्णाजी हे मोठे आणि बाणाजी हे धाकटे होते. कर्तृत्वाने त्यांनी शिंदेशाहीत महत्त्वाची स्थाने मिळवली. महादजी शिंदेंच्या काळात त्यांच्याकडे पागा देण्यात आली होती. १७९०च्या दशकात दोघे बंधू उच्च स्थानावर पोहोचले होते. महादजी शिंदेंनंतर शिंदे यांच्या गादीवर आलेल्या दौलतराव शिंदे यांच्याकाळात दोघे त्यांचे सल्लागार आणि कारभारी झाले.

शेटे बंधूंचा सर्वाधिक उल्लेख येतो, तो दौलतराव शिंदे यांच्या सुरुवातीच्या काळात. १७९५ ते १८०२ असा तो काळ. यावेळी शिंदे पुण्यात होते आणि मराठेशाहीत अनेक राजकारणे घडत होती. अंतर्गत कुरघोड्या आणि भयंकर राजकारणांचा हा काळ ('आग्रा किल्ला जिंकणारे सरदार रायाजी पाटील शिंदे' यामध्ये त्यांची माहिती आहे). शेटे बंधू या सगळ्या राजकारणात आपल्याला दिसतात.

कृष्णाजी : शिंदेंचे कारभारी

१७९५मध्ये पेशवे सवाई माधवराव यांचा मृत्यू झाला. त्यानंतर रघुनाथराव पेशवे यांचे पुत्र बाजीराव (दुसरे) हे गादीचे वारस ठरत असताना कारभारी नाना फडणीस यांनी दुसरे कोणीतरी मूल दत्तक घेण्याची योजना आखली. बाजीरावांनी शिंदे यांची मदत मागितली. बदल्यात मोठी रक्कम बाजीरावांनी शिंदे यांना कबुल केली. बाजीरावांना मग गादीवर बसवण्याच्या हालचाली सुरू झाल्या. मात्र ते शिंदे यांची पैशांची मागणी पूर्ण करू शकले नाहीत. मग शिंदे यांनी दुसऱ्या बाजीरावांच्या ऐवजी त्यांचे लहान बंधू चिमणाजी यांना पेशवेपदी आणले. पण त्यांच्याकडूनही शिंदे यांची पैशांची मागणी पूर्ण होऊ शकली नाही. नाना फडणीस हे यावेळी पळून महाडला गेले होते. महाड येथे असणाऱ्या नाना फडणीस यांनी शिंदे यांना अनेक लाभाच्या गोष्टी कबूल केल्या. नाना फडणीस यांच्याशी संधान साधून बाजीराव यांना पेशवेपदी आणण्याची योजना आखली गेली. यात कृष्णाजी शेटे हे शिंदेंकडून सहभागी होते. योजनेनुसार शिंदे यांचे तत्कालीन कारभारी बाळोबा पागनीस यांना अटक करण्यात आली. मग कारभारीपदी रायाजी पाटील शिंदे यांची नेमणूक झाली. काही काळाने रायाजी शिंदेंवर दौलतराव शिंदे यांची गैरमर्जी झाली. त्यांना त्या पदावरून शिंदे यांनी दूर केले. कारभारीपद देण्यात आले ते कृष्णाजी शेटे यांना.

कारभारी व नगरचे किल्लेदारही

कृष्णाजी १७९७मध्ये थोडा काळच कारभार पाहू शकले. कारण १९ मे १७९७ ला नवज्वराने त्यांचे निधन झाले. त्यानंतर दौलतराव शिंदेंनी कृष्णाजींचे लहान बंधू बाणाजी यांना कारभारीपदी नेमले. पेशवे बाजीराव यांच्या वतीने नाना फडणीस यावेळी पेशव्यांचे कारभारी म्हणून काम पाहू लागले होते. नाना फडणीस यांच्याशी शिंदे यांच्यातर्फे बोलणी करायला बाणाजी शेटे अनेकदा जात असत. शिंदे यांच्या पैशांच्या मागण्या, होळकर प्रकरण यांविषयी बोलणे त्यावेळी सुरू असायचे. दरम्यान नाना फडणीस यांनी महाड कारस्थानात कबुल केल्याप्रमाणे नगरचा किल्ला आणि काही रक्कम शिंदे यांना द्यायची होती. त्यानुसार नगरचा किल्ला जेव्हा शिंदे यांच्याकडे आला तेव्हा त्याची किल्लेदारी बाणाजी शेटे यांना देण्यात आली.

बाणाजी नगरचे किल्लेदार झाले. बाणाजी हे दौलतराव शिंदे यांच्याबरोबर पुण्याला होते. त्यांचे कारकून त्यांच्यावतीने नगरच्या किल्ल्यात 'कारभार' पाहात. याच नगरच्या किल्ल्यात नंतर नाना फडणीस यांना त्यांची शिंदेविरोधी कारस्थाने उघड झाल्यावर कैदेत ठेवण्यात आले होते. शिंदे यांचे कारभारी बाळोबा पागनीस हेसुद्धा येथेच कैदेत होते. त्यामुळे हा किल्ला महत्त्वाचा होता. बाणाजी यांचा एक भाऊ किल्ल्यात काम पाहायला होता, अशी एकेठिकाणी नोंद आहे. (आता हे शेटे बंधू कोण?)

दौलतराव शिंदेंचे निकटवर्ती

याच वर्षांत सर्जेराव घाटगे यांचे प्रस्थ शिंदेशाहीत वाढले. त्यांनी शिंदे यांच्यातर्फेने पुण्यात पैशांसाठी मोठी लूट केली. महादजी शिंदे यांच्या पत्नी या काळात महाराष्ट्रात आल्या होत्या. दौलतराव आणि त्यांच्या पक्षात संघर्ष सुरू होता. बाळोबा पागनीस यांच्यासारखे महादजींच्या पत्नींच्या पक्षातील मुत्सद्दी कैदेत असताना नगरचा किल्ला सांभाळण्याची मोठी जबाबदारी शेटेंवर होती. एक-दोन वर्षांत अनेक राजकारणे शिजली. बाणाजी यावेळी दौलतराव यांचे सल्लागार होते.

१८००च्या एका पत्रात 'पुण्यात शिंदे यांचे घरी सखाराम घाटगे व बाणाजी शेटे यांची प्रबलता होऊ लागली' असे म्हटले आहे. त्यावरून या काळात बाणाजी हे दौलतराव शिंदे यांच्या किती निकटवर्तीय होते हे दिसते.

१८००मध्ये नाना फडणीस यांचा मृत्यू झाला. महादजी शिंदेंच्या पत्नींच्या पक्षात असणाऱ्या अमृतराव पेशवे आणि बाळोबा पागनीस यांना शिंदे यांनी शह दिला. त्यामुळे शिंदे यांच्यापुढचे बरेच प्रश्न सुटले. परंतु उत्तरेत यशवंतराव होळकरांनी शिंदे यांच्या मुलखात लूट सुरू केल्याने शिंदेंनी पुणे सोडून आपल्या ग्वाल्हेरचा रस्ता धरला. आता बाणाजी त्यावेळी त्यांच्याबरोबर गेले की नाही ते मात्र समजत नाही.

बाणाजींचे नंतर काय झाले, त्यांची आणि कृष्णाजी यांची मुले नंतर राजकारणात होती का, या प्रश्नांनी उत्तरे मिळत नाहीत. ज्याअर्थी दोघांचा थेट वंश सोनईत आहे आणि ग्वाल्हेर संस्थांनशी संबंध राहिला नाही, त्याअर्थी त्यांची मुले तेव्हाच सोनई येथे आपल्या वतनावर येऊन स्थायिक झाल्याचे दिसते.

कृष्णाजी आणि बाणाजी शेटे यांविषयी एका इंग्रजी पत्रात आपल्याला विशेष माहिती मिळते. १७९७मध्ये पुण्याच्या 'ब्रिटिश रेसिडेंट' ने कोलकात्याच्या गव्हर्नर जनरलला पाठवलेल्या एका पत्रात त्याने शेटे बंधूंची गव्हर्नरला ओळख करून दिली आहे.

तो म्हणतो, 'कृष्णाजी आणि बाणाजी हे दोघं बंधू आहेत, जे सुरुवातीला तसे सेवक होते. महादजी शिंदे यांनीच त्यांना आणले होते. सध्याचे दौलतराव तेव्हा लहान मूल होते. दौलतराव शिंदे यांनी त्यांना पागा दिली. ते (म्हणजे कृष्णाजी) दौलतराव शिंदे यांचे सर्वाधिक निकटवर्तीय मंत्री समजले जातात. तर बाणाजी हे बाजीराव पेशव्यांचे निकटचे आहेत.' हा उल्लेख महत्त्वाचा आहे. यावरून महादजी शिंदेच्या काळातच ही मंडळी कर्तृत्वाने मोठी झाली हे स्पष्ट होते. मराठ्यांच्या राजकारणात ती दौलतराव शिंदे यांच्या सुरुवातीच्या काळात मोठ्या पदांवर दिसत असली तरी ती काय अशी एकाएकी आलेली नव्हती. त्याआधी त्यांनी कर्तृत्वाने एकाहून एक टप्पे पार केले असणार. मोठे कृष्णाजी हे आधी शिंदेशाहीत आले आणि त्यांनी धाकट्या भावाला आणले, असे ढोबळमानाने म्हणता येईल.

सोनई पेठेचे शेटे वतन

सोनई गावाच्या पेठेचे शेटे वतन या कुटुंबाला होते. 'शेटे' ही तशी पदवी. शेटे म्हणजे 'पेठेचे वतनदार' होय. पेठा या मोठ्या गावांतच होत्या. त्यांचे नियमन करण्याची जबाबदारी शेटेंकडे असायची. पेठांचे वतनदार असणाऱ्या शेटे यांना पाटील, देशमुख यांच्यासारखा त्याकाळात मोठा मान होता. उत्तर भारतात 'सेठ' आणि दक्षिणेत 'शेट्टी' त्याप्रमाणे महाराष्ट्रात 'शेटे'. तसे शेटेंचे सोनई हे गाव पेशवाईच्या काळात शिंदे यांच्याकडे असणारे एक महत्त्वाचे गाव होते. महादजी शिंदे यांची मुलगी बाळाबाई हिचा विवाह लाडोजी शितोळे-देशमुख यांच्याशी झाला, तेव्हा तिला चोळी-बांगडी दाखल काही गावे शिंदे यांनी दिली होती. त्यात

'सोनई', 'राजुरी', 'ममदापूर', 'पुणतांबा', 'मालुंजे', 'अंदरसुल', 'लाडगाव' ही गावे होती. यातील पहिली पाच गावे नगर जिल्ह्यात (त्यातील त्यात उत्तर नगर जिल्ह्यात) आहेत, 'सोनई' त्यांपैकी एक. त्यामुळे इथली पेठ ही शिंदे यांनी शेटेंकडे सोपवली असे दिसते.

आता शेटे हे मूळ सोनईचेच की शेटे वतन मिळाल्यावर येथे आले ते समजत नाही. शेटे ही पदवी असल्याने मूळ आडनाव दुसरे असणार. शेटेमंडळी राजस्थानच्या भाटांच्या सांगण्यानुसार आपले मूळ आडनाव 'पवार' सांगतात. तशी शेटे आडनावाची मंडळी सोनई परिसरात बहुसंख्येने आहेत. मग ती यांची भावकी किंवा कसे, हेदेखील समजत नाही.

सोनई पेठेच्या इनामाच्या सनदा शेटेंकडे होत्या आणि आहेत. पेठेबरोबरच खालच्या सोनईची पाटिलकी आणि शेजारच्या कांगुणी गावची पाटिलकी शेटेंना असल्याचे घराण्यातील मंडळी सांगतात. आज गावात जिल्हा परिषद (पूर्वीच्या लोकल बोर्ड) शाळेचे मैदान, पोलीस-लाईन यांच्यासाठी जमिनी शेटे यांनी दिल्या होत्या. सोनईतील प्रसिद्ध बालाजी मंदिराच्या चैत्र महिन्याच्या उत्सवात नारळ अर्पण करण्याचा मान या शेटे घराण्याकडे चालत आला आहे.

अमेरिकेतील एक वंशशाखा

सध्या सरदार कृष्णाजी आणि बाणाजी शेटे यांच्या दोघांच्या वंशातील सातवी-आठवी पिढी आहे. हल्ली काही मंडळी शेती करणारी असून काही जण गावात तर काही गावाच्या पूर्वेला असणाऱ्या हनुमानवाडीत आपल्या वस्त्यांवर राहतात. शेटेंचे नातेसंबंध हे येथून जवळच असणाऱ्या कात्रड इथले सरदार खेसे, खडांबा येथील सरदार ताकटे अशा काही मराठा सरदार घराण्यांशी असलेले दिसून येतात. शेटे घराण्याच्या बाबतीत एक विशेष गोष्ट म्हणजे शिकून-सवरून त्यांची अनेक मंडळी गावाबाहेर पडली. हल्लीच्या पिढीसोबत मागच्या दोन पिढ्यांत या घराण्यातील मंडळी बऱ्यापैकी शिक्षण घेऊन नोकरी केल्याची उदाहरणे दिसतात.

बाणाजी शेटे यांच्या वंशातील एका कुटुंबाविषयी येथे सांगायला पाहिजे. किसनराव तात्याजीराव शेटे (मृत्यू १९७६) यांचे हे कुटुंब. पोलिसखात्यात असणाऱ्या किसनरावांचे कुटुंब १९५०च्या दशकातच गावाबाहेर पडले. आधी नाशिक, नंतर मुंबई असा त्यांचा प्रवास झाला. नंतर त्यांची पाचही मुले १९७०च्या

दशकात अमेरिकेत पूर्णपणे स्थायिक झाली. मोठे भाऊसाहेब यांनी मेकॅनिकल, इलेक्ट्रिकल इंजिनिअरिंगची पदवी आणि सिव्हिल इंजिनिअरींगमध्ये पदव्युत्तर शिक्षण घेतले होते. अमेरिकेत न्युक्लिअर उद्योगात त्यांनी काम केले. दुसरे श्यामसुंदर हे न्युक्लिअर इंजिनिअरिंगमध्ये पदव्युत्तर शिक्षण घेऊन न्युक्लिअर उद्योगात कार्यरत होते. तिसऱ्या लता या मुंबईच्या ग्रँट मेडिकल कॉलेजमधून एमबीबीएस झाल्या. अमेरिकेत नेफ्रोलॉजीमध्ये एमडी करून त्या अमेरिकेतच वैद्यकीय क्षेत्रात कार्यरत होत्या. चौथे प्रकाश यांनी केमिकल इंजिनिअरिंगमध्ये पदव्युत्तर शिक्षण घेऊन एका मार्केटिंग कंपनीत काम केले. तर पाचवे सतिश यांनी इंडस्ट्रियल इंजिनिअरिंगमध्ये पदव्युत्तर शिक्षण घेऊन ते त्याच क्षेत्रातील एका कंपनीत कार्यरत होते.

सर्व जण अमेरिकेत वेगवेगळ्या ठिकाणी विखुरले गेले. कोणी कॅलिफोर्नियात, कोणी शिकागोत, तर कोणी अटलांटात वगैरे. त्यांची पुढची पिढीही वेगवेगळ्या क्षेत्रांत कार्यरत आहे.

गावाकडे आता या मंडळींचा संपर्क तुटल्यातच जमा आहे. किसनराव यांच्या पत्नी चंद्रभागाबाई यांनी गावाकडची आपली काही जमीन मुळा शिक्षण संस्थेला दिली. या संस्थेच्या एका महाविद्यालयातील सभागृहाला किसनरावांचे नाव देण्यात आले आहे.

सोनई गावातील अज्ञात समाधी

असे हे शेटे घराणे. काळाच्या ओघात सोनईतच नव्हे तर मराठ्यांच्या इतिहासात कृष्णाजी आणि बाणाजींची नावे पुसट झाली आहेत. गावात मंदिरं, वेस, बारवा, वाडे हा ऐतिहासिक खजिना आहे. गावात एक सुंदर 'बारव' आपल्याला पाहायला मिळते. ती कोणी बांधली ते माहीत नाही. तेथे जवळच एक समाधी आहे. चार फूट असा उंच घडीव दगडांचा चौथरा असणाऱ्या या समाधीवर बाजूने दगडी कमळे कोरलेली आहेत. त्यामुळे तीही कुणातरी मोठ्या व्यक्तीची होती असे दिसते. लग्नकार्यासारख्या विशेष

प्रसंगी येथे दर्शन घ्यायला जायचा, नैवेद्य ठेवण्याचा शेटेमंडळींचा प्रघात आहे. त्यामुळे ही समाधी कृष्णाजी किंवा बाणाजींची असण्याचा एक तर्क आहे. एकंदर शेटे घराण्यावर अधिक संशोधन होणे गरजेचे आहे, असेच दिसते.

अमेरिकेत असणाऱ्या शेटे घराण्यातील प्रकाश शेटे यांच्याकडे आपली वंशावळ लक्षात ठेवण्याचे एक सूत्र होते. 'पीकेटीकेएमआरबी'. आपल्या आधीच्या प्रत्येक पुरुषाच्या नावांची आद्याक्षरे वापरून ते बनवले होते. त्यानुसार प्रकाश, किसन, तात्याजी, खंडेराव, मल्हारराव, राणोजी, बाणाजी अशी सहा पुरुषांची नावे त्यांना पाठ आहेत. आपल्या प्रत्येकाने आपले पूर्वज लक्षात ठेवण्यासाठी असेच वेगवेगळे फंडे वापरले तर ...

संदर्भ:

१) मराठी रियासत (खंड ८) : गो. स. सरदेसाई

२) ऐतिहासिक लेखसंग्रह (खंड १०,१२,१४) : संपादन वासुदेवशास्त्री खरे

३) Poona Residency Correspondence (Vol. 2, 6) : Edit. Jadunath Sirkar and G S Sardesai

४) Clunes Itinerary

•••

चोरमुंगे यांचा वाडा

देवास 'ज्युनिअर'चे सरदार चोरमुंगे सात्रळकर

उत्तर नगर जिल्ह्यातील सरदार घराणी प्रामुख्याने निजामशाही, मोगल, छत्रपती, पेशवे, गायकवाड, शिंदे, होळकर यांच्या पदरी असल्याचे आपल्याला दिसते. सात्रळकर चोरमुंगे यांचे घराणे मात्र काहीसे भिन्न म्हणता येईल. ते यामुळे की ते पवारांच्या पदरी होते. मध्य प्रदेशातील पवारांच्या देवास (धाकटी पाती अथवा ज्युनिअर) संस्थानचे सरदार असणारे हे घराणे. आज चोरमुंगे घराण्याची एक शाखा देवास येथे, तर एक सात्रळ येथे आहे. काहीसे आगळेवेगळे आडनाव असणाऱ्या या घराण्याचा वाडा अजूनही प्रवरेकाठी उभा आहे.

'सात्रळ' गाव प्रवरा नदीच्या दक्षिण काठावर राहुरी तालुक्यात आहे. ज्येष्ठ स्वातंत्र्यसैनिक व साम्यवादी नेते पी. बी. कडू यांचे हे गाव. खरे तर प्रवरेच्या येथील काठाला 'हनुमंतगाव', 'पाथरे', 'सोनगाव', 'सात्रळ' आणि 'धानोरे' या पाच गावांनी अलीकडून-पलीकडून विळखा घातला असून याला खऱ्या अर्थाने 'पंचक्रोशी' म्हणता येईल. यातील 'सात्रळ' तसे मोठे गाव.

चोरमुंगे घराण्याचा वाडा प्रवरेच्या ऐन दक्षिण काठावरच आहे. वाड्यासमोर साठ-सत्तर फुटांवर नदीचे पात्र असेल. म्हणजे वाड्याचे दार उघडले, की प्रवरामाईचे दर्शन! वाड्याच्या अगदी समोरच नदीला दगडी घाट आहे. घाटाच्या डाव्या हाताला दत्त मंदिर, तर उजव्या हाताला स्मशानभूमी आहे. दोन्हीही नंतरच्या काळातील असावे.

वाड्याचे प्रवेशद्वार उत्तराभिमुख, प्रवराभिमुख आहे. आठ फुटांचे असेल. बाजूच्या भिंतींचे बांधकाम खाली दगडी, तर वर चपट्या विटांचे आहे. वाड्याच्या चहूबाजूंनी ही भिंत तशी अद्याप शाबूत आहे. नंतरच्या काळात वाड्याला समोरच्या बाजूने रंग दिलेला दिसतो. प्रवेशद्वारावरील गणेशपट्टी आकर्षक आहे. त्यात मध्यभागी दोन मोरांच्या मधे गणपती आहे, तर बाजूला सुंदर नक्षी आहे. दारावर तीन दगडी कोरीव फुले आहेत. विशेष म्हणजे तीनही फुले एकसारखी नाहीत. बाजूच्या विटांच्या भिंतींतही दोन्ही बाजूंना दोन-दोन फुले कोरलेली आहेत.

वाडा जवळ-जवळ वीस गुंठ्यात आहे. सध्या हा वाडा पडला असून त्यात कोणीही राहत नाही. सर्व मंडळी वस्त्यांवर घरे बांधून राहायला गेली आहेत. वाडा सुमारे दोन शतके ओलांडलेला आहे खरा, मात्र नंतरच्या काळात वाड्यात बऱ्याच नव्या खोल्या काढून बांधकाम केले आहे. त्यामुळे जुने रूप हरवले आहे. वाडा

तीन चौकी आहे. वाड्यात गेले की समोर दिसतो तो पहिला चौक. तो ओलांडला की पुढे समांतर असे दोन छोटे चौक दिसतात. मधील भिंतीने ते विभागलेले आहेत. जुने खांब, तुळ्या काहीच दिसत नाही. पहिल्या चौकात उजव्या आणि डाव्या बाजूला ओसऱ्या होत्या. उजव्या कोपऱ्यात धान्य साठवण्यासाठी कोठाराची व्यवस्था होती, तर डाव्या बाजूकडील ओसरीला 'घोड्याची ओसरी' म्हणत असत. येथे घोडे बांधत होते असे सांगितले जाते. मागच्या चौकाला जोडणारे माजघर येथेच होते. त्याच्याजवळ देवघरही होते.

मागच्या प्रत्येकी दोन्हीही चौकांत आड आहेत. डाव्या बाजूच्या चौकात स्वयंपाकघर, जातेघर आणि न्हाणीघर होते, तर उजव्या बाजूच्या चौकात राहण्याच्या खोल्या असाव्यात. गच्चीवर जाण्यासाठी जिना होता. दोन्हीही चौकांतून मागच्या बाजूने बाहेर जायला दरवाजे होते. वाकून जावे लागेल इतके ते छोटे होते. डाव्या बाजूच्या चौकातून दक्षिणेकडे, तर उजव्या बाजूच्या चौकातून पश्चिमेकडे. वाड्याच्या पश्चिम-दक्षिण कोपऱ्यात शहागिरबाबांचे पिराचे ठाणे आहे. वाड्याला वर मजला नव्हता. तळघर मात्र होते. सागवानी खांब आणि तुळ्या सध्या नाहीत. वाड्यातील एक नक्षीदार स्तंभशीर्ष एका चोरमुंगेंच्या बंगल्यात आपल्याला पाहायला मिळते. असा हा चोरमुंगे यांचा वाडा.

गावात चोरमुंगेंनी बांधलेले खंडोबाचे जुने देऊळ आहे. ते या घराण्याच्या खासगी मालकीचे आहे. देवळाचा गाभारा जुना आहे. बाजूचे बांधकाम नंतर झाल्याचे दिसते. खंडोबाच्या मूर्तीचा तांदळा प्रवरा नदीत सापडल्याचे सांगितले जाते. मंदिरातील मूर्तीही अलीकडे बदलली आहे. बाजूला सप्तशृंगी आणि तुळजाभवानी देवीच्या मूर्ती नंतर बसवण्यात आल्या. गाभाऱ्याच्या प्रवेशद्वाराच्या दोन्ही बाजूंना चोरमुंगे घराण्यातील दोन पुरुषांचे पुतळे कमानदार देवळ्या करून लावलेले आहेत. यशवंतराव चोरमुंगे यांची दोन मुले भगीरथराव आणि रामराव यांचे ते पुतळे. दोघे गेल्या शतकातील थोराड,

खंडोबा मंदिरातील मूर्ती

नावाजलेल्या आसामी; परंतु दुर्दैवाने दोघांचाही वंश पुढे वाढला नाही. त्यांच्या उर्वरित चार भावांचा वंश सध्या गावात आहे. मंदिरासमोर दोन जुन्या समाध्या पाहायला मिळतात. त्या या घराण्यातील पुरुषांच्या असल्याचे समजते. मंदिराकडून वाड्याकडे जाण्याच्या मार्गावरही एक समाधी आहे, तिला 'सतीची समाधी' म्हणतात. ती नेमकी कोणाची, हे निश्चित सांगता येत नाही.

म्हणून चोरमुंगे आडनाव

चोरमुंगे आडनाव फार दुर्मीळ आणि गमतीशीर आहे. त्याच्यामागे सांगितली जाणारी दंतकथाही रंजक असून या घराण्याच्या ऐतिहासिक कामगिरीचीच साक्ष देणारी आहे. कोणता तरी किल्ला जिंकताना या घराण्याचे पूर्वज चोरवाटेने अलगद मुंगीसारखे किल्ल्यावर गेले आणि किल्ला जिंकला, असे म्हणतात. तेव्हापासून त्यांचे 'चोरमुंगे' आडनाव पडले. मूळ आडनाव काय असावे, हे माहीत नाही. या घराण्याचे मूळ हे सातारा जिल्ह्यातील 'चंदनवंदन' किल्याच्या परिसरात असल्याचे राजस्थानचे भाट सांगतात.

चोरमुंगे घराण्यातील मूळ पुरुषाबाबत माहिती कळत नाही. राजस्थान येथील भाटांकडील वंशावळीत माधवराव, रेणकुजी, सनकुजी, मेणकोजी, शहाजी अशी त्यांच्या पूर्वजांची नावे दिसतात. पानिपतात (की दुसऱ्या कोणत्या लढाईत?) या घराण्यातील दोन पुरुष कामी आले. एकाला काहीच अपत्य नव्हते, तर दुसऱ्याला एक मुलगा होता. त्या मुलाचा वंश वाढला तो हल्ली नांदत असल्याची केवळ ऐकीव माहिती त्यांच्याकडे आहे. 'सात्रळ'च्या वाड्याच्या बांधकामाबाबत एक आख्यायिका सांगितली जाते. ती अशी, चोरमुंगे यांची एक मुलगी ही नागपूरला (भोसल्यांना?) दिलेली होती. तिला आपल्या माहेरी आल्यावर तिचा हत्ती अंबारीसकट आत येईल, नदीचे वाड्यातून दर्शन होईल, असा भव्य वाडा हवा होता. तेव्हा हा वाडा बांधण्यात आला.

इतकीच काय ती ऐकीव माहिती. त्यामुळे चोरमुंगे घराण्याने इतिहासात काय कामगिरी केली, ते नक्की केव्हा लौकिकात आले, मूळ पुरुष कोण, देवासला पवारांच्या पदरी ते कधी गेले वगैरे प्रश्नांची ठोस उत्तरे सध्या तरी नाहीत.

‘देवास’ धाकट्या पातीचे सरदार

चोरमुंगे घराणे मध्य प्रदेशातील देवासच्या पवार (धाकटी पाती) यांच्या पदरी होते. (कोपरगावचे पाटील देवास ज्युनिअरचे पवार सरकार यामध्ये पवारांचा संक्षिप्त इतिहास सांगितला आहे.) चोरमुंगे यांचे एक कुटुंब अद्याप देवास येथे आहे. ते आडनाव साताळकर (सातालकर) असे लावतात. अर्थात ‘सात्रळकर’चा तो अपभ्रंश आहे. देवास ज्युनिअरचे ते सरदार, मानकरी. तिकडे ते कधी गेले हे माहीत नाही. चोरमुंगेंकडे एक मोडी सनदपत्र आहे. देवास ज्युनिअरचे शेवटचे राजे यशवंतराव उर्फ भाऊसाहेब पवार यांनी दिलेले आहे. त्यानुसार या घराण्याला आनंदराव महाराज पवार (शासनकाळ १८१७-१८४०) यांच्या काळात देवास जवळचे ‘लसुरडिया छत्रधार’ हे गाव इनाम दिले गेले. पुढे काही काळाने त्याच्या वहिवाटीत अडचण आल्याने त्याच्याऐवजी त्यांना नगदी स्वरूपात नेमणूक देण्यात येऊ लागली. पुढे ती बंद करून ‘बैरागड’ हे नवे गाव देण्यात आले होते.

खरे तर ‘देवास’, ‘धार’, ‘बडोदा’, ‘ग्वाल्हेर’, ‘नागपूर’ याठिकाणी अनेक सरदार, मानकरी मराठा घराणी असत. तेथे सरदारांचे दोन वर्ग होते. पहिला म्हणजे, त्या शासकांच्या पदरी शून्यातून तयार झालेली घराणी आणि दुसरा म्हणजे, आधीच सरदार किंवा देशमुख असणारी आणि मानद सरदारकी देऊन पदरी बाळगलेली. दुसऱ्या प्रकारात मोडणारी अशी अनेक घराणी पश्चिम महाराष्ट्रातून वर उल्लेख केलेल्या शासकांच्या पदरी अथवा संस्थानांत गेल्याची उदाहरणे आहेत. देवास ज्युनिअर यांच्या पदरी साताळकर यांच्या बरोबरीने घारगे, मोहिते, बांदल, पवार, ढमढेरे ही सरदार मानकरी घराणी दिसतात, ती पवारांच्या पदरी जाण्यापूर्वीच महाराष्ट्रातील प्रभावी घराणी होती. चोरमुंगे अथवा साताळकर घराणेही तेथे जाण्यापूर्वी तालेवार, लौकिक असलेले घराणे असावे का, असा एक प्रश्न पडतो.

एक सरदार, एक वतनदार

आज सात्रळ गावात असणारे चोरमुंगेंचे घराणे देवासहून इकडे आपल्या सात्रळच्या वतनावर आले, तर त्यांचे एक कुटुंब तेथेच सरदार - मानकरी म्हणून राहिले. 'तेथे संस्थानात लढाया बंद झाल्या होत्या आणि दरबारी कामकाजाशिवाय अधिक काम नव्हते. मग आमच्या घराण्यातील पुरुषाने त्यावेळी आपल्या मोठ्या भावाला सांगितले की, 'मी महाराष्ट्रात गावी आपल्या वतनावर जातो, सरदारकी तुम्ही सांभाळा!' आणि तो इकडे आला, त्याचे आम्ही वंशज!,' असे या घराण्यातील विलासराव चोरमुंगे सांगतात. अंदाजे सहा पिढ्यांपासून तरी ते सात्रळ गावात आहेत. देवासशी, तेथील आपल्या भावकीशी त्यांचा काही काळ संपर्क होता. मात्र काळानुसार तो कमीकमी होत गेला.

चोरमुंगेंना सात्रळची पाटिलकी होती. त्यांचा एकेकाळी गावात मोठा दरारा होता. चोरमुंगे घराण्यातील गेल्या शतकात होऊन गेलेल्या 'भगीरथराव' यांचे नाव येथे अजूनही घेतले जाते. पंचक्रोशीत त्यांचे नाव होते. अडल्या-नडलेल्या ते मदत करत. कोणी ना कोणी त्यांच्याकडे नेहमी भांडण मिटवायला आलेले असायचे. त्यांचा वाडा हा सामान्यांना आपला वाटायचा. भाऊबीज किंवा रक्षाबंधनाला तर गावाच्या इतक्या माता-भगिनी त्यांना ओवाळायला येत, की खणांची थप्पी वाड्यात लागलेली असायची. भगीरथराव हे स्वभावाने शांत आणि सत्वशील वृत्तीचे असल्याचे जुने लोक सांगतात.

चोरमुंगे मंडळी सध्या शेती करतात. काही नोकरी आणि व्यवसायातही आहेत. गावाच्या उत्तरेला प्रवरा नदी आणि दक्षिणेला प्रवरेचा उजवा कालवा असल्याने त्यांच्या शेती बागायती आहेत. त्यांचे जुने नातेसंबंध सरदार आणि देशमुख घराण्यांशी असल्याचे दिसते. या घराण्यातील बापूजी चोरमुंगे यांच्या पत्नी या उत्तर मराठेशाहीतील प्रसिद्ध सरदार त्रिंबकजी डेंगळे यांच्या थेट वंशातील (त्रिंबकजींचे नातू दादासाहेब यांची नात!) होत्या.

असे हे चोरमुंगे घराणे. वाडा, नातेसंबंध, मोठेपण, ऐकीव माहिती, कागदपत्रे वगैरे बघता चोरमुंगेंचे घराणे सरदार आहे खरे; पण त्यांचा संदर्भ इतिहास मात्र शोधायला हवा. आगामी काळात तो समोर यायला हवा!

•••

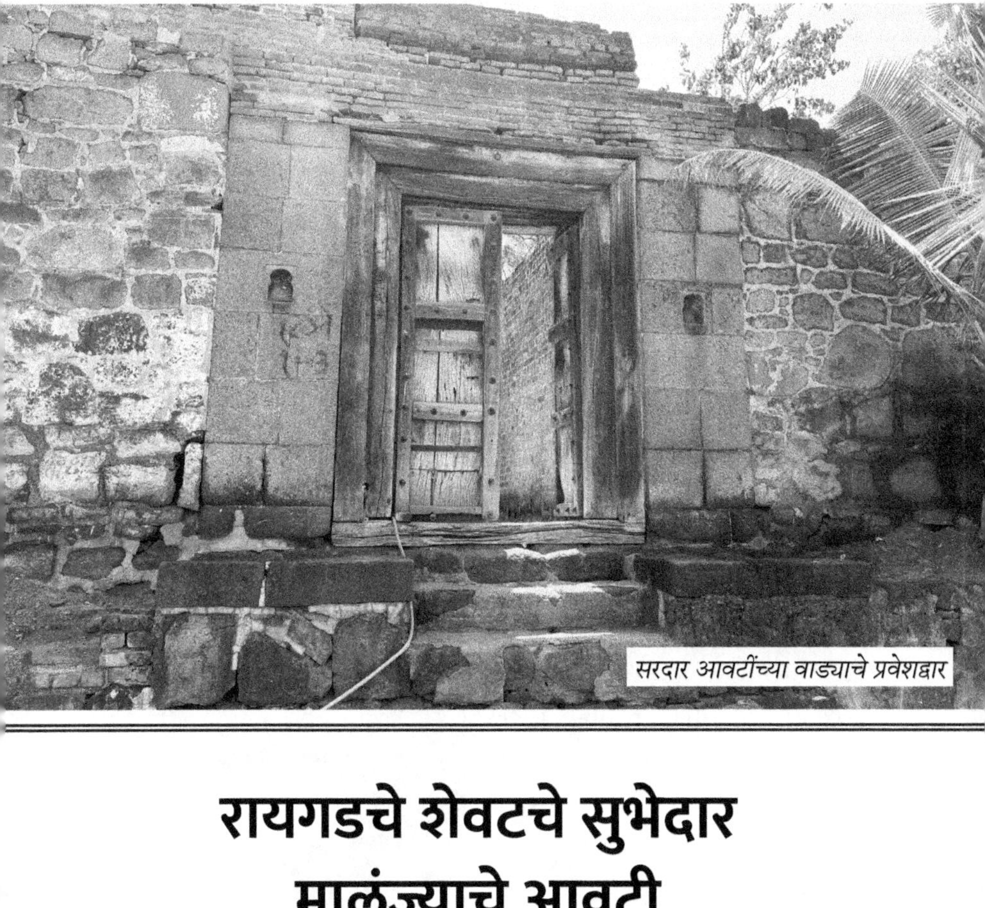
सरदार आवटींच्या वाड्याचे प्रवेशद्वार

रायगडचे शेवटचे सुभेदार मालुंज्याचे आवटी

श्रीरामपूर तालुक्यातील 'मालुंजा बुद्रुक' गावात आवटी घराण्याचे वाडे आहेत. या घराण्यातील काही मंडळी कर्तृत्वाने उत्तर पेशवाईत मोठमोठ्या पदांवर पोहोचली होती. नारोबा आवटी हे त्यातील एक प्रसिद्ध व्यक्तिमत्त्व. ते शेवटचे पेशवे दुसरे बाजीराव यांचे सरदार आणि रायगड किल्ला हे मुख्यालय असणाऱ्या 'रायगड सुभ्या'चे सुभेदार होते. १८१८मध्ये झालेल्या इंग्रज-मराठा युद्धात त्यांनी रायगड झुंजवत ठेवण्याचा शेवटपर्यंत प्रयत्न केला होता. मराठेशाही संपून इंग्रजांचे राज्य आले. इंग्रजकाळाच्या ऐन सुरुवातीला एका प्रकरणामुळे नारोबा प्रसिद्धीच्या झोतात आले होते. इतके की लंडनला त्यांच्या नावाची चर्चा त्या वेळी झाली होती.

'मालुंजा बुद्रक' गाव श्रीरामपूर तालुक्यात, प्रवरा नदीच्या काठी आहे. गाव कोणत्या ही महामार्गालगत नाही. श्रीरामपूर शहरापासून ते सतरा किलोमीटर आहे. प्रवरा नदीच्या उत्तरेला 'मालुंजा बुद्रुक' आणि दक्षिणेला 'मालुंजा खुर्द' अशी दोन गावे आहेत. श्रीरामपूरहून बेलापूर, पढेगावमार्गे रस्त्याने मालुंज्याला जाता येते. गावात शिरले की नदीकडे जाणाऱ्या वाटेने पुढे गेल्यावर डावीकडे दोन बुरूज दिसतात. जणू काही कोणती गढी गावात असावी की काय असे वाटते. मग पुढे गावाची वेस आपल्याला दिसते. वेशीतून आत गेले, की लगेच डाव्या हाताला एक विठ्ठल मंदिर आणि काही अंतरावर दोन वाडे एकमेकांकडे तोंड करून उभे असलेले आपल्याला दिसतात. तेथे जायला मोठे प्रवेशद्वार होते. आता ते नाही. विठ्ठल मंदिर सध्या जीर्णोद्धार होऊन नव्या धाटणीचे झाले आहे. पूर्वी नक्षीदार सागवानी खांब असलेले हे मंदिर केवळ छायाचित्रात बघूनच कल्पना करता येण्यासारखे आहे.

वाड्याचे पूर्व प्रवेशद्वार

दोन वाड्यांपैकी विठ्ठल मंदिराला लागून असलेल्या छोट्या वाड्याला 'गंजीचा वाडा' म्हणतात. वेशीच्या बाजूला दिसणारे दोन बुरूज ही त्याचीच मागची बाजू आहे, तर या वाड्याच्या समोर

दुसऱ्या गंजीच्या वाड्याचे प्रवेशद्वार

आहे तो 'मोठा वाडा'. दोन्ही वाड्यांची दारे समोरासमोर आहेत. ती अगदी साधी आहेत. त्यांच्यावर नक्षीकाम वगैरे नाही; पण त्या दोन्हींमध्ये दिंडी दरवाजे आहेत. बाजूला दिवे ठेवायला साधे कोनाडे आहेत. वाड्यांच्या भिंती तशा ओबडधोबड दगडांच्या आणि वर चपट्या विटांच्या आहेत.

मोठ्या वाड्याला अजून एक प्रवेशद्वार आहे. ते दुसऱ्या विरुद्ध बाजूला म्हणजे पूर्व बाजूला आहे. बहुधा हेच पूर्वाभिमुख दार मुख्य असल्याचे दिसते. वाड्याच्या या दरवाजासमोर पायऱ्या आहेत. त्या चढून वर जाता येते. आत गेल्यावर मात्र आतील मूळ रचना पूर्णपणे बदलून गेल्याचे दिसते. डाव्या हातालाच तटबंदीवर जाण्यासाठी पायऱ्या आहेत. चौकाच्या जागी नव्या खोल्या आता आपल्याला दिसतात. वाड्याच्या भिंतींलगतही बाजूने खोल्या काढल्या आहेत. बहुतांशी ठिकाणी आता भाडेकरू राहतात.

दुसरा गंजीचा वाडा. त्याच्यातील काही भागात पूर्वी गवताच्या गंजी ठेवल्या जात असाव्यात. त्याच्या दारातून सरळ गेले, की समोरच एक बंद खोली

वाड्यातील के. जे. सोमय्या यांचे जन्मस्थळ असणारी खोली

आपल्याला पाहायला मिळते. तिच्या दाराजवळच 'पद्मभूषण करमसीभाई जेठाभाई सोमैया यांचे जन्मस्थळ' अशी पाटी पाहायला मिळते. खोली आतून अगदी साधीसुधी असून तिचे मूळ रूप अजूनही तसेच ठेवलेले आहे. आतमध्ये करमसीभाईंचा त्यांच्या पत्नी साखरबेन यांच्यासोबतचा फोटो लावलेला आहे.

के. जे. सोमैया यांचे जन्मस्थळ

प्रसिद्ध उद्योगपती करमसीभाई जेठाभाई उर्फ के. जे. सोमैया यांचा जन्म या वाड्यातील. वाड्यातील ही खोली पूर्वी आवटींनी सोमैया कुटुंबाला भाड्याने दिली होती.

येथेच १६ मे १९०२ रोजी करमसीभाईंचा जन्म झाला. करमसीभाई यांचे घराणे तसे मूळ गुजरातमधील कच्छचे. त्यांचे आजोबा ठाकरसीभाई हे कामानिमित्त गावाबाहेर पडले. आधी मुंबई आणि नंतर मालुंजा येथे आले. आवटींच्या वाड्यात खोली भाड्याने घेऊन ते राहू लागले आणि येथेच स्थिरावले.

शेती, गुरेढोरे, किराणा दुकान आणि नंतर साखरेचा व्यापार असा या कुटुंबाचा प्रवास झाला. ठाकरसीभाईंचे पुत्र जेठाभाई आणि जेठाभाईंचे पुत्र म्हणजे करमसीभाई. नगर जिल्ह्यातील साखरवाडी आणि लक्ष्मीवाडी साखर कारखान्यांची निर्मिती, मुंबईत शिक्षणसंस्थांचे जाळे, समाजसेवा असे फार मोठे उल्लेखनीय कार्य करमसीभाईंचे राहिले आहे. भारत सरकारने 'पद्मभूषण' देऊन त्यांचा गौरव केला. अजूनही त्यांचे आवटी वाड्यातील हे जन्मस्थान व्यवस्थित सांभाळले जात आहे. कान्हेगाव (साखरवाडी) साखर कारखान्याचे लोक अधूनमधून येऊन खोलीची व्यवस्था पाहत असतात.

बाजूलाच एका ठिकाणी आवटींचे कुटुंब राहते. तेथील एक चौक पडक्या अवस्थेत आहे. बाजूला नंतर काढलेल्या काही खोल्या आहेत. सागवानी पेटी, पाळणा अशा काही गोष्टी आपल्याला त्यांच्याकडे पाहायला मिळतात. हे एक कुटुंब सोडता इतर मंडळी आता शहरांत स्थलांतरित झाली आहेत.

आवटी पेशवाईत कसे ?

आवटी घराणे हे देशस्थ यजुर्वेदी ब्राह्मण. 'आवटी' ही तशी पदवी आहे. मोगलकाळात आवटकी वसूल करणाऱ्या अधिकाऱ्याला आवटी म्हणत. 'आवटकी' किंवा 'औटकी' म्हणजे 'साडेतिसरा' हिस्सा होय. 'आवटी' शब्दाचा एक अर्थ 'सोनारकाम' असासुद्धा होतो. अनेक जण आवटींचे मूळ आडनाव 'रत्नपारखी' होते असेही म्हणतात. त्यामुळे बहुधा पूर्वी कधी तरी त्यांचा सराफीचा वगैरे व्यवसाय असावा असे दिसते. हे घराणे आपल्या कर्तृत्वाने अठराव्या शतकाच्या शेवटच्या काळात पेशवाईत आले.

ते नेमके कसे आले, त्याच्याविषयी एक दंतकथा किंवा आख्यायिका प्रसिद्ध आहे. ती अशी, एकदा रघुनाथराव पेशवे कोपरगावाला असताना त्यांना महादेवाच्या पूजेसाठी बेलाची आवश्यकता होती. बेलाचे झाड हे नदीच्या पलीकडे होते. नदीला पूर आलेला होता. पेशव्यांना पूजेची मोठी पंचाईत झाली. त्या वेळी आवटी तेथे होते. साहसाने ते नदी पोहून पलीकडे गेले आणि पेशव्यांना बेल आणून दिला. पेशवे खूश झाले. आवटींना सेवेत घेतले गेले. पुढे कोकणातील महाड प्रांताचा वसूल बराच काळ थकला होता. पेशव्यांनी हे काम आवटींकडे सोपवले. आवटींनी तेथील उत्तम व्यवस्था लावून बाकी वसूल केली. अशी ही आख्यायिका.

काही ठिकाणी या आख्यायिकेत थोडा बदल आहे. काहींच्या मते पेशव्यांकरता देवपूजेला नदीपलीकडून फूल आणायचे होते, तर काहींच्या मते गणपतीसाठी दुर्वा आणायच्या होत्या. काही जण पेशव्यांजवळचे शिवलिंग नदीत पडले आणि ते आवटींनी मिळवून दिले असेही सांगतात. ही आख्यायिका नारोबा आवटी यांच्याबाबतीत सांगितली जाते.

या घराण्यातील पेशवाईत आलेले प्रथम नारोबाच, अशीच समजूत आहे; पण ती चुकीची आहे. नारोपंतांच्या आधीच या घराण्यातील मंडळी पेशवाईत होती. १८०३ ते १८०६ या काळातील आवटी मंडळींचे काही उल्लेख आपल्याला सापडतात. त्यानुसार नारोबांचे चुलते विठ्ठलपंत आणि त्र्यंबकपंत आवटी हे पूर्वी रायगडाचा कारभार पाहत होते. शिवाय गोविंदपंत बाबा आवटी यांचाही उल्लेख आहे. गोविंदपंत म्हणजे नारोबांचे वडील. म्हणजे नारोबांचे वडील आणि चुलते विठ्ठलपंत आणि त्र्यंबकपंत हे आधीपासून पेशव्यांच्या सेवेत होते. (आवटी घराण्याने उपलब्ध करून दिलेल्या वंशावळीत ही सर्व नावे चपखल बसतात.)

एके ठिकाणी तर चक्क 'श्रीमंत गोविंदपंत बाबा आवटी', 'श्रीमंत विठ्ठलपंत नाना आवटी सुभेदार' असे या घराण्यातील मंडळींचे उल्लेख आढळतात. 'श्रीमंत' ही उपाधी आवटींच्या नावापुढे लावली असल्याने या घराण्याला रायगड भागात किती मान होता, हे अधोरेखित होते. ते रायगड-महाड भागात सक्रिय असल्याचा, कोकणातील तळागड किल्ल्यावर गुढीपाडवा आणि दसऱ्याच्या दिवशी भगवा ध्वज आवटी सुभेदारांनी लावल्याचा उल्लेखही आहे.

याचा अर्थ आवटी घराणे नारोबांच्या पूर्वीच पेशवाईत होते. मग मालुंजा भागात प्रसिद्ध असणारी, ही आख्यायिका नारोपंतांचे वडील, चुलते अथवा आजोबांच्या बाबतीत असली पाहिजे.

नारोबा आवटी हे आवटी घराण्यातील सर्वांत नावाजलेले पुरुष होते यात शंका नाही. त्यांची कारकीर्द शेवटचे पेशवे दुसऱ्या बाजीराव पेशव्यांच्या काळातील (१७९६-१८१८) आहे. १८०० आणि त्यानंतर नारोबा आवटी आपल्याला पेशवाईत सक्रिय दिसतात. नावाचा उल्लेख कधी 'नारोपंत', 'नारोबा', तर कधी 'नारो गोविंद' असा केलेला आढळतो. तर नावापुढे 'मामलेदार तालुके रायगड' किंवा 'सुभेदार रायगड' असा उल्लेख येतो. रायगड परिसरातील मामलत त्यांच्याकडे होती आणि शेवटपर्यंत राहिली. त्यामुळे नारोबांची राजकीय कारकीर्द रायगड किल्ल्याच्या संदर्भानेच अभ्यासावी लागेल.

रायगडची सुभेदारी

रायगड म्हणजे एके काळची मराठ्यांची राजधानी. छत्रपती शिवाजी महाराजांचा राज्याभिषेक झाला तो किल्ले रायगडावर! रायगडाचे ठिकाण, मजबुती आणि दुर्भेद्यपण महाराजांनी ओळखले होते. नंतर छत्रपती संभाजी महाराजांना कैद केल्यावर रायगड मोगलांकडे होता. पुढे बराच काळ तो मोगलांकडे होता. पेशव्यांच्या काळात तो मराठ्यांकडे आला. या काळात तेथे पुरेशी शिबंदी ठेवली जायची. राजकीय कैद्यांना ठेवण्यासाठी रायगडाचा वापर व्हायचा. त्यावेळी 'रायगड' हा सुभा (अथवा तालुका) होता आणि त्याचे कामकाज रायगड किल्ल्यावरून चालायचे. आसपासच्या बऱ्याच मुलखांचा कारभार रायगडाच्या

अखत्यारित होता. तो पाहण्यासाठी सुभेदार किंवा मामलेदार हा प्रशासकीय अधिकारी नेमलेला असे. तो महाडला किंवा किल्ल्यावर असे.

पेशवाईत अनेक महत्त्वाच्या व्यक्तींकडे ही जबाबदारी दिलेली दिसते. रायगडकडील ही जबाबदारी १८००च्या सुमारास आवटी कुटुंबीय अथवा नारोपंत आवटींकडे होती. आणि पेशवाईच्या शेवटपर्यंत म्हणजे १८१८पर्यंत ती त्यांच्याकडेच होती. याशिवाय त्यांच्याकडे 'सिंहगडाची'देखील जबाबदारी होती. (१८०१मध्ये सिंहगड किल्ल्याची सुभेदारी नारोपंत आवटी यांच्याकडून काढून गोविंदराव परांजपे यांना दिली, असा उल्लेख आढळतो.)

नारोपंत आवटींना रायगडाच्या मामलतीबद्दल त्यावेळी वार्षिक पगार होता ३४०० रुपये. शिवाय 'आबदागिरीचा' मानदेखील होता. त्याचबरोबर तीन 'शागीर्द' त्यांच्या सेवेला होते. त्यांना १६५ रुपये वार्षिक पगार होता. शिवाय नारोपंतांच्या हाताखाली दिवाण होता. 'त्रिंबक आत्याजी' असे त्याचे नाव. त्यामुळे नारोबा हे एका उच्चपदावर होते, असे दिसते.

नारोबांनी या काळात एक महत्त्वाची जबाबदारी पार पाडली. ती म्हणजे, १८०२मध्ये आपत्कालीन परिस्थितीत रायगड किल्ल्याचे रक्षण केले. १८०२मध्ये जेव्हा यशवंतराव होळकरांनी पुण्यावर हल्ला केला, तेव्हा पेशवे महाडला पळाले. होळकरांची फौज कोकणात दाखल झाली. त्यांनी रायगड घेण्याचाही प्रयत्न केला. यावेळी गडावर नारोबा आवटी आणि गोपाळराव कुंजीर होते. सवाई माधवराव पेशवे यांच्या पत्नी यशोदाबाई यादेखील रायगडावर होत्या. अशा परिस्थितीत आवटींनी तेथे चांगला बंदोबस्त ठेवला होता. आसपासच्या जनतेला त्यांनी धीर दिला. किल्ल्यावर रसद पुरवण्याचे आवाहन केले. बदल्यात वसुलीत सूट देण्याचे जाहीर केले. आवटींच्या प्रयत्नांना यश मिळाले. रायगडावर होळकरांचा शिरकाव झाला नाही. नंतर दुसऱ्या बाजीराव पेशव्यांनी इंग्रजांकडे मदत मागितली. वसईचा तह झाला. इंग्रजांकडे पेशव्यांचे दूत म्हणून त्यांचे पत्र घेऊन नारोपंत आवटी महाडहून गेले होते. त्यामुळे नारोबा पेशव्यांच्या चांगलेच निकटवर्तीय असल्याचे दिसते.

नारोपंतांचा पुण्यातही वाडा होता. महत्त्वाच्या प्रसंगी ते पुण्यात असल्याचे दिसते. १८०७ मधील पुण्यातील रमणा उत्सव, १८०९ मध्ये पेशव्यांसह पंढरपूर यात्रा अशा काही प्रसंगांत नारोपंत दिसतात.

रायगड इंग्रजांकडे

दुसऱ्या बाजीराव पेशव्यांनी शेवटशेवट दुर्भेद्य 'रायगड' किल्ल्याचे महत्त्व ओळखले. साधारण १८११ नंतर पेशव्यांनी आणि त्यांचे सल्लागार त्रिंबकजी डेंगळे यांनी इंग्रजांविरूद्ध गुप्त हालचाली सुरू केल्या. त्याचा एक भाग म्हणून किल्ले मजबूत करून तेथे पुष्कळ शिबंदी ठेवण्यास सुरुवात केली. रायगडाकडे लक्ष देण्यास त्यांनी सुरुवात केली. पेशव्यांचे जडजवाहीर, रत्नशाला रायगडावर नेण्यात आल्या. पेशव्यांनी सुरक्षेचे सक्त आदेश नारोपंतांना दिले. हळूहळू रायगडावर पैसा येऊ लागला. शिबंदी वाढू लागली. आसपासच्या भागात सैन्यभरती सुरू झाली. रायगडावर एक हजार अरब शिपायांची फौज त्यावेळी कायम असायची. भविष्यात इंग्रजांशी लढाई झाल्यावर रायगड जोमाने लढवायचा, असेच पेशव्यांचे धोरण त्या वेळी होते, असे दिसते.

१८१७मध्ये पेशवे आणि इंग्रजांतील संबंध ताणले गेले आणि लढाईचे वातावरण निर्माण झाले. पेशव्यांनी १२ जून १८१७ला शनिवारवाड्यातील देव आणि आपल्या पत्नी वाराणसीबाईंना रायगडावर रवाना केले. काही काळातच युद्धाला सुरुवात झाली (तिसरे आंग्ल-मराठा युद्ध). 'खडकी', 'येरवडा', 'कोरेगाव', 'आष्टी' या ठिकाणी महत्त्वाच्या लढाया झाल्या. दुसरीकडे इंग्रज कोकणातील किल्ले घेण्याचा प्रयत्न करू लागले.

इंग्रजांनी आपले लक्ष 'रायगड'कडे वळवले. लेफ्टनंट कर्नल प्रॉथर रायगडाच्या दिशेने रवाना झाला. त्याला मदतीला मेजर हॉल आणि अतिरिक्त पलटणी आल्या. 'रायगड'जवळच्या पोटल्याच्या डोंगरावरून प्रॉथरने रायगडावर तोफांचा जोरदार मारा सुरू केला. रायगड उद्ध्वस्त होऊ लागला. नारोबा आणि मंडळी जोरदार प्रयत्न करत होती; पण त्यांना यश येते नव्हते. इंग्रजांचा एक तोफगोळा तर पेशव्यांच्या पत्नी वाराणसीबाईंच्या महालाशेजारी येऊन पडला होता. शेवटी मराठ्यांनी नाइलाजाने शरणागती पत्करली. दरम्यानच्या काळात रायगड मात्र बेचिराख झाला होता.

१० मे १८१८ला येथे तह झाला. वाराणसीबाई, नारोपंत यांच्यासह बरीच मंडळी किल्ल्यावर होती. सर्वांना पुण्याला रवाना करण्याची व्यवस्था करण्यात आली. मराठ्यांची ही एकेकाळची राजधानी असणारा 'रायगड' किल्ला इंग्रजांच्या ताब्यात आला.

पेशवाई संपल्यानंतर इंग्रजांचे राज्य आले. नारोबांची राजकीय कारकीर्दही संपली. नारोबा त्यानंतर पुढे तीन वर्षे हयात होते. १८२१ला त्यांचे निधन झाले.

नारोबांना भोवलेले प्रकरण

नारोबांना त्यांच्या आयुष्याच्या शेवटच्या तीन वर्षांत एका कठीण परिस्थितीला तोंड द्यावे लागले. एका प्रकरणामुळे नारोबा हे नाव पुण्यात आणि त्याबाहेर त्यावेळी प्रसिद्ध झाले. १८१८मध्ये पेशवाई संपून इंग्रजांचे राज्य आले. नारोबा आपल्या कुटुंबासह पुण्यातील आपल्या वाड्यात राहू लागले. १७ जुलै १८१८ला अचानक त्यांच्या घरी इंग्रज अधिकाऱ्यांनी धाड टाकली. त्यांच्याकडील सोन्याच्या मोहरांनी भरलेल्या अठ्ठावीस पिशव्या जप्त करण्यात आल्या. त्यावेळी नव्यानेच पुण्याचा कलेक्टर झालेला रॉबर्ट्सन याने ती धाड टाकली होती. त्याच्या म्हणण्यानुसार रायगड जेव्हा इंग्रजांनी घेतला, तेव्हा पेशव्यांच्या सर्व मंडळींना आपली खासगी संपत्ती आणि सामान घ्यायला परवानगी देण्यात आली आणि सगळ्यांची पुण्याकडे रवानगी केली गेली. त्यावेळी नारोपंतांनी स्वतःसोबत नेलेली बरीच संपत्ती त्यांची वैयक्तिक नसून सरकारी मालकीची होती, तिच्यावर नारोबांचा हक्क नव्हता.

नारोपंतांना कैदेत ठेवण्यात आले. तसेच त्यांचा कारकून धोंडो बल्लाळ यालाही इंग्रजांनी ताब्यात घेतले. नारोपंतांचे म्हणणे शेवटपर्यंत 'ती संपत्ती पेशवे सरकारची नव्हती, माझी स्वतःची होती,' असेच होते. रॉबर्ट्सन त्यांना बळजबरी गुन्हा कबूल करायला भाग पाडत होता. शेवटी पाच पिशव्या घेऊन त्याने त्यांना सोडले. तीन महिने नारोबा कारावासात होते.

नारोबा शांत बसले नाहीत. त्यांनी मुंबईच्या इंग्रज गव्हर्नरकडे दाद मागितली. नारोबांचे आपली जप्त झालेली संपत्ती मिळवण्याचे प्रयत्न सुरू होते. अशातच १८२१मध्ये नारोपंतांचे निधन झाले. मध्यंतरी त्यांनी अमीरचंद बद्रीचंद यांना आपले एक्झिक्युटर म्हणजे संपत्ती प्रबंधक म्हणून नेमले होते. त्यांनी मुंबई कोर्टात खटला दाखल केला. 'अमीरचंद बद्रीचंद विरुद्ध माउंट स्टुअर्ट एल्फिन्स्टन, हेन्री डंड्स रॉबर्ट्सन आणि इस्ट इंडिया कंपनी' असे हे प्रसिद्ध प्रकरण. मुंबई कोर्टाने १८२७मध्ये चक्क अमीरचंद बद्रीचंद यांच्या म्हणजेच नारोबांच्या बाजूने निकाल दिला. नारोपंत हे मागच्या सरकारमध्ये उच्चपदस्थ अधिकारी असल्याने त्यांच्याकडे इतकी संपत्ती

असू शकते, असे म्हणून ती संपत्ती नारोबांची होती, असे कोर्टाने सांगितले. जप्त केलेली सर्व संपत्ती व्याजासकट नारोबांच्या कुटुंबीयांना देण्याचे कोर्टाने सांगितले.

१७,४५,२९० रुपये एवढी ती रक्कम होती आणि व्याज धरून १७,६१,५९४ इतकी त्यावेळी झाली होती. रॉबर्ट्सनसह मुंबईचा तेव्हाचा गव्हर्नर एल्फिन्स्टन या दोघांची ही एका अर्थी हार होती. त्यांनी पुढे वरच्या कोर्टातदेखील निकालाविरुद्ध अपील केले होते. १८३२ मध्ये एकदा लंडनमधील 'हाऊस ऑफ कॉमन्स' मध्येदेखील या विषयाची चर्चा झाली होती. आता ही संपत्ती खरोखर मिळाली होती की नाही, माहीत नाही. असे हे नारोबांचे प्रसिद्ध प्रकरण.

सुशिक्षित आवटी कुटुंबीय

आवटी कुटुंब त्यानंतर पुणे सोडून आपल्या मूळ वतनाकडे म्हणजे मालुंज्यात स्थिरावले. पुण्यात त्यांचा असणारा वाडा फडतरे चौकात होता, असे म्हणतात. सध्याची त्यांची सहावी-सातवी पिढी आहे. आवटींचा वाडा गावात आहे. तो कधी बांधण्यात आला, हे माहीत नाही. मालुंज्याशेजारच्या 'लाख' या गावी त्यांना इनाम जमिनी होत्या. वाड्याच्या बाजूचे विठ्ठल मंदिर आवटींच्या खासगी मालकीचे असून देवस्थानच्या नावे बऱ्याच जमिनी गावात आहेत. आवटींच्या मध्य प्रदेशातील विलासपूर येथे स्थायिक झालेल्या कुटुंबाने काही वर्षांपूर्वी विठ्ठल मंदिराचा जीर्णोद्धार केला.

विठ्ठल मंदिरातील मूर्ती
(सौजन्य: सतीश आवटी)

विठ्ठल मंदिराचा जुना सभामंडप
(सौजन्य: सतीश आवटी)

आवटींचे जे दोन वाडे गावात आहेत (मोठा वाडा आणि त्याला लागूनच असलेला गंजीचा वाडा), ते नारोपंतांच्या वंशजांचे आहेत. याशिवाय आवटींचे अजूनही दोन-

तीन वाडे गावात होते. बाकीचे वाडे नारोपंतांचे चुलते विठ्ठलपंत आणि त्र्यंबकपंत आवटी यांचे असावेत. आवटी कुटुंबातील बरीच मंडळी काळाच्या ओघात गावाबाहेर पडून नोकरी, शिक्षणाच्या निमित्ताने इतर ठिकाणी स्थिरस्थावर झाली आहेत. वेगवेगळ्या क्षेत्रांत ती उच्चपदावर कार्यरत आहेत.

मालुंज्याच्या आवटी घराण्यांपैकी एक महत्त्वाचे नाव म्हणजे 'व्हॉईस ॲडमिरल मनोहर प्रल्हाद आवटी (१९२७-२०१८)'. भारतीय नौदलातील एक महत्त्वाचे व्यक्तिमत्त्व. मनोहररावांचे कुटुंब बरेच आधी शिकून गावाबाहेर पडले होते. नौदलात असणाऱ्या मनोहररावांनी १९७१च्या भारत-पाक युद्धात महत्त्वाची भूमिका बजावली होती. पाकिस्तानच्या नौकांना टक्कर देणाऱ्या आय. एन. एस. कमोर्टाचे ते कॅप्टन होते. त्यांना या कामगिरीबद्दल वीरचक्र देण्यात आले. भारतीय नौदलात, तसेच संरक्षण क्षेत्रात अनेक महत्त्वाची पदे त्यांनी भूषवली.

देशाचा सागरी इतिहास लिहिला जावा, अशी त्यांची मनापासून इच्छा होती. यासाठी 'मेरीटाइम हिस्टरी सोसायटी ऑफ इंडिया'ची त्यांनी स्थापना केली. संपूर्ण भारतीय बनावटीच्या जहाजातून 'जगप्रदक्षिणा मोहिमा' हा आणखी एक त्यांच्या मार्गदर्शनाखाली राबवला जाणारा उपक्रम. आवटी हे पर्यावरणप्रेमी होते. निवृत्तीनंतर ते फलटणजवळच्या विंचुर्णी गावी निसर्गाच्या सान्निध्यात राहू लागले. तेथेच त्यांचे निधन झाले.

मालुंज्यात आवटींचे एक कुटुंब सोडता आता गावात कोणी उरले नाही. काळाच्या ओघात सर्व मंडळी गावाबाहेर पडली. जवळचे श्रीरामपूर शहर ते परदेशातील शहरे, अशा ठिकाणी ते स्थायिक झाले आहेत. आजवर तरी बाहेर गेलेल्या काही कुटुंबांचा संपर्क गावाशी आहे. मात्र भविष्यातील पिढीचा तो किती राहील, हा प्रश्नच आहे!

संदर्भ :

१) मराठी रियासत (खंड ८) : गो. स. सरदेसाई

२) रायगडची जीवनकथा : शां. वि. आवळसकर

३) त्रैमासिक भा. इ. सं. मं. (अंक १९५६-५७, ऐतिहासिक संकीर्ण साहित्य खंड १०)

४) ऐतिहासिक लेखसंग्रह (भाग १५) : संपादन वासुदेवशास्त्री खरे

५) आमचा नगर जिल्हा : हरी गणेश पारखे

६) पद्मभूषण करमसी जेठाभाई सोमैया जीवनगाथा : राजा मंगळवेढेकर

७) Reports of the cases argued and determined before the privy council 1829-1831 (Report)

•••

शेवटच्या पेशव्यांचे सरदार अन्याबा राहातेकर

एखाद्या कर्तृत्ववान सरदार घराण्याचा थेट वंश नसेल, तर त्याचे नामोनिशाण वर्तमानात राहत नाही. वाडा अडगळीत पडतो आणि त्या सरदाराचे नावही. याचे एक उदाहरण म्हणजे 'राहाता' गावचे शेवटच्या पेशव्यांचे सरदार अन्याबा राहातेकर होय. राहात्याच्या कुलकर्णी घराण्यात जन्मलेला हा सामान्य तरुण कर्तृत्वाने मराठेशाहीच्या शेवटच्या काळात उच्चपदावर जाऊन पोहोचला. अनेक प्रांतांचा सुभेदार, तसेच पेशव्यांचा एक निकटवर्तीय बनला. मोठ्या जोमाने एक किल्ला शेवटपर्यंत लढवत त्यांनी शेवटच्या इंग्रज-मराठा युद्धात आपला सहभाग नोंदवला; परंतु आज राहाता गावात आणि मराठ्यांच्या इतिहासात त्यांचे नावही लुप्त होत आहे. गावकऱ्यांनाच आपल्या गावात दोन शतकांपूर्वी होऊन गेलेल्या या थोर पुरुषाचे नाव माहीत नाही, अशी परिस्थिती आहे. अन्याबांचा वाडा राहाता येथे असून तोही शेवटच्या घटका मोजत आहे.

'राहाता' हे नगर जिल्ह्यातील तालुक्याचे ठिकाण. नगर-मनमाड राष्ट्रीय महामार्गालगत हे शहर आहे. राहात्याची एक महत्त्वाची ओळख म्हणजे येथील पेरूचे उत्पादन होय. गाव तसे पेठेचे. राहाता तसे आधीपासून मोठे गाव होते. 'कसबे राहाते' असा त्याचा उल्लेख पेशवाईत येतो. तसा राहाता हा तालुका म्हणून फार नंतर अस्तित्वात आला. याच तालुक्यात सध्या शिर्डी, लोणी-प्रवरानगर, कोल्हार, गणेशनगर, पुणतांबा ही मोठी गावे आहेत.

गोदावरीला मिळणाऱ्या 'कात' नदीकाठी हे गाव वसले आहे. असे म्हणतात की फार पूर्वी येथे वस्ती नव्हती. बाहेरून लोक येथे आले आणि 'राहाते' झाले (राहायला लागले), म्हणून गावाचे नाव 'राहाता' पडले. त्यात मोठे प्रमाण कासार समाजाच्या लोकांचे होते. त्यामुळे राहात्याला 'कासारवाडी'सुद्धा म्हणत असत.

राहात्यात महामार्गालगत वीरभद्र देवाचे मोठे मंदिर आहे. त्याच्या समोरच महामार्गापलीकडे गावाची जुनी वेस होती. सध्या ती नाही, मात्र आत जायला रस्ता आहे. हल्ली महामार्गालगत गाव कसेही वाढले असले, तरी येथून आत खरे राहात्याचे गावठाण होते. आत सरळ गेल्यावर एक मोठी मैदानवजा मोकळी जागा दिसते. (येथे पूर्वी एक गढी होती.) त्या जागेच्या डाव्या बाजूच्या वाटेने गेले, की पुढे दत्त मंदिर, राम मंदिर, मुरलीधर मंदिर यांच्यासह जुने वाडे आपल्याला दिसू लागतात. राम मंदिराच्या बाजूलाच सरदार अन्याबा राहातेकर यांचा वाडा आहे.

वाडा पडक्या अवस्थेत आहे. त्याला कोणी वाली नाही. वाड्याला दगडी तटबंदी होती, जिचे थोडेफार अवशेष आपल्याला दिसतील. साधारण पंधरा-सोळा गुंठ्यांत वाडा असावा. वाड्याचा पूर्व बाजूचाच दर्शनी भाग टिकून आहे. तेथे प्रवेशद्वार आणि बाजूची दगडी भिंत एवढेच शाबूत आहे. या दारावर गणेशपट्टी आहे. बाजूला कोनाडे आणि वर तीन नक्षीदार कोरीव कमळे आहेत. तसा दोन चौकाचा हा वाडा. आत गेल्यावर पुढचा चौक कसाबसा आपल्याला पाहता येतो. दाराच्याच डाव्या बाजूने भिंतीलगत वर जाण्यासाठी जिना आहे. चौकातील दगडी जोती येथून दिसतात. जोत्यांतून तळघरात जाण्यासाठीचे मार्ग आहेत. त्याच्या आत उतरत्या पायऱ्या असून खाली मोठे तळघर आहे. मागे दुसरा चौक असून तो पडला आहे. बाजूच्या दगडी भिंतीत कोनाडे तेवढे दिसतात. बाकी आत काट्याकुट्या सोडता दुसरे काही नाही. असा हा सरदार अन्याबा राहातेकर यांचा वाडा.

पेशवेकालीन गोपाळकृष्ण

'राहाता' आणि 'अन्याबा' यांच्याशी संबंधित आणखी एक महत्त्वाची वास्तू येथे आहे. ती म्हणजे 'मुरलीधर मंदिर' किंवा 'गोपाळकृष्ण मंदिर'. मराठाशैलीतील मंदिराचा तो एक उत्तम नमुना म्हणता येईल. अन्याबांच्या वाड्याच्या समोरच बाजूला हे मंदिर आहे. मंदिराला पूर्वी चहूबाजूंनी दगड-विटांची तटबंदी होती. पूर्वेकडे मोठे प्रवेशद्वार होते आणि मागच्या बाजूलाही छोटे दार होते. आता ते अस्तित्वात नाही. तसेच बाजूला सुंदर उतरत्या पायऱ्यांची बारव होती. अलीकडे ती बुजवली गेली आहे. बारवेच्या बाजूला हाळ होता. राहाटाच्या साहाय्याने बारवेतून वर हाळात पाणी आणले जात असे.

मुरलीधर/गोपाळकृष्ण मंदिर

मंदिरात प्रवेश करताच सभामंडपाचे सागवानी स्तंभ अजूनही टिकून असल्याचे आपल्याला दिसते. सभामंडपात आता वर पत्रा टाकला असून खाली फरशी बसवली आहे. स्तंभांमध्ये

मंदिराचे जुने छायाचित्र (सौजन्य: लोकेश नीलखे)

सुंदर महिरपी कमानी आणि त्यांच्या बाजूला असणारी केळफुले मात्र शाबूत आहेत. पूर्वी मंदिराच्या चहूबाजूंनी ओवऱ्या होत्या. सध्या त्या नाहीत. गाभाऱ्यात श्रीकृष्ण आणि राधामाई यांच्या चकाकत्या संगमरवरी मूर्त्या आहेत. मंदिराकडे पूर्वीपासून विविध प्रकारचे अलंकार, भांडी, वस्त्रे, आबदागिरी, चवऱ्या, पालखी अशा अनेक गोष्टी होत्या.

मंदिराची मालकी निलखे कुटुंबाकडे आहे. मंदिरासाठी राहाता गावात आणि 'खैरी निमगाव' (ता. श्रीरामपूर), 'धोत्रे' (ता. कोपरगाव) या गावांत इनामी जमिनी होत्या, ज्या अजूनही आहेत. अन्याबांची सून कृष्णाबाई यांनी हे मंदिर वंशपरंपरा आम्हाला करून दिले, असे निलखे सांगतात. येथून जवळच एका ठिकाणी दोन-अडीच एकर जमीन या देवालयाची असून तिला दगडी कुंपण आहे. याला 'कृष्णाच्या फुलांचा वाडा' असे म्हणतात. यावरून देवाच्या पूजेअर्चेसाठी लागणाऱ्या फुलांची बाग पूर्वी येथे केलेली असावी, असे दिसते. मंदिराजवळील बारवेजवळच्या हाळातून या बागेपर्यंत खापरी कौलाच्या नलिकांनी पाणी आणण्याची सोय होती. असे हे राहात्याचे उत्तरपेशवाईतील एक सुंदर मंदिर आणि त्याची तत्कालीन व्यवस्था.

मूळ गावचे कुलकर्णी

'अन्याबा' हे राहाता गावाच्या कुलकर्णी घराण्यातील असून देशस्थ यजुर्वेदी ब्राह्मण होते. खरे म्हणजे अन्याबा राहातेकर यांचे मूळ नाव वेगळे आहे. त्यांचे

नाव होते, परशुराम खंडेराव कुलकर्णी. 'अन्याबा' हे त्यांचे टोपणनाव. राहातेकर हे गावावरून पडले. आणि तसे पाहता कुलकर्णी ही पदवी आहे. अन्याबांचे घराणे गावचे कुलकर्णी, मात्र त्यावेळी कुलकर्णी आडनाव लावत नसत. मग मूळ राहाता गावचे म्हणून पेशवाईत ते 'राहातेकर' नावाने ओळखले जाऊ लागले. राहातेकर हे काही त्यांचे आडनाव नाही. अन्याबा यांचा मूळ वंश सध्या नाही. मात्र भावकीचा वंश राहात्यात आहे. सर्व मंडळींचे आडनाव कुलकर्णी असून गोत्र 'मौनस' आहे.

अन्याबा पेशवाईत नेमके कधी आले, याचे वर्ष निश्चित सांगता येत नाही. एका पत्रात पेशवाईतील काही मुत्सद्दी मंडळी आणि त्यांना सेवेत साधारण किती वर्षे झाली, याची नोंद आढळते. हे पत्र १८०६मधील आहे. त्यात परशुराम खंडेराव यांच्यापुढे सोळा वर्षे लिहिले आहे. म्हणजे १७९०पासून ते पेशवाईत असल्याचे अंदाजे म्हणता येईल. अन्याबांचा राजकीय कार्यकाळ हा शेवटचे पेशवे दुसरे बाजीराव यांच्या कारकिर्दीतीलच, म्हणजे १७९६ ते १८१८ या दरम्यानचा होय.

शागीर्द ते सरदार

अन्याबा सुरुवातीला पेशव्यांचे 'शागीर्द' अथवा 'शाग्रीत' होते. शागीर्द म्हणजे खासगी कामे करणारा नोकर. स्वतःच्या कर्तृत्वाने त्यांनी मोठे स्थान पेशवाईत निर्माण केले. सुरुवातीला त्यांनी काही छोटी-मोठी कामे केली. अन्याबांना पेशव्यांनी पहिली नेमणूक दिली, ती जुन्नर परिसर आणि तेथील हडसर किल्ल्यावर. हीच त्यांना दिलेली मोठी जबाबदारी होती. ते हडसरचे किल्लेदार, जुन्नरचे सुभेदार असल्याचे उल्लेख आहेत. त्यांच्या कार्यकाळात अगदी शेवटपर्यंत ही जबाबदारी त्यांच्याकडे होती.

त्यावेळी पेशवाईत त्यांनी काही महत्त्वाची कामे केल्याचे आपल्याला दिसते. त्यातील एक म्हणजे जुन्नर येथे असणाऱ्या दुसऱ्या बाजीराव पेशव्यांची पत्नी राधाबाई यांचे अन्याबा कारभारी म्हणून काम पाहत होते. दुसरे बाजीराव आणि राधाबाई यांचे लग्न झाले, त्यावेळी राधाबाई अजून वयात यायला वेळ होता. त्यामुळे पेशव्यांनी त्यांना जुन्नर येथे ठेवले होते. सोबत पेशव्यांच्या मावशी जिऊबाई चाफेकर होत्या. तेथील कारभार पेशव्यांनी अन्याबा राहातेकर यांना सोपवला होता. अन्याबा तेथील वर्तमान पुण्याला पेशव्यांना कळवत असत.

दुसरे म्हणजे, १८००मध्ये पेशव्यांचे कारभारी नाना फडणीस यांचे निधन झाले,

तेव्हा दुसरे बाजीराव पेशवे यांनी हळूहळू नाना फडणीसांच्या मर्जीतील (पूर्वी अनेक कारस्थानात सहभागी असणाऱ्या) मुत्सद्यांना दूर केले. त्यांना हडसर किल्ल्यात ठेवण्यात आले. त्यात नारोपंत चक्रदेव यांच्यासारखी महत्त्वाची मंडळी होती. हा किल्ला अन्याबांकडे असल्याने त्यांच्यावर ही अजून एक जबाबदारी येऊन पडली. अन्याबांना पेशव्यांनी १८००-०१च्या सुमारास पाठवलेल्या एका पत्रात त्यांनी त्या मंडळींची जेवणाची, आरोग्याची, हजामतीची योग्य व्यवस्था करण्यास अन्याबांना सांगितले होते.

१८०२मध्ये यशवंतराव होळकर यांनी पुण्यावर स्वारी केली. 'नगर' आणि 'नाशिक' भाग होळकरांच्या फौजेने लुटला. राज्यात आणीबाणीची परिस्थिती निर्माण झाली होती. होळकरांच्या फौजा हडसरवरील मुत्सद्यांची, तर मुक्तता करणार नाहीत ना, अशी शंका निर्माण झाली. हडसरचे किल्लेदार या नात्याने अन्याबा फौजफाटा घेऊन पुण्याहून हडसरकडे निघाले. वाटेत ते होळकरांच्या पठाणी फौजेच्या ताब्यात सापडले. अन्याबांची फौज लुटली गेली. अन्याबा जीव वाचवत कसेबसे एका रात्रीत पुण्याला रवाना झाले.

अन्याबांकडे हळूहळू पेशव्यांनी इतरही महत्त्वाच्या जबाबदाऱ्या दिल्या आणि अन्याबांचा दिवसेंदिवस उत्कर्ष होत गेला. त्यातील एक म्हणजे नगर किल्ल्याच्या किल्लेदार पदाची. नगरचा किल्ला दुसऱ्या इंग्रज-मराठा युद्धात शिंदे यांच्याकडून जिंकून इंग्रजांनी पेशव्यांना दिला. किल्ला पेशव्यांना १८०६मध्ये दिल्यावर अन्याबा यांची नगर किल्ल्याच्या किल्लेदारपदी नियुक्ती झाली होती.

दुसरे म्हणजे हे अन्याबा पुण्यातही सरकारची काही कामे करताना दिसून येतात. १८०८मध्ये शनिवारवाड्यात आग लागली, तेव्हा ही आग आटोक्यात आणण्यासाठी केलेले प्रयत्न व आगीमुळे झालेले नुकसान एका पत्रात त्यांनी पेशव्यांना कळवले होते. मुत्सद्दी असणारे अन्याबा हे तलवारबाजीतही कमी नव्हते.

१८०९-१०मध्ये महाराष्ट्रात मध्य भारतातील पेंढाऱ्यांच्या कारवाया वाढल्या, तेव्हा त्यांचे पारिपत्य करण्यासाठी अन्याबा राहातेकर व त्रिंबकजी डेंगळे फौज घेऊन पुण्याहून संगमनेरपर्यंत गेले होते.

१८०९-१० या वर्षात आणखी एक महत्त्वाची जबाबदारी अन्याबांवर येऊन पडली, ती म्हणजे कर्नाटक(सावनूर)च्या सुभेदारपदाची. याची माहिती पुण्याचा इंग्रज रेसिडेंट हेन्री रसेल्स कोलकत्याच्या गव्हर्नर जनरलला कळवली होती.

त्यात त्याने अन्याबांविषयी गव्हर्नर जनरलला माहिती दिली आहे. या नोंदी फार महत्त्वाच्या असून त्यातून आपल्यालाही अन्याबांची ओळख होऊ शकते.

१८१०च्या एका पत्रात रेसिडेंट म्हणतो, 'पेशव्यांनी अखेर अन्याबा राहातेकरांची सावनूरचा सुभेदार म्हणून नियुक्ती केली आहे. त्याने मला आश्वासन दिले आहे, की तो त्या प्रांतात शांतता आणि वर्चस्व प्रस्थापित करेल. आणि मागे तेथे जे उपद्रव अब्दुल्ला खान आणि त्याच्या साथीदारांनी केले होते, त्याला प्रतिबंध करण्यासाठी त्याच्या कार्यकाळात शक्य तितके जोमदार आणि प्रभावी उपाय योजेल.'

तो म्हणतो, 'आधीच अन्याबा हा वसई आणि जुन्नरचा सरसुभेदार आहे. पेशव्यांचा जवाहिरखाना आणि दफ्तरखान्याचीही जबाबदारी त्याच्याकडे आहे. तो पेशव्यांच्या पसंतीतील आहे. तो निःसंशयपणे पेशवे सरकारातील सर्वाधिक सक्षम आणि प्रतिष्ठित व्यक्तींपैकी एक आहे. सावनूरचे कामही तो जोमाने आणि यशस्वीपणे करील.'

दुसऱ्या एका पत्रात तो म्हणतो, 'अत्यंत आदरणीय आणि चांगले आचरण असणारी व्यक्ती, व्यवहारात चांगलाच पारंगत आहे. तो पेशव्यांकडे असणाऱ्या सर्वाधिक प्रांताचा सरसुभेदार आहे, असा प्रांत जेथून सर्वाधिक सैन्य उभारले जाऊ शकते.'

इंग्रजी पत्रांतील या नोंदी, अन्याबांकडे कोणत्या महत्त्वाच्या जबाबदाऱ्या होत्या, ते पेशव्यांच्या किती विश्वासातले होते, हे स्पष्ट करण्यासाठी महत्त्वाच्या आहेत. पेशव्यांकडे असणाऱ्या दोन-तीन प्रांताचे सुभेदार, पुण्यात सरकारी दफ्तरखाना आणि जवहिरखाना यांची जबाबदारी असणारे अन्याबा पेशव्यांच्या चांगलेच निकटवर्तीय असल्याचे यावरून दिसते.

अप्रसिद्ध हडसरची लढत

या काळात इंग्रजांचे पेशवाईत वर्चस्व दिवसेंदिवस वाढत चालले होते. इंग्रजांचा पेशवाईतील हस्तक्षेप कमी करण्याचे प्रयत्न पेशव्यांनी नंतर सुरू केले. या सगळ्यात

पेशव्यांच्या निकटवर्तीय झालेले सल्लागार त्रिंबकजी डेंगळे यांची भूमिका महत्त्वाची होती. १८११ पासून पेशव्यांच्या इंग्रजांविरुद्ध गुप्त खटपटी सुरू झाल्या. त्याचाच एक भाग म्हणून गडकिल्ल्यांवर विशेष लक्ष देणे सुरू झाले. इंग्रजांविरुद्ध भविष्यात लढाई झाली म्हणजे वेळेला किल्ल्यांचा आश्रय घेता येईल, या दृष्टीने किल्ल्यांवर पुरेशी शिबंदी ठेवायची योजना पेशव्यांनी आखली. अन्याबांनी हडसर किल्ल्यावर पुरेशी शिबंदी ठेवली.

१८१७-१८ मध्ये इंग्रज आणि मराठे यांच्यात ठिकठिकाणी लढाया झाल्या (तिसरे आंग्ल-मराठा युद्ध). अन्याबा यावेळी हडसर किल्ल्यावर पुरेसा ऐवज आणि रसदीचा बंदोबस्त करून होते. शेवटी इंग्रजांनी किल्ले घेणे सुरू केले. मेजर मॅकलोटच्या नेतृत्वाखाली फौज जुन्नरकडे रवाना झाली.

'हडसर' आणि 'चावंड' किल्ले अन्याबा जोमाने लढवत होते. पाच हजार फौज सोबत असणाऱ्या अन्याबांनी चावंड किल्ल्याच्या पायथ्याशी इंग्रज फौजेशी टक्कर दिली. येथे लढाई झाली. अन्याबांनी शर्थीचे प्रयत्न केले; परंतु त्यांना त्यात अपयश आले. अन्याबा इंग्रजांच्या हवाली झाले. त्यांना चांदवडच्या किल्ल्यात ठेवण्यात आले. पेशवाई संपुष्टात आली आणि अन्याबांच्याही राजकीय कारकिर्दीचा शेवट झाला. अन्याबा पुढे किती वर्षे हयात होते, त्यांचा मृत्यू कधी, कुठे आणि कसा झाला, याच्याविषयी तपशील उपलब्ध नाही.

पेन्शन पुरत नाही

४ ऑक्टोबर १८४३मध्ये अन्याबांच्या पत्नीने इंग्रजांना लिहिलेल्या कैफियतवजा पत्रातून काही विशेष माहिती मिळते. हे पत्र अन्याबांच्या पत्नी उमाबाई यांनी पुण्याहून लिहिले होते. त्यात अन्याबांना पेशवाईत असताना ठिकठिकाणच्या नेमणुकीबद्दल किती उत्पन्न मिळत होते, याची माहिती मिळते. 'पेशवाई संपल्यानंतर आमचे जहागिरीचे गावही सरकारने जप्त केले, अन्याबा हयात होते तोपर्यंत त्यांना चार हजार रुपये प्रतिवर्ष इतकी पेन्शन इंग्रज देत होते,' असे ती म्हणते.

अन्याबांच्या मृत्युपश्चात त्यांच्या दोन बायकांना जानकीबाई आणि उमाबाई (पत्र लिहिणाऱ्या) यांना प्रत्येकी दोनशे रुपये देण्यात येऊ लागले. या पत्रात त्या त्यांची सूनबाई म्हाळसाबाई यांचा उल्लेख करतात. 'आम्हाला ही रक्कम पुरत नाही आणि सूनबाईंनादेखील काहीच मिळाले नाही,' अशी व्यथा त्या इंग्रज

सरकारसमोर मांडतात.

गावाच्या (राहात्याच्या) कुलकर्णी वतनाबद्दल पंचवीस रुपये सोडले, तर आम्हाला दुसरा अर्थार्जनाचा मार्ग नाही, असेही त्या म्हणतात. पत्रात असलेल्या वयांच्या नोंदीनुसार पत्र लिहिणाऱ्या अन्याबांच्या पत्नी उमाबाई यांचा जन्म १८११चा. दुसऱ्या अन्याबांच्या थोरल्या पत्नी जानकीबाई यांचा जन्म १७९८ मधील, तर सूनबाई म्हाळसाबाई यांचा जन्म १८११ सालचा हे स्पष्ट होते.

अन्याबा राहातेकरांचा पुण्यात वाडा होता. एवढी मोठा व्यक्ती म्हणजे वाडा असणे स्वाभाविक आहे. बाईंनी पुण्यातून पत्र लिहिले म्हणजे त्या पुण्यात वाड्यातच राहात असाव्यात. इंग्रजकाळात १८४४चा अन्याबांच्या पुण्यातील वाड्यासंबंधी एक उल्लेख आहे. त्यावर्षी मुंबईच्या कोणी तरी शेषाद्री परळीकर या गृहस्थांचा इंग्रजांसोबत राहून धर्म भ्रष्ट झाला होता. त्यांना पुन्हा हिंदू धर्मात घ्यायचे, की नाही हा मोठा प्रश्न होता. या प्रकरणासंबंधी पुण्यातील ब्राह्मण मंडळींच्या बैठका होत असत. यांतील काही बैठका अन्याबा राहातेकर यांच्या वाड्यात झाल्या होत्या.

वंश खुंटला

अन्याबांच्या वारसदारांविषयी पाहिले, तर त्यांना खंडेराव नावाचा एक मुलगा होता; पण तो लवकरच वारला, अशी ऐकीव माहिती आहे. खंडेरावाला मूलबाळ नसल्याने अन्याबांचा वंश पुढे वाढला नाही, असे म्हणतात. अन्याबांचा मुलगा खरोखर लवकर वारला असावा. नाहीतर इंग्रजांना पाठवलेल्या कैफियतवजा पत्रात त्याचा उल्लेख आला असता (अन्याबांच्या सुनेचा म्हणजे म्हाळसाबाईंचा उल्लेख आहे) किंबहुना घरचा थोरला पुरुष असणाऱ्या त्यानेच अशा स्वरूपाचे पत्र उमाबाईंऐवजी इंग्रजांना लिहिले असते.

वाड्याजवळची अज्ञात समाधी

मूळ वंश नसल्यानेच अन्याबाच्या राहात्याच्या वाड्याची इतकी दुर्दशा झालेली असल्याचे दिसते. अन्याबांचे कुटुंब नंतर पुण्यात राहत होते, की राहात्यात हे

समजत नाही. 'फार पूर्वी एक बाईसाहेब वाड्यात एकट्याच राहात असत,' असे राहात्यातील ज्येष्ठ मंडळी सांगतात. इंग्रजांच्या काळात अन्याबांच्या या वाड्यात राहात्याचे पोस्ट ऑफिसदेखील होते. वाड्याची मागच्या काळात अनेकदा खरेदी-विक्री झाली. अनेक मालक वाड्याने आजवर पाहिले. अन्याबांचा मूळ वंश नाही, मात्र अन्याबांच्या भावकीच्या वंशातील कुलकर्णी मंडळी येथे आहेत. ती या वाड्याच्या आसपास राहायला असून त्यांचेही छोटे-मोठे वाडे येथे आहेत. अन्याबांच्या वाड्याला अगदी खेटून किंबहुना वाड्यातच एक रामाचे मंदिर आहे. त्यात एक समाधी आहे. ती समाधी अन्याबांची आहे, असे काही जण म्हणतात; पण तगड्या संदर्भाशिवाय या समाधीबद्दल ठामपणे सांगता येणार नाही.

भविष्यात अन्याबांचा वाडा आणि मुरलीधर मंदिर जतन व्हावला हवे. कर्तृत्वाने सरदारकी प्राप्त केलेल्या, इंग्रजांविरुद्ध लढलेल्या या थोर पुरुषाच्या स्मृती जतन व्हायला हव्यात.

संदर्भ :

१) काही अप्रसिद्ध ऐतिहासिक चरित्रे : य. न. केळकर

२) पेशवे दफ्तरातून निवडलेले कागद (खंड ४१)

३) ऐतिहासिक लेखसंग्रह (भाग १४, १५) : संपादन वासुदेवशास्त्री खरे

४) त्रैमासिक भा. इ. सं. मं. (अंक जानेवारी, एप्रिल, जुलै १९५०)

५) Poona Residency Correspondence (Vol.7,12) : Edit. Jadunath Sirkar and G S Sardesai

•••

'गॅझेटिअर'मधील बेलापूरच्या नाईक यांचा वाडा

प्रवरेकाठच्या बेलापूरमध्ये नाईक घराण्याचा सुंदर वाडा आहे. एकच मोठा वाटणारा हा वाडा म्हणजे प्रत्यक्षात दोन जुळे वाडे आहेत. नगर डिस्ट्रिक्ट गॅझेटिअरमध्ये 'नाईक या जुन्या मराठा घराण्याचे नयनरम्य वाडे,' असा त्याचा उल्लेख आहे; परंतु या नाईक घराण्याच्या इतिहास काय अद्याप समोर आलेला नाही.

'बेलापूर' म्हणजे प्रवरेकाठचे एक प्राचीन गाव. त्याचे जुने नाव 'बिल्वपूर'. बेलापूरच्या आवतीभोवती प्रवरेच्या काठी अनेक शिवमंदिरांनी विळखा घातला आहे. इंद्राने स्थापन केले असे मानले जाणारे जुने 'इंद्रबिल्वेश्वर' महादेव मंदिर गावात आहे. बेलापूरचे अजून एक विशेष म्हणजे येथील केशव-गोविंद मंदिर. महादेव आणि विष्णू दोघे येथे दोन स्तंभांच्या रूपात आहेत. ही मंदिरे म्हणजे जगातील एक आश्चर्य असल्याचे लोक सांगतात. त्याहून अधिक विशेष म्हणजे, एकसारखीच तीन सुंदर मंदिरे बेलापूर परिसरात आहेत. एक बेलापूर गावात, दुसरे बेलापूर वनात आणि तिसरे शेजारच्या उक्कलगावात.

'बेलापूर' हे मराठेशाहीत संगमनेर परगण्यातील एक तर्फ अथवा महाल होता. गावची पेठ तशी फार जुनी आहे. मराठाकाळात बेलापुरी चांदीचा रुपया प्रसिद्ध होता. बेलापूरच्या या पेठेची इंग्रजकाळातील एक महत्त्वाची ओळख म्हणजे 'गुळाचा व्यापार' होय. बेलापूर हा त्यावेळी नगर जिल्ह्यातील एक तालुका होता. विसाव्या शतकाच्या मध्यावधीपासून साखर कारखानदारीने येथील आसपासच्या भागाचा चेहरामोहरा बदलून टाकला. येथून जवळच काही अंतरावर असलेल्या हरेगाव येथे 'बेलापूर शुगर इंडस्ट्रीज अलाईड लिमिटेड' हा महाराष्ट्रातील पहिला साखर कारखाना सुरू झाला. त्याच्यालगत रेल्वे स्टेशनजवळ 'श्रीरामपूर' हे नव्याने वसले गेले. श्रीरामपूरची भरभराट झाली आणि बेलापूरचा तालुका मुख्यालयाचा मान श्रीरामपूरकडे आला. श्रीरामपूर रेल्वेस्टेशनचे नाव मात्र अजूनही 'बेलापूर रेल्वे स्टेशन' असेच आहे.

'बेलापूर' हे श्रीरामपूरच्या दक्षिणेला सहा किलोमीटर आहे. गावात प्रवेश केला की एक मोठा चौक दिसतो. तेथून दक्षिणेकडे (म्हणजेच नदीकडे) आत जाणारा गावाच्या पेठेचा रस्ता आहे. रस्त्यालगत दोन्ही बाजूंनी व्यावसायिकांच्या जुन्या पेढ्या आपल्याला दिसतील. यावरून बेलापूरच्या पेठेची श्रीमंती कळते. त्या रस्त्याने सरळ पुढे गेल्यावर डावीकडे वळल्यानंतर थोड्याच अंतरावर उजव्या

नाईकांचा वाडा

व्यास कुटुंबीयांचे घर

बाजूला नाईकांचा वाडा आपल्याला दिसतो. वाड्याला शेजारी-शेजारी दोन जुळे दरवाजे आहेत, अगदी एकसारखे. यावरून दोन भावांचे दोन भाग यात असावेत, असा अंदाज आपण मनाशी बांधतो.

नाईकांच्या वाड्यात शिरण्याअगोदर त्याच्या अगदी समोर म्हणजे रस्त्याच्या डाव्या बाजूला एक मागच्या शतकात बांधलेले घर आपले लक्ष वेधून घेते. घडीव दगडांचा ओटा, त्यावर नक्षीदार खांब असणारे हे घर बेलापूरच्या व्यास कुटुंबाचे आहे. 'स्वामी गोविंददेव गिरीजी' यांचे हे मूळ घर. स्वामीजी अयोध्येतील राममंदिर न्यासाचे कोषाध्यक्ष आहेत. देशभर त्यांची ख्याती आहे. स्वामीजींचा जन्म झाला आणि लहानपण गेले ते हेच ठिकाण. संन्यास घेतलेल्या माणसाने आपल्या मूळगावी कधीही यायचे नसते, असे धर्मशास्त्र सांगते. त्यामुळे स्वामीजींना आपल्या या गावी आणि घरी येता येत नाही. त्यांचे चुलतबंधू अजूनही येथे वास्तव्यास असून ज्योतिष सांगतात.

नाईकांच्या वाड्याची बाहेरची दगड-विटांची भिंत तशी चारही बाजूंनी शाबूत आहे. ती खाली दगड आणि वर लाल चपट्या विटांची आहे. वाड्याला समोरच्या बाजूने दोन दरवाजे आहेत. दोन्ही दारे एकसारखी असून त्यांची उंची सात फूट आहे. वरच्या खिडक्या मात्र लक्षवेधक आहेत. अशा दोन कमानदार खिडक्या प्रत्येकी दोन्ही दारांच्या वर काढलेल्या आहेत.

वाड्याचा उजवा आणि डावा भाग अशा भागात विभाजन असल्याचे दिसते. जणू ते दोन स्वतंत्र वाडे आहेत, असेही वाटते. उजव्या बाजूचा वाड्याचा भाग बंद असून तो पडलेला आहे. तेथील मंडळी गावातील वस्त्यांवर राहतात. तर डाव्या बाजूच्या भागात नाईकांची काही कुटुंबे राहत असल्याने तो भाग वापरात आहे. वाड्याच्या डाव्या भागात प्रवेश करताच काहीसे पुढे गेल्यावर आपल्याला चौक दिसतो. खरे तर मूळ चौकही वाड्याच्या दोन भागांत विभागला गेला आहे. त्यामुळे उजवीकडे भिंत आणि बाकी तिन्ही बाजूंनी जोते आपल्याला दिसतील. दक्षिणेकडच्या जोत्यावरची ओसरी सोडता इतर ठिकाणी खोल्या आहेत. जोत्यांवर कडेला असणारे सागवानी कठडे अजूनही आहेत. येथे नाईकांची बैठक असून आल्या-गेल्या पाहुण्यांचे आगत-स्वागत येथे केले जाते. वाड्याला वर एक मजलादेखील आहे. वरच्या मजल्यावर नंतरच्या काळात लावलेल्या लोखंडी रेलिंग्ज आपल्याला दिसतात.

वाड्याच्या आतील भाग

वाड्यात नंतरच्या काळात अनेक बदल केलेले आपल्याला दिसतील. बैठकीच्या दारातून आत गेल्यावर लगेच दोन्ही बाजूंनी वर जाण्यासाठी जिने आहेत. पुढे माजघर आहे. त्याच्या डावीकडच्या कोपऱ्यात देवघराची खोली आहे. बाजूला राहण्याच्या खोल्या आहेत. भिंतीत अनेक ठिकाणी काढलेली काळ्या सागाची कड्या असलेली कपाटे आपल्याला सगळीकडे दिसतात. पुढे गेले की मागचा चौक दिसतो. तोही दोन भागांत विभागला असल्याचे दिसते. मात्र मागच्या चौकातून बाहेर जाण्यासाठी जो दरवाजा आहे, तो मात्र मोठा असून वाड्याच्या डाव्या आणि उजव्या भागाच्या बरोबर मधोमध आहे. म्हणजेच दोन्ही भागांना समोरून दोन स्वतंत्र प्रवेशद्वारे असली, तरी मागचे दार मात्र दोघांना एकच आहे. असा हा नाईकांचा वाडा.

नाईक यांचे मूळ गाव

नाईक घराण्याचा इतिहास दुर्दैवाने अद्याप तरी समोर आलेला नाही. 'नाईक' ही तशी पदवी आहे. नाईकांचे मूळ आडनाव 'गायकवाड' आहे. नाईक-गायकवाड मंडळी 'नाईक' असे आडनाव लावतात. आडनावापुढे 'जहागीरदार' लावण्याचादेखील प्रघात आहे. बाकी हे घराणे कोणाच्या पदरी होते, मूळ पुरुष कोण, त्याने काय पराक्रम केला, अशी मूलभूत माहितीसुद्धा येथे कोणाला नाही. चार पिढ्यांपर्यंतची नावे सहसा माहिती आहेत. या घराण्यात पूर्वी देविकाबाई म्हणून एक बाई होत्या. ज्यांना इंग्रजकाळात पेंशन चालू होती, इतकीच काय ती माहिती मिळते. बेलापूरचे नाईक हे मूळ नगरजवळील शिंगवे-नाईक गावचे असल्याचे सांगतात. नाईक-गायकवाड घराण्याला काही गावे जहागीर अथवा वतने होती. ज्यातील एक बेलापूर असल्यामुळे एक शाखा येथे आली असे सांगितले जाते.

बेलापूरकर नाईकांची ही शाखा ज्या गावची आहे, ते शिंगवे-नाईक हे गाव नगरजवळ आहे. तेथील नाईक-गायकवाड घराण्यामुळेच या शिंगव्याला 'शिंगवे-नाईक' म्हणतात. नगर-मनमाड महामार्गावर प्रवास करताना हे गाव लागते. त्यामुळे ते बऱ्याच लोकांना सहसा माहीत असते. गावची भव्य वेस अगदी महामार्गाला खेटूनच आहे. त्यामुळे महामार्गावरून प्रवास करताना आपल्या नजरा या वेशीकडे गेल्याशिवाय राहत नाहीत. गावात नाईकांचा वाडा आणि काही मंदिरे आहेत. येथील नाईक घराण्यालाही त्यांचा नेमकेपणाने इतिहास माहीत नसल्याचे दिसते. शिंगवे गावसह आसपासच्या 'सुजलपूर', 'घानेगाव' आणि 'इस्मालपूरच्या' पाटिलकीचे वतन या घराण्याला असल्याचे सांगितले जाते. बेलापूर येथील नाईक-गायकवाड हे आमच्याच शाखेतील आहेत, असे येथील मंडळी सांगतात. श्रीगोंदा तालुक्यातील चांभुर्डी येथे नाईक-गायकवाड असल्याचे सांगितले जाते.

घराण्याचा मूळ पुरुष कोण?

नाईक-गायकवाड घराण्यातील दोन व्यक्ती उत्तरपेशवाईत दिसतात. त्यांपैकी कोणाचा तरी बेलापूर अथवा शिंगव्याशी संबंध असावा, असा एक तर्क आहे. मात्र ठोसपणे सांगता येत नाही. उत्तरपेशवाईतील त्या दोन व्यक्ती म्हणजे विठोजी नाईक-गायकवाड आणि कृष्णाजी नाईक-गायकवाड होय.

विठोजी नाईक-गायकवाड हे शेवटचे पेशवे दुसरे बाजीराव यांच्या पदरी

होते. पेशव्यांच्या निकटवर्तीय असणाऱ्या मंडळीपैकी ते एक होते. त्यांचे उल्लेख आपल्याला या शेवटच्या पेशव्यांच्या कारकिर्दीत मिळतात. पुणे शहराचा कारभार १८०३ च्या आसपास या विठोजी नाईक-गायकवाडांकडे पेशव्यांनी दिला होता. दुसरे बाजीराव यांनी त्यांच्या जवळच्या व्यक्तींना वेगवेगळ्या किल्ल्यांची जबाबदारी दिली, तेव्हा विठोजींकडे 'पुरंदर' आणि कोकणातील 'सरसगड' किल्ला होता. नंतर दुसरे बाजीराव पेशवे आणि त्यांचे कारभारी त्रिंबकजी डेंगळे यांनी इंग्रजांविरुद्ध खटपटी सुरू केल्या, तेव्हा विठोजी नाईकांनी तीर्थयात्रेचे निमित्त करून पुण्याबाहेर पडावे आणि इंग्रजांविरुद्ध उत्तर भारतात जाऊन मदत मिळवावी, असे ठरले होते. शेवटी पेशवे आणि इंग्रज यांच्यात १८१७ च्या शेवटी युद्धाला उघडपणे सुरुवात झाली. ज्या लढाईने युद्धाची सुरुवात झाली, ती म्हणजे 'खडकीची' लढाई. या लढाईपूर्वी इंग्रजांशी शेवटची बोलणी करायला पेशव्यांकडून याच विठोजी नाईक-गायकवाड यांना पाठवण्यात आले होते. त्यांनी पुण्याच्या इंग्रज रेसिडेंट एल्फिन्स्टनशी बोलणी केली. दुपारी दोनला विठोजी इंग्रज रेसिडेन्सीतून बाहेर आले आणि तीन वाजता युद्धाला सुरुवात झाली.

नाईक-गायकवाड घराण्यातील दुसरे एक नाव म्हणजे, त्याच काळातील कृष्णाजी नाईक-गायकवाड हे होय. दुसऱ्या बाजीराव पेशव्यांच्या काळात त्रिंबकजी डेंगळे यांनी शेवटशेवट इंग्रजांविरुद्ध आघाडी उघडली. शिंदे, होळकर, भोसले, गायकवाड अशा मराठा सरदारांकडे आपले वकील पाठवले. १८१४ मध्ये दुसऱ्या बाजीराव पेशव्यांकडून कृष्णाजी नाईक-गायकवाड यांना मानाची वस्त्रे देऊन उत्तर भारतात पाठवण्यात आले. ते ग्वाल्हेरला दौलतराव शिंदे यांच्याकडे होते. या काळात ते तेथील सर्व हालचालींची माहिती त्रिंबकजी डेंगळेंना कळवत असत. कृष्णाजींनी त्रिंबकजींना पाठवलेली बरीच प्रकाशित आणि अप्रकाशित पत्रे उपलब्ध आहेत. आता या विठोजी आणि कृष्णाजी यांचा खरोखर बेलापूरशी, शिंगव्याशी संबंध असावा की नाही, हे खात्रीशीर सांगता येत नाही. भविष्यात त्याचा शोध घ्यायला हवा.

स्थानिक राजकारणात सक्रियता

बेलापूरच्या नाईकांच्या वाड्याचे दोन भाग म्हणजे दोन कुटुंबे साधारण पाच-सहा पिढ्यांपासून तरी वेगळीच आहेत. नाईकांना पूर्वी बेलापूरची मुलकी पाटिलकी

आणि पोलीस पाटिलकी होती. दोन्ही घरांतील बऱ्याच व्यक्ती स्वातंत्र्यपूर्व काळापासून अलीकडच्या काळापर्यंत राजकारणात सक्रिय राहिल्या आहेत. त्यातील महत्त्वाचे नाव म्हणजे जयवंतराव अमृतराव नाईक. १९२२ला ग्रामपंचायतीची स्थापना झालेल्या बेलापूरचे ते दुसरे सरपंच होते. नाईक घराण्यातील अनेक व्यक्ती आजवर येथील सामाजिक-राजकीय क्षेत्रात सक्रिय असलेल्या दिसतात. जिल्हा लोकल बोर्ड, साखर कारखाना, पंचायत समिती, ग्रामपंचायत, सोसायटी, केशव गोविंद देवस्थान अशा संस्था-संघटनांवर सदस्य अथवा संचालक म्हणून त्या राहिल्या आहेत. सध्या अरुण नाईक हे गाव आणि तालुकापातळीवर राजकीयदृष्ट्या सक्रिय आहेत. ते श्रीरामपूर तालुका पंचायत समिती सदस्य असून त्यांनी एक पतसंस्थादेखील स्थापन केली आहे. नाईकांची बहुतांशी मंडळी आता वाड्यातून वस्त्यांवर राहायला गेली असून तरुण पिढी नोकरी-शिक्षणानिमित्त पुण्यासारख्या शहरांत स्थायिक झाली आहे.

जयवंतराव नाईक
(सौजन्य : नाईक कुटुंबीय)

नेवासे तालुक्यातील भेंडा येथील ज्ञानेश्वर साखर कारखाना, शिक्षणसंस्थेचे संस्थापक-प्रवर्तक, माजी आमदार मारोतराव घुले यांचे आजोळ या बेलापूरच्या नाईकांचे होय. या घराण्यातील प्रा. विजयकुमार नाईक त्यांच्या पत्नी या संगमनेर-अकोले मतदारसंघाचे पहिले आमदार, नगर जिल्हा लोकल बोर्डाचे माजी प्रेसिडेंट आणि ज्येष्ठ सत्यशोधक नेते स्वर्गीय के. बी. दादा देशमुख यांच्या नात आहेत.

महाराष्ट्रात अनेक मंडळींचे एखाद्या गावात मोठे वाडे असतात; परंतु घराण्यांचा इतिहास समोर आलेला नसतो. तर याउलट अनेक ऐतिहासिक व्यक्ती आणि घराणी इतिहासात दिसतात, मात्र त्यांची मूळ ठिकाणे आणि वंशज सापडत नाहीत. नाईक-गायकवाडांच्या बाबतीतही काहीसे असेच आहे.

संदर्भ :

१) दुसरे बाजीराव पेशवे यांची रोजनिशी

२) मराठी रियासत (खंड ८) : गो. स. सरदेसाई

३) Gazetteer of the Bombay Presidency (Vol.17, Ahmednagar)

•••

जोंधळेंचा दुसरा वाडा

निमगांवजाळीच्या नाईक-जोंधळे घराण्याचे वाडे

'निमगांवजाळी' म्हटले की आपल्याला आठवतात ते सरदार त्रिंबकजी डेंगळे; पण त्याच गावातील नाईक-जोंधळे घराण्यालाही इतिहास आहे. त्यांचे तीन-चार वाडे निमगांवजाळीत आणि एक वाडा शेजारच्या 'कोंची' गावात आहे. याशिवाय पारनेर तालुक्यातील 'अळकुटी' आणि पुणे जिल्ह्यातील दौंड तालुक्यातील 'वाळकी' येथेसुद्धा या घराण्याच्या शाखा आहेत. या घराण्याचे मूळ पुरुष म्हणजे बयाजी नाईक-जोंधळे. ते उत्तर पेशवाईत हेरखात्याचे प्रमुख आणि शेवटचे पेशवे, दुसरे बाजीराव यांच्या निकटवर्तीय असणाऱ्यांपैकी एक होते. त्यांच्या मुलांचे हे वाडे. विशेष म्हणजे त्रिंबकजी डेंगळे हेही याच पेशव्यांच्या काळातील. दोघेही समकालीन, एकाच पेशव्यांच्या पदरी; पण त्रिंबकजींच्या पूर्वी बयाजी पेशवाईत मोठ्या पदावर होते.

'निमगावजाळी' गाव संगमनेरहून लोणी-प्रवरानगरकडे जाणाऱ्या महामार्गालगत आहे. महामार्गावरून निमगांवजाळी गावात आत शिरले, की रस्त्यालगत शेजारीशेजारी दुकानांची ओळ दिसेल. खरे तर येथे गावचे गावकूस होते. आता त्याच्या खुणाच काही ठिकाणी शिल्लक दिसतात. गावची दोन बुरुजांची भव्य वेस अजून अस्तित्व टिकवून आहे. नंतरच्या काळात तिला देण्यात आलेले 'सरदार त्रिंबकजी डेंगळे प्रवेशद्वार' असे नाव आपल्याला तिच्यावर दिसते. निमगांवजाळीच्या वेशीतून आत शिरून सरळ गेल्यावर पुढे डाव्या हाताला एक रस्ता फुटतो. जिथे रस्ता फुटतो, त्या भागाला 'होळी' म्हणतात. होळी सणाच्या संध्याकाळी होलिका दहनाचा उत्सव या ठिकाणी होतो. खरे तर गावाचा हा मध्यवर्ती भाग. येथून आत गेले की थोड्याच अंतरावर रस्त्याच्या दोन्ही बाजूंना, थोडेसे आत जोंधळे यांचे दोनही वाडे आपले लक्ष वेधून घेतात.

जोंधळेंचा मोठा वाडा

उजवीकडचा पहिला वाडा, ज्याला 'मोठा वाडा' म्हणतात, तो बराच उंचीवर असून दक्षिणोत्तर पसरलेला आहे. याच्या चारही बाजूंच्या दगड-विटांच्या भिंती अद्याप टिकून आहेत. वाड्याचे

प्रवेशद्वार वायव्य कोपऱ्याला आहे. मध्यभागी नाही. ते पश्चिमाभिमुख असून त्याच्यासमोर पायऱ्या आहेत. प्रवेशद्वार फार साधे असून त्यावर नक्षीकाम नाही. दाराच्या दोन्ही सागवानी झडपा मात्र अजून टिकून आहेत. आत गेले, की दोन्ही बाजूंना ओटे आहेत. तेथेच डाव्या बाजूला कोपऱ्यात जुने शौचकूप आहे. समोरच उजव्या हाताला एक सुंदर प्रवेशद्वार दिसते. त्यातून चौकात प्रवेश करता येतो. प्रवेशद्वाराचा दगड घोटीव आहे. अत्यंत सफाईदारपणे तो तासला असल्याचे दिसते. बाजूला आखीव-रेखीव देवळ्या आहेत. वर तीन उघड्या खिडक्या आहेत. प्रवेशद्वारावर सुंदर गणेशपट्टी आहे. त्यात मध्यभागी मंगलकलश आणि आजूबाजूला मकराच्या मुखातून निघालेल्या वेलबुट्ट्या आहेत. सागवानी दरवाजा बाकी सुस्थितीत आहे. आत प्रवेश केल्यावर आपण पहिल्या चौकात येतो. जोंधळे कुटुंब बराच काळ वाड्यात राहत होते. नंतरच्या काळात थोडेफार केलेले बदल वगळता सगळे जुण्याशी नाते सांगणारे आहे.

पुढच्या चौकात मोकळी ओसरी होती. जोत्यातील लोखंडी कड्या अजूनही दिसतात. वाड्यातील भिंतीत ठिकठिकाणी कोनाडे, कपाटे, खुंट्या आपल्याला दिसतील. उजव्या कोपऱ्यात एकेठिकाणी जुने शौचकूप पाहायला मिळते. वाड्यातील आणखी एक विशेष म्हणजे ठिकठिकाणी भिंतींत काढलेली धान्याची कोठारे. हवाबंद असणाऱ्या या कोठारांत पूर्वी साठवले जाणारे धान्य खराब होत नसे. अशी बरीच

वाड्यातील दरवाजा

तळघरात जाण्याचा मार्ग

कोठारे आपल्याला दिसतील. तेथून पुढे आपण मागच्या चौकात येतो. मधे छोटा दरवाजा आहे. त्याच्या दोन्ही बाजूंनी वर जाण्यासाठी जिने होते. मागच्या चौकात खाली जवळजवळ तेवढ्याच आकाराचे तळघर आहे. त्यात प्रवेश करायला दोन ठिकाणी उतरते दगडी जिने आहेत. सध्या तळघर पूर्णपणे बंद आहे. 'आत मोकळी जागा आहे, ठिकठिकाणी दिवे लावायला कोनाडे आहेत, तेथे खूप गारवा जाणवतो,' असे पूर्वी तळघर पाहिलेली मंडळी सांगतात. मागच्या चौकात पूर्वी स्वयंपाकघर असल्याचे दिसते. या चौकाच्या शेवटी उजव्या बाजूने वर जाण्यासाठी आणखी एक जिना दिसतो. तो मात्र चांगलाच प्रशस्त आहे. भिंतीत काढलेल्या या जिन्याचा वरचा धाबाही सुस्थितीत आहे. येथून वर गच्चीवर जाता येत असे. वाड्याला वर मजला नव्हता. मात्र बाजूच्या भिंतींच्या कडांवर जाऊन आजूबाजूने वर चक्कर मारता येते. मागचा चौक ओलांडल्यावर पुढे आडाची ओसरी आहे. गोल दगडी आड आपल्याला तेथे पाहावयास मिळतो. जवळच एक दगडी उखळी आणि चौरंग आहे. तेथून पूर्वेला बाहेर जायला एक प्रवेशद्वार आहे.

आडाची ओसरी

जोंधळेंच्या या वाड्यात बऱ्याच जुन्या सागवानी वस्तू होत्या. एक सागवानी भक्कम पेटी अजूनही वाड्यात आहे. याशिवाय पाळणा वगैरे होते. जोंधळे मंडळी पूर्वी वाड्यात राहत. आपापल्या भागात प्रत्येक जण खोल्या करून राहायचा. काही वर्षांपूर्वी एके दिवशी रात्री, एका भागातील वाड्याचा धाबा कोसळला आणि एक जोंधळे आणि त्यांच्या दोन्ही पत्नी झोपेतच जागीच मरण पावल्या. हळूहळू या ना त्या कारणाने इतर मंडळींनी वाडा सोडला. सध्या कोणीही वाड्यात राहत नाही.

पहिल्या वाड्याच्या समोरचा रस्ता ओलांडला, की समोरच आपल्याला दुसरा वाडा दिसतो. या वाड्यासमोर मोठे पटांगण आहे. वाड्याचे प्रवेशद्वार आकर्षक आहे. त्याला सात पायऱ्या आहेत. खरे तर बहुतांशी वाड्यांसमोर सातच पायऱ्या असतात. याचे कारण धार्मिक असून ते पुराणातील सप्तस्वर्गाशी निगडित आहे, असे म्हणतात.

जोंधळेंचा तिसरा वाडा

तिसऱ्या वाड्याचे दुसऱ्या बाजूचे प्रवेशद्वार

प्रवेशद्वाराच्या बाजूच्या दगडी आणि चपट्या विटांच्या भिंती अजूनही दिसतात; पण वाडा आतून पूर्णपणे पडला आहे. या वाड्यात पूर्वी कचेरी असल्याचे सांगितले जाते. वाड्यातील बहुतांश मंडळी सुशिक्षित असून नोकऱ्या करणारी आहेत.

जोंधळेंचा तिसरा वाडा येथून पुढे गेल्यावर, म्हणजे सरदार त्रिंबकजी डेंगळे यांच्या वाड्याकडे जाताना दिसतो. त्याला मात्र उत्तर आणि दक्षिण असे दोन दरवाजे आहेत. दोन्ही मोठे असल्याने मुख्य दरवाजा नेमका कोणता, असा प्रश्न पडतो. उत्तर प्रवेशद्वार हेच मुख्य आहे. विशेष म्हणजे येथेही या प्रवेशद्वाराबाहेर काटकोनात पूर्वाभिमुख मोठे दार आहे (पहिल्या वाड्यासारखे!). दोन्ही दारांच्या सागवानी झडपा अजून टिकून आहेत. आतील दारावर गणेशपट्टी, नक्षीकाम, वर तीन कोरीव कमळे ही पहिल्या वाड्यासारखी आहेत.

वाडा दोन चौकांचा बंदिस्त स्वरूपाचा असा आहे. हवेसाठी ठिकठिकाणी खिडक्या, झरोके काढलेले दिसतात. भिंतीत काही ठिकाणी कोनाडे दिसतात. एका ठिकाणी भिंतीत देवघराचा काळ्या सागाचा महिरपी कोनाडाही आपल्याला दिसतो. पुढच्या चौकातून मागच्या चौकात जाण्यासाठी असणारे माजघरातील प्रवेशद्वार अजून शाबूत आहे. त्याच्यावरही थोडीशी नक्षी आहे. मागच्या चौकात जोंधळेंचे एक कुटुंब वास्तव्यास आहे. या वाड्यातही तळघर आहे. काही वर्षांपूर्वी तळघरात एक सुंदर काचेचे झुंबरही सापडले असल्याचे सांगितले जाते.

आजच्या घडीला वाड्यात अनेकांचे हिस्से असून बरेच जण मालक आहेत. सध्या पुढच्या चौकातील काही भाग जोंधळेंचे नातेवाईक जाधव (पानोडीकर) यांचा आहे, तर मागच्या चौकातील काही भाग डेंगळे-पाटील घराण्याचा आहे. बाकी भाग जोंधळे-जहागीरदार घराण्याचा. मात्र सर्व जण आता वस्त्यांवर राहायला गेले आहेत. पश्चिमेला या वाड्याला अगदी खेटूनच जोंधळे यांचा अजून एक वाडा होता. तो आता पडला असून त्याच्या आत झाडेझुडपे पसरली आहेत.

वाड्याच्या आतील भाग

कोंची गावातही वाडा

हे झाले निमगांवजाळीतील वाडे. या घराण्याच्या शाखा 'कोंची', 'अळकुटी', 'वाळकी' येथेही आहेत. यातील कोंची हे निमगांवजाळीच्या बाजूलाच, पाच किमी पश्चिमेला आहे. 'मांची' आणि 'कोंची' ही तशी दोन छोटी जोडगावे. विशेष म्हणजे कोंची गावाची भव्य वेस, बाजूचे दगडी गावकूस अजूनही टिकून आहे. लोणी-संगमनेर रस्त्यालगत प्रवास करताना ते दिसते; परंतु ती त्याची मागची बाजू आहे. गावात गेले, की साधारण पंचवीस फुटांची भव्य उत्तराभिमुख वेस आपले लक्ष वेधून घेते. वेशीचे दोन भक्कम दगडी बुरूज, दरवाजाची एका बाजूची झडप अजूनही शाबूत आहे. वेशीतून थोडे आत गेल्यावर आपल्याला जोंधळे-जहागीरदारांचा वाडा दिसतो. पूर्वेकडून त्यात प्रवेश करता येतो. निमगांवजाळीतील वाड्यांप्रमाणेच बाहेरचे प्रवेशद्वार आणि आतील प्रवेशद्वार असे दोन काटकोनातील मोठे दरवाजे वाड्याला आहेत.

बाहेरचे पूर्वाभिमुख प्रवेशद्वार आता अतित्वात नाही. आत गेल्यावर दुसरे उत्तराभिमुख प्रवेशद्वार दिसते, येथून आत चौकात प्रवेश करता येतो. दाराच्या बाजूलाच सध्या एक जोंधळेंचा नवा बंगला दिसतो. प्रवेशद्वारावरील तुळ्यांची टोके नक्षीदार आहेत. दारावर सुंदर सज्जा होता, जो सध्या नाही; पण सज्जाला आधार

कोंची येथील जोंधळेंचा वाडा

आतील शाबूत असलेला काही भाग

देणारे तीन नक्षीदार हस्त आपल्याला अजूनही प्रवेशद्वारावर दिसतात. वाड्याला वर मजला असून तेथे दिवाणखाना असल्याचे सांगतात. आत गेल्यावर वाडा संपूर्ण पडलेला दिसून येतो. या वाड्याला दोन चौक होते. काही भागांत नव्या खोल्या काढलेल्या आहेत. वाड्याच्या दुसऱ्या चौकातच आड आहे. मागच्या चौकातून पश्चिमाभिमुख मागचा दरवाजाही असल्याचे दिसते.

वाड्यातील खोल्यांत जोंधळेंची वेगवेगळी कुटुंबे राहतात. यातील एका जोंधळेंच्या हिश्शाचा राहता भाग अजूनही शाबूत असल्याचे दिसते. आत सागवानी खांब अजूनही उभे असून धाबा बऱ्या अवस्थेत आहे. वाड्याच्या उजव्या बाजूला वर जाण्यासाठी असणारा जिना आपल्याला दिसतो.

जोंधळे घराण्याकडे काळ्या सागाची देवघरे, तांब्या-पितळेची भांडी, पेट्या, सागवानी पलंग अशा बऱ्याच वस्तू अजूनही असल्याचे दिसते. असे हे नाईक-जोंधळे घराण्याचे निमगांवजाळीचे तीन आणि कोंचीचा एक, असे एकूण चार वाडे.

हरकाऱ्यांचे नाईक

नाईक-जोंधळे घराण्याचे मूळ पुरुष म्हणजे बयाजी नाईक-जोंधळे. बयाजी हे शेवटचे पेशवे, दुसरे बाजीराव यांच्या काळात नावारूपाला आलेले एक व्यक्तिमत्त्व.

बयाजी ज्या जोंधळे घराण्यातील होते, त्या जोंधळेंची संख्या तशी निमगांवजाळीसह शेजारच्या 'कोकणगाव', 'कौठे कमळेश्वर' या गावांतदेखील बरीच आहेत. बयाजी हे निमगांवजाळीचे. ते पेशवाईत कधी आले, हे नेमके माहीत नाही. ग्रँट डफच्या 'हिस्टरी ऑफ मराठाज'मध्ये बयाजी हे दुसऱ्या बाजीराव पेशव्यांचे हेर किंवा हरकारे होते, असे म्हटले आहे. बयाजी नाईक-जोंधळे यांचे उल्लेख शेवटचे पेशवे, दुसरे बाजीराव या पेशव्यांच्या कारकिर्दीत (१७९६-१८१८) दिसून येतात. सुरुवातीला हरकारे असणारे बयाजी हे नंतर हरकाऱ्यांचे नाईक झाले. 'हरकारे' म्हणजे इकडून-तिकडे माहितीपर पत्रे पोहोचवणारे 'दूत अथवा हेर' आणि नाईक शब्दाचा अर्थ आहे, 'प्रमुख किंवा पुढारी'. हरकारे मंडळी आणि त्यातील त्यांचे नाईक हे शासकांच्या निकटवर्तीय लोकांत गणले जात.

बयाजींचे उल्लेख समकालीन साधनांत 'बयाजी नाईक' असेच आढळतात. जोंधळे आडनाव फारसे दिसत नाही. काही ठिकाणी मात्र आडनावाचा उल्लेख सापडतो. दुसऱ्या बाजीरावांना पुत्रप्राप्ती झाल्यावर पुण्यातील सर्व लहान-मोठ्या देवळांना दक्षिणा ठेवण्यात आल्या होत्या. कसबा पेठेतील एका म्हसोबा मंदिराचे ठिकाण सांगताना 'बयाजी नाईक-जोंधळे यांचे पागेचे दरवाजापुढे रस्त्यांत भिंतीस' असा उल्लेख सापडतो (दुसऱ्या बाजीराव पेशव्यांची रोजनिशी). या नोंदीत बयाजींच्या मूळ आडनावाचा उल्लेख दिसतो. तसेच बयाजी यांच्याकडे घोड्याची पागा असल्याचेही दिसते. पागा असल्यामुळे पुण्यात त्यांचा वाडाही असणारच!

वकिलीचे मुत्सद्दी काम

१८०४ च्या आसपास बयाजींकडे पेशव्यांनी सोपवलेले एक मोठे काम म्हणजे, इंग्रज रेसिडेन्सीमध्ये पेशव्यांच्या बाजूच्या वकिलीचे होय. बयाजी हे पेशव्यांचे कारभारी सदाशिवभाऊ माणकेश्वर यांच्या बरोबरीने इंग्रज रेसिडेन्सीत बोलणी करायला जात. रेसिडेन्सीतील इंग्रजांकडचे खरशेठजी मोदी आणि पेशव्यांकडचे सदाशिव माणकेश्वर व बयाजी नाईक या मुत्सद्दी मंडळींचे त्रिकूटच बनले होते. बयाजी हे इंग्रजांकडील वर्तमान पेशव्यांना कळवत. बराच काळ हे काम त्यांच्याकडे होते. (त्यांनी लिहिलेली अनेक बातमीपत्रे काव्येतिहास संग्रह, पेशवे दफ्तरातून निवडलेले कागद, खंड-४१ मध्ये प्रकाशित झालेली आहेत.)

१८०४-०५ च्या सुमारास बयाजी काही काळ या कामावरून दूर होते. मग त्यांना

पुन्हा रुजू करून घेण्यात आले. या मागच्या कारणांपैकी एक कारण हे सदाशिव माणकेश्वर आणि बयाजी यांच्यातील वाद, चढाओढ हे होते. बयाजींनी 'माझे आता वय झाले आहे, मी थकलो आहे, मला आता शांततेत दिवस घालवायचे आहेत, आता माझ्या मुलाला तयार करून पेशव्यांच्या सेवेत आणायचे आहे,' अशी इच्छा व्यक्त केली होती. या प्रसंगावरूनही त्यांच्या ज्येष्ठतेचा अंदाज येतो.

जोंधळेंच्या वाड्यात पेशवे

याच दुसऱ्या बाजीराव पेशव्यांनंतरच्या काळात बयाजींच्या निमगांवजाळी गावचे त्रिंबकजी डेंगळे हे कर्तृत्वाने पुढे आले आणि पेशव्यांच्या हळूहळू सर्वांत जवळचे बनले. बयाजी हे आधी त्रिंबकजी डेंगळेंपेक्षा मोठ्या स्थानावर होते.

एकदा दुसरे बाजीराव पेशवे हे कोपरगावहून पुण्याला जात असताना निमगांवजाळीला आले होते. त्यावेळी ते बयाजी नाईक-जोंधळे यांच्या वाड्यात आले. बयाजींनी त्यांना दोन हजार रुपयांचा पोशाख, सात हजारांची कंठी आणि घोडा दिला होता. यावेळी त्रिंबकजी डेंगळे यांनीही एक पोशाख पेशव्यांना दिला, असा उल्लेख आहे. संबंधित पत्रावर वर्षाचा उल्लेख नाही, मात्र ते दुसऱ्या बाजीराव पेशव्यांच्या सुरुवातीच्या कारकिर्दीतील असावे, ज्यावेळी बयाजी पेशवाईत चांगल्या पदावर होते आणि त्रिंबकजी नवे होते.

अळकुटीची जहागीर

बयाजींचे नंतर काय झाले?, तिसऱ्या इंग्रज-मराठा युद्धादरम्यान ते कोठे होते?, त्यांचा मृत्यू केव्हा झाला? या प्रश्नांची उत्तरे सापडत नाहीत. बयाजींना पेशवाईत काही जहागीर असल्याचे दिसते. आज ज्या ज्या गावी बयाजींचे वंशज आहेत, तेथेतेथे बयाजींना नेमणुका दिलेल्या दिसतात. बयाजींना चार मुले होती (त्यांची वंशावळ उपलब्ध आहे). बापूजी, लाडकोजी, जयवंतराव व यशवंतराव. त्यातील बापूजी थोरले. बापूजी हे अळकुटी (ता. पारनेर, जि. अहिल्यानगर) येथील जहागिरी

सांभाळत होते, तर इतर धाकट्या मुलांची घराणी निमगांवजाळीत राहिली. अळकुटी ही इंग्रजांच्या काळात पाच हजारांची असणारी जहागीर जोंधळेंकडे होती. त्यांचा वाडा आणि थोरला वंश तेथे आहे. खरे तर अळकुटी ही मराठेशाहीत सरदार कदमबांडे यांची पूर्वीपासूनची जहागीर होती. मग येथे जोंधळे जहागीरदार कसे?

याचे उत्तर आपल्याला दुसऱ्या बाजीराव पेशव्यांच्या एका धोरणात सापडते. दुसऱ्या बाजीराव पेशव्यांचे आसन स्थिरस्थावर झाले, तेव्हा पेशव्यांच्या राज्यातील मोठा भाग सरंजामी किंवा जहागिरीचा होता. तेथे प्रत्यक्ष सत्ता ही सरंजामदारांची होती. सरकारकडे असणारा मुलूख म्हणावा इतका मोठा राहिलेला नव्हता. छत्रपती राजाराम महाराजांच्या काळापासून मराठेशाहीत सरदारांना सरंजाम देण्याच्या प्रकाराने या शेवटच्या पेशव्यांच्या काळात कळस गाठला होता. पेशवाईत आर्थिक चणचण होती आणि प्रत्यक्ष असणाऱ्या मुलखातून म्हणावा असा महसूल गोळा होत नव्हता. शिवाय मधील काळात पेशवाईतील अस्थिरतेमुळे काही सरंजामदार हे मुजोर झाले होते. नियमित महसूल सरकारात भरला जात नव्हता, की फौज उभारणी होत नव्हती. त्यामुळे पेशव्यांनी कडक धोरण अवलंबले. महसूल न भरणाऱ्या राज्यातील काही सरदार, जहागीरदारांचा सरंजामातील (जहागीर अथवा मोकासे) काही भाग जप्त करण्यात आला. पेशव्यांनी तेथे नवे लोक नेमले.

बयाजी नाईक यांना अशाच ठिकाणी नेमणुका दिल्या गेल्याचे दिसते. जोंधळे हे ज्या अळकुटी गावात आहेत, ती पूर्वापार कदमबांडे यांची जहागीर आहे. तेथे कदमबांडे यांच्या भव्य गढीशेजारी जोंधळे घराण्याचा वाडा आहे. अजून जिथे हे घराणे आहे ते जोंधळेंचे 'कोंची' गावात त्यांच्याआधी 'समनापूरकर' नेहेंकडे होते. तर दौंड तालुक्यातील 'वाळकी' गाव हे थोरात (दिनकरराव) घराण्याचे होते.

पूर्वी अळकुटी, वाळकी येथील मंडळींचे निमगांवजाळी, कोंचीला येणे-जाणे होते. सर्व जोंधळेमंडळी एकमेकांचे सुतकदेखील पाळत. आता मात्र संपर्क तुटल्यातच जमा आहे. सर्वांमध्ये आडनावापुढे 'जहागीरदार' लावण्याचा प्रघात आहे. जोंधळे

घराण्यातील बहुतांश मंडळी सध्या शेती करत आहेत. तशा काही कुटुंबांत मागच्या दोन पिढ्या चांगल्या शिकल्या-सवरलेल्या असल्याचे दिसते. त्यातही काही मंडळी शिक्षक आहेत. नगर, नाशिक जिल्ह्यांतील काही गावांत शाळा असणाऱ्या महाराष्ट्र शिक्षण संस्थेचे संस्थापक-अध्यक्ष गुलाबराव जोंधळे हे या घराण्यातील एक महत्त्वाचे नाव म्हणून सांगता येईल.

पानिपतात जोंधळे

असे हे उत्तरपेशवाईतील बयाजी नाईक-जोंधळे यांचे घराणे. तशी याव्यतिरिक्त जोंधळेंची संख्या निमगावजाळीसह आसपासच्या एक-दोन गावांत मोठी आहे. जोंधळे घराण्याला बराच आधीचा इतिहास असल्याचे दिसते. पानिपतात ती होती. हरियाणा राज्यात पानिपतजवळच्या काही गावांत अजूनही ती आहेत. त्यांचा समावेश रोड-मराठा समाजात होतो. तेथे त्यांच्या आडनावाचा 'जंदले' असा अपभ्रंश झालेला आहे. निमगांवजाळीतील काही जोंधळे मंडळी त्यांच्या संपर्कात आहेत. काही वर्षांपूर्वी पानिपतजवळच्या या मंडळींनी निमगावात भेटही दिली होती. त्यामुळे जोंधळेमंडळी पूर्वीपासून मराठ्यांच्या लष्करात असल्याचे म्हणता येईल.

एक बाकी विलक्षण गोष्ट निमगांवजाळी गावाबाबत सांगता येईल. ती म्हणजे, उत्तरमराठेशाहीत त्रिंबकजी डेंगळे आणि बयाजी नाईक-जोंधळे ही दोन मोठी व्यक्तिमत्त्वे या एकाच गावात होऊन गेली. असे सहसा कोठे दिसत नाही. आजच्या भाषेत सांगायचे झाले, तर एकाच गावात दोन कॅबिनेट मंत्री!

संदर्भ :

१) मराठी रियासत (खंड ८) : गो. स. सरदेसाई

२) दुसरे बाजीराव पेशवे यांची रोजनिशी

३) ऐतिहासिक लेखसंग्रह (भाग १५), संपादन : वासुदेवशास्त्री खरे

४) त्रैमासिक, भा. इ. सं. मं. (वर्ष १९५०-५१, सरसेनापती दाभाडे दफ्तर भाग पहिला)

५) Poona Residency Correspondence (Vol. 7) : Edit. Jadunath Sirkar and G.S. Sardesai

६) Clunes itinarary

•••

निमगांवजाळी गावची वेस

संघर्ष आणि निष्ठेचे प्रतीक सरदार त्रिंबकजी डेंगळे

साहित्यसम्राट न. चिं. केळकर आपल्या 'मराठे व इंग्रज' या ग्रंथात म्हणतात, 'बाजीरावास (दुसऱ्या) पुष्कळ कुटील मंत्री होते; पण त्या सर्वांत त्रिंबकजी डेंगळे हा श्रेष्ठ होता. वास्तविक त्रिंबकजी हा अत्यंत शूर, धाडसी, हजरजबाबी, कल्पक व कर्ता असा पुरुष होता. इंग्रजांच्या वैराचा स्पर्श त्याला लागला नसता किंवा नाना फडणीसासारख्या मुत्सद्याच्या पदरी तो असता, तर इतिहासात त्याचे नाव झाले असते. पेशवाईच्या गादीची इतकी हलाखी झाली, हे त्याला पाहवत नसे. या सर्वांना कारण इंग्रज हे त्याच्या मनाने घेतले होते. पूर्वी शिंदे, होळकरांनी मराठेशाही इंग्रजांच्या पाशातून काढून स्वतंत्र करण्याची जी महत्त्वाकांक्षा धरली होती, तीच त्रिंबकजीच्या मनात होती. त्याला स्वतःचे राज्य नसल्याने मोठे नाव नव्हते. तथापि त्याच्या मनाचा व्याप शिंदे-होळकरांइतका मोठा होता.'

'मराठ्यांच्या इतिहासातील दुर्लक्षित व्यक्तिमत्त्व,' असे म्हटले जाणाऱ्या त्रिंबकजी डेंगळेंचा वाडा अजूनही निमगांवजाळी गावात उभा आहे. प्रसिद्ध कादंबरीकार ना. सं. इनामदार यांची 'झेप' ही कादंबरी त्रिंबकजी डेंगळे यांच्यावर असून पुण्यातील एका पुलाला 'डेंगळे पूल' असे नाव आहे.

मराठ्यांच्या इतिहासात संगमनेर तालुक्यातील निमगांवजाळी गावाला विशेष महत्त्व प्राप्त झाले ते त्रिंबकजी डेंगळे यांच्यामुळे. सामान्य पार्श्वभूमीतून आलेली ही व्यक्ती मराठेशाहीच्या शेवटच्या काळात एका महत्त्वाच्या स्थानावर जाऊन पोहोचली होती. त्रिंबकजी हे शेवटचे पेशवे, दुसरे बाजीराव यांचे विश्वासू, निकटवर्तीय सरदार झाले. पेशवाईत अनेक जबाबदाऱ्या सांभाळणारे त्रिंबकजी पेशव्यांचे कारभारीसुद्धा झाले. इंग्रजांचे वाढते वर्चस्व रोखण्यासाठी त्यांनी प्रयत्न सुरू केले. शिंदे, होळकर, भोसले, गायकवाड या सर्व मराठा सरदारांत इंग्रजांविरुद्ध युती घडवून आणण्यासाठी त्यांच्या दरबारी वकील पाठवले. तोफखान्याचा विस्तार असो, की लष्करभरती किंवा अनेक प्रशासकीय सुधारणा असोत, या सगळ्यांचा त्यांनी अवलंब करत मराठेशाही बळकट करण्याचा प्रयत्न केला.

१८१७ मध्ये भिल्ल, रामोशी अशा आदिवासी जातींना त्यांनी इंग्रजांविरुद्ध संघटित केले. इंग्रजांविरुद्ध हालचालींमुळे त्यांचे नाव त्यावेळी गव्हर्नर जनरलच्या कोलकात्यातच नव्हे, तर लंडनमध्येही चर्चिले गेले होते. १८१८मध्ये तिसऱ्या इंग्रज-मराठा युद्धात त्रिंबकजी सहभागी होते. त्यात पेशव्यांची हार झाली. आपले

सरंजाम अबाधित राखण्यासाठी एकेक सरदार-जहागीरदार पेशव्यांची साथ सोडून नव्या इंग्रजी सत्तेच्या गोटात जात असताना निष्ठावंत त्रिंबकजी शेवटपर्यंत पेशव्यांबरोबर होते. आपल्या आयुष्यातील दहा वर्षे त्यांना उत्तर प्रदेशातील चुनारच्या किल्ल्यात कारावासात राहावे लागले.

निमगांवजाळी गावाच्या वेशीतून तर त्रिंबकजी डेंगळेंच्या वाड्याकडे जाता येतेच; पण वेशीऐवजी अलीकडेच असणाऱ्या महालक्ष्मी मंदिरापासून डाव्या हाताला जाणारा एक रस्ताही आपल्याला थेट वाड्यासमोर घेऊन जातो.

संपूर्ण वाड्याला दगड-विटांची तटबंदी आहे. वाड्याच्या तटबंदीचे पश्चिमाभिमुख प्रवेशद्वार आपल्याला दिसते. ते साधारण उंचीला दहा फूट आणि रुंदीला सहा फूट इतके आहे. विशेष म्हणजे येथे दाराजवळ असलेला दगड फारच घोटीव आहे. त्यावरून हात फिरवला असता तो एकदम गुळगुळीत जाणवतो. दारावर तीन नक्षीदार आणि प्रमाणबद्ध कमळे कोरलेली आहेत. इतकी की मोजपट्टीने मापे मोजली तरी तिन्हींची सारखीच भरतील. बाजूला दोन देवळ्या आहेत. त्याही सफाईदारपणे तासलेल्या दिसतात. तटबंदीच्या आत शिरले, की दोन चौकी वाडा आहे. वाड्याला वर एक मजला होता. आता मात्र तो अस्तित्वात नाही. त्याच्या खुणा मात्र दिसतात. तटबंदीच्या आत उत्तरेला दगडी जोते दिसते. पूर्वी तेथे कचेरी होती, असे म्हणतात.

वाड्यात प्रवेश करायला पश्चिम आणि उत्तर असे दोन दरवाजे होते. पश्चिमेकडचा दरवाजा हा तटबंदीच्या मुख्य दरवाजातून प्रवेश केला, की अगदी

सरदार डेंगळे वाड्याचे मुख्य प्रवेशद्वार

आतील उत्तराभिमुख प्रवेशद्वार

समोरच होता. सध्या तो नाही. (येथेच बाजूला नव्याने काढलेला छोटा दरवाजा आहे.) दुसरा उत्तराभिमुख दरवाजा. तो मात्र अजून टिकून आहे. त्याच्या सागवानी झडपा, त्यांच्यावरील लोखंडी कड्या, वर नक्षीकाम आपल्याला दिसते. मात्र साग आता पांढरा पडल्याचेही जाणवते. वरची गणेशपट्टी सुंदर आहे. तिच्यात मध्यभागी मंगलकलश आणि बाजूला मकराच्या तोंडातून निघणाऱ्या एकमेकांत गुंफलेल्या वेलबुट्टी आहेत. येथेही दारावर तीन प्रमाणबद्ध कमळे कोरलेली आहेत. मुख्य दरवाजावर आहेत अगदी तशीच. दारातून आत प्रवेश केला, की आपण पुढच्या चौकात येतो. डेंगळेंच्या दोन चौकी असणाऱ्या या वाड्याचा हा पुढचा चौक बऱ्या स्थितीत असून मागचा चौक पूर्ण पडलेला आहे.

पहिला चौक

दुसऱ्या चौकातील भिंती

पुढचा चौक हा अर्ध्या भागात जुना (पण पडलेला) आणि अर्ध्या भागात नंतरचे बांधकाम झालेला असा आहे. पडलेल्या भागात स्तंभ आणि तुळ्यांचा सांगाडा आपल्याला दिसतो. हा चौक पूर्वी मोकळ्या ओसरीचा होता. येथील पश्चिम जोत्यावर राहण्यासाठी नव्या खोल्या काढलेल्या आहेत, ज्या सध्या वापरात आहेत. अजून एक विशेष म्हणजे येथे चौकात मध्यभागी कारंजे होते. आजही त्याचा हौद आपल्याला चौकाच्या मधोमध दिसतो. चौकात जुने जाते, चौरंग ठेवलेले आहेत.

चौकातील पूर्ण फरसबंदी अजून टिकलेली असून तिच्या बाजूने चौकातील पाणी बाहेर काढण्याची व्यवस्था आहे. ओसरीवर काही भागात आपल्याला कोनाडे दिसतात. भिंतींवरचा गिलावाही टिकून आहे. पांढरी माती, चुना, भुसा वगैरेंचा थर अजूनही भिंतीला घट्ट

चिकटून असलेला दिसतो.

तेथील एका ठिकाणचा फिकट गुलाबी रंगही टिकून आहे. पूर्व जोत्यावर एके ठिकाणी देवघराचा कोनाडा आहे. त्याला सागवानी झडपा आहेत. बाहेरून जणू काही कपाटच वाटावे असा तो आहे. उघडल्यावर आत सुंदर काळ्या सागाची महिरप दिसते. तिच्या कडांवर केळफुले आहेत. सध्या त्यात काहीही नाही. त्यातील देव वाड्यातील राहत्या भागात केलेल्या नवीन देवघरात ठेवलेले आहेत.

चौकातील राहत्या खोल्या साधारण १९६०च्या दशकात बांधलेल्या होत्या. त्रिंबकजी डेंगळे यांच्या घराण्यातील नाईक-जाधव कुटुंब येथे वास्तव्यास आहे. आत त्रिंबकजी डेंगळे यांच्या काळातील दोनच गोष्टी येथे पाहायला मिळतील. पहिले देवघर आणि दुसरे दांडपट्टा. देवघरात त्रिंबकजींच्या पूजेतील देव आहेत. काही भरीव पितळी मूर्त्या आपल्याला त्यात दिसतील.

एक दत्ताची संगमरवरी मूर्ती आपल्याला दिसते. त्रिंबकजी डेंगळे यांचे नातू दादासाहेब यांना ती साईबाबांनी दिली होती, अशी आख्यायिका सांगितली जाते. देवघरात पितळी पादुका आहेत. त्या डेंगळे घराण्याचे पूर्वीचे गुरू विष्णुशास्त्री महाराज यांच्या आहेत. (त्यांची समाधी गावातील मारुती मंदिराच्या बाजूला, अलीकडे झालेल्या मंदिराच्या सभामंडपात आहे.) याशिवाय त्रिंबकजींच्या पूजेतील आखीव-रेखीव, काळ्या पाषाणाची, हातभर उंचीची पांडुरंगाची मूर्ती आहे. ती भंगल्यामुळे तिची पूजा केली जात नाही. दुसरी जुनी गोष्ट म्हणजे दांडपट्टा. काही वर्षांपूर्वी वाड्यातील तळघरात उतरलेल्या काही मंडळींना तो त्यात सापडला होता.

मागच्या चौकाची मात्र पडझड झालेली आहे. त्याचे दगडी जोते आणि बाजूच्या भिंतीच तेवढ्या अस्तित्वात आहेत. आत झाडेझुडपे वाढलेली दिसतात. पुढच्या चौकातून येथे जाण्यासाठी दरवाजा आहे. (तसे मागूनही तटबंदीलगतच्या बाजूने जाता येते.) पुढच्या चौकातून आत गेल्यावर माजघराची जागा दिसते. तेथून दोन्ही बाजूंनी वर जाण्यासाठी दगडी जिने आहेत. माजघरात भिंतीत काढलेली धान्याच्या कोठरांची व्यवस्था आपल्याला पाहायला मिळते.

माजघराच्या डाव्या बाजूला (उत्तरेकडे) चुन्याचा गिलावा केलेला एक कमानदार दरवाजा आहे. तेथे आतील भागात दगड-विटांची भिंत घालून खोल्या काढलेल्या होत्या. हा भाग महिलांच्या निवासासाठी होता. आत कोपऱ्यात जुन्या पद्धतीचे शौचकूप आपल्याला दिसते. याशिवाय मागच्या या चौकात राहण्यासाठी खोल्या,

न्हाणीघर, स्वयंपाकघर, बाळंतिणीची खोली असल्याचे सांगितले जाते. येथे पूर्वी वरचा मजला होता. त्याची कल्पना आपल्याला बाजूच्या दगड-विटांच्या भिंतींची उंची पाहिल्यावर करता येण्यासारखी आहे.

वाड्याच्या बाहेर दक्षिणेकडील भिंतीला लागूनच पाण्याचा आड आहे. त्याला आजही पाणी आहे. भिंतीतून मागच्या चौकात पाणी आत घेण्याची व्यवस्थादेखील आहे. खरे तर वाड्यातील पाण्याची व्यवस्था, खासकरून कारंजाला पाणी पोहोचवण्याची व्यवस्था कशी असेल, हा प्रश्न आपल्याला पडल्याशिवाय राहत नाही. असा हा सरदार त्रिंबकजी डेंगळे यांचा वाडा.

शून्यातून वर

त्रिंबकजी डेंगळे हे मराठेशाहीच्या अगदी शेवटच्या काळात प्रकाशझोतात आलेले व्यक्तिमत्त्व. कसलीही राजकीय पार्श्वभूमी नसलेले. त्यांचे वडील मल्हारजी हे निमगावजाळीतील एक सामान्य शेतकरी होते. त्रिंबकजींना 'कुसाजी' नावाचे बंधू होते. वडील मल्हारजींच्या मृत्यूनंतर त्यांच्यावर असलेल्या कर्जाची वसुली करण्यासाठी सावकारमंडळी या दोन्ही मुलांकडे तगादा लावू लागली. परिस्थिती बेताची होती. दोघा बंधूंनी इकडे-तिकडे लहानसहान कामे केली. पुढे कुसाजी त्यांच्या सासुरवाडीला मेहुण्यांची शेती करून राहू लागले, तर त्रिंबकजी इकडे-तिकडे खटपटी करू लागले. मग त्रिंबकजींनी पुण्याची वाट धरली. पुण्यालाही लहानसहान कामे त्यांनी केली असावीत. येथूनच त्यांचा उत्कर्ष व्हायला सुरुवात झाली.

त्रिंबकजी पेशवाईच्या संपर्कात नेमके कसे आले, याची ठोस माहिती मिळत नाही. मराठ्यांचा आद्य इतिहासकार ग्रँट डफ म्हणतो त्याप्रमाणे, त्रिंबकजी आधी पेशव्यांचे हेर होते. त्यावेळी पेशवे होते, दुसरे बाजीराव. १८०२मध्ये यशवंतराव होळकर यांनी पुण्यावर स्वारी केली, तेव्हा पेशवे महाडला पळाले. त्यावेळी त्यांचे एक गुप्त पत्र फार कमी वेळात पुण्याला पोहोचवून त्याचे उत्तर घेऊन त्रिंबकजी आले. त्यामुळे पेशव्यांची त्यांच्यावर मर्जी बसली. एकेक कामे त्रिंबकजींकडे सोपवली जात आणि ती ते यशस्वीरीत्या पूर्ण करत. हळूहळू त्रिंबकजींची पदोन्नती होत गेली. फार कमी काळात ते मोठे झाले. इतके की डफ म्हणतो त्याप्रमाणे, 'त्यांच्यावाचून पेशवाईत पानच हलू नये'.

साताऱ्याच्या छत्रपतींकडील कारभार मग पेशव्यांनी त्रिंबकजी डेंगळेंवर सोपवला. ही त्यांना दिलेली पहिली मोठी जबाबदारी म्हणावी लागेल. त्रिंबकजींचे स्थान पेशव्यांच्या दरबारात खऱ्या अर्थाने वाढू लागले, ते १८११नंतर. त्रिंबकजींकडे फौज देण्यात आली. 'पेंढाऱ्यांच्या लुटी', 'चतुरसिंह भोसले यांचे प्रकरण', 'धारवाडच्या किल्लेदाराचे बंड' अशा राज्यांतर्गत बंडाळ्या त्रिंबकजींनी मोडून काढल्या.

हळूहळू पेशव्यांच्या जवळची इतर मंडळी दूर होत गेली आणि त्रिंबकजी जवळ आले. पेशव्यांचे ते सल्लागार बनले. इंग्रजांकडे बोलणी करायला त्रिंबकजी जात असत. मग कर्नाटकच्या सुभेदारपदावर त्यांची नियुक्ती करण्यात आली. पेशव्यांचा तोफखाना त्यांच्याकडे सोपवण्यात आला. तसेच अहमदाबादची सुभेदारी त्यांना देण्यात आली. शेवटी १८१५मध्ये ते पेशव्यांचे कारभारी किंवा दिवाण झाले. त्रिंबकजींच्या राजकीय कारकिर्दीचा आलेख असा चढता राहिला.

या काळात मराठा राज्य कठीण परिस्थितीतून जात होते. मराठेशाहीत एकी राहिलेली नव्हती. ग्वाल्हेरचे शिंदे, इंदूरचे होळकर, बडोद्याचे गायकवाड, नागपूरचे भोसले ही मराठ्यांची दुय्यम सत्ताकेंद्रे बनली होती. भारतभर इंग्रजी सत्तेचा विस्तार झपाट्याने होत होता. कपट-कारस्थाने, फोडाफोडी, कुरघोड्या या सगळ्यांना उत आला होता. १७९५ला सवाई माधवराव पेशवे यांचा अकस्मात मृत्यू, जुन्या जाणत्या मंडळींचे मृत्यू, नाना फडणीसांची कारस्थाने, शिंदे-होळकर संघर्ष यांच्यामुळे मराठ्यांची मध्यवर्ती सत्ता असणारी पेशवाई दुबळी झाली होती. त्रिंबकजींनी तिला बळकटी देण्याचे प्रयत्न सुरू केले. १८०२च्या पेशव्यांच्या इंग्रजांशी झालेल्या वसईच्या तहामुळे बाधित झालेले आपले सार्वभौमत्व पुन्हा मिळवण्यासाठी धडपड सुरू केली. १८११ नंतर या सगळ्याला वेग आला. इंग्रजांना राज्यातून पूर्णपणे घालवून देण्यासाठी त्रिंबकजी डेंगळे प्रयत्न करत होते. बाजीराव पेशवे यांनीही त्या काळात त्रिंबकजींना विशेषाधिकार दिल्याचे दिसते.

इंग्रजांविरुद्ध हालचाली

एकाहून एक योजना सुरू झाल्या. पेशव्यांच्या तिजोरीत तेव्हा पैसा राहिला नव्हता. मधील काळात अस्थिरतेमुळे राज्यातील अनेक सरदार-जहागीरदार मुजोर झाले होते. महसूल वेळेवर भरला जात नव्हता, की फौजाही व्यवस्थित ठेवल्या जात नव्हत्या. तेव्हा त्रिंबकजींनी कडक धोरण अवलंबले. सर्वांना महसूल भरण्याचे कडक शब्दांत सांगण्यात आले. 'मामलती मक्त्याने' देण्याची पद्धत हे नवे धोरण त्यांनी सुरू केले. त्यामुळे पेशव्यांच्या तिजोरीत पैसा जमा होऊ लागला. मग गडकिल्ल्यांची डागडुजी सुरू झाली. नव्या, कर्तबगार व्यक्तींच्या महत्त्वाच्या ठिकाणी नियुक्त्या होऊ लागल्या. भांबुर्डा (म्हणजे आजचे शिवाजीनगर) येथे असलेल्या तोफखान्याचा त्रिंबकजींनी विस्तार केला. सैन्यभरती सुरू झाली.

अरब आणि गोसावी यांचा भरणा त्यात मोठ्या प्रमाणावर होऊ लागला. सर्व मराठा सरदारांना सोबत घेण्याचे प्रयत्न सुरू झाले. 'बडोदा', 'इंदूर', 'ग्वाल्हेर', 'नागपूर' येथे त्रिंबकजींचे वकील रवाना झाले. गुप्तरूपाने पत्रव्यवहार सुरू झाले. इतकेच नव्हे, तर पंजाबचा राणा रणजितसिंह आणि हैदराबादचा निजाम यांच्या दरबारी पेशव्यांचे वकील रवाना झाले होते, हे लक्षात घ्यायला हवे.

त्रिंबकजींच्या या हालचाली इंग्रजांच्या नजरेतून सुटल्या नाहीत. त्यावेळी एल्फिन्स्टन हा पुण्यात इंग्रज रेसिडेंट होता. त्याने कोलकात्याच्या गव्हर्नर जनरलला लिहिलेल्या अनेक पत्रांत त्रिंबकजींच्या हालचालींबद्दल कळवले. हे सगळे चालू असतानाच एक अनपेक्षित घटना घडली. १८१५च्या मध्यावधीत घडलेल्या या घटनेने त्रिंबकजींच्या आयुष्याला कलाटणी मिळाली. इतकचे नव्हे, तर पेशवाई संपण्याला एक घटना कारणीभूत ठरली. ती म्हणजे, गंगाधरशास्त्री खूनप्रकरण!

खुनामुळे पडली ठिणगी

गंगाधरशास्त्री पटवर्धन हे बडोदेकर गायकवाड यांच्याकडून वकील म्हणून पुण्याला आले होते. पेशवे आणि गायकवाड यांच्यात आर्थिक देणीघेणी बऱ्याच काळापासून प्रलंबित होती. गुजरातमधील अहमदाबाद सुभा हा पेशव्यांकडे होता; पण गायकवाड यांच्याकडे पेशव्यांनी तो मक्त्याने सोपवला होता. त्याची रक्कम बऱ्याच काळापासून थकलेली होती. गायकवाड आणि इंग्रजांचे सूत तसे आधीपासून जुळलेले होते. १८०२च्या पेशवे आणि इंग्रज यांच्यात झालेल्या

'वसईच्या तहा'ने निजाम व गायकवाड यांच्यातील तंटे पेशव्यांना ब्रिटिशांच्या मध्यस्थीने सोडवावे लागणार होते. शास्त्री ब्रिटिशांमार्फत पुण्यात आले. त्रिंबकजी डेंगळे यांच्याशी त्यांची बोलणी सुरू झाली. शास्त्री हे इंग्रजांच्या मुशीत तयार झालेले, इंग्रजीवर प्रभुत्व असलेले, मुत्सद्दी गृहस्थ होते. वाटाघाटी बराच काळ चालल्या. शेवटी त्रिंबकजी आणि पेशव्यांनी शास्त्रींच्या हुशारीचा फायदा करून घेण्याचे ठरवले. त्यांना पेशवाईत आणून कारभारीपद द्यायची योजना आखली गेली. हळूहळू वाटाघाटींनासुद्धा यश येत होते.

अशातच १८१५च्या जुलै महिन्यात शास्त्रींचा पंढरपूरला खून झाला. इंग्रजांनी त्याचा आरोप त्रिंबकजींवर केला. त्याला आधार होता संशय आणि ऐकीव माहितीचा. गंगाधरशास्त्रींचे सहायक बापू मैराळ यांनी त्रिंबकजींवर आरोप केला. इंग्रजांना मात्र ही आयती संधी चालून आली होती. पेशव्यांकडे इंग्रजांनी त्रिंबकजी डेंगळे यांची मागणी केली. त्यासाठी बराच दबाव आणला. त्रिंबकजींना आधी सातारा जिल्ह्यातील वसंतगड आणि नंतर ठाण्याच्या तुरुंगात ठेवले गेले. चौकशी सुरू झाली (हा खून कोणी केला होता, हे आजवर सिद्ध झालेले नाही!).

त्रिंबकजी हे गप्प बसले नाहीत. वर्षभराने, म्हणजेच १२ सप्टेंबर १८१६ ला त्रिंबकजींनी ठाण्याच्या तुरुंगातून पलायन केले. इतका मोठा इंग्रजी पहारा आणि आजूबाजूला इंग्रजी मुलूख असणाऱ्या या ठिकाणाहून पलायन करणे, फार कठीण गोष्ट होती.

> या पलायनाचा एकंदर कट फार मोठा आणि रोमांचक आहे. यात अनेक पात्रे आणि घटना आहेत. या पलायनामुळे त्रिंबकजी मात्र मोठ्या प्रमाणावर प्रसिद्ध झाले. ग्रँट डफ म्हणतो की, 'या सुटकेच्या अडचणींना छत्रपती शिवाजींच्या पराक्रमी (आग्रा) सुटकेचे रूप दिले गेले व त्याने मराठी माणसांत त्रिंबकजींची प्रसिद्धी होण्यास फार मोठी मदत झाली. यासोबतच त्यांना अशी लोकप्रियता प्राप्त झाली, जी पूर्वी त्यांना सत्तेत असतानाही अनुभवायला मिळाली नसेल.'
> (ग्रँट डफ हा मराठ्यांचा आद्य इतिहासकार तर आहेच; शिवाय तो त्रिंबकजी डेंगळे यांच्या समकालीन ही होता.)

इंग्रजांविरुद्ध बंड

त्रिंबकजी ठाण्याहून निघून नाशिक, इगतपुरी भागात आले. खानदेशात जाऊन त्यांनी भिल्ल समाज संघटित केला. साताऱ्याकडे शंभू महादेवाच्या डोंगररांगांत रामोशी व मातंग समाज गोळा केला. मग काय, कोलकात्यालाच नव्हे, तर तिकडे लंडनकडेही त्रिंबकजी डेंगळे या नावाची चर्चा होऊ लागली. त्रिंबकजींना पेशवे अप्रत्यक्ष मदत करत होते. इंग्रजांचा पेशव्यांवर दबाव दिवसेंदिवस वाढत गेला. इंग्रजांनी शिरूरला असणाऱ्या आपल्या फौजेची हालचाल सुरू केली.

'सिंहगड', 'पुरंदर', 'रायगड', 'त्र्यंबक' हे किल्ले इंग्रजांनी पेशव्यांकडे त्रिंबकजींसाठी जामीन म्हणून मागितले आणि त्रिंबकजींना पकडून देण्याचा फतवा काढायला लावला. नाइलाजाने पेशव्यांनी ते मान्य केले. फतवा निघाला. त्यानुसार त्रिंबकजींना पकडून देणाऱ्यास दोन लाख रुपये आणि हजार रुपयांचा गाव इनाम एवढे बक्षीस होते, तर त्यांचा नुसता ठिकाणा सांगणाऱ्यास पाच हजार रुपये आणि एक चाहुर जमीन बक्षीस ठेवले गेले. त्रिंबकजींच्या बारा साथीदारांची नावे त्यात होती. या मंडळींवरही बक्षिसे असून त्यांची घरे, संपत्ती जप्त करण्याचा आदेश होता. ती बारा मंडळी होती, 'बापू गायकवाड-शेटफळकर', 'नागोजी वाळुंज', 'रविराव शिंदे-लोणीकर', 'महादजीपंत नातेपुतेकर', 'तिमाप्पा वडारी', 'गोदाजी डेंगळे', 'सयाजी मुळे', 'आप्पाजी पाटील-कुरबावीकर (रूपनवर)', 'निंबाजी जाधव-फलटणकर', 'महिपतराव डेंगळे', 'बापू बरडकर' आणि 'दाजी डफळे'. या बक्षिसाच्या रकमांवर नजर टाकली, तर आपल्याला या बंडाच्या व्याप्तीची कल्पना येते. (इंग्रजांविरुद्ध महाराष्ट्रात नंतर झालेल्या उमाजी नाईक, वासुदेव बळवंत फडके, राघोजी भांगरे यांच्यावर असलेल्या बक्षिसांच्या रकमांहून या रकमा फार मोठ्या असल्याचे दिसते.)

शेवटपर्यंत पेशव्यांसोबत

इकडे पेशव्यांनी उघडउघड इंग्रजांशी युद्ध सुरू केले. पुढे बराच काळ आणि ठिकठिकाणी लढाया झाल्या. हेच १८१७-१८ मधील तिसरे इंग्रज-मराठा युद्ध. त्यातील खडकीच्या लढाईनंतर त्रिंबकजी मोठ्या फौजेनिशी पेशव्यांना मिळाले. कोरेगावाच्या लढाईत ते होते. मात्र त्यानंतर झालेल्या पंढरपूरजवळच्या आष्टीच्या लढाईत पेशव्यांची हार झाली. तेव्हा एल्फिन्स्टनने साताऱ्याला जाऊन एक

जाहीरनामा प्रसिद्ध केला. त्यानुसार पेशव्यांची साथ सोडून जे वेळीच माघारी फिरतील, अशा सरदार, जहागीरदारमंडळींचे सरंजाम कायम केले जाणार होते. सरदारमंडळी पेशव्यांची साथ सोडून मागे फिरायला सुरुवात झाली. मग पेशवे हे नागपूरकर-भोसले यांच्याकडून मदत मिळेल, या आशेने विदर्भात गेले. तेथेही भोसल्यांची इंग्रजांबरोबर लढाई होऊन मुधोजी उर्फ अप्पासाहेब भोसले इंग्रजांच्या तावडीत सापडले होते.

दरम्यान मध्य प्रदेशात होळकरांची महिदपूर येथे लढाई होऊन पराभव झाला होता. पेशवे आता शिंदे यांच्या मदतीच्या अपेक्षेत होते. ते मध्य प्रदेशातील अशिरगड किल्ल्यावर आले; परंतु शिंदे यांच्याकडून मदत मिळाली नाही. नर्मदेकाठी चहूबाजूंनी इंग्रजी फौजांनी पेशव्यांना घेरले. शेवट नाइलाजाने त्यांना शरणागती पत्करावी लागली. सात महिन्यांपासून सुरू झालेला हा संघर्ष (म्हणजेच तिसरे इंग्रज-मराठा युद्ध) थांबला.

४ जून १८१८ला पेशवे आणि इंग्रज यांच्यात तह झाला. या तहाने पेशवाईच्या रूपातील मराठ्यांचे राज्य संपले. पेशव्यांना आठ लाखांची पेंशन मंजूर करून कानपूरजवळील बिठुर येथे पाठवण्यात आले. अशावेळी शेवटपर्यंत केवळ तीन सरदार पेशव्यांबरोबर राहिले होते. एक पुरंदरे, दुसरे विंचूरकर आणि तिसरे त्रिंबकजी. मोठ्या जहागिरी असणारे पहिले दोन जुने सरदारही अखेरीस माघारी फिरले. शेवटपर्यंत निष्ठा दाखवत पेशव्यांबरोबर राहिले ते त्रिंबकजी डेंगळे!

दहा वर्षे इंग्रजांच्या कैदेत

दुसऱ्या बाजीराव पेशव्यांनी इंग्रजांकडे त्रिंबकजी डेंगळे यांच्या अभयासाठी विनंती केली; पण इंग्रज त्रिंबकजींना सोडणार नव्हते. आपल्याला इंग्रज सोडणार नाहीत, हे त्रिंबकजींनाही माहीत होते. ते अशिरगडाहून पळाले. महिन्याभराने ते त्यांच्या सासुरवाडीला म्हणजेच नाशिकजवळच्या 'आहेरगाव' येथे पकडले गेले. दिवस होता, २९ जून १८१८चा. आहेरगाव येथील दळवी-देशमुख ही त्रिंबकजींची सासुरवाडी. गावातीलच जयाजी पाटील यांनी इंग्रजांना मालेगाव येथे खबर दिली होती. देशमुखांच्या वाड्यात त्यांना पकडण्यात आले. त्रिंबकजींजवळची संपत्ती जप्त केली गेली आणि त्यांना चांदवड येथे किल्ल्यात ठेवण्यात आले. पकडून देणाऱ्या आहेरगावाच्या जयाजी पाटील यांचा दीड हजार रुपये महसूल असणाऱ्या

त्याच गावची जहागिरी देत इंग्रजांनी गौरव केला.

नंतर नगरच्या किल्ल्यात त्रिंबकजींना आणले गेले. त्रिंबकजींना फाशीच दिली जाईल, अशी सर्वत्र चर्चा होती; परंतु बाजीराव पेशव्यांची मर्जी राखण्यासाठी आणि गंगाधरशास्त्री यांचा खून त्रिंबकजींनी केल्याचा सबळ पुरावा नसल्याने त्रिंबकजींना कारावासात ठेवायचे इंग्रजांनी ठरवले. मग त्यांना नगरहून ठाण्याच्या तुरुंगात आणले गेले. पुन्हा ठाण्याच्या किल्ल्यात त्यांचा तुरुंगवास सुरू झाला; परंतु ठाण्यातून त्यांची सुटका करण्याची काही कारस्थाने इंग्रज सरकारच्या कानावर आली. गव्हर्नर जनरलने त्यांना तातडीने कोलकात्याला आणण्याचा आदेश दिला. ५ एप्रिल १८१९ ला ठाण्याहून त्रिंबकजींना मुंबई बंदरात आणले गेले. आणि तिथून स्वतंत्र बोटीने समुद्रामार्गे कोलकात्याला त्यांची रवानगी करण्यात आली.

त्रिंबकजींची बोट काही दिवसांनी कोलकात्याला पोहोचली. त्यांना ठेवायचे ठिकाण गव्हर्नर जनरलने ठरवले होते ते 'चुनारचा किल्ला'. चुनार हे ठिकाण आजच्या उत्तर प्रदेशात काशीपासूनजवळ पंचवीस किलोमीटर अंतरावर आहे. साधारण १८१९मध्ये कधी तरी त्यांना चुनारला नेण्यात आले. तेथे ते पुढची दहा वर्षे करावासात होते. शेवटी दीर्घ आजाराने त्यांचे तेथेच १६ ऑक्टोबर १८२९ ला निधन झाले. तुरुंगात असताना त्यांचे आयुष्य हे निरस आणि कंटाळवाने झाले होते. त्यांचा दिवस हा देवपूजा, झाडे लावणे आणि इंग्रजांनी त्यांच्यासाठी ठेवलेल्या नोकरांसोबतच्या गप्पा यांमध्ये जायचा, अशा समकालीन नोंदी आहेत. मृत्यूपूर्वी काही वर्षे आधी त्यांना दुर्धर आजारांनी ग्रासले होते. त्यांनी 'आपल्याला येथून जवळच काशीला ठेवले जावे, त्या पवित्र भूमीत आपल्याला मरण यावे', अशी इच्छा व्यक्त करत गव्हर्नर जनरलला विनंती केली होती. मात्र त्यांची ही विनंती इंग्रज सरकारने फेटाळली होती. असा हा त्रिंबकजी डेंगळे यांचा जीवनप्रवास.

आपल्या गावावर प्रेम

सरदार त्रिंबकजी डेंगळे यांचे कल्पनाचित्र

त्रिंबकजींच्या खासगी आयुष्यातील काही गोष्टी आपल्याला समकालीन साधनांतून पाहावयास मिळतात. त्यांची पारमार्थिक वृत्ती, गावाविषयी प्रेम, कुटुंबीय आणि नातलग! पुण्याचा इंग्रज रेसिडेंट एल्फिन्स्टनने एकदा निमगांवजाळीला भेट दिली होती.

तो आपल्या रोजनिशीत लिहितो, 'त्रिंबकजी त्याच्या भरभराटीच्या काळातही त्याचे लोक, गावकरी यांना स्मरतो आहे. त्यांच्यासाठी गावाभोवती गावकूस बांधतो आहे.'

तो म्हणतो, 'संध्याकाळी तेथे आमचे यथोचित आदरातिथ्य त्रिंबकजीकडून केले गेले. त्याने त्याचा वाडा व बाग आम्हाला दाखवली. या वाड्यासाठी त्याचे अंदाजे पन्नास हजार रुपये खर्च झाले असतील आणि तेथील बाग तर इतकी साधी असून तिला कुंपण वगैरे नाही.'

निमगांवजाळीच्या उत्तरेला आजही आपल्या आईच्या नावाने त्यांनी बांधलेली 'मानाबाईची बारव' आपल्याला पाहायला मिळते. गावातील आपल्या भावकीतील अनेक डेंगळेमंडळी त्यांनी आपल्यासोबत पेशवाईत आणली होती. त्यातील अनेकांचे उल्लेख येतात. पहिले म्हणजे त्यांचे बंधू कुसाजी डेंगळे. आपले सख्ये भाऊ असणाऱ्या त्रिंबकजींना कामात मदत करताना ते दिसून येतात. गोदाजी डेंगळे हे एक डेंगळे घराण्यातील महत्त्वाचे नाव होते. सातारा छत्रपतींचे वर्तमान त्रिंबकजींना पुण्याला कळवणारी त्यांची अनेक पत्रे आहेत. त्यामुळे तेथील जबाबदारी त्यांच्याकडे होती असे दिसते. १८१७मध्ये झालेल्या खानदेशात भिल्लांच्या उठावाचे गोदाजींनी नेतृत्व केले. नीरा नदीच्या दक्षिणेला गोळा केलेली फौज खानदेशात जायला निघाली, तेव्हा कर्नल स्मिथने तिचा पाठलाग केला. स्मिथच्या या इंग्रजी फौजेत आणि गोदाजी डेंगळे यांच्यात चकमक होऊन इंग्रजांचे बरेच

लोक मारले गेले होते. गोदाजींबरोबर महिपतराव डेंगळे हेदेखील या बंडांत होते. त्याचबरोबर खंडेराव डेंगळे हे साताऱ्याकडील बंडांच्या हालचालींत दिसतात. भागाजी डेंगळे ही व्यक्ती त्रिंबकजी ठाण्यातून पळाले, तेव्हा त्रिंबकजींना तिथून घेण्यासाठी फौज घेऊन आलेली होती. तर होनाजी डेंगळे हे त्रिंबकजी डेंगळे किल्लेदार असणाऱ्या कोकणातील माहुली किल्ल्याचा कारभार पाहत होते. निराजी डेंगळे ही एक व्यक्ती त्रिंबकजींना शेवट इंग्रजांनी पकडून ठाण्यात ठेवल्यानंतर, पुण्यात संशयास्पद हालचाली करताना पुण्याचा कलेक्टर रॉबर्ट्सन यांना आढळून आली होती. (निमगांवजाळीला अजूनही डेंगळेंची इतर कुटुंबे आहेत.)

त्रिंबकजी डेंगळे यांचा मृत्यू झालेले ठिकाण चुनार (उत्तर प्रदेश)

त्रिंबकजी अतिशय धार्मिक वृत्तीचे होते. ते वारकरी संप्रदायाचे होते. तुकाराम महाराजांचे अभंग त्यांनी त्यावेळी प्रेमाने जमवून आणि उतरवून ठेवले होते. आळंदीला माउलींच्या दर्शनाला ते गेल्याचे अनेक उल्लेख आहेत. वारी परंपरेचे प्रवर्तक हैबतबाबा हे त्यांच्या समकालीन असून त्यांचे स्नेही होते. इकडे निमगांवजाळीत त्रिंबकजींच्या पूजेतील विठ्ठलाची मूर्ती अजूनही त्याची साक्ष देते. आयुष्याच्या शेवटी चुनार येथे तुरुंगात असताना त्यांचा सर्वाधिक वेळ देवपूजेतच जात असे, अशी समकालीन नोंद आहे.

कुटुंबीय आणि वंशज

त्रिंबकजींच्या कुटुंबाबद्दल माहिती उपलब्ध आहे. त्यांना बारा पत्नी होत्या. त्यांपैकी १८२२मध्ये हयात असणाऱ्या आठ पत्नींची नावे 'रखमाबाई', 'रमाबाई', 'पार्वतीबाई', 'राधाबाई', 'चंद्राबाई', 'बालाबाई', 'यमुनाबाई' आणि 'मैनाबाई' अशी होती. यांपैकी तीन पत्नींच्या माहेरच्या घराण्यांविषयी आपल्याला माहिती

मिळते. पुणे जिल्ह्यातील लोणीकंद येथील शिंदे 'रविराव', सातारा जिल्ह्यातील 'फलटण' येथील जाधव, नाशिक जिल्ह्यातील 'आहेरगाव' येथील दळवी-देशमुख या तीन घराण्यांतील त्रिंबकजींच्या तीन पत्नी होत्या.

त्रिंबकजी डेंगळे यांना गणपतराव हा एकच मुलगा होता. पेशवाई संपून इंग्रजांचे राज्य आले, तेव्हा तो लहान होता. त्रिंबकजींचे बंधू कुसाजी यांनी इंग्रजांना विनंती करून आपली जप्त झालेली काही वतने सोडवून घेतली. गणपतराव हे इंग्रजकाळात 'तिसऱ्या श्रेणीतील सरदार' होते. त्यांना वर्षाला बाराशे रुपये इतकी पेंशन देण्यात येत होती. त्रिंबकजींना निमगाव (ता. राहाता, जि. नगर) हे गाव जहागीर होते. (इतर बराच सरंजाम असण्याची शक्यता आहे, त्याचा शोध घ्यायला हवा.)

गणपतरावांना पुढे तीन मुले झाली. जयवंतराव उर्फ बाबासाहेब, पर्वतराव उर्फ नानासाहेब आणि बापूराव उर्फ दादासाहेब. यातील जयवंतराव उर्फ बाबासाहेब यांचा वंश आजही 'राहाता' तालुक्यातील निमगाव, तसेच राहुरी तालुक्यातील 'उंबरे' येथे आहे (शिर्डीच्या साईबाबांचे समकालीन भक्त असणाऱ्या या कुटुंबाचा आणि बाबांचा विशेष संबंध होता.) दुसऱ्या पर्वतरावांचा वंश नाही. तिसरे बापूराव उर्फ दादासाहेब हे निमगांवजाळीतील वाड्यात राहत. गावची पाटिलकी करत. त्यांना गणपतराव (दुसरे) नावाचा एक मुलगा होता. गणपतरावही लवकर वारले आणि त्यांचा मुलगाही लहानपणीच वारला. तेव्हा निमगांवजाळीच्या या कुटुंबासमोर वारशाचा प्रश्न उभा राहिला. एकेकाळी माणसांनी भरलेल्या या वाड्यात फक्त गणपतराव यांच्या पत्नी अन्नपूर्णाबाई राहू लागल्या.

अन्नपूर्णाबाईंनंतर निमगांवजाळी येथील घराण्याला वारस कोण, हा प्रश्नच होता. मग दादासाहेब डेंगळे यांच्या एक कन्या अंबाबाई (अन्नपूर्णाबाईंच्या नणंद) या नागपूरला नाईक-जाधव (झेंडेवाले) घराण्यात दिलेल्या होत्या. त्यांच्या कुटुंबाला या वतनाचा हक्क प्राप्त झाला. हेच आजच्या निमगांवजाळी येथील वाड्यात राहणारे नाईक-जाधव घराणे होय.

१९६०च्या आसपास नागपूरच्या नाईक-जाधव घराण्यातील रमेशराव रामराव नाईक हे निमगांवजाळीमध्ये आले. बडोद्याला शिकून आलेल्या रमेशराव यांच्या हुशारीचे आणि अस्खलित इंग्रजी बोलण्याचे गावातील लोकांना त्यावेळी नवल वाटत असे. ते गावचे सरपंच होते. एकेकाळी संगमनेर तालुक्याच्या राजकारणातही ते सक्रिय होते. त्यांना राजेंद्र हा एकुलता एक मुलगा असून ते सध्या मुंबईमध्ये

असतात. आयआयएम (अहमदाबाद) येथून शिक्षण घेतलेले राजेंद्र हे कॉर्पोरेट क्षेत्रात कार्यरत आहेत. त्यांचा मुलगा आणि मुलगी दोघेही अमेरिकेत स्थायिक झाले आहेत. नाईक घराण्याचे थेट नातेसंबंध हे बडोद्याचे गायकवाड, पाटसचे शितोळे, देवासचे घारगे, जतचे डफळे या घराण्यांशी आहेत. निमगांवजाळीच्या भल्यामोठ्या वाड्यात राजेंद्र यांच्या आई पद्मावतीबाई राहत आहेत. गेल्या अनेक वर्षांपासून एकट्याच!

ना. सं. इनामदारांना श्रेय

त्रिंबकजी डेंगळे हे मराठी माणसांपर्यंत पोहोचले, ते ना. सं. इनामदार यांच्या 'झेप' कादंबरीतून. इनामदारांची ही पहिली कादंबरी. इतिहास हा केवळ राजे-महाराजे यांचा असतो, असा समज रूढ असणाऱ्या काळात, दुय्यम स्थानावर असणारे आणि काळाच्या पडद्याआड गेलेले त्रिंबकजी डेंगळे हे कादंबरीचे नायक त्यांना सापडले तरी कसे? तर त्याची कहाणी खूप रंजक आहे.

इनामदार सुरुवातीला रहस्यकथा लिहीत असत. एकदा रहस्यकथा लिहिण्यासाठी इनामदार मराठ्यांच्या इतिहासातील एखादी गूढ घटना शोधत होते. म्हणजे एखादा खून वगैरे. संताजी घोरपडे यांचा खून, नारायणराव पेशवे यांचा खून वगैरे त्यांनी नजरेखालून घातला. मात्र त्यांचे लक्ष केंद्रित झाले ते १८१५च्या गंगाधरशास्त्री यांच्या खुनावर. ते त्याचा अभ्यास करू लागले. त्यातच त्यांना त्रिंबकजी ही व्यक्तिरेखा सापडली. इनामदारांना ती इतकी भावली, की त्यांनी त्रिंबकजींवर कादंबरी लिहिण्याचे ठरवले आणि अभ्यास सुरू झाला.

झेप कादंबरी

निमगांवजाळी गावही त्यांनी पाहिले. मग १८१४-१५ या त्रिंबकजींच्या आयुष्यातील महत्त्वाचा कालखंड त्यांनी निवडला आणि त्यातील काही प्रसंग इनामदारांनी ललितरूपाने लिहून काढले. आणि 'झेप' कादंबरीचा जन्म झाला. तिचे प्रकाशनवर्ष होते १९६३. मराठी

वाचकांनी तिला चांगलेच उचलून धरले. त्यासोबतच राज्य बुडवणाऱ्या दुसऱ्या बाजीराव पेशव्यांचा एक सरदार अशी त्रिंबकजींबद्दल सामान्य धारणा असणाऱ्या मराठी वाचकांसह इतिहास अभ्यासकांच्याही अनेक पूर्वग्रहांना धक्का बसला.

अनेकांची पावले मग निमगांवजाळी येथील वाडा पाहण्यासाठी वळू लागली. 'झेप'मधील एक उतारा एकोणिसशे सत्तर-ऐंशीच्या दशकात महाराष्ट्र बोर्डाच्या इयत्ता सातवीच्या मराठीच्या पाठ्यपुस्तकात धडा म्हणून होता. त्याचे नाव होते 'शिक्का'. त्यामुळे त्रिंबकजींवर एक मोठा प्रकाश टाकण्याचे श्रेय जाते ते ज्येष्ठ कादंबरीकार ना. सं. इनामदार यांच्याकडे!

त्रिंबकजींवर आजवर इतरही काही मंडळींनी लिहिले आहे. १९३१मध्ये 'दुर्दैवी मोहरे' या आपल्या ग्रंथात वि. ग. लेले यांनी त्रिंबकजी डेंगळे आणि सर्जेराव घाटगे या दोघांची छोटेखानी चरित्रे लिहिली होती. त्यामुळे त्रिंबकजी यांच्या चरित्रलेखनाचा पहिला मान या लेलेंकडे जातो.

'रक्त सांडले अधांतरी' नावाचे अण्णासाहेब कुळकर्णी यांनी लिहिलेले एक नाटक त्रिंबकजी डेंगळे यांच्यावर होते. नागपूर विद्यापीठातून डॉ. उज्ज्वला साळवे यांनी त्रिंबकजी डेंगळे यांच्यावर पीएच.डी. केली असून आपला प्रबंध पुस्तकरूपानेदेखील प्रसिद्ध केला आहे. 'त्रिंबकजी डेंगळे व्यक्ती आणि कार्य: एक मूल्यमापन,' असे त्या पुस्तकाचे नाव असून तेही वाचनीय आहे.

डॉ. उदय कुलकर्णी या इतिहास संशोधकांनी लंडनच्या ब्रिटिश लायब्ररीतील अस्सल कागदपत्रांतून त्रिंबकजी डेंगळे यांच्या उत्तरआयुष्यावर प्रकाश टाकला. संगमनेरचे प्रा. विठ्ठल शेवाळे यांच्या 'उज्ज्वल उद्यासाठी' या त्रैमासिकाचा २०२१मधील 'सरदार त्रिंबकजी डेंगळे विशेषांक' हा अंक त्रिंबकजी डेंगळे यांचे छोटेखानी चरित्र म्हणून लोकांच्या पसंतीस उतरला. त्यामुळे ललित-ललितेतर असे लेखन त्रिंबकजींवर झाले असल्याचे दिसून येते; परंतु त्रिंबकजींचे एकंदर कार्य आणि त्याची व्याप्ती बघता आगामी काळात त्यांच्यावर आणखी संशोधन झाले पाहिजे. तसेच या व्यक्तीच्या कार्याचा प्रचारप्रसारदेखील झाला पाहिजे.

त्रिंबकजी डेंगळे यांच्या आयुष्यातील ठाणे तुरुंगातून पलायन, आदिवासी जातींचे संघटन अशा अनेक घटनांविषयी सखोल अभ्यास केला असता अनेक रोमांचक घटना, प्रसंग समोर येतात. 'झेप' कादंबरीतील काही प्रसंगही वाचकांच्या डोळ्यांत पाणी आणल्याशिवाय राहत नाहीत. असा वाचकांचा अनुभव आहे.

त्यामुळे त्रिंबकजी हे निश्चित एखाद्या 'चित्रपट', 'मालिका' अथवा 'वेबसिरीज'चा विषय होऊ शकतील, असे त्रिंबकजींवर वाचन आणि अभ्यास असणारी मंडळी म्हणतात.

त्रिंबकजी डेंगळे यांच्या वारशाचे जतन निमगांवजाळी गावचे ग्रामस्थ करताना दिसत आहेत. २०१३पासून त्रिंबकजी डेंगळे यांची पुण्यतिथी गावात साजरी होत आहे. त्रिंबकजींच्या वाड्याजवळ गावातील एका सामाजिक संस्थेने त्रिंबकजींचा माहितीफलकदेखील लावला आहे. निमगांवजाळीचा वाडा बघायला लोक लांबून येत असतात. भविष्यात त्रिंबकजींचा वाडा जतन व्हायला हवा. तसेच त्रिंबकजींचे स्मारकही गावात व्हायला हवे. त्यांचे उत्तरायुष्य जेथे गेले आणि मृत्यू झाला त्या उत्तर प्रदेशातील चुनार येथेही त्यांच्या स्मृती जतन केल्या गेल्या पाहिजेत.

शेतकऱ्याचे मूल ते इंग्रजांविरुद्ध संघर्ष करणारे शेवटच्या पेशव्यांचे कारभारी, हा त्रिंबकजी डेंगळे यांचा प्रवास लोकांसमोर यायला हवा.

संदर्भ :

१) मराठी रियासत (खंड ८) : गो. स. सरदेसाई

२) पेशवे दफ्तरातून निवडलेले कागद (खंड ४१)

३) त्रैमासिक, उज्ज्वल उद्यासाठी (अंक ऑगस्ट – ऑक्टोबर २०२१), संपादन : विठ्ठल शेवाळे

४) इनामदारी : ना. सं. इनामदार

५) Bajirao II and the East India Company : Pratul Chandra Gupta

६) Peshwa Bajirao II and Downfall of the Maratha Power : Suman Vaidya

७) The Maratha Century : Uday S. Kulkarni

•••

अकोले तालुक्यातील काही वाडे व घराणी

ऐतिहासिक अकोले शहर

अकोल्याची गढी

प्रवरेकाठच्या अकोले शहराला मोठा वारसा लाभला आहेत. अगस्ती ऋषींचा आश्रम असणारे अकोले रामायणकाळाशी आपले पौराणिक नाते सांगते. मराठेशाहीच्या काळात तेथे मंदिरे, घाट आणि वाडे निर्माण झाले. अकोल्यात गावाच्या थोडेसे बाजूला सिद्धेश्वर महादेवाचे यादवकालीन मंदिर आहे. अलीकडे अनेक पर्यटक तेथे भेटी देत असतात. अकोल्यात मराठेशाहीतही काही मंदिरे बांधली गेली आहेत. त्यात 'नारायणेश्वर' (ब्राह्मण गल्ली), 'केदारेश्वर मंदिर', 'राम मंदिरे' (सिद्धेश्वर मंदिराजवळ) ही मराठा शैलीतील आहेत, तर गंगाधरेश्वर मंदिर हे नागर शैलीतील सुंदर मंदिर आहे.

अकोले गावात एक जुनी गढी आहे. नदीच्या छोट्या पुलावरून वर गावातील पेठेच्या रस्त्याकडे येताना ती उजव्या बाजूला दिसते. सध्या मात्र ती नामशेष होण्याच्या मार्गावर आहे. राज्यकारभारासाठी परगणा अथवा महालांच्या मुख्यालयाच्या ठिकाणी असलेल्या अशा गढ्या आपल्याला राज्यभर दिसतात. त्यांचा वापर सरकारी कामकाजासाठी होई. अकोल्याची गढी हीसुद्धा त्याच प्रकारची आहे. ही गढी कोणत्या काळात उभारली गेली, हे मात्र माहीत नाही. इंग्रजकाळात तेथे अकोल्याचे पोस्ट ऑफिस आणि सरकारी दवाखाना होता.

अकोले शहरात जुने वाडे आणि त्यांच्याशी संबंधित अनेक घराणी होती. नगर डिस्ट्रिक्ट गॅझेटिअरमध्ये त्यासंबंधी उल्लेख आहेत. त्यात म्हटले आहे की, 'अकोले शहरात अनेक मराठा आणि ब्राह्मण मंडळींचे वाडे असून बऱ्याच वाड्यांचे मालक आता गरीब परिस्थितीत आहेत. बऱ्याच मोठ्या, जुन्या वाड्यांचे अवशेषच आता शिल्लक आहेत.' आता गॅझेटिअर ज्या वर्षी प्रकाशित झाले, त्या १८८३ मध्ये अशी स्थिती असेल, तर आज त्या वाड्यांची काय स्थिती असणार?

अकोल्यातील ब्राह्मणमंडळींचे काही वाडे मागच्या काही काळापर्यंत चांगल्या स्थितीत होते. शहरात ब्राह्मणांची एक गल्ली होती, तिला 'ब्राह्मणगल्ली' म्हणतात. घडीव दगडांची एक चिरेबंदी वेस किंवा प्रवेशद्वार तेथे पाहायला मिळते जिला 'चिरेबंदी' संबोधतात. येथे आसपास अनेक वाडे होते. हल्ली बरेच उतरवले गेले आहेत. तर काहींच्या आत आता नवी घरे झाली आहेत. अकोल्याच्या ब्राह्मणगल्लीतून जाताना काही वाड्यांची प्रवेशद्वारे आणि भिंती आपले लक्ष वेधून घेतात.

मराठाकाळात अकोल्यातील या ब्राह्मणमंडळींपैकी काही मंडळी पूर्वापार धार्मिक कामे करणारी होती, तर काही मंडळींनी गावातून बाहेर पडून आपल्या हुशारीच्या जोरावर तत्कालीन सत्तांच्या पदरी छोटी-मोठी पदे मिळवली होती. त्यात कोणी पुण्याला पेशवाईत होते, कोणी इंदूरच्या होळकरांकडे होते, कोणी ग्वाल्हेरच्या शिंदें यांच्याकडे होते, तर कोणी बडोद्याचे गायकवाड यांच्या पदरी होते.

अकोल्याचे संत घराणे

अकोल्याचे मूळचे आणि प्रसिद्ध असे घराणे म्हणजे 'संत' यांचे. संत हे अकोले परगण्यातील वतनदार देशपांडे होते. उत्तर मराठेशाहीत यातील काही जण मोठ्या पदांवर होते. एक संत ग्वाल्हेरला शिंदे यांच्याकडे, तर एक बडोद्याला गायकवाड यांच्याकडे होते. शिंदेशाहीतील असणारे एक महत्त्वाचे नाव म्हणजे, कृष्णाजी अंबादास संत-पोतनीस होय. शिंदे यांच्याकडे असणारे त्यांचे घराणे पोतनीस पदावर होते. सध्या त्यांचे वंशज 'पोतनीस' असेच आडनाव लावतात. 'पोतनीस'

संत पोतनीस घराण्याचे गंगाधरेश्वर मंदिर

म्हणजे सरकारात आलेल्या रोकड पैशांचा (पोत्यांचा) हिशोब ठेवणारा अधिकारी होय. अकोल्यातील नागर शैलीतील भव्यदिव्य गंगाधरेश्वर मंदिर त्यांनी बांधले. आजही ते त्यांच्या खासगी मालकीचे असून अकोले शहराची शोभा वाढवत आहे. कृष्णाजी अंबादास संत (पोतनीस) यांनी ते मंदिर १७८२मध्ये बांधले.

कृष्णाजी हे महादजी शिंदे यांच्याबरोबर होते. १७८०मध्ये महादजी शिंदे यांच्यातर्फे अहिल्याबाई होळकर यांच्याशी बोलणी करायला कृष्णाजी अंबादास गेल्याचा उल्लेख काही पत्रांत आहे. तसेच शिंदे यांच्याकडे असणारे इंग्रजांचे एक वकील अँडरसन (मराठे याला इंद्रसेन म्हणत!) यांच्याशी एकदा बोलणी करायला कृष्णाजी गेले होते. त्यामुळे महादजी शिंदे यांच्या जवळच्या मुत्सद्दी मंडळींपैकी ते एक असावेत, हे स्पष्ट होते. कृष्णाजींचे बंधू दाजीबा हेही त्यांच्याबरोबर शिंदेशाहीत होते. कृष्णाजींचे पुत्र अमृतराव अल्पवयीन असल्याने वडिलांचा कारभार त्यांच्याकडे न येता त्यांच्या चुलत्याकडे, म्हणजेच दाजीबांकडे दिला गेला. दाजीबा पोतनीस हे नंतर दौलतराव शिंदे आणि बायजाबाई शिंदे यांच्या काळात मुख्य 'पोतनिशीचा' कारभार पाहात होते. कृष्णाजींनी सुरू केलेले अकोल्याच्या गंगाधरेश्वर मंदिराचे काम अमृतरावांनी पूर्ण केल्याचे समजते. त्यांचे वंशज येथे नसून पुण्याला राहतात असे समजते.

ग्वाल्हेरकरांच्या पदरी असणाऱ्या या संत-पोतनीस यांचा वाडा अकोल्यातील अगस्ती चित्रमंदिरासमोर, रस्त्याच्या कोपऱ्याला होता. सध्या तो अस्तित्वात नाही. त्याच्या एका कोपऱ्यात एक पीर असून त्याला 'पोतनीस यांचा पहारेकरी पीर' असे म्हणतात.

संत घराण्यातील या घराण्याशिवाय इतर संत घराणी त्यावेळी प्रभावी होती. ब्राह्मणगल्लीत 'चिरेबंदी' म्हणून ते प्रवेशद्वार अथवा वेस आहे, त्याच्या आत संत

वाड्याचे जतन करून ठेवलेले प्रवेशद्वार

संत यांचा वाडा (सध्या टाकळकर)

मंडळींचे जुने वाडे होते. मागच्या काळात ही मंडळी अकोले सोडून इतर ठिकाणी स्थिरस्थावर झाली. काहींच्या जागांची विक्री झाली असून काही तशाच पडून असल्याचे दिसते. गेल्या शतकात अकोल्याच्या मॉडर्न कॉलेजसाठी संत यांच्या वाड्यांचा अथवा जागांचा वापर होत होता.

चिरेबंदी प्रवेशद्वारातून आत आल्यावर असणाऱ्या एका संत-देशपांडे यांच्या वाड्याचा काही भाग अजून टिकून असल्याचे दिसते. या संत यांच्या वतनावर मुलीकडून टाकळकर घराणे येथे आले आहे. त्यामुळे तो 'टाकळकर कुटुंबीयांचा' वाडा म्हणून ओळखला जातो. टाकळकर मूळ नाशिक जिल्ह्यातील 'शिंपेटाकळी' येथील होय.

संत अथवा टाकळकरांच्या या वाड्याच्या पूर्वेकडील एका जोत्याच्या जागेवर सध्याचा टाकळकरांचा बंगला उभा आहे. तेथे समोरच पाण्याचा जुना आड आहे. पश्चिम आणि दक्षिण बाजूच्या जोत्यावरच नंतरच्या काळात केलेले बांधकाम आपल्याला दिसते. वर एक मजलासुद्धा आहे. येथे सुंदर नक्षीदार हस्त आपल्याला ठिकठिकाणी दिसतील. बरेच आता सिमेंट-काँक्रिटच्या नव्या भिंतीत गेले आहेत. वाड्याच्या दक्षिण बाजूचा काही भाग हा काही वर्षांपूर्वी अकोल्यात नोकरीनिमित्त आलेल्या सहस्रबुद्धे कुटुंबाला टाकळकरांनी विकला. याच कुटुंबातील अनिल सहस्रबुद्धे हे लोकसाहित्याचे मोठे अभ्यासक आणि लेखक आहेत. हल्ली सहस्रबुद्धे

यांच्या त्या जागेत त्यांनी टाकळकरांच्या मदतीने 'का. पु. बा. टाकळकर ग्रंथालय व संशोधन केंद्र' सुरू केले आहे.

> या वाड्याचे जुने प्रवेशद्वार सध्या नव्या बंगल्यात शोभेची वस्तू म्हणून सांभाळून ठेवले आहे. त्याच्या गणेशपट्टीवर आणि दोन्ही बाजूंना सुंदर नक्षीकाम आहे. दारावर आलेल्या तुळ्यांच्या टोकांवर उडणारे पक्षी कोरलेले दिसतात. या घराण्याकडे अनेक कागदपत्रे, देवघरातील मूर्त्या, लघुचित्रे असा बराच ठेवा होता. नगरचे इतिहास संशोधक सुरेश जोशी यांनी तो नेल्याचे सांगतात. त्यांच्याकडचा लघुचित्रांचा दुर्मीळ आणि अनमोल ठेवा सध्या नगर येथील ऐतिहासिक वस्तुसंग्रहालय व संशोधन केंद्रात पाहायला मिळतो.

संत घराण्यातील अनेक मंडळी अकोले सोडून एकोणिसाव्या शतकात अथवा त्यापूर्वी इतरत्र गेली. संगमनेर येथील संत हेसुद्धा मूळचे अकोल्याचेच. शंकरराव उर्फ भाऊसाहेब संत हे संगमनेरमध्ये इंग्रजकाळात मोठे वकील होते. संगमनेर शहराचे ते पहिले लोकनियुक्त नगराध्यक्ष (१९०९-१३) होते. स्वातंत्र्यलढ्यात त्यांचा सहभाग होता. महाराष्ट्रातील त्यावेळच्या अनेक क्षेत्रांतील दिग्गज मंडळींचे संत यांच्या संगमनेरच्या वाड्यात येणे-जाणे होते. दु. का. संत म्हणून एक साहित्यिक अकोल्याच्या संत घराण्यात होऊन गेले. संत यांच्या या ऐतिहासिक घराण्याचा एकंदर विस्तार आणि कर्तृत्व पाहता 'संत कुलवृत्तांत' ग्रंथ निघू शकेल.

अकोले शहरातील इतर वाडे व घराणी

अकोले येथील इतर ब्राह्मण घराण्यांत 'सोमणी', 'अकोलकर', 'जोशी', 'धर्माधिकारी', 'पेटकर', 'भाटे', 'क्षोत्री' अशी नावे घ्यावी लागतील. नारायणेश्वर मंदिराच्या पश्चिमेला अकोलकरांचा मोठा वाडा होता. आता तो उतरवला गेला आहे. त्याच्या मोठेपणाच्या आणि त्यात असणाऱ्या अकोलकरांच्या सुंदर

नृसिंहाच्या देवालयाच्या आता फक्त आठवणीच शिल्लक राहिल्या आहेत. वाड्याचे उत्तराभिमुख दारसुद्धा काढले आहे. मात्र त्याच्या बाजूच्या घडीव दगडांच्या भिंती अजूनही उभ्या आहेत. वाड्यासमोरचा तीन मजली नगारखाना होता. तोही काही वर्षांपूर्वी उतरवला जाऊन तेथे आता नवी इमारत उभी आहे. अकोल्याची मराठी शाळा (जीवन शिक्षण मंदिर संस्थेची) येथे भरायची. अकोलकरांचे हे वैभव लक्षात घेता, या घराण्याला निश्चित मोठा इतिहास असावे, असे दिसते.

अकोलकर वाडा

तेथून जवळच गंगाधरेश्वर मंदिराकडे जाताना कोपऱ्यावर धर्माधिकारी यांचा वाडा दिसतो. वाड्याची उत्तरेकडची उंच भिंत आपल्याला मान वर करून पाहावी लागते. तिच्यात असणारे नक्षीदार गवाक्ष, वाड्याचे प्रवेशद्वार, त्याच्यावर असणारा सज्जा आकर्षक आहे. हा वाडा दोन मजल्यांचा होता. प्रवेशद्वारावर पहिल्या मजल्यावर सुंदर सज्जा आहे. तेथे चार गवाक्षांची योजना केलेली दिसते. विशेष गोष्ट म्हणजे या गवाक्षांच्या मध्ये भिंतीवर नैसर्गिक रंग वापरून काढलेली नक्षी. आजही ती अगदी ताजीतवानी वाटते. धर्माधिकारी यांच्या वाड्याचा हा भाग उरलेसुरले वैभव उराशी घेऊन उभा आहे.

पेटकर आडनावाचे एक कुटुंब गावात आहे. सिद्धेश्वर मंदिराच्या जवळ ते वास्तव्यास आहेत. पेटकरांना जहागीरदार अथवा इनामदार संबोधतात खरे; पण घराण्याचा इतिहास मात्र समोर आलेला नाही. तर क्षोत्रींसारखी काही घराणी अकोले सोडून इतरत्र स्थायिक झाली आहेत. जोशींची काही कुटुंबे येथे आहेत. अकोल्याच्या या जोशी घराण्यात चंडीराम महाराज नावाचे संत होऊन गेले. त्यांचा काळ पेशवाईच्या शेवटचा आणि इंग्रजकाळाच्या सुरुवातीचा आहे. त्यांचा मठ आणि समाधी ही पुणे जिल्ह्यातील राजगुरूनगर येथे भीमेकाठी विष्णू मंदिराजवळ

आहे. अकोल्यात त्यांच्या जन्मस्थानीही चरणपादुका स्थापन केलेल्या आहेत. त्यांच्याही चरित्राचा शोध घ्यायला हवा.

ब्राह्मणांची संख्या अधिक असणाऱ्या या अकोल्यात ऋग्वेदी ब्राह्मण आणि यजुर्वेदी ब्राह्मण यांच्यात पूर्वीपासून अनेक वाद असल्याचे दिसते. १७९२-९४ मध्ये कृष्णाजी अंबादास यांचे पेशव्यांना पाठवलेले पत्र यासंदर्भात लक्षात घेण्यासारखे आहे. कृष्णाजींनी अकोल्यात पिंपळाची नवी झाडे लावली होती. पिंपळाच्या झाडाची मुंज करण्याचा प्रकार त्यावेळी होता. अकोल्यात ऋग्वेदी आणि यजुर्वेदी यांच्यात वाद असल्याने त्या मुंजीच्या कार्यक्रमात यजुर्वेदीमंडळी अडथळा आणण्याची भीती त्यांना होती. विधी निर्विघ्न पार पाडण्यासाठी त्यांनी मामलेदार व काही माणसांची मागणी सरकारकडे केली होती. यावरून अकोल्यातील ब्राह्मणमंडळींत वाद असल्याचे लक्षात येते. अगदी अलीकडच्या काळापर्यंत अकोल्याच्या सिद्धेश्वर मंदिरात यजुर्वेदी आणि ऋग्वेदी ब्राह्मणांचे रुद्राभिषेक स्वतंत्र व्हायचे, असे येथील मंडळींकडून समजते.

गॅझेटिअरमध्ये काही मराठा मंडळींचे वाडे गावात असल्याचे म्हटले आहे. ते हल्ली अस्तित्वात नसल्याचे दिसते. ते बहुधा झोळेकर, धुमाळ, नाईकवाडी या घराण्यांचे असावेत. अकोल्याची पाटिलकी ही पूर्वी धुमाळांकडे होती.

परगणे 'कोतुळ'

'कोतुळ' हेदेखील अकोले तालुक्यातील एक मोठे गाव. अकोल्याच्या दक्षिणेला ते अठरा किलोमीटरवर आहे. हरिश्चंद्रगडाच्या डोंगरांत उगम पावलेल्या मुळा नदीकाठचे पहिले मोठे गाव म्हणजे 'कोतुळ'. २०२२मध्ये पुण्याच्या डेक्कन कॉलेजने केलेल्या पुरातत्वीय उत्खननात गावात दोन हजार वर्षांपूर्वीचे पुरावे मिळाले आहेत. त्यामुळे गावची वसाहत बरीच जुनी असल्याचे दिसते. काही जण त्याचे जुने नाव 'कुंतल' असे सांगतात. 'कोतुळ' हे मराठेशाहीच्या काळातही मोठे गाव होते. पेशवाईतील पत्रांत 'परगणे कोतुळ' असा त्याचा उल्लेख दिसतो. गावात

असणारी वतनदार देशमुख आणि देशपांडे यांची घराणी त्याची साक्षही देतात.

येथील देशमुख हे ढगे-देशमुख आहेत. हैदराबादच्या निजामाचे दिवाण आणि पेशवाईच्या काळातील साडेतीन शहाण्यांपैकी एक असणाऱ्या विठ्ठल सुंदर परशुरामी यांचे हे मूळ गाव आहे. (त्यांच्याविषयी 'पेशवाईतील साडेतीन शहाण्यांपैकी एक : विठ्ठल सुंदर' यात सांगितले आहे.)

कोतुळमध्ये गावठाणाच्या पूर्वेला एक गढी होती. तिचे अवशेष अजूनही पाहायला मिळतात. गढीचे ठिकाण काहीसे उंचावर असून तिच्या तटबंदीच्या भिंतीचे काही दगडच सध्या शिल्लक आहेत. येथे पूर्वी कचेरी होती. सरकारी कामकाज येथूनच चालत असे. गावात पूर्वी मराठा आणि ब्राह्मणमंडळींचे वाडे होते. ढगे-देशमुखांची संख्या गावात मोठी आहे. इंग्रजकाळात भाऊदाजी पाटील-देशमुख नावाचे प्रसिद्ध गृहस्थ या घराण्यात होऊन गेले. समाजकारण आणि राजकारणात ते सक्रिय होते. त्यांचा इंग्रजकाळात उभारलेला वाडा गावात आहे. १९४१मध्ये भाऊदाजींच्या घरी डॉ. बाबासाहेब आंबेडकर यांनी भेट दिली होती. गावात भाऊदाजी यांचे नाव असलेल्या काही शैक्षणिक संस्थांही आपल्याला पाहायला मिळतात. तसेच देशमुख घराण्यातील काशिनाथ देशमुख हे इंग्रजकाळात जज होते. त्यांच्या पत्नी या पुण्याच्या शासकीय कृषी महाविद्यालयाचे पहिले भारतीय प्राचार्य, कृषी-अर्थतज्ज्ञ रावबहादूर पीसी पाटील थोरात यांच्या कन्या होत्या.

ऐतिहासिक राजूर व समशेरपूर

अकोले तालुक्यातील कोतुळसारखी दुसरी दोन मोठी गावे म्हणजे 'राजूर' आणि 'समशेरपूर' होय. दोन्ही पेठांची गावे होती. आजूबाजूची डोंगरदऱ्यांतील अनेक गावे त्यांना जोडली गेली होती. 'राजूर' हे मराठेशाहीच्या काळात 'महाल' अथवा 'तर्फ' होते. राजूर गाव हे डांगणामधील आदिवासीमंडळींसाठी आजही महत्त्वाचे बाजारपेठेचे आणि शिक्षणाचे केंद्र आहे. येथील देशमुखी

समशेरपूर पेठेतील एक वास्तू

ही महादेव कोळी समाजाला म्हणजे पिचड घराण्याकडे होती, ही विशेष गोष्ट सांगण्यासारखी आहे. पेशवेकाळात बंड केलेल्या जावजी-नाईक बांबळे यांना याच राजूर महालातील साठ गावांचा कोतवाली अधिकार बहाल करण्यात आला होता. 'राजूर' गावाला 'बांबळ्यांचे राजूर' म्हणत असत. (त्याविषयी 'पेशवाईत बंड उभारलेले जावजी बांबळे आणि महादेव कोळी-नाईक घराणी' यात माहिती आहे.) अलीकडे 'राजूर' गावची ओळख ही तेथील प्रसिद्ध पेढ्यांमुळे व ज्येष्ठ नेते आणि माजी मंत्री मधुकरराव पिचड यांच्यामुळे आहे.

'समशेरपूर' हेही असेच 'राजूर', 'कोतुळ' खालोखालचे तालुक्यातील एक मोठे गाव आहे. या गावाचे नाव कोणत्या तरी समशेर बहादूर नावाच्या मुस्लीम सरदारामुळे पडले. तो पट्टा किल्ल्याचा किल्लेदार होता, असे म्हणतात. त्याचा संबंध बऱ्याचदा उगाचच बाजीराव आणि मस्तानी यांचे पुत्र समशेर बहादूर यांच्याशी जोडला जातो. पानिपतात या समशेरपूर गावातील लोक तमाशा घेऊन होते. गावाच्या पेठेत आजही जुन्या धाटणीची दुकाने आपल्याला दिसतील. पेठेत जोशी, शाळिग्राम वगैरे ब्राह्मण घराण्यांचे वाडे होते. जोशी घराण्यात वामन नारायण जोशी (१८८९-१९६४) हे स्वातंत्र्यसैनिक होऊन गेले. नाशिकला झालेल्या 'कलेक्टर जॅक्सन'च्या खुनात त्यांची महत्त्वाची भूमिका होती. तर शाळिग्राम घराण्यातील शंकर तुकाराम शाळिग्राम हे इंग्रजकाळातील एक इतिहास अभ्यासक व लेखक होते. मराठेशाहीच्या काळातील अनेक पोवाडे, लावण्या अशा स्वरूपातील काव्ये त्यांनी संकलित करून प्रकाशित केली.

ब्राह्मणवाडा येथील गढी

'ब्राह्मणवाडा' हेही असेच एक जुने गाव. अकोल्याच्या दक्षिणेला तीस किलोमीटर असणारे हे गाव ओतूर-जुन्नरला जाणाऱ्या रस्त्यालगत आहे. मराठेशाहीच्या काळात येथील हा घाटमार्ग रहदारीचा होता. 'ब्राह्मणवाडा' गावाच्या नावात जरी ब्राह्मण असले, तरी गावात सध्या एकही ब्राह्मण कुटुंब नाही. गावात पूर्वी एक गढी होती, ती सध्या नामशेष झाली आहे. शेवटचे पेशवे दुसरे बाजीराव हे इंग्रजांशी लढताना १८१७ मध्ये येथे आले होते. पेशव्यांचे सेनापती बापू गोखले यांचे पुत्र गोविंदराव इंग्रजांशी लढताना मरण पावले. त्यावेळी पेशव्यांची छावणी

ब्राह्मणवाड्यात होती. गोविंदराव यांच्या पत्नी येथे सती गेल्या. सतीचे स्मारक अजूनही ब्राह्मणवाड्यात आहे. ज्यांना त्याची माहिती आहे अशी इतिहासप्रेमी मंडळी या स्मारकाला आवर्जून भेट देत असतात.

सतीचे स्मारक

चिंचवण्याचा डगळे-पाटलांचा वाडा

अकोले तालुक्याच्या पश्चिमेकडील डोंगराळ भागात महादेव-कोळी घराण्याचा एक सुंदर वाडा आहे. तो म्हणजे चिंचवण्याचा डगळे-पाटलांचा वाडा होय. गावचे पाटील असणाऱ्या डगळे घराण्यातील एक मुलगी पूर्वी जव्हारच्या राजांना दिली होती.

डगळे यांच्या वाड्याचे प्रवेशद्वार

अकोले तालुक्याच्या पश्चिमेला असणारा, अर्ध्याहून काहीसा अधिक भाग हा आदिवासीबहुल आहे. त्याला 'डांग' असे म्हणतात. डोंगरदऱ्यात असलेल्या या भागात एकतर मोठे वाडे पाहायला मिळत नाहीत. खरे तर पक्की विटांची अशी मोठी घरे पूर्वीच्या काळी येथे फक्त मोठ्या लोकांची होती. खेडोपाडी आजही गावठाणात अशा जुन्या रचना आपल्याला दिसतील. दगड, बांबू, करव यांनी बनवलेली कुडाची व गवताची छपरे असलेली घरे येथे दिसतात. काही घरे साग, पळस या झाडांच्या पानांनी शाकारलेली असतात. अधिक पावसाचा प्रदेश असल्याने घरे उतरत्या कौलांची असतात. मोठा वाडा म्हणायला गेलो, तर या भागातील एकच सांगता येईल, तो म्हणजे चिंचवणे गावात जव्हारच्या राजांचे नातेवाईक असणाऱ्या डगळे-पाटलांचा.

अकोले तालुक्यातील राजूर गावापासून चिंचवणे सहा किलोमीटरवर आहे. डगळे-पाटलांचा हा वाडा सध्या पूर्णपणे पडला आहे. काही वर्षांपूर्वी वाडा

डगळे यांच्या वाड्याची भिंत

सुस्थितीत होता. नंतर तो उतरवला गेला. मुख्य प्रवेशद्वाराची दगडी चौकट, आतील चौकाची जोती आणि दक्षिणेची भिंत इतकेच काय ते आता शाबूत आहे. आजूबाजूला कोणालाही विचारले, तर ते वाडा किती भव्य होता, हे सांगतात. प्रवेशद्वाराजवळचे दगड घोटीव आहेत. बाजूचे कोनाडेही सुंदर आहेत. प्रवेशद्वाराची दगडी चौकट महिरपी आहे. वाडा एक चौकी होता. आत तो चौक आणि त्याची घडीव जोती दिसतात. वर मात्र सगळे पडले आहे. दक्षिणेकडची शाबूत असलेली भिंत अर्धी दगडी आणि अर्धी चपट्या विटांची आहे. तिच्यात खिडक्या, झरोके आहेत. कोनाडे आहेत. तिचा आकार वर त्रिकोणी आहे. याचे कारण म्हणजे छप्पर उतरते होते. अधिक पाऊस पडणाऱ्या या भागात तिरपी किंवा उतरत्या कौलांची छप्परे दिसतात. (उत्तर नगर जिल्हा हा तसा कमी पावसाचा असल्याने तेथे सपाट छप्पर असलेले वाडे आपल्याला दिसतील. तिरपी कौले ही फक्त अधिक पावसाच्या अकोले तालुक्यात आपल्याला दिसतात.) वाड्याला वर पूर्ण एक मजला होता, तर मागच्या भागात वरच्या मजल्याच्या वर गच्ची होती. आता मात्र सगळे पडले आहे.

वाडा कधी बांधला हे निश्चित सांगता येणार नाही; पण त्याने शंभरी ओलांडली हे निश्चित. डगळे हे चिंचवण्याचे पाटील. त्यांच्या घराण्यातील एक मुलगी जव्हारच्या राजांना दिली होती. त्यांनी हा वाडा आपल्या पत्नीच्या माहेरच्या मंडळींना बांधून दिला होता. त्या मुलीचे नाव काय, विवाह केव्हा झाला, राजाचे नाव काय, हे येथे कोणालाही ठाऊक नाही. एक दंतकथा मात्र इकडे प्रचलित आहे. ती अशी की, जव्हार येथे मुकणे घराणे राज्य करत होते. तेथील राजा लग्नासाठी मुलगी शोधत होता. तो राजूर भागात सोयरीक पाहण्यासाठी आला. पंचक्रोशीतील मोठ्या आसामी असलेल्या सोयरिकी त्यांना दाखवण्यात आल्या; पण राजाची एक अट होती. मुलीच्या दोन्ही पायांचे तळवे सपाट असावेत. मग तो वधू परीक्षा घेऊ लागला. जिकडे जाईल तिकडे कुंकवाचा सडा टाकला जायचा. मुलीला त्याच्यावरून

चालण्याची विनंती करण्यात यायची. कुंकवाच्या सड्यावर तिच्या पावलांचे ठसे उमटायचे आणि मग तळवे सपाट आहेत की नाही ते समजायचे. राजाला पंचक्रोशीत अशी मुलगी सापडत नव्हती. मग राजा आणि लवाजमा चिंचवण्याच्या डगळे-पाटलांकडे आला. परीक्षा सुरू झाली. डगळेंच्या कन्येला कुंकवाच्या सड्यावरून चालण्याची विनंती करण्यात आली. पावलांचे ठसे उमटले. मुलीच्या पायांचे तळवे सपाट निघाले. राजाने मुलगी लगेच पसंत केली. लग्न झाले. आता सासुरवाडीची मंडळी ही जव्हारच्या राजाच्या तोलामोलाची कशी असणार? मग राजाने लग्न झाल्यावर आपल्या सासुरवाडीच्या मंडळींना वाडा बांधून दिला.

या दंतकथेशिवाय अधिकृत माहिती आपल्याला मिळत नाही. राजाने घेतलेली परीक्षा ही खरे तर पूर्वी अनेक मंडळी वधू शोधताना घेत असत. तळवा सपाट असेल तर मुलगी सत्वशील, नम्र आणि गुणी आणि तळवा खोलगट असेल तर ती कपटी, शहाजोग, घर फोडणारी असते, अशी जुनी समजूत (खरे तर गैरसमजूत) रूढ होती. ती सर्वच समाजात होती. या राजेसाहेबांनीच अशी जगावेगळी अट ठेवली होती, असे नाही.

जव्हारचे राजे मुकणे यांच्याविषयी सांगायचे झाले, तर ते आजच्या पालघर जिल्ह्यातील जव्हारचे शासक होते. महादेव कोळी समाजाचे असणाऱ्या मुकणे घराण्याचा इतिहास चौदाव्या शतकापर्यंत मागे जातो. १९४७ पर्यंत जव्हार हे महाराष्ट्रातील एक संस्थान होते. राज्यातील ते एकमेव असे संस्थान ज्याचा शासक हा मराठा किंवा ब्राह्मण नव्हता. जव्हारकर राज्यांना त्यांना नातेसंबंध करायचे झाल्यास त्यांच्या समाजात तोलामोलाची दुसरी राजघराणी नव्हती. (हाच प्रकार काहीअंशी होळकर, पेशवे यांच्याबाबतीतही व्हायचा.) मग ते आपल्या समाजातील किमान सुसंपन्न, वतनदार घराणे शोधत आणि सोयरीक करत. असाच प्रकार डगळेंच्या बाबतीत झाला आणि चिंचवण्याला एक छान वास्तू उभी राहिली.

चिंचवण्यावरून प्रवास करत असताना अनेकांच्या नजरा वास्तूकडे वळल्याशिवाय राहायच्या नाहीत. मात्र आता हे वैभव इतिहासजमा झाले आहे. वाडा उतरवला गेला आणि सर्व मंडळी वस्त्यांवर राहायला गेली. वाड्याच्या बाजूलाच एक जुने मारुतीचे मंदिर आपल्याला दिसते. त्याच्या भिंतीलगत बाहेर अनेक चिरे वा वीरगळी ओळीने मांडून ठेवल्या आहेत. या अनेक जुन्या लोकांच्या आहेत. गावचे पाटील आणि इतर पंच मंडळींच्या त्या असल्याचे सांगितले जाते. यातील पहिला चिरा हा एका पाटलाचा म्हणजे नावजीबुवा डगळे यांचा असल्याचे आणि जव्हारच्या राजांना दिलेली मुलगी त्यांची असल्याचे काही जण सांगतात.

संदर्भ :

१) सवाई माधवराव पेशवे यांची रोजनिशी, (भाग- २ व ३)

२) महाराणी बायजाबाई शिंदे ह्यांचे चरित्र : द. ब. पारसनीस

३) मासिक इतिहाससंग्रह (अंक, ऑगस्ट १९०८), संपादन : द. ब. पारसनीस

४) आमचा नगर जिल्हा : हरी गणेश पारखे

५) Gazetteer of the Bombay Presidency (Vol. 17, Ahmednagar)

•••

धांदरफळ येथील मोहोळे यांचा वाडा

संगमनेर तालुक्यातील काही वाडे व घराणी

संगमनेरची गढी

'संगमनेर' हे प्रवरा आणि म्हाळुंगी नदीच्या संगमावर वसलेले गाव. या संगमामुळेच त्याचे नाव 'संगमनेर' पडले. यादवकाळात म्हणजेच बाराव्या - तेराव्या शतकात ते एक भरभराट असणारे शहर होते. मराठेशाहीच्या काळात तो एक परगणा होता. संगमनेरचा उल्लेख 'परगणे संगमनेर' असा येतो. अनेक उत्तर महाराष्ट्रातील काही परगण्यांच्यापुढे 'संस्थान संगमनेर' आणि 'सरकार संगमनेर' असा उल्लेख येतो. याचा अर्थ ते काही परगण्यांचेदेखील मुख्यालय होते. संगमनेर परगण्यात 'हवेली' (म्हणजे शहराच्या आसपासचा भाग), 'देवपूर', 'बेलापूर', 'राहुरी', 'कोऱ्हाळे' या 'तर्फा' अथवा 'महाल' होते. 'देवपूर तर्फ' आजच्या नाशिक जिल्ह्यातील सिन्नर तालुक्याचा भाग आहे. उर्वरित सर्व भाग म्हणजे आजच्या नगर जिल्ह्यातील 'संगमनेर', 'राहाता', 'राहुरी' आणि 'श्रीरामपूर' हे तालुके होय. म्हणजेच संगमनेर परगणा अर्ध्याहून अधिक उत्तर नगर जिल्हाच आहे.

आज तर हे शहर मोठे आहेच; पण त्यावेळीही मोठे आणि संपन्न होते. गावची पेठ मोठी होती. येथील कापड व्यवसायही फार पुरातन आहे. शहरातील गल्ल्यांत दिसणारा कोष्टी, साळी, पद्मसाळी, रंगारी वगैरे समाज त्याची साक्ष देतो. 'परदेशपुरा', 'नाईकवाडपुरा' आणि 'मोमीनपुरा' अशी शहरातील भागांची नावे मुसलमानी राजवटीशी नाते सांगतात. अनेक मंदिरे, मशिदी गावात होत्या. प्रवरेकाठी सुंदर घाट होते. ऐतिहासिकदृष्ट्या समृद्ध असणाऱ्या या शहरात 'खासबाग', 'बाखबाग' आणि 'रुस्तमबाग' या बागा होत्या.

संगमनेरच्या गढीतील बारव

गावचे एक महत्त्वाचे केंद्र जिथून एकेकाळी कारभार केला जायचा, ते म्हणजे येथील 'गढी' होय. संगमनेरला प्रवरा आणि म्हाळुंगीचा संगम जेथे होतो, तेथे उत्तरेला लागून गढी होती. बहामनशाही अथवा निजामशाहीच्या काळात ती बांधली गेलेली असावी. चार-पाच एकर क्षेत्रावर पसरलेली ही गढी आज नसली, तरी तिची जागा भल्यामोठ्या संगमनेरामध्ये आजही पडून

आहे. सरकारच्या मालकीची ही जागा असून तिच्या काही भागाचा शासकीय डी. एड. कॉलेजसाठी वापर केला आहे.

गढीच्या आसपास मुस्लीम समाजाची वस्ती मोठ्या प्रमाणावर आहे. गढीच्या जागेत जुनी एकच वास्तू कशीबशी अस्तित्व टिकवून आहे. ती म्हणजे 'बारव'. मराठा शैलीच्या इतर बारवांपेक्षा ती काहीशी वेगळी आहे. अलीकडे काही अंतरावरून बारवेत उतरण्यासाठी मार्ग आहे. बारवेच्या चारही बाजूंनी आत डोकावता येते. बुजल्या गेलेल्या या बारवेत खाली, आत मजले दिसतात. मुस्लीम शैलीतील 'वाव' अथवा 'बावडी'सारखी ती आहे. तेथे जवळच एक मशीद आहे.

या गढीला ऐतिहासिक महत्त्व आहे. १६२२मध्ये मोगल बादशाह जहांगीर याच्याविरुद्ध त्याचा मुलगा शाहजहान बंड करून दक्षिणेत आला, तेव्हा तो या गढीत काही काळ वास्तव्यास होता. महाराष्ट्रात आलेल्या शहाजहानला निजामशाहीचा वजीर मलिक अंबरने त्यावेळी येथे आश्रय दिला होता. शहाजहानचा पुत्र दारा शुकोह व औरंगजेबही त्याच्यासोबत या गढीत होते. नंतर काही काळाने शाहजहानला जहांगीरनंतर 'बादशाही' गादी मिळाली.

संगमनेर शहरातील घराणी

संगमनेरची मूळ वस्ती या गढीच्या आजूबाजूला असल्याचे दिसते. काळानुरूप ती उत्तरेला सरकत जाऊन शहराचा मोठा विस्तार झाल्याचे आज पाहायला मिळते. जुन्या गावातून फेरफटका मारल्यास काही वाडे, मंदिरे, मशिदी, पेठेतील दुकाने आपल्याला दिसतील. संगमनेर एक परगण्याचे मुख्यालय असल्याने येथे देशमुख, देशपांडे घराणी होती. देशमुख हे म्हस्के-देशमुख आहेत. त्यांचा वाडा शहरातील घास-बाजारात आहे. गावातील हा सर्वांत मोठा वाडा म्हणता येईल. ('संगमनेरचा म्हस्के देशमुखांचा वाडा' या लेखात याविषयी माहिती दिली आहे.)

संगमनेरला जसे एक मोठे गाव, पेठ, परगण्याचे मुख्यालय म्हणून राजकीय, आर्थिक महत्त्व त्यावेळी होते, तसेच धार्मिक महत्त्वदेखील होते. प्रवरेकाठी

भवानी बाबांचे समाधी मंदिर

आज जेथे गंगामाईचा नवा घाट आपल्याला दिसतो, तेथे जुने घाट होते. मंदिरे होती. काही मराठा शैलीतील मंदिरे आजही तेथे आहेत. संगमनेरमध्ये काही शास्त्री-पंडित घराणी होती. होळकरांच्या पदरी असणाऱ्या मंडळींमध्ये मल्हारभट, गोविंदभट मुळे, त्रिंबकबुवा हररुदास कीर्तनकार, सदाशिवभट जोशी यांचा उल्लेख येतो. अहिल्याबाई होळकर यांच्या सेवेत असणाऱ्या या वेदशास्त्रसंपन्न सदाशिवभट जोशींच्या इच्छेमुळे संगमनेरमध्ये राम मंदिर उभारले गेले. उत्तरपेशवाईतील संगमनेर होऊन गेलेले धार्मिक-आध्यात्मिक क्षेत्रातील एक मोठे व्यक्तिमत्त्व म्हणजे भवानीबाबा. प्रवरेकाठी आजही त्यांची समाधी आहे. समाधीचा परिसर 'भवानी बाग' म्हणून ओळखला जातो. त्यांच्याही चरित्राचा शोध घ्यायला हवा. बाकी बरीच ब्राह्मण घराणी पूर्वापार संगमनेरमध्ये होती. कोणी राजसत्तांच्या पदरी होते, कोणी धार्मिक क्षेत्रात होते, तर कोणी सावकारीमध्ये होते. बरीच काळाच्या ओघात इतर शहरांत स्थलांतरित झाली.

सवाई माधवराव पेशव्यांच्या काळात संगमनेरमधील नाईक-संभूस यांच्या वाड्यात १७७९-८० मध्ये मोठा दरोडा पडला होता. चौकशी केल्यावर चोर सापडले. त्या नऊ चोरांना 'पट्टा' किल्ल्यावर कैदेत ठेवण्यात आले होते. तेथे नेऊन त्यांची डोकी मारावी (म्हणजे शिरच्छेद करावा), असा आदेश सरकारकडून संगमनेरच्या कमाविसदाराला त्यावेळी देण्यात आला होता.

संगमनेरचे गुंजाळ-पाटील

संगमनेर येथील गुंजाळ-पाटील यांचे घराणेही ऐतिहासिक आहे. संगमनेरची पाटिलकी त्यांच्याकडे होती. गुंजाळांचा मोठा वाडा संगमनेरमध्ये देवी गल्लीत होता. तो विकल्यानंतर उतरवला गेला.

गुंजाळ घराणे तसे वतनदार पाटीलच; पण संगमनेरसारख्या मोठ्या गावचे ते पाटील. गुंजाळांचे आजवरचे नातेसंबंध पाहिले, तर महाराष्ट्रातील मातब्बर सरदार

आणि देशमुख घराण्यांशी दिसतात. दोनशे वर्षांपूर्वीचा एक जुना संबंध उदाहरणादाखल सांगितला पाहिजे. सरसेनापती दाभाडे घराण्यातील बाबुराव त्र्यंबकराव दाभाडे (मृत्यू १८५३) यांच्या पहिल्या पत्नी चिमाबाई या संगमनेरकर गुंजाळांच्या होत्या. बाईंच्या सासू या ग्वाल्हेरचे शासक श्रीमंत दौलतराव शिंदे यांच्या कन्या होत्या. तर त्यांच्या यजमानांच्या दुसऱ्या पत्नी धारच्या पवार घराण्यातील होत्या. आता यावरून गुंजाळांचा तत्कालीन स्तर लक्षात येतो. गुंजाळांच्या मूळ पुरुषाने हे वतन संपादित केले, तोही कधीकाळी सरदारी पेशातील असावा की काय, असा एक तर्क आहे.

हरजी केरूजी उर्फ
भाऊसाहेब गुंजाळ पाटील
(सौजन्य: हेमंत पवार)

गुंजाळांकडे संगमनेरसह त्याच्या पूर्वीच्या वाड्या असणाऱ्या घुलेवाडी आणि सुकेवाडीची पाटिलकी होती. पारेगावाच्या पाटिलकीमध्ये चौथा हिस्सा त्यांचा होता. अशी सव्वा रुपयाची (संगमनेर एक रुपया आणि नान्नज चार आणे) पाटिलकी गुंजाळांकडे होती. या घराण्याला संगमनेरमध्ये मोठा मान होता. तलवारी, गुर्ज, पगड्या, भांडी, कागदपत्रे असे बरेच साहित्य त्यांच्याकडे होते. शहरात त्यांच्या मोठ्या प्रमाणात जमिनी होत्या. पेशवे रोजनिशीत गुंजाळ पाटलांना पेशवे सरकारकडून पाठवण्यात आलेले पत्र आहे. पेठेत करायच्या करवसुलीसंबंधीचे नियम त्यात त्यांना घालून देण्यात आले होते.

हरुजी केरुजी उर्फ भाऊसाहेब गुंजाळ पाटील (मृत्यू १९५३) हे संगमनेरमधील इंग्रजकाळातील सामाजिकदृष्ट्या सक्रिय आणि दानशूर व्यक्तिमत्त्व होते. 'कैसर ए हिंद' हा किताब त्यांना सरकारने दिला होता. गुंजाळांनी संगमनेरच्या 'सह्याद्री बहुजन विद्या प्रसारक समाज' या संस्थेच्या हायस्कूलला जागा दिल्याने हायस्कूलला भाऊसाहेब गुंजाळांचे नाव देण्यात आले आहे. भाऊसाहेब यांचे थोरले पुत्र बाळासाहेब गुंजाळ हे संगमनेर तालुका सहकारी साखर कारखान्याचे चेअरमन होते. 'तालुका खरेदी विक्री संघ' आणि 'सह्याद्री शिक्षण संस्था' यांच्या

संचालकपदी ते होते. भाऊसाहेबांचे दुसरे व धाकटे पुत्र जयवंतराव गुंजाळ हे 'तालुका कृषी उत्पन्न बाजार समिती'चे सभापती होते. ते महाराष्ट्राचे माजी मुख्यमंत्री विलासराव देशमुख यांचे काका (मावशींचे यजमान) होत.

संगमनेरमधील एका सहकारी सोसायटीला बाळासाहेब गुंजाळ यांचे नाव देण्यात आले आहे. सध्या पंचान्नव वर्षांचे बाळासाहेब अनेक वर्षांपासून शांतीगिरी महाराज यांच्या वेरूळ मठाच्या परंपरेशी जोडलेले असून आपला वेळ शिवभक्तीत घालवत आहेत.

शाहीर अनंत फंदी संगमनेरकर

संगमनेर शहराची पेशवाईच्या काळातील एक महत्त्वाची ओळख म्हणजे शाहीर अनंत फंदी! 'बिकट वाट वहिवाट नसावी, धोपट मार्गा सोडू नको', हा त्यांचा एक फटका मराठी लोकांच्या मनात, तसेच महाराष्ट्राच्या सांस्कृतिक जगतात अजूनही ठसलेला आहे. पेशवेकाळात रामजोशी, अनंत फंदी, परशुराम, प्रभाकर, सगनभाऊ, होणाजी बाळा असे काही प्रसिद्ध शाहीर होऊन गेले. अनंत फंदी त्यातील महत्त्वाचे एक. त्यांनी पोवाडे, फटका, लावण्या अशा रचना केल्या. 'माधवग्रंथ' नावाच्या ग्रंथाची त्यांनी रचना केली. 'फटका' या काव्यप्रकाराचे ते जनक समजले जातात.

अनंत फंदी यांचा जीवनकाळ १७४४ ते १८१९ असा आहे. म्हणजेच त्यांचा कार्यकाळ किंवा लेखनाचा काळ हा सवाई माधवराव पेशवे आणि दुसरे बाजीराव पेशवे यांच्या काळातील आहे. अनंत फंदी यांचे मूळ नाव अनंत बापूराव घोलप होय. त्यांचे घराणे संगमनेरचे असून देशस्थ यजुर्वेदी ब्राह्मण होते. फंदी यांचे घोलप घराणे संगमनेरमध्ये गोंधळी, सराफी करत होते. संगमनेर येथील 'मलकफंदी' यांच्यावरून अनंत फंदींना 'फंदी' असे आडनाव पडले. पहिले 'मलक फंदी', दुसरे 'रतन फंदी', तिसरे 'राघव फंदी' आणि चौथे 'अनंत फंदी' असे म्हटले जाते. यावरून ही संगमनेरमधील एका तमाशा फडाची परंपरा असल्याचे लक्षात येते.

अनंत फंदींविषयी एक ऐकीव माहिती आहे. ती म्हणजे, त्यावेळी संगमनेरमध्ये भवानीबाबा हे साधू राहत होते. त्यांनी मारलेला दगड डोक्याला लागून अनंत फंदींना कवित्वाची स्फूर्ती झाली. (संगमनेर शहरातील साधू भवानीबाबा, शाहीर अनंत फंदी आणि महादजी शिंदे यांना दिलेल्या देशमुखांच्या मुलगी भवानीबाई हे तिघेही समकालीन होते.). अनंत फंदी तमाशात काम करू लागले. तमाशा घेऊन ते इंदूर-महेश्वरला अहिल्याबाई होळकर यांच्या दरबारात गेले. अहिल्याबाई यांनी त्यांना स्वतःची ही प्रतिभा शृंगारिक लावण्या-पोवाडे लिहिण्यापेक्षा देवधर्माचे लिहिण्यात खर्च करावी, असा सल्ला दिल्यावर अनंत फंदी धार्मिक रचना करू लागले. त्यांच्या समकालीन असणाऱ्या होनाजी यांनी अनंत फंदींवर पोवाडा लिहून त्यांची स्तुती केली आहे. 'फंदी अनंत कवणाचा सागर, अर्जिक त्याचा हातखंडा, चमत्कार चहूंकडे चालतो, सृष्टीवर ज्याचा झेंडा,' असे या पोवड्याचे ध्रुवपद आहे.

अनंत फंदी यांचे पुत्र श्रीपत फंदी उर्फ सवाई फंदी (मृत्यू १८७१) हेसुद्धा प्रसिद्ध शाहीर होते. त्यांच्या काही रचना उपलब्ध आहेत. बडोद्याच्या गायकवाड दरबाराकडून पाचशे रुपयांचे वर्षासन त्यांना मिळत असे. त्यांना अनंत उर्फ बळवंत फंदी आणि गणपत फंदी ही दोन मुले होती. संगमनेरमध्ये राहून ती वडिलोपार्जित शेती करत. बडोद्याचे वर्षासन त्यांना चालू होते. कधी बडोद्याला ते गेल्यास तेथे त्यांना सन्मानपूर्वक वागणूक मिळे. इंदूर संस्थानचे राजे तुकोजीराव होळकर १८७३मध्ये इंदूरवरून जेजुरीला जात असताना संगमनेरमध्ये थांबले होते, तेव्हा हे दोघे त्यांना भेटायला गेले होते. महाराजांनी पोशाख, मंदील आणि एक शाल असा चारशे ते पाचशे रुपयांचा ऐवज त्यांना दिला होता.

आज पाहायला गेले, तर अनंत फंदी यांच्या वंशातील कोणीही संगमनेर येथे नाही. फंदींचा वाडा हा संगमनेरच्या पेठेतील गांधी चौकाजवळ होता. तेथील दुमजली वास्तूही आता उतरवण्यात आली आहे. संगमनेर शहराने मात्र अनंत फंदींचा वारसा जतन केला आहे. शहरातील नगरपालिकेने उभारलेल्या सुसज्ज सभागृह अथवा नाट्यगृहाला 'अनंत फंदी' यांचे नाव देण्यात आले आहे. संगमनेरमध्ये दरवर्षी त्यांच्या नावाची 'कवी अनंत फंदी व्याख्यानमाला' आयोजित केली जाते. अनंत फंदी यांच्या जवळजवळ सर्व रचना आजवर उपलब्ध असून प्रकाशित झाल्या आहेत. मात्र त्यांच्यावर भाषा, साहित्य आणि आशय या अंगांनी अधिकाधिक अभ्यास व्हायला हवा.

होळकरांची सासुरवाडी 'साकुर'

संगमनेर तालुक्यातील साकुरची 'इंदूरच्या होळकरांची सासुरवाडी' ही ओळख आणि इंदूर संस्थानशी असलेला संबंध फारशा लोकांना माहीत नाही.

'साकुर' हे संगमनेर तालुक्यातील मोठे गाव. संगमनेर तालुक्याच्या अगदी दुसऱ्या टोकाला आहे. ते संगमनेरपासून अडतीस किलोमीटर अंतरावर दक्षिणेला आहे. तसे पुणे-नाशिक महामार्गावरील 'नांदूर खंदरमाळ' या गावापासून साकुरला जाण्यासाठी रस्ता आहे. तेथून ते सोळा किलोमीटर अंतरावर आहे.

साकुरच्या दक्षिणेला साधारण अडीच किमी अंतरावर मुळा नदी आहे. तिला जाऊन मिळणाऱ्या एका ओढ्याजवळ हे गाव वसले आहे. या ओढ्याचे पाणी साखरेसारखे गोड आहे. साखरेवरून या गावाला 'साकुर' असे नाव पडल्याचे सांगितले जाते. इंदुरच्या होळकरांना प्यायला पाणी साकुरहून नेले जायचे, असेही येथील लोक सांगतात. साकुरमध्ये धनगर समाज मोठ्या प्रमाणात आहे. गावाच्या उत्तरेला बाळेश्वरची डोंगररांग आणि दक्षिणेला हरिश्चंद्राची डोंगररांग आहे. शेळ्या-मेंढ्या चरायला डोंगरदऱ्या असल्यानेच पूर्वी येथे या समाजाने वस्ती केली असावी. गावात ओढ्याकाठी 'धुपेश्वर' महादेवाचे जुने मंदिर आहे. याशिवाय गावात वीरभद्राचे प्रसिद्ध देवस्थान आहे. जुने मंदिर पाडून आता तेथे नवे मंदिर उभारण्यात आले आहे.

साकुरचे वीरभद्र मंदिर

गावात वीरभद्र मंदिरापासून जवळच एक मोठा जुना वाडा होता. त्याला 'सरकारवाडा' म्हणत. तो नेमका कोणी आणि कधी बांधला, हे निश्चित सांगता येत नाही. वाड्याच्या तीन दगडी भिंतींची तटबंदी सध्या अस्तित्वात आहे. आत मात्र काही नाही. साकुरमध्ये अनेक ब्राह्मण घराणी आणि त्यांचे वाडे होते. सध्या मात्र येथे कोणीही वास्तव्यास नाही. ग्वाल्हेरकर शिंदे यांचे एक सरदार जिनसीवाले यांचासुद्धा येथे जवळच वाडा होता. (जिनसीवाले घराणे ग्वाल्हेर व नगर येथे आहे.)

साकुर आणि होळकरांचा संबंध सांगण्यासारखा आहे. साकुर हे धनगरबहुल गाव आहे. गावात खिलारी, बोंबले, होळकर, भागवत, कोकाटे अशी खुटेकर-धनगर घराणी आज आहेत. तर खेमनर वगैरे हाटकर-धनगर घराणी आहेत. तशी येथे किंवा उत्तर नगर जिल्ह्यात हाटकर-धनगरांची संख्या ही खुटेकर-धनगरांपेक्षा अधिक आहे. गावातील बरीच मंडळी इंदूरला होळकरांच्या पदरी होती. काही इकडे वतनावर आली, तर काही तिकडेच स्थायिक झाली. विशेष म्हणजे आजही साकुरच्या अनेकांचे नातेसंबंध इंदूरला असल्यामुळे तिकडे जाणे-येणे आहे. प्रामुख्याने या भागातील मुलींची सोयरीक तिकडे इंदूरला केलेली आहे.

गावातील खिलारी घराण्याचा थेट होळकर घराण्याशी संबंध होता. वीरभद्र मंदिराची व्यवस्था पूर्वापार त्यांच्याकडे असल्याने त्यांना 'भगत'देखील म्हणतात. या खिलारी (भगत) घराण्यातील राधाबाई या इंदूर संस्थानचे राजे तुकोजीराव होळकर दुसरे यांना दिलेल्या होत्या. तुकोजीराव महाराजांचा इंदूर संस्थानच्या गादीवरचा कार्यकाळ इंग्रजकाळातील म्हणजेच १८४४ ते १८८६ असा आहे. राधाबाई या यशवंतराव खिलारी यांच्या कन्या. तुकोजीराव महाराज आणि त्यांचा विवाह १८५१ मध्ये झाला होता. १८७३ मध्ये जेव्हा तुकोजीराव होळकर महाराज जेजुरी येथे देवदर्शनासाठी आले होते, तेव्हा त्यांनी साकुरमध्ये मुक्काम केला होता. राधाबाई यांनी येथील वीरभद्र देवाला केलेले काही नवस त्यावेळी फेडले होते.

होळकरांनी खिलारींना म्हणजेच आपल्या मेहुण्यांना साकुरला वाडा बांधून दिला. खिलारींना इंदूरकडे नेऊन तेथे त्यांना नेमणुका दिल्या. साकुरचा हा भव्य वाडा गावाच्या जुन्या पेठेत होता. काही वर्षांपूर्वी तो उतरवला गेला. समोर ओसरी, साडेसहा फूट उंची आणि साडेसहा फूट रुंदीचे प्रवेशद्वार, दोन चौक, घडीव जोती आणि वर एक मजला अशी त्याची रचना असल्याचे सांगतात. 'पंचवीस वर्षांपूर्वी वाड्याचे सागवानी लाकूड विकले असता त्याचे सहा लाख झाले,' असे गावकरी सांगतात. यावरून वाड्याच्या भव्यतेचा अंदाज येतो. या खिलारी घराण्यातील शिवराम आणि अमृतराव हे दोघे बंधू वाड्यात बऱ्याच वर्षांपूर्वी राहत असल्याचे

गावकरी सांगतात. अमृतराव हे नंतर इंदूरजवळील महू येथे गेले. शिवराम यांना मुलगा झाला नाही. त्यांची पत्नी पार्वतीबाई यांनी भावकीतून 'वीरभद्र' नावाचा मुलगा दत्तक घेतला. याच वीरभद्र खिलारी (भगत) यांचे चिरंजीव किशोर हे सध्या वीरभद्र देवस्थानचे प्रमुख असून येथील व्यवस्था पाहतात.

सरकारवाडा, जिनसीवाले यांचा वाडा, खिलारी वाडा हे भव्य वाडे; शिवाय इतर घराण्यांचे वाडे, जुनी मंदिरे, पाच वेशी, विहीर, बारवा एवढे सगळे असणारे गाव एकेकाळी किती भरभराटीचे असेल, याची आता केवळ कल्पनाच करता येईल.

होळकरशाहीशी नाते असणारे 'निमज'

होळकरशाहीशी नाते सांगणारे साकुरसारखे संगमनेर तालुक्यातील आणखी एक गाव म्हणजे प्रवरेकाठचे 'निमज'. संगमनेरपासून दहा किलोमीटरवर पूर्वेकडे कोतुळला जाणाऱ्या रस्त्यावर निमज लागते. तेथे मतकर आणि बिंगले अशी दोन खुटेकर धनगर घराणी आहेत.

गाव तसे इंदूरच्या होळकरांचे जहागीर. मल्हारराव होळकरांनी आपले सरदार बजाजी मतकर यांना अठराव्या शतकात तत्कालीन 'धांदरफळ' परगण्यातील हे 'निमज' गाव जहागीर दिले होते. गावाच्या पाटिलकीचे वतन मतकर यांचे होते. गावात मतकरांचा वाडा सध्या पडला असून त्याजागी मतकर मंडळी राहतात. वाड्याचे ठिकाण काहीसे उंचावर आहे. एके ठिकाणचे घडीव दगडांचे उंच जोते

मतकरांच्या वाडयाचे जोते

बिंगले यांची हवेली

पाहिले, की या वाड्याच्या मोठेपणाची कल्पना येते.

मतकरमंडळी 'निमज' गावाच्या पाटिलकीसह पंचक्रोशीतील काही गावांच्या पाटिलकीच्या वतनाचा हिस्सा असल्याचे सांगतात. अलीकडच्या काळात वाड्याजवळच त्यांच्या प्रयत्नांतून अहिल्यादेवी होळकर यांचे मंदिर बांधले गेले आहे. मतकर यांचे नातेसंबंधदेखील साकुरच्या काही घराण्यांसारखे इंदूरच्या सरदार घराण्यांशी आहेत. इंदूरच्या 'लांबहाते', 'वाघमारे', 'होळकर', 'फणसे' अशी त्यांच्या नातेवाईक घराण्यांची नावे सांगता येतील. इंदूरला त्यांचे पुष्कळ येणे-जाणे आहे. तसे इंदूर शहरातही सरदार मतकरांचे मोठे घराणे असून तेथे मतकरमंडळी आहेत.

दुसरे घराणे बिंगले यांचे. ते मात्र गावात कसे आले, ते माहीत नाही. गावात त्यांची एक इंग्रजकाळातील छोटेखानी हवेली आणि त्यांनी बांधलेले वीरभद्राचे सुंदर मंदिर बघण्यासारखे आहे. बिंगले कुटुंब इंदूरला राहत असून वर्षभरातून सहसा एकदा, म्हणजे पाडव्याला गावी येत असल्याचे कळते. हवेली हा तसा उत्तर भारतातील वास्तुप्रकार. पूर्वी हिंदी चित्रपटांमध्ये हवेल्या असत. येथे असणाऱ्या बंद हवेल्या पाहिल्या, की रहस्यमय चित्रपट अथवा मालिकांमधील प्रसंग आठवल्याशिवाय राहत नाहीत.

हवेलीचे मालक कुणाल चंद्रशेखर बिंगले यांच्या मालकीची वास्तू असल्याची पाटी येथे लावलेली दिसते. वरच्या मजल्यावर गच्ची असून तिला लोखंडी रेलिंग्ज दिसतात. हवेलीत आत एकामागे एक अशा दोन खोल्या असून मागे ओसरी आणि दरवाजा आहे. वरच्या मजल्यावरही अशाच दोन खोल्या आहेत. वर जाण्यासाठीचा जिना एका कोपऱ्यात असून तो लाकडी कठडे असणारा स्प्रिंगच्या आकारासारखा आहे. मागच्या ओसरीत फरसबंदी असून डाव्या बाजूला स्वच्छतागृह आहे. वाड्याच्या मागच्या बाजूला बरीच मोकळी जागा (परस) दिसते. हवेलीला कुंपण केलेले आहे. हवेली वापरात नसल्याने तेथे कोणीही फिरकत नाही.

जिना

बिंगले यांचा मध्य प्रदेशचे माजी मुख्यमंत्री दिग्विजयसिंह यांच्यासोबत असणाऱ्या फोटोची फ्रेम सोडता हवेलीत कोणतीही वस्तू नाही.

मागच्या बाजूने काही अंतरावरच वीरभद्र अथवा बिरोबाचे मंदिर दिसते. वीरभद्राचे हे मंदिरही हवेलीप्रमाणेच शंभर वर्षांच्या आतील आहे. मंदिरासमोर मोकळे पटांगण आहे. गाभाऱ्यात देवाला मेघडंबरी आहे. देवाच्या दगडी तांदळ्याला सुंदर मुखवटा असून मंदिराच्या छोटेखानी सभामंडपात इंदूर संस्थानचे भूतपूर्व राजे शिवाजीराव होळकर (कार्यकाळ १८८६-१९०३) यांचा फोटो लावलेला दिसतो. असे हे होळकरांचा संबंध असलेले 'निमज' गाव.

निमजचा विषय आलाच आहे, तर दुसऱ्या महायुद्धात पराक्रम गाजवून 'व्हिक्टोरिया क्रॉस' हा सर्वोच्च सन्मान मिळवलेले नामदेव जाधव हे या गावचे सुपुत्र होते, हे सांगितले पाहिजे.

समनापूरचे नेहे

संगमनेरहून लोणी-प्रवरानगरकडे जाताना पाच किलोमीटर अंतरावर 'समनापूर' गाव आहे. येथील 'नेहे' घराणे सरदार पेशातील होते. गावात त्यांचा वाडा असून तो आतून पडला आहे. वाड्याची दर्शनी बाजू अद्याप टिकून आहे. आत कोणीही राहत नाही. अनेक मंडळी आता वस्त्यांवर राहायला गेली आहेत. 'ग्वाल्हेरहून सोने घेऊन हत्तीवरून नेहे येथे आले,' असे गावातील लोक त्यांच्याविषयी सांगतात. नेहे हे ग्वाल्हेरकर शिंदे यांच्या पदरी होते. मात्र तो इतिहास अजून तरी नेमकेपणाने समोर आलेला नाही.

समनापूरच्या नेहेंचा वाडा

विशेष म्हणजे संगमनेर तालुक्यातील 'निंबाळे' आणि 'कोंची' येथे या घराण्याचे वाडे होते. निंबाळे येथे प्रवरा नदीला लागूनच, आजचे ग्रामपंचायत कार्यालय जेथे आहे, त्याच्या बाजूला समनापूरकर नेहेंच्या गढी अथवा वाड्याची जागा दाखवण्यात येते. कोंची गावही

नेहेंचेच. या ठिकाणीदेखील नेहेंचा वाडा होता; परंतु शेवटचे पेशवे दुसरे बाजीराव यांच्या काळात तेथे नाईक-जोंधळे घराणे आल्याचे सांगितले जाते. यावरून हे घराणे एकेकाळी निश्चितच प्रबळ असल्याचे स्पष्ट होते. या घराण्यातील सतीश भैय्यासाहेब नेहे, हे गृहस्थ सध्या राहाता तालुक्यातील वाकडी येथे वास्तव्यास आहेत. सतीशरावांना नगर जिल्ह्यासह महाराष्ट्रातील मराठा ऐतिहासिक घराणी आणि त्यांचे नातेसंबंध यांची चांगली माहिती आहे.

'निंबाळे' गावचा उल्लेख आलाच आहे, तर बॉलिवूडमधील विसाव्या शतकातील एक जुने अभिनेते 'जॉनी वॉकर' यांचे निंबाळे हे मूळ गाव होय, हे सांगायला हवे.

आश्वी खुर्दचे गुणे

पेशव्यांनी पागेचा कारभार पाहण्यासाठी नियुक्ती केल्यावर एक घराणे अठराव्या शतकात संगमनेर तालुक्यातील आश्वीला आले. १८१८ला पेशवाई संपल्यानंतर काळानुसार या घराण्याने आधुनिक शिक्षणाचा पुरस्कार केला. राज्यपातळीवर किंबहुना देशपातळीवर या घराण्यातील मंडळींनी अगदी अलीकडच्या काळापर्यंत वेगवेगळ्या क्षेत्रांत उल्लेखनीय कामगिरी केली. हे घराणे म्हणजे 'गुणे' यांचे होय.

नगर जिल्ह्यात प्रवरेकाठी पेशव्यांच्या पागा होत्या. त्यातील संगमनेर तालुक्यातील आश्वी खुर्द येथील पागा बरीच मोठी होती. 'आश्वी बुद्रुक' आणि 'आश्वी खुर्द' अशी दोन गावे येथे आहेत. मुळात 'आश्वी' गावाच्या नावात 'अश्व' आहे. अश्व म्हणजे घोडा. या गावाच्या नावाची व्युत्पत्ती पौराणिक परंपरांनुसार समुद्रमंथनातील 'आश्विनीकुमार' या देवतेशीदेखील जोडली जाते. गावाच्या आजूबाजूला 'चराईची' बरीच कुरणे होती. शिवाय प्रवरेचे गोड पाणीही घोड्यांसाठी पोषक होते. त्यामुळे फार पूर्वीपासून येथे पागा असाव्यात. पेशवाईत 'आश्वी' गावचा उल्लेख 'आशी', 'आसी', 'आशी उंबरी',

आश्वी खुर्द येथील दगडी अश्व

'आसुंबरी' असाही येतो. (गावाच्या नावापुढे 'उंबरी' असे जोडण्यामागचे कारण म्हणजे, उंबरी नावाचे गाव आश्वीच्या बाजूला आहे.)

पेशव्यांच्या या 'आश्वी' खुर्द पागेचा अठराव्या शतकात वार्षिक खर्च एक लाख रुपये होता. या पागेच्या देखरेखीसाठी 'गुणे' घराण्याची नियुक्ती सरकारातून केली गेली. पेशव्यांची ही पागा तशी पेशव्यांचे सरदार रामचंद्र गणेश कानडे यांच्याकडे होती. आणि या पागेचे फडणीशी गुणे यांच्याकडे होती. 'तनखा' म्हणून शेजारची 'पिंपरी लौकी' आणि 'आजमपूर' ही गावे सरंजाम म्हणून गुण्यांना देण्यात आली होती. जळगाव जिल्ह्यातील चाळीसगाव तालुक्यातील 'ओझर' आणि 'वाघडू' या गावांचे पाटिलकी वतन गुणे यांच्याकडे होते. गुणे घराण्याकडे १७५८ च्या आसपास ही जबाबदारी देण्यात आली आणि ते 'आश्वी खुर्द' येथे आले.

गुणे हे कऱ्हाडे ब्राह्मण. त्यांचे गाव हे रत्नागिरी जिल्ह्यातील 'चाफेट'. १७२०च्या सुमारास महादेव भट-गुणे हे तेथून सातारा येथे आले. त्यांचे पुत्र रघुनाथराव उर्फ बच्चाजीपंत यांना नानासाहेब पेशव्यांच्या काळात आश्वी खुर्द पागेची जबाबदारी देण्यात आली. त्यामुळे तेच आश्वीच्या गुणेंचे मूळ पुरुष. ते सरदार रामचंद्र गणेश कानडे यांच्याबरोबर होते. उत्तर भारतातील काही मोहिमांत ते सहभागी असण्याची शक्यता आहे. पुढे रघुनाथराव यांच्यानंतर त्यांचे पुत्र जनार्दनपंत हे आश्वी पागेचा कारभार पाहू लागले.

१८१८मध्ये पेशवाई संपली आणि इंग्रजांचे राज्य आले. जनार्दनपंत यांना रामचंद्र आणि लक्ष्मण असे दोन पुत्र होते. त्यांच्याकाळात कुटुंबाची आर्थिक परिस्थिती खालावू लागली. रामचंद्र यांना वामन, कृष्णाजी, रघुनाथ, दामोदर आणि नारायण अशी पाच मुले होती. सर्वांनी काळानुसार बदलून शिक्षण घेऊन आश्वीबाहेर पडण्याचा निर्णय घेतला. काहींनी कारकुनी पेशातील नोकऱ्या केल्या. रघुनाथराव हे जंगल खात्याच्या नोकरीनिमित्त कोल्हापूर येथे आले. त्यांचा वैद्यकीचा चांगला अभ्यास होता. कोल्हापुरात एक प्रसिद्ध वैद्य म्हणून ते नावारूपाला आले. त्यांच्यामुळे इतर मंडळी शिकली आणि वैद्यकीय क्षेत्रात दाखल झाली. गुणेंच्या या घराण्यात तेव्हापासून वैद्यकीय शिक्षणाच्या परंपरेची सुरुवात झाली आणि आजपर्यंत ती कायम आहे. महाराष्ट्रात गेल्या एक-दीड शतकापासून हे गुणे घराणे प्रसिद्ध झाले ते वैद्यकीय क्षेत्रातील कामगिरीमुळेच!

आश्वीच्या गुणे घराण्यातील आजवर होऊन गेलेल्या किती तरी प्रसिद्ध व्यक्तींची नावे सांगता येतील. रघुनाथराव यांचे पुतणे (वामनराव यांचे चिरंजीव) चिंतामण उर्फ बाबा हेसुद्धा कोल्हापुरात नावाजलेले वैद्य होते. कोल्हापूर संस्थानचे लोककल्याणकारी राजे राजर्षी शाहू महाराजांनी त्यांचा गौरव करत त्यांना 'राजवैद्य' ही पदवी दिली. 'श्रीशाहू आर्योषधी कारखाना लिमिटेड'ची स्थापना त्यांनी केली, तर गंगाधरशास्त्री गुणे यांनी १९१७मध्ये नगरला 'आयुर्वेद महाविद्यालया'ची स्थापना केली. त्यांच्या नावाने ते आजही सुरू आहे. भारतातील प्रसिद्ध योगाचे संशोधक 'स्वामी कुवलयानंद' अर्थात जगन्नाथ शंकर गुणे हेसुद्धा आश्वीकर गुणे घराण्यातीलच होय. या घराण्यातील डॉ. त्र्यंबक रघुनाथ गुणे हे पंढरपूर, सोलापूर येथील प्रसिद्ध वैद्य होते. त्यांचे पुत्र डॉ. विठ्ठल त्र्यंबक गुणे हे इतिहास संशोधक असून त्यांनी 'गुणे घराण्याचा इतिहास' लिहिला होता. रावबहादूर केशव दामोदर गुणे हे १९३०च्या दशकात 'जव्हार' संस्थानचे दिवाण होते, तर पांडुरंग दामोदर गुणे हे प्राच्यविद्या संशोधक आणि भाषाशास्त्रज्ञ होते. पुण्यातील भांडारकर प्राच्यविद्या संशोधन केंद्राचे ते एक संस्थापक, पहिले सचिव होते. त्यांची कन्या म्हणजे पुण्यात प्रसिद्ध डॉक्टर, डॉ. मधुमालती गुणे होय. 'इंदिरा प्रसूतिगृह' नावाचा त्यांचा दवाखाना पुण्यातील जे. एम. रोडला प्रसिद्ध होता. आश्वीकर गुणे घराण्यातील वैद्यकीय, तसेच वेगवेगळ्या क्षेत्रांत कार्यरत असणाऱ्यांची नावे घ्यायची झाल्यास त्याची मोठी यादी तयार होईल.

गुणे यांचा वाडा हा आश्वी खुर्दला नदीच्या बाजूला, जेथे आज एका डॉ. गुणे यांचा दवाखाना आहे, त्या जागेवर होता. आज तेथे अगदीच काही नाही. जवळच नदीकाठी गणपती मंदिर आहे. त्याला 'पेशवे गणपती' असे म्हणतात. दुसऱ्या बाजीराव पेशव्यांचा वर्षातून एकदा कोपरगाव दौरा व्हायचा. त्यावेळी आश्वी येथे त्यांचा मुक्काम व्हायचा. गुणेंच्या वाड्याला लागूनच दुसऱ्या बाजीराव पेशव्यांचा वाडा होता, असे म्हणतात. पागेचे अवशेष येथे दिसत नाहीत. आश्वीत नदीकाठी एक दगडी अश्वाचे मुख अजूनही आपल्याला दिसते. हीच 'पागा आश्वी'ची

एकमेव पाऊलखुण होय.

गुणे घराण्यातील मंडळी आता मोठ्या प्रमाणात गावाबाहेर पडलेली दिसून येतात. काही जण गावात आहेत. वैद्यकीय, इंजिनीअरिंग, व्यवसाय, वकिली, साहित्य, पत्रकारिता, इतिहास संशोधन, बँकिंग, शिक्षण, मिलिटरी, समाजसेवा, कॉर्पोरेट, शेती अशा अनेक क्षेत्रांत ही मंडळी कार्यरत आहेत. गुणे यांनी बहुधा राजकारण सोडता अन्य कोणतेही क्षेत्र सोडलेले नाही. या घराण्यातील कॅप्टन विजय वामन गुणे हे लोणी येथील 'प्रवरा सहकारी बँके'चे चेअरमन होते, तर नीलिमा गुणे या संगमनेर तालुक्यातील 'मांची हिल शिक्षणसंस्थे'च्या संचालिका आणि कवयित्री आहेत.

या गुणे घराण्याबद्दल एक विशेष गोष्ट सांगायला हवी. ती म्हणजे, या घराण्यातील रघुनाथराव गुणे यांचे नातू (मुलीचा मुलगा) म्हणजेच मुंबई प्रांताचे पहिले मुख्यमंत्री बाळासाहेब खेर हे होय. बाळासाहेब यांचे आश्वी हे आजोळ. शिवाय त्यांचे वडील गंगाधरराव खेर यांनी काही वर्षे आश्वी येथे शेती केली. बाळासाहेब यांचे एक-दोन इयत्ता शिक्षणही आश्वीला झाले. गावची मंडळी आजही आपल्या गावाच्या या कर्तृत्ववान भाच्याचे नाव घेताना दिसतात.

या गावचा दुसरा एक भाचा म्हणजे गावाच्या गायकवाड पाटलांचा, क्रिकेटपटू अजिंक्य रहाणे हा होय.

परगणे धांदरफळ बुद्रुक आणि मोहोळे घराणे

संगमनेर तालुक्यातील प्रवरेकाठच्या 'धांदरफळ'चे 'धर्मधरपल्ली' असे प्राचीन नाव सांगितले जाते. मराठेशाहीत 'परगणे धांदरफळ' असा त्याचा उल्लेख येतो. परगण्याचे मुख्यालय असणारे हे गाव आज म्हणावे इतके मोठे राहिलेले नाही. संगमनेरपासून बारा किलोमीटर अंतरावर 'धांदरफळ बुद्रुक' आणि 'खुर्द' अशी दोन गावे आहेत. त्यातील बुद्रुक हे जुने आणि मोठे आहे. संगमनेर-अकोले रस्त्याला धांदरफळ बुद्रुक फाटा आहे. येथून गावठाण दीड किलोमीटर अंतरावर आहे.

गावात नदीकाठी एक जुनी गढी होती. आज जेथे लोकमान्य हायस्कूल आहे, त्याच्या बाजूला गढीची जागा दाखवली जाते. तेथे एक महालक्ष्मी देवीचे मंदिरही आहे. नदीला सुंदर दगडी घाट असून वर समाध्या आहेत. गावात 'देशमुख', 'देशपांडे', 'मोहोळे', 'फडणीस', 'उपासनी' आणि 'मुळे' यांचे वाडे होते. हल्ली

मोहोळे यांच्या वाड्याचा आतला भाग

ब्राह्मणमंडळी कमी झालेल्या या गावात एकेकाळी ती बहुसंख्येने होती.

'मोहोळे' यांचा दोन चौकी आणि दोन मजली वाडा गावात आहे. मोहोळे हे देशस्थ यजुर्वेदी ब्राह्मण. मराठाकाळात येथे पागा होती, ती सांभाळायला आम्ही होतो, असे ही मंडळी सांगतात. प्रवरेकाठी पेशव्यांच्या पागा बऱ्याच होत्या. येथेही पागा असावी. मोहोळेंचे आडनाव भट-जोशी असून ते मूळ सोलापूर जिल्ह्यातील 'मोहोळ' येथील असल्यामुळे 'मोहोळे' असे आडनाव पडल्याचे सांगितले जाते. मूळ पुरुषाचे नाव 'कृष्णंभट' असे ते सांगतात.

मोहोळे यांनी इंग्रजकाळात सावकारी केली. एक मोठे सावकार घराणे म्हणून त्यांचा लौकिक होता. परिसरात नव्हे, तर अगदी राज्याबाहेर त्यांची सावकारी चालायची. आपल्या पूर्वजांनी इंदूर, ग्वाल्हेर संस्थानात कर्जे दिल्याचे ही मंडळी सांगतात. संगमनेर हे मोठे गाव, मात्र येथील पैसेवाल्या मंडळींपेक्षा धांदरफळच्या या मोहोळांची असामी मोठी होती. 'संगमनेरचे सोळा आणि धांदरफळचा एकटा गोपाळा', असे येथे म्हटले जाते. 'गोपाळा' म्हणजे या घराण्यातील गोपाळराव मोहोळे.

गावातील त्यांचा वाडा हा इंग्रजकाळातील आहे. तो चांगल्या अवस्थेत असल्याचे दिसते. समोर मध्यभागी एक आणि बाजूला दुसरा असे दोन दरवाजे त्याला आहेत. वर दोन मजले आहेत. दारावर दोन्ही मजल्यांवरील प्रत्येकी तीन-तीन गवाक्ष असणारे सज्जे वाड्याला शोभा आणताना आपल्याला दिसतात. दुसऱ्या मजल्यावर छताला उतरती कौले आहेत. वाड्यात काळा साग मोठ्या प्रमाणावर वापरलेला दिसतो. दुसऱ्या चौकात आड आहे. वरच्या मजल्यावर जाण्यासाठी प्रवेशद्वाराजवळ आणि माजघरातून असे दोन जिने आहेत. पहिल्या मजल्यावर खोल्या आहेत. या खोल्यांच्या चौकात उघडणाऱ्या बाजूच्या भिंतींत उभट खिडक्या किंवा गवाक्ष आहेत.

मोहोळे घराण्याकडे जुन्या तलवारी, ढाली, बिछवे अशी अनेक शस्त्रे होती. घोड्यांवर टाकायची खोगिरे होती. चामड्याच्या असणाऱ्या या खोगिरांत लोखंडी कड्या आणि पट्ट्या बसवलेल्या होत्या. घराण्यातील कोणाचा तरी हातभर उंचीचा

एक सुंदर लाकडी पुतळा त्यांच्याकडे आहे. मोहोळेंच्या वाड्यात जमिनीखाली मोठे गुप्तधन असल्याचे म्हणतात. धनाला अमावास्या-पौर्णिमेला नैवेद्य दाखवण्याची प्रथा आहे.

> मोहोळेंप्रमाणे राज्यातील बहुतांश वाड्यातील तळघरांत गुप्तधन असल्याच्या दंतकथा (अफवा) आहेत. वाड्यांची स्थापत्यशैली आणि इतिहास स्थानिक लोकांना माहीत असो वा नसो, गुप्तधन आणि भूतप्रेतांच्या भाकडकथा मात्र सगळीकडे चांगल्याच प्रचलित असल्याचे दिसून येते.

गावात इतर काही ब्राह्मण घराणी होती. गावात असणाऱ्या 'मुळे' घराण्यातील एक घराणे साताऱ्याच्या छत्रपतींच्या पदरी अठराव्या शतकात साताऱ्याला गेल्याचे सांगितले जाते. आजही साताऱ्यात ही घराणी असून 'धांदरफळे' असे आडनाव लावतात. सातारकर झालेल्या या घराण्यात अठराव्या शतकात विष्णुदास महाराज हे थोर दत्तोपासक होऊन गेले, तर १९३०च्या दशकात एक धांदरफळे हे औंध संस्थानचे दिवाण होते. गावात फडणीस घराणे होते; पण त्यांचे कोणी सध्या गावात नाही. बाकी परगना असल्याने 'देशमुख' आणि 'देशपांडे' गावात आहेत. देशमुख हे 'कवडे देशमुख' आहेत. या घराण्यातील के. बी. दादा देशमुख हे संगमनेर – अकोले मतदारसंघाचे पहिले आमदार होते. १९३६ला आमदार म्हणून निवडून आलेले दादा हे प्रख्यात वकील असून नगर जिल्हा 'लोकल बोर्डाचे प्रेसिडेंट'देखील होते. सत्यशोधक विचारांच्या के. बी. दादांचे सासरे म्हणजे बडोद्याचे 'जागृती'कार भगवंतराव पाळेकर होय.

माळेवाडीचे थोरात

संगमनेर तालुक्यातील प्रवरेकाठच्या अश्वी खुर्द या गावापासून अडीच किलोमीटर अंतरावर पश्चिमेला माळेवाडी नावाचे छोटेसे गाव आहे. इतके छोटे, की येथील आसपासच्या गावांतील लोकांनाही ते माहीत नाही. थोडक्या घरांची केवळ वस्ती वाटावी, असे हे गाव आहे. गावात थोरात घराण्याचा वाडा होता. विशेष म्हणजे हे

थोरात घराणे कोकणस्थ चित्पावन ब्राह्मण आहे. त्यांचे मूळ आडनाव 'गाडगीळ'. पेशवाईत म्हणजेच अठराव्या शतकात ते येथे आले. संगमनेर परगण्यात प्रवरेकाठच्या गावांत पेशव्यांच्या पागा होत्या. बहुधा येथेही पेशव्यांची पागा असल्याने हे घराणे येथे आले असावे. थोरातांचा इतिहास अजून समोर आलेला नाही.

थोरात हे आडनाव ब्राह्मण कसे? तर 'आपल्या पूर्वजांनी कसली तरी थोरवी गाजवली म्हणून आपले आडनाव थोरात पडले,' असे येथील मंडळी सांगतात; परंतु ते खरे वाटत नाही. महाराष्ट्रात अनेक मातब्बर मराठा सरदारांची आडनावे ब्राह्मण मंडळींनी घेतल्याची उदाहरणे आहेत.

सामान्यत: ही ब्राह्मण घराणी त्या सरदार घराण्यांच्या आश्रयाला गेल्याने असे झाल्याचे दिसते. उदाहरणच घ्यायचे झाले, तर पेशव्यांचे जवळचे नातेवाईक असणाऱ्या इचलकरंजी येथील घोरपडे यांचे घेता येईल (पहिल्या बाजीराव पेशव्यांच्या भगिनी या घराण्यात दिलेल्या होत्या). कापशीच्या मराठा सरदार घोरपडे यांच्या आश्रयाला गेल्याने कोकणस्थ ब्राह्मण असणाऱ्या जोशींनी पुढे 'घोरपडे' आडनाव धारण केले होते. माळेवाडीच्या थोरातांच्या बाबतीत असाच प्रकार असावा.

थोरातांच्या वाड्याची जागा

बारव

वाडा तर आता नामशेष झाला आहे. एका बाजूने दगडी भिंतीचा अगदी थोडा भाग शिल्लक आहे. वाड्याच्या जागी आता उसाची शेती उभी आहे. येथे वाडा होता हेदेखील येथील नव्या पिढीला पटवून सांगावे लागेल, अशी परिस्थिती आहे. थोरातमंडळी काही वर्षांपूर्वीच गाव सोडून गेली आहेत. 'इंदूर', 'पुणे' आणि 'बारामती' येथे ती स्थायिक झाली आहेत. केवळ एक थोरात आणि त्यांच्या पत्नी हे दोघे येथे राहतात. थोरात बाईंचे माहेर हे बीड जिल्ह्यातील लिंबा गणेश येथील कानिटकरांचे आहे. येथून काही अंतरावर एक घडीव दगडांची सुंदर बारवदेखील आपल्याला पाहायला मिळते.

तळेगावचे दिघे

संगमनेरपासून ईशान्येला वीस किलोमीटर अंतरावर 'तळेगाव-दिघे' गाव आहे. गावात दिघे पाटलांचे घराणे असून त्यांची मोठी संख्या गावात आहे. या घराण्यातील 'सटवोजी दिघे' यांचा नानासाहेब पेशव्यांच्या काळात उल्लेख येतो. ते पेशव्यांच्या सेवेत होते इतकीच त्रोटक माहिती त्यांच्याविषयी मिळते. या सटवोजी दिघेंनी १७५०-५१ मध्ये संगमनेर परगण्याची देशमुखी ही दिघेंची आहे, असा दावा केला होता. सरकारकडून दखल घेऊन त्याची चौकशी झाली. संगमनेर येथील शंकरराव म्हस्के-देशमुख यांना चौकशीसाठी पेशव्यांकडून बोलावण्यात आले होते. दिघेंकडील कागदपत्रांची चौकशी केली गेली. चारशे वर्षांपूर्वीच्या काळातील देशमुखी वतनाचा माग त्यावेळी काढण्यात आला. यात सरकारने म्हस्के-देशमुखांच्या बाजूने निर्णय देत त्यांची देशमुखी कायम केली होती. तळेगावचे एक विशेष म्हणजे येथे या एकाच गावात पाच गावे होती. ही पाच गावे म्हणजे 'जुनेगाव', 'तळेगाव', 'आरामपूर', 'हसनाबाद' आणि 'आजमपूर'. हल्ली या पाचही गावांची पाच स्वतंत्र मारुती मंदिरे एकाच गावात आहेत.

'वडगावपान'मधील सर्कसवाल्या मोरे आणि थोरात यांचे वाडे

संगमनेर-लोणी रस्त्यावर असणाऱ्या 'वडगावपान'च्या सर्कशी पूर्वी प्रसिद्ध होत्या. याच सर्कस व्यवसायात इंग्रजकाळात मोठे नाव कमावलेल्या मोरे आणि थोरात घराण्यांचे सुस्थितीत असणारे आणि इंग्रजकाळात उभारलेले वाडे गावात आहेत. मराठाकाळात अठराव्या शतकात बांधलेल्या वाड्यांपेक्षा हे वाडे भिन्न आहेत. कोणा सरदारमंडळींचे ते नाहीत. तर ते आहेत सर्कसमालकांचे!

गावातील यशवंतराव गंगाराम मोरे यांनी १८८१ मध्ये 'ग्रँड इंडियन सर्कस' सुरू केली. भारतातील ही पहिली सर्कस मानली जाते. त्याच्याच मागेपुढे स्थापन झालेली सांगलीच्या विष्णुपंत छत्रे यांची सर्कस भारतातील पहिली सर्कस मानली जाते खरी; पण त्या सर्कशीच्या स्थापनेचे वर्ष हे अनेक ठिकाणी १८८३ दिले आहे. असे असेल तर पहिल्या सर्कशीचा मान हा यशवंतराव मोरे यांच्याकडे जातो. १९६६ ला अनेक कारणांमुळे मोरेंनी सर्कस विकली. यशवंतराव, त्यांचे एकुलते एक पुत्र काशिनाथ, काशिनाथ यांचे तीन पुत्र जयवंतराव, संपतराव आणि दत्ताजीराव अशा मोरेंच्या तीन पिढ्यांनी सर्कस चालवली. गावातील अनेक तरुणांना त्यांनी रोजगार दिला. नंतर गावातील इतर तरुणांनी त्यांच्यापासून विभक्त होत स्वतंत्र सर्कशी सुरू केल्या. गावातील त्र्यंबकराव राणोजी थोरात यांनी १९१०मध्ये 'रिनाऊंड बॉम्बे सर्कस', तर त्यांचे चुलत बंधू शंकरराव राघोजी थोरात यांनी 'साऊथ इंडियन सर्कस' सुरू केली. इतरही दोन-तीन लोकांनी आपल्या स्वतंत्र सर्कशी काढल्या. वडगावपानच्या या सर्कशीचे खेळ हे देशाच्या कानाकोपऱ्यात तर झालेच, शिवाय देशाबाहेरही झाले. अशी ही सर्कसनगरी वडगावपान!

मोरे घराण्याचा वाडा

थोरात घराण्याचा वाडा

वाड्यातील फोटो
(मधल्या फोटोत संस्थापक यशवंतराव मोरे)

मोरे आणि थोरात यांची आर्थिक परिस्थिती सर्कसउद्योगामुळे कमालीची सुधारली. त्यांनी गावात विसाव्या शतकाच्या सुरुवातीला वाडे बांधले. गावात मध्यभागी मारुती मंदिराजवळ हे वाडे आहेत. मंदिराच्या समोर म्हणजेच पूर्वेला आहे तो मोरेंचा वाडा आणि उजव्या बाजूला म्हणजेच दक्षिणेला आहे तो थोरातांचा वाडा. मोरे यांचा वाडा १९२२मध्ये, तर थोरात यांचा १९३७मध्ये बांधण्यात आला.

दोन्ही वाडे एकदम हुबेहूब आहेत. आतून ते सुस्थितीत आहेत. मोरे यांच्या वाड्यात त्यांच्या घराण्यातील मंडळी वास्तव्यास आहेत. वाड्याचे दोन भाग झालेले दिसतात, तर थोरातांच्या वाड्यात बऱ्याच वर्षांपासून कोणीही राहत नाही. वाड्याकडे थोरातांचे दुर्लक्ष झाले खरे; पण यामुळे वाड्यात कोणताही बदल न होता तो मूळ रूपात राहिला. हे मात्र एका अर्थी चांगले झाले असे म्हणता येईल. अलीकडे या वाड्याचा वापर प्री-वेडिंग फोटोशूटसाठी केला जात आहे.

बंगल्यासारखे वाटावे असे हे वाडे आहेत. दोन्ही वाड्यांसमोर दगडी ओटे आहेत. वाड्यांची दारे अजूनही मजबूत आहेत. त्यांच्यात असणाऱ्या गजखिळ्यांची आणि त्यावरील वाट्यांची संख्या अधिक असून ते उभ्या-आडव्या रेषेत दारात खोवले आहेत. दोन्ही वाड्यांच्या वरच्या मजल्यावर गच्ची आहे. तिला सात सुंदर महिरपी आहेत. तेथील नक्षीदार लोखंडी रेलिंग्ज वाड्यांची शोभा वाढवत आहेत.

दोन्ही वाडे एका चौकाचे आहेत. चौकातील समोरच्या जोत्याचाच पुढे विस्तार केलेला आहे. त्याच्यापुढे बाहेरची ओसरी किंवा आडाची ओसरी आहे. वाड्यातील मुख्य चौकात जोत्यावर ओसरी आहे. वाड्यात काळ्या किंवा मलबारी सागाचा वापर प्रामुख्याने अधिक केलेला दिसतो. भिंतीत असणाऱ्या धान्याच्या कोठारांची व्यवस्था पाहण्यासारखी आहे. वरून पोत्यातून खुले सोडले जाणारे धान्य भिंतीतील या कोठारांत साठवले जात असे. हवे असेल तेव्हा ते काढायची सोय होती.

वरच्या मजल्यावर जाण्यासाठी जिना आहे. थोरात यांच्या वाड्यात दगडी जिना आहे, तर मोरे यांच्या वाड्यात लाकडी जिना आहे. हाच दोन्ही वाड्यातील महत्त्वाचा फरक होय. वरच्या मजल्यावर चौकाभोवती खोल्या असून चौकाच्या बाजूने गॅलरी आहे. तेथे नक्षीदार लोखंडी रेलिंग्जचा वापर केलेला आहे.

थोरातांच्या वाड्याचा आतला भाग

थोरात यांच्या वाड्यात जाते, चौरंग, पाळणा, सोऱ्या, चोपाळा अशा काही वस्तू पाहायला मिळतात. मोरे यांच्या वाड्यात जुन्या डेगी, कपाटे आणि छायाचित्रे पाहायला मिळतात. मोरे यांच्याकडे वाड्याच्या मागच्या जागेत सर्कशीत वापरला जाणारा सागवानी लाकडाचा आणि लोखंडी गज असलेला पिंजरा पाहायला मिळतो. मोरे यांनी तो अद्याप सांभाळून ठेवला आहे. याशिवाय त्यांच्याकडे अनेक जुनी छायाचित्रे आणि कागदपत्रे आहेत. भारतातील या पहिल्या मानल्या जाणाऱ्या सर्कशीवर अभ्यास अथवा संशोधन करणाऱ्याची ती वाट पाहत आहेत. वडगावपानच्या या सर्कशींवर अजून सखोल अभ्यास झाला नाही, हे दुर्दैवच म्हणावे लागेल.

मोरे घराणे सर्कशीमुळे मोठे झाले खरे; पण त्यांचा एक जुना वाडा सध्याच्या वाड्यापासून थोड्या अंतरावर दक्षिणेला होता. सर्कसवाल्या मोरे यांच्यासह गावातील इतर मोरे मंडळींचे नातेसंबंध हे सरदार आणि देशमुख घराण्यांशी असलेले आपल्याला दिसतील. त्यामुळे त्यांच्या घराण्याला इतिहास असावा असे दिसते. त्याचाही नेमकेपणाने शोध घ्यायला हवा; पण एक आहे, विसाव्या शतकाच्या उंबरठ्यावर ज्या काळात मराठा सरदार घराण्यांची आर्थिक परिस्थिती खालावण्यास सुरुवात झाली, नेमके त्याच काळात मोरे घराणे काळानुसार बदलून उद्योग क्षेत्रात प्रवेश करून प्रबळ बनले.

वडगावपान येथे मोरे यांच्या पूर्वीच्या जमिनी आणि नंतर खरेदी केलेल्या जमिनी असल्याने मोरे घराणे मोठी आसामी बनले. या घराण्यातील दत्ताजीराव हे संगमनेर तालुक्यात राजकारण आणि समाजकारणात सक्रिय होते. संगमनेर तालुका

पंचायत समितीचे ते पहिले सभापती होते. त्यांचे पुत्र भगवंतराव मोरे हे राज्यातील प्रसिद्ध आय.पी.एस. अधिकारी होते. राज्याचे अतिरिक्त पोलीस महासंचालक म्हणून ते निवृत्त झाले. त्यांना दोन राष्ट्रपती पदकांसह अनेक पुरस्कार मिळाले आहेत. निवृत्तीनंतर राज्य मानवाधिकार आयोगाचे अध्यक्षपदही त्यांनी सांभाळले.

मोरे घराण्यातील संपतराव मोरे (मृत्यू २००४) हे सर्कसचे शेवटचे मालक होते. गुलाबी फेटा, पांढरा सदरा, त्यावर काळा कोट, खाली दुटांगी धोतर, पायात बूट असा त्यांचा पेहराव असायचा. कधीकधी गमतीने 'वाघ नाचवलेत तिथं माणसं काय चीज,' असे म्हणणारे संपतराव लोकांच्या अजूनही चांगलेच स्मरणात आहेत.

संदर्भ :

१) गुणे घराण्याचा इतिहास (खंड १ व २) : विठ्ठल त्र्यंबक गुणे

२) आमचा नगर जिल्हा : हरी गणेश पारखे

३) होळकरशाहीचा इतिहास (खंड १ व २), संपादन : वा. वा. ठाकूर, देविदास पोटे

४) त्रैमासिक, भा. इ. सं. मं. (अंक वर्ष १९५०-५१, सरसेनापती दाभाडे दफ्तर भाग पहिला)

५) अनंतफंदीकृत कविता अथवा लावण्या भाग पहिला : शंकर तुकाराम शाळिग्राम

६) बाळाजी बाजीराव पेशवे यांची रोजनिशी (खंड २)

७) त्रैमासिक उज्ज्वल उद्यासाठी (अंक जुन, जुलै, ऑगस्ट २०११), संपादन : विठ्ठल शेवाळे

८) Gazetteer of the Bombay Presidency (Vol.17, Ahmednagar)

•••

पिंपळवाडी गावची वेस

राहाता तालुक्यातील काही वाडे व घराणी

ऐतिहासिक राहाता शहर

'राहाता' हे आजचे तालुक्याचे मुख्यालय असणारे गाव मराठेशाहीतही मोठे गाव होते. 'कसबे राहाते' असा त्याचा उल्लेख पेशवेकाळात आढळतो. राहाता गावात एक जुनी गढी होती. सध्या ती नामशेष झाली आहे. नगर-मनमाड रस्त्याला असणाऱ्या वीरभद्र मंदिरासमोर, रस्त्याच्या पलीकडे गावाची जुनी वेस होती. तेथून आत प्रवेश केला, की तो रस्ता सरळ जुन्या गावात घेऊन येतो. नवे-जुने वाडे-बंगले असणाऱ्या गावठाणात एके ठिकाणी जवळजवळ दीड-दोन एकर जागा पडीक दिसते. हीच गढीची जागा. येथील उरलीसुरली पांढरी मातीसुद्धा आता गायब झाली आहे. गुलाबखान नावाच्या मुसलमान सरदाराने ती गढी बांधली होती. त्याचा काळ बहुधा बहामनशाही, नगरची निजामशाही, मोगल या सत्तांच्या काळातील असावा. त्यानंतर येथे हळूहळू लोकवस्ती होऊ लागली. कासार समाज हा गावचा जुना रहिवासी होय. त्यामुळे राहात्याला 'कासारवाडी' असेदेखील म्हणत.

गढीची मालकी भूम (जि. धाराशिव) येथील थोरात घराण्याची. भूम येथील थोरात 'दिनकरराव' हे महाराष्ट्रातील एक मातब्बर सरदार घराणे होते. बहुधा हे त्यांच्या जहागीर अथवा पाटिलकीच्या वतनाचे गाव असावे. राहात्याचे लोक आजही याविषयी सांगतात. थोरात यांच्या मुलीकडून राहाता येथील ही मालमत्ता शिंदे घराण्याकडे गेली. शिंदे हे हल्ली कोल्हापूर येथे वास्तव्यास असल्याचे समजते.

सांड शेठ यांची पेढी

गाव तसे पेठेचे. येथे इतरही काही वाडे होते. कुलकर्णी घराण्याचेही वाडे गावात आहेत. गावाच्या पाटिलकीचा कारभार (भूमकर थोरातांच्या वतीने) ते पाहत. त्यांचा वाडा गावात आहे. या घराण्यात त्रिंबक सदाशिव कुलकर्णी (मृत्यू : १९३६) नावाचे एक हुशार गृहस्थ इंग्रजकाळात होऊन गेले. राहाता गावची महत्त्वाची ओळख म्हणजे गावाच्या याच कुलकर्णी घराण्यातील परशुराम खंडेराव कुलकर्णी उर्फ 'अन्याबा राहातेकर' होय. दुसऱ्या

बाजीराव पेशव्यांचे सरदार असणाऱ्या अन्याबांची माहिती याआधी स्वतंत्रपणे दिलेली आहे. राहात्याचा पेठेत असणारा 'सांड शेठ' यांचा इंग्रजकालीन वाडा आणि पेढी या दोन वास्तू सुंदर आहेत. त्यांची सावकारकी एकेकाळी फार मोठी होती. श्रीसाईबाबांनी भेट दिलेली त्यांची पेढी त्यांनी अजूनही मूळ रूपात जतन करून ठेवल्याचे दिसते.

परगणे 'कोऱ्हाळे'

मराठेशाहीत एका 'तर्फ' किंवा परगण्याचे मुख्यालय असणारे एक मोठे गाव ओस पडून भकास होऊ शकते का? तर होय. त्याचे एक दुर्दैवी उदाहरण म्हणजे 'कोऱ्हाळे'.

'कोऱ्हाळे' हे राहात्याच्या दहा किलोमीटर पश्चिमेला असणारे गाव. आज साधेसुधे वाटणारे हे गाव मराठाकाळात नावाजलेले होते. 'परगणे कोऱ्हाळे' म्हणून त्याचा कधी उल्लेख येतो, तर कधी संगमनेर परगण्यातील 'तर्फ' अथवा 'महाल' म्हणूनही कोऱ्हाळ्याचा उल्लेख येतो. गावात 'देशमुख' आणि 'देशपांडे' होते. मराठा, ब्राह्मण, सोनार यांची संख्या बरीच असून वाडेही भरपूर होते. पेठ होती. सुरुवातीच्या इंग्रजकाळापर्यंत त्याची भरभराट कायम होती. नंतर मात्र गाव बरेच ओस पडत गेले. १८५७ च्या सुमारास भागोजी नाईक यांनी दोन वेळा गाव लुटले होते, हे एक कारण. दुसरे महत्त्वाचे कारण पाणीटंचाई हे असल्याचे समजते. १९७२च्या दुष्काळानंतर तर अनेकांनी गावाला रामराम केला.

गाव काहीसे उंचावर असून त्याच्याजवळून ओढे वाहतात. गावाच्या पश्चिमेला ओढ्याकाठी अनेक समाध्या दिसतात. त्यातील काही मुस्लीम पद्धतीचे 'पीर' आहेत. काही सुंदर महिरपी घुमट असणाऱ्या, तर काही दगडी चौथरा आणि त्यावर कोरलेल्या पादुका अशा आहेत. गावात एक जुने महादेवाचे मंदिर आहे. त्याच्या गोल घुमटाकार चपट्या विटांच्या शिखरावर चुन्याचा गिलावा केलेला आहे.

'कोऱ्हाळे' महाल अथवा तर्फ ही अठराव्या शतकात तेथील गावांसह इंदूरच्या होळकरांकडे होती. गावाभोवती होळकरांनी कोट बांधला. आता तो पडला असून गावाच्या पूर्वेला असणारा त्याचा केवळ एक भक्कम बुरूज उभा आहे. गावात होळकरांचे कारभारासाठी दोन मोठे वाडे होते. इंग्रजकाळात १८६५ मध्ये ते उतरवण्यात आले. आजही गावात एके ठिकाणी कचेरीचा वाडा किंवा कचेरी

कोऱ्हाळे गावातील बुरूज

गावातील एक समाधी

महाल (की महाल कचेरी?) अशी जागा लोक दाखवतात. शेवटचे पेशवे दुसरे बाजीराव यांच्या काळात होळकर आणि पेशवे यांच्यात झालेल्या काही प्रदेशाच्या अदलाबदलीत कोऱ्हाळे तर्फ ही तीस गावांसह पेशव्यांकडे आली. मात्र काही काळातच पेशव्यांचे राज्य संपून इंग्रजांचे राज्य आले.

गावात देशमुख आणि देशपांडे यांचे वाडे होते. सध्या त्यांच्यातील कोणी गावात नाही. देशमुख म्हणजे शेळके-देशमुख घराणे. मागच्या शतकात ते येथून आपल्या रुई गावाच्या एका वतनावर स्थलांतरित झाले. देशपांडे नोकरीनिमित्त इतरत्र पसरले. याशिवाय कुलकर्णी (कोऱ्हाळकर), जोशी, भणगे या ब्राह्मणमंडळींचे वाडे गावात होते. भणगे हे पेशवाईच्या काळापासूनचे एक सावकार घराणे होते. या भणगे घराण्यात बाळाजीस्वामी नावाची एक संन्यासी पारमार्थिक व्यक्ती होऊन गेली. त्यांची समाधी गावातील जुन्या महादेव मंदिराला लागून आहे. 'त्यांची आठवी पिढी' असे सांगणाऱ्या भणगे घराण्याच्या माहितीनुसार स्वामीजींचा जीवनकाळ हा उत्तर पेशवाईतील असायला हवा. इंग्रजकाळात गावात 'विठाबाई' किंवा 'जोगण विठाबाई' नावाच्या एक प्रसिद्ध नाथपंथी साध्वी होऊन गेल्या. गावाच्या जोशी घराण्याच्या त्या सूनबाई होत्या. त्यांचे सुंदर मंदिर गावकऱ्यांनी बांधले आहे.

कोऱ्हाळ्याचा गायकवाड वाडा

कोऱ्हाळे गावात एक विशेष वाडा आहे, तो म्हणजे 'गायकवाड' यांचा. कारण गायकवाड घराणे नाभिक समाजाचे आहे. त्यांच्या घराण्यात कोणी तरी वैद्य होऊन गेले. इंदूरचे शासक असणाऱ्या होळकर घराण्यातील कोणीएक व्यक्ती त्यांनी आपल्या उपचारांनी बरी केली. त्यामुळे होळकरांनी इनाम जमिनी दिल्या आणि मग त्यांनी येथे वाडा बांधला.

वाडा तसा गेल्या काही वर्षांपर्यंत चांगल्या स्थितीत होता. वाड्याचे प्रवेशद्वार आणि समोरची दर्शनी बाजू अद्याप टिकून आहे. 'स्वावलंबी शिक्षण हेच आमचे ब्रीद' असे दारावर लिहिलेल्या या वाड्यात पूर्वी रयत शिक्षण संस्थेची शाळा भरायची. वाड्याला दोन चौक असून वर एक मजलादेखील होता. तळघरे होती. खांबांवर काष्टकामही केलेले होते. आज मात्र त्याचे छत आणि वरचा मजला पडला आहे. त्याच्या दगडी भिंतीवरून फेरफटका मारता येऊ शकतो. दगडी रांजणे, भिंतीतील कपाटे, जुने शौचकूप आपल्याला आत दिसते. पूर्वी अनेक मोडी पत्रे, पुस्तके, भांडी आपल्याकडे असल्याचे गायकवाड सांगतात.

गायकवाड वाडा

शिर्डीच्या साईबाबांवर आधारित एक-दोन चित्रपटमालिकांचे शूटिंग या गावात झाल्याने त्यात काही दृश्यांमध्ये वाडा आल्याचे ते सांगतात.

इंदूरच्या नेमक्या कोणत्या होळकरांनी त्यांना हे इनाम दिले, हे निश्चित सांगता येत नाही. १९४७ पर्यंत इंदूर संस्थान होते. वाड्याची एकंदर रचना पाहता तो इंग्रजकाळातील वाटतो. त्यामुळे इंग्रजकाळात हे इनाम मिळाल्याचे

दिसते. गायकवाड मात्र होळकरांचे हे उपकार विसरले नाहीत. त्यांच्या शेतात 'अहिल्याआई'चे छोटे मंदिर आहे. तेथे अहिल्याबाई होळकरांचा दगडी तांदळा असणारी मूर्ती आहे. 'अहिल्यादेवींमुळे (होळकर घराण्यामुळे) आपल्याला ही मालमत्ता प्राप्त झाली,' असे म्हणणारे गायकवाड घराणे त्यांची पूजाअर्चा गेल्या अनेक वर्षांपासून करत आहे.

पवारांचे 'पाथरे'

मराठेशाहीतील प्रसिद्ध अशा सरदार 'पवार' घराण्याचे एक जुने वतन म्हणजे राहाता तालुक्यातील 'पाथरे'. पाथरे हे प्रवरेच्या उत्तर काठावरचे गाव. लोणी-प्रवरानगरपासून ते सात किलोमीटरवर आहे. पाथरे गावची पाटिलकी ही पूर्वी पवारांची होती. 'पाथरेकर पवार' अशी पवारांची एक शाखा होती. (कोपरगावचे पाटील देवास ज्युनिअरचे पवार सरकार यात पवार घराण्याचा इतिहास सांगितला आहे.)

गावात प्रवरा नदीच्या उत्तरेला विठ्ठल मंदिरासमोर अनेक समाध्या आहेत. त्या पवार घराण्याच्या असल्याचे गावकरी सांगतात. एका समाधीवर तर सुंदर नक्षीदार छत्री असून ती कोणत्या तरी सरदाराचीच असावी, असे वाटते. जुन्या लोकांकडून 'पूर्वी या गावात पवार होते, नंतर ते कुठे गेले माहीत नाही,' अशी ऐकीव माहिती मिळते.

पाथरे येथील समाधी

पवार हे मराठेशाहीतील मातब्बर सरदार घराणे. मूळ नगरजवळच्या 'सुपे' गावचे असणाऱ्या सरदार काळोजी बुवाजी पवार यांच्याकडे सात गावांच्या पाटिलकीचे वतन होते. 'सुपे', 'गणेगाव', 'हिंगणी', 'टाकळी', 'जेऊर', 'नांदूर' आणि 'पाथरे' अशी ती सात गावे. ही गावे आजच्या नगर आणि पुणे जिल्ह्यात आहेत. त्यांना कृष्णाजी, तुकोजी, जिवाजी आणि मानाजी ही चार मुले होती. त्यांनीही मराठेशाहीत कर्तृत्व गाजवले. त्यांच्या चार मुलांत

१७४८मध्ये त्यांची वाटणी झाल्यावर 'पाथरे' हे गाव 'मानाजी पवार' यांच्याकडे आले. बाकी तिघांपैकी, कृष्णाजी हे सुपे येथे होते. तर तुकोजी हे पुढे 'देवास सीनिअर संस्थान'चे संस्थापक आणि जिवाजी हे 'देवास ज्युनिअर संस्थान'चे संस्थापक झाले.

मानाजी पवार यांना वाटणीनुसार 'पाथरे' वतन आले. त्यासोबत सुपे येथील निम्मी पाटिलकीसुद्धा त्यांना होती. मग आज पाथरे येथे त्यांचे कोणीच कसे नाही, असा प्रश्न आपल्याला पडतो. याची मुख्य तीन कारणे सांगता येतील. पहिले महत्त्वाचे कारण म्हणजे त्यांच्या वंशातून पवारांच्या इतर मोठ्या शाखांत मुले दत्तक दिली गेली. पवार घराण्याची वंशावळ उपलब्ध आहे. त्यात मानाजी यांचा वंश पाहिल्यास आपल्याला असे दिसेल, की या घराण्यातून 'देवास ज्युनिअर', 'सुपे', 'मलठण', 'नगरदेवळा' या पवारांच्या अन्य शाखांत दत्तक देण्यात आले होते.

दुसरे कारण म्हणजे या शाखेतील काहींचा निर्वंश झाला हे होय. आणि तिसरे कारण म्हणजे, जी मंडळी 'देवास' येथे दत्तक गेली, त्यांनी आपले बंधू तिकडे नेऊन त्यांना तिकडेच नेमणुका, दरबारी सरदार अथवा मानकरी पदे दिली. त्यामुळे ही मंडळी तिकडे गेली. मूळ वतनावर कोणी पवार राहिले नाहीत. आणि पाथरे गावाशी पवारांचा प्रत्यक्ष संबंध संपला. देवास येथे यांपैकी काहींचा वंश असून त्यांना 'पाथरेकर पवार' म्हणतात. पाथरे गावात पवारांच्या खूप जमिनी होत्या. बहुतांशी कूळ कायद्यातच गेल्याचे समजते. आज पवारांच्या पाऊलखुणा म्हणता येतील अशी एकच गोष्ट पाथरे गावात आहे, ती म्हणजे 'समाध्या'!

पाथरे गावात कुलकर्णी घराणे आहे. ते देवास संस्थानात नोकरीला होते. ते तिकडे कधी गेले, हे निश्चित सांगता येणार नाही. संस्थानात ते 'मुनीम' असल्याचे सांगतात. मात्र साधारण स्वातंत्र्याच्या आसपास पुन्हा आपल्या वतनावर म्हणजे पाथरे गावी ते परतले. ही कुलकर्णीमंडळी आडनाव 'पाथरेकर' लावतात. नदीपलीकडच्या सात्रळ येथील चोरमुंगे हे 'देवास धाकटी पाती संस्थान'चे सरदार होते. त्यामुळे पवार घराणे आणि पाथरे परिसराचा हा संबंध लक्षात घ्यायला हवा.

रुई येथील देशमुख

साईबाबांच्या शिर्डीपासून सहा किलोमीटर अंतरावर ईशान्येला 'रुई' हे गाव आहे. येथे शेळके-देशमुखांचे एक घराणे असून त्यांचा वाडा आहे. शेळके-

रुई येथील देशमुखांचा वाडा

वाड्यातील चौक

देशमुख हे जुन्या संगमनेर परगण्यातील एक वतनदार देशमुख घराणे. संगमनेर परगण्याची देशमुखी म्हस्के-देशमुख आणि शेळके-देशमुख या दोन घराण्यांना होती. त्यावेळच्या संगमनेर परगण्यातील कोऱ्हाळे तर्फ (आजचा राहाता तालुका) आणि देवपूर तर्फ (आजच्या नाशिक जिल्ह्यातील सिन्नर तालुक्यातील काही भाग) यांच्यातील गावांची देशमुखी ही शेळके-देशमुख यांच्याकडे होती. अहमदनगर डिस्ट्रिक्ट गॅझेटिअरमध्ये म्हस्के यांची गावे आणि शेळके यांची गावे, अशी गावांची विभागणी आपल्याला दिसते.

शेळके-देशमुखांच्या शाखा म्हणजे कोपरगाव तालुक्यातील 'रांजणगाव देशमुख', नाशिक जिल्ह्यातील सिन्नर तालुक्यातील 'मऱ्हळ', राहाता तालुक्यातील 'रुई' या होत. रुईचे हे त्यांचे थोरले घराणे असावे. कोऱ्हाळे या तर्फ अथवा महालाच्या गावात या रुईच्या देशमुखांचा वाडा होता. नंतर हे घराणे कोऱ्हाळ्याहून आपल्या रुई येथील इनामी जमिनी असणाऱ्या गावात स्थलांतरित झाले. रुई येथे त्यांची चौथी-पाचवी पिढी आहे. म्हणजे त्यालाही शंभर वर्षे झाली. रुई येथे आल्यावर त्यांनी त्यांचा असलेला वाडा हल्ली बांधला अथवा कोणाचा तरी खरेदी केला असल्याचे सांगितले जाते.

हे कुटुंब वाड्यात राहात असून वाडा सुस्थितीत असल्याचे दिसते. दोन चौकांचा साधासुधा असा हा वाडा. पहिल्या चौकातील आड, नक्षीदार पानपट्टी, ओसरीतील बैठक व्यवस्था, दगडी घुमट असणारे देवघर, माजघर, मागच्या चौकातील बाळंतीणीची खोली हे सर्व येथे पाहायला मिळते.

या घराण्यातील आनंदराव त्र्यंबकराव देशमुख हे कोऱ्हाळ्याहून रुई येथे आले होते. येथे राहणारी त्यांची सध्याची तिसरी पिढी आहे. त्यांच्यासह त्यांच्या पुढच्या दोन पिढ्यांत एकच मुलगा असल्याने देशमुखांची मालमत्ता बरीच स्थिर राहिल्याचे दिसते. त्यामुळे संपत्तीची विभागणी आणि भाऊबंदकी हा एरवी दिसणारा प्रकार येथे झालेला दिसत नाही. आनंदराव यांचे नातू वसंतराव देशमुख हे राहाता तालुक्यात समाजकारण आणि राजकारणात सक्रिय होते.

ते 'गणेशनगर कारखाना', 'गोदावरी प्रवरा खरेदी-विक्री संघ', 'तालुका पंचायत समिती' यांवर संचालक, तसेच सदस्यही होते. वसंतरावांच्या पत्नी या संगमनेरच्या भाऊसाहेब गुंजाळ-पाटील यांच्या कन्या! वसंतरावांचे पुत्र रावसाहेब यांनीदेखील आपल्या वडिलांचा वारसा समर्थपणे चालवला. ते 'जिल्हा परिषद' सदस्य, 'तालुका कृषी उत्पन्न बाजार समिती'चे उपसभापती राहिले.

सध्या ते 'राहाता तालुका दूध उत्पादक संघा'चे चेअरमन आहेत. त्यांच्या कन्या या कोल्हापूर येथील खर्डेकर नाईक-निंबाळकर घराण्यात दिलेल्या आहेत. बिरेगाव, अंजनापूर येथील पाटिलकीचे वतन, तसेच पोहेगाव, समनापूर, कोऱ्हाळे येथे पूर्वापार इनामी जमिनी असल्याचे ते सांगतात. देशमुखांनी गावाच्या हायस्कूलला दान दिलेल्या दोन एकर जागेत रुई गावचे 'नादरबाई आनंदराव देशमुख विद्यालय' आज उभे आहे.

'रुई' हे गाव संगमनेर तालुक्यातील पानोडीच्या सरदार जाधवांना जहागीर होते, ही गोष्टही येथे ध्यानात घ्यायला हवी. त्यांच्या वाड्याच्या जागी सध्या 'शिवजीबाबा मंदिर' आहे. त्यात एक दगडी तांदळा आहे. या 'शिवजीबाबांचे' नाव 'शिवराव' असून ते पानोडीच्या जाधव (जहागीरदार) घराण्यातील असल्याचे गावातील ज्येष्ठ मंडळी सांगतात. गावात पानोडीकर जाधवांच्या बऱ्याच जमिनी होत्या. त्या जाधव यांच्या मुलीच्या वारसांकडून असणाऱ्या पानोडीकर थोरात आणि इंदूरच्या खुटाळ घराण्याच्या मालकीच्या आहेत. दोन्ही घराण्यांतील मंडळींचे अधूनमधून गावात येणे-जाणे असते.

निमगावचे डेंगळे सरकार

श्रीसाईबाबांच्या पदस्पर्शाने पावन झालेला, आपल्या मूळ पुरुषाच्या संघर्षाचा गौरवशाली इतिहास पाठीशी असणारा, एका सरदार घराण्याचा वाडा म्हणजे

निमगावचा डेंगळे वाडा आणि आतील साईमंदिर

'निमगाव कोऱ्हाळे' येथील सरदार डेंगळे वाडा होय!

शिर्डीपासून अवघ्या अडीच किलोमीटर अंतरावर उत्तरेला निमगाव आहे. साईबाबांच्या शिर्डीचा या निमगाव आणि त्याच्याच बाजूला असणाऱ्या निघोज गावापर्यंत विस्तार अलीकडच्या काळात झाला आहे. या निमगावाला 'निमगाव कोऱ्हाळे' असे नाव आहे (पूर्वी ते कोऱ्हाळे तर्फमध्ये होते). लोक त्याला 'निमगाव-निघोज' म्हणतात. पेशवाईत मात्र त्याचा उल्लेख 'निमगाव खंडोबाचे' असाही येतो कारण गावात जुने खंडोबाचे मंदिर आहे. हे निमगाव शेवटच्या पेशव्यांचे सरदार त्रिंबकजी डेंगळे यांना जहागीर होते.

सरदार त्रिंबकजी डेंगळे हे मूळ संगमनेर तालुक्यातील 'निमगांवजाळी' गावचे. ('संघर्ष व निष्ठेचे प्रतीक सरदार त्रिंबकजी डेंगळे' यात त्यांच्याविषयी माहिती सांगितलेली आहे). त्यांच्या मूळ गावचे नावही 'निमगाव' असून या जहागिरीच्या गावाचेही नाव निमगाव आहे, हा योगायोगच म्हणता येईल. 'निमगाव कोऱ्हाळे' हे गाव त्रिंबकजी डेंगळे यांना त्यांच्या कार्यकाळात, म्हणजे १८०२ ते १८१८ मध्ये कधी तरी जहागीर मिळाले. याच काळात त्यांनी येथे वाडा बांधला. दुसऱ्या बाजीराव पेशवे यांच्या काळात पेशवे आणि होळकर यांच्या काळात कोऱ्हाळे तर्फमधील काही गावांची अदलाबदली झाली. होळकरांकडून ही गावे पेशव्यांकडे आली होती. त्यामुळे डेंगळे यांना निमगाव हे 'सवाई मल्हारराव होळकर सुभेदार यांच्याकडून जहागीर किंवा कुटुंबाचे बेगमीस 'जहागीर' असा ऐतिहासिक कागदपत्रांत उल्लेख येतो. निमगावचे निम्मे पाटिलकीचे वतनदेखील डेंगळे यांच्याकडे होते. सरदार त्रिंबकजी डेंगळे यांचे नातू जयवंतराव उर्फ बाबासाहेब हे या निमगाव येथे आले. त्यांचे दुसरे बंधू नानासाहेब हेसुद्धा कधी 'निमगांवजाळी', तर कधी 'निमगाव' येथे असत.

वाडा आज मूळ स्वरूपात नाही. तो काहीसा उंचावर असून त्याला दगडी आणि वर पांढऱ्या मातीच्या भेंड्यांची संपूर्ण तटबंदी होती. त्याची बाहेरची काही तटबंदी आणि प्रवेशद्वार अजूनही आहे. दारासमोर सात पायऱ्या आहेत. हल्ली

त्याला रंगरंगोटी केलेली आहे. आतील दोन चौकांचा वाडा उतरवून डेंगळे यांनी तेथे बंगला बांधला आहे.

या घराण्याला आणि त्यांच्या वाड्याला विशेष महत्त्व प्राप्त झाले, ते म्हणजे साईबाबांमुळे. घराण्यातील बाबासाहेब आणि नानासाहेब हे साईबाबांच्या समकालीन असून त्यांचे सुरुवातीच्या काळात मोठे भक्त होते. बाबांचा लौकिक शिर्डीबाहेर पोहोचवण्यात त्यावेळी त्यांचा मोलाचा वाटा होता. साईबाबांचा इतिहास सांगणारे प्राथमिक साधन आणि त्याची जगभर पारायणे केली जातात, अशा 'श्रीसाई सच्चरित्रा'त साईबाबा आणि डेंगळे त्यांच्या संबंधांविषयी ओव्या आहेत.

प्रसिद्ध त्रिंबक डेंगळ्याघरीं । निमगाव गांवाची जहागिरदारी ।
तेथील बाबासाहेब डेंगळ्यांवरी । प्रीति भारी बाबांची ।।
निमगांवावरी जातां फेरी । बाबांनीं जावे तयांचे घरीं ।
अतिप्रेमें तयांबरोबरी । दिवसभरी बोलावें ।।
बंधू तयांसी होते लहान । नानासाहेब नामाभिधान ।
तयांसी नव्हतें पुत्रसंतान । तेणें ते खिन्न मानसीं ।।
प्रथम कुटुंबासी योग मंद । म्हणुनि केला द्वितिय संबंध ।
तरीही चुकेना ऋणानुबंध । दैवनिर्बंध अगाध ।।
पुढें बाबासाहेब त्यांस । पाठवीत साईदर्शनास ।
पावते जाहले आशीर्वादास । पुत्रप्रसादासही नाना ।।
पुढें साईंचे दर्शनाला जनसमुदाय लोटूं लागला ।
महिमा साईंचा वाढत गेला । वार्ता नगराला पोहोंचली ।।
तेथें सरकारदरबारीं चलन । नानांचें होतें मोठें वळण ।
तैसेचि चिदंबर केशव म्हणून । तेही चिटणीस जाण जिल्ह्याला ।।
साईसमर्थ दर्शनपात्र । घेऊनि आपुले इष्ट मित्र ।
दर्शनार्थ यावें पुत्र कलत्र । धाडिलें पत्र तयांसी ।।
ऐसे एकामागून एक । शिरडीस येऊं लागले अनेक ।
वाढला जैसा बाबांचा लौकिक । परिवारही देख तैसाचि ।।

साईबाबांच्या लिलांना म्हणजे वास्तविक चरित्राला ज्या पाचव्या अध्यायापासून सुरुवात होते, त्यात ७६ ते ८४ क्रमांकाच्या या ओव्या आलेल्या आहेत. त्यात म्हटल्याप्रमाणे नानासाहेब डेंगळे यांना साईबाबांच्या आशीर्वादामुळे पुत्रप्राप्ती झाली आणि या बातमीचा प्रसार होऊन बाबांचा लौकिक परिसरात वाढला होता.

शिवाय बाहेरच्या सरकारी अधिकाऱ्यांबरोबर नानांचा चांगला संपर्क असल्याने नगरच्या चिटणीसांसारख्या अधिकाऱ्यांना त्यांनी 'साईभक्तीत' आणले. बघताबघता शिर्डी सोडून बाहेरची मंडळी दर्शनाला येऊ लागली. साईबाबांचे बहुतांश भक्त हे शिर्डीबाहेरचे आणि तत्कालीन सरकारमध्ये मोठमोठे अधिकारी होते, ही बाब लक्षात घेतली म्हणजे हा धागा नानासाहेब डेंगळे यांच्यापर्यंत येऊन पोहोचतो.

इतरही साईबाबांच्या आयुष्यातील अनेक प्रसंगांत डेंगळे यांचे उल्लेख आहेत. साईबाबा शिर्डीबाहेर केवळ दोन लोकांच्या घरी जात असत, एक राहात्याचे सांडशेठ आणि दुसरे म्हणजे निमगावचे डेंगळे. बाबा निमगाव येथे आल्यावर ते आणि नानासाहेब खूप गप्पा मारत आणि चिंतन करत. नानासाहेब यांनी बाबांना झोपण्यासाठी एक मोठी फळी दिली होती. दीपावलीला दिवे लावण्यासारख्या बाबांच्या अनेक लिलांचे डेंगळे साक्षीदार होते. साईबाबांच्या हयातीत त्यांची पहिली आरती करण्याचा मान हा बाबासाहेब डेंगळे यांचे पुत्र सीताराम (यांचा वंश नंतर निमगावहून राहुरी तालुक्यातील उंबरे येथे गेला) यांना मिळाला. असे हे साईबाबांचा आशीर्वाद लाभलेले डेंगळे घराणे.

सध्या डेंगळे यांचे एक कुटुंब निमगावाच्या या वाड्यात राहते, तर त्यांचे चुलत बंधू निमगावहून शिंगवे येथे स्थायिक झाले आहेत. बाबा निमगावाला वाड्यात जेथे बसत, तेथे डेंगळे यांनी २००८-०९मध्ये साईबाबांचे मंदिर उभारले. लांबून-लांबून साईभक्त येथे दर्शनाला येत असत. खासकरून दक्षिण भारतातील साईभक्त आणि साईबाबांच्या इतिहास व तत्त्वज्ञानावर अभ्यास करणाऱ्या मंडळींचे येथे येणे-जाणे असते. साईबाबांनी दिलेला 'शाळिग्राम' हा डेंगळेमंडळींनी अजूनही जपून ठेवला आहे.

खरे तर त्रिंबकजी डेंगळे यांना त्यांच्या या निमगाव जहागिरीचा फार काळ उपभोग घेता आला नाही. एक तर १८१८मध्ये मराठ्यांचे राज्य संपले. त्यात इंग्रजांचा त्रिंबकजी डेंगळे यांच्यावर रोख होता. त्रिंबकजींची ही जहागीर इंग्रजकाळात जप्त झाली आणि नंतर खालसाही झाली. निमगाव पंचक्रोशीत

आजही डेंगळेंना 'सरकार' या नावाने संबोधतात, हे लक्षात घेण्यासारखे आहेत. आज जेथे शिर्डी परिसरातील महामार्गालगतच्या जमिनींना भाव आले आहेत, तेथे निमगाव परिसरात ऐन मोक्याच्या ठिकाणी डेंगळे यांच्या जमिनी होत्या. आज मात्र घराण्याचे पूर्ववैभव तेवढे राहिले नसल्याचे दिसते. निमगांवजाळी येथून डेंगळे यांच्याबरोबर 'वदक' यांचे एक कुटुंब या निमगावात त्यावेळी येऊन स्थायिक झालेले आहे.

सरदार त्रिंबकजी डेंगळे यांच्या कार्याची पोचपावती म्हणून शेवटच्या पेशव्यांनी दिलेले जहागीर गाव, दोन शतके उभा असलेला वाडा, त्रिंबकजींच्या मूळ वंशाचे वास्तव्य हे तर या वास्तूचे महत्त्व आहेच; पण या वास्तूला अधिक महत्त्व प्राप्त झाले, ते साईबाबांच्या सहवासाने. निमगावकर डेंगळे आणि साईबाबा यांच्या भक्तिपूर्ण संबंधांवर अधिक अभ्यास व्हायला हवा. तो निश्चितच एका लघुकादंबरीचाही विषय होऊ शकतो.

राणेखानभाईंची जहागीर 'पिंपळवाडी'

अलीकडे गावातील वीटभट्ट्यांच्या उद्योगामुळे पिंपळवाडीच्या विटा प्रसिद्ध आहेत. मराठ्यांच्या इतिहासात या 'पिंपळवाडी' गावाची ओळख म्हणजे महादजी शिंदे यांचे सरदार 'राणेखान' यांना असणाऱ्या जहागिरीतील एक गाव ही होय.

राणेखानभाई हे महादजी शिंदे यांचे सरदार. सुरुवातीला ते साधे भिस्ती होते. पानिपतच्या युद्धात घायाळ झालेल्या महादजी शिंदे यांना त्यांनी सुखरूप सुरक्षित स्थळी आणले. महादजींकडे जेव्हा 'शिंदेशाही'ची सूत्रे आली, तेव्हा त्यांनी राणेखानांना सरदारकी दिली. आपल्यातील कर्तृत्व सिद्ध करून राणेखानभाईंनी पानिपतनंतर मराठ्यांचे उत्तर भारतातील वर्चस्व पुन्हा प्रस्थपित करण्याच्या कामात महादजी शिंदे यांना साहाय्य केले. राणेखान यांचा वंश आजही ग्वाल्हेर येथे आहे. महाराष्ट्रात राणेखान यांना काही गावे जहागीर होती. ती म्हणजे 'देवपूर', 'निमगाव', 'जामगाव', 'पास्ते' आणि 'पिंपळवाडी'. यातील पहिली चार ही नाशिक जिल्ह्यातील सिन्नर तालुक्यात आहेत, तर पिंपळवाडी हे नगर जिल्ह्यातील राहाता तालुक्यात आहे. यातील देवपूर येथे राणेखान यांच्या समाधीचा सुंदर दर्गा आवर्जून बघण्यासारखा आहे.

पिंपळवाडी गावाला दोन बुरुजांची मोठी वेस आहे. गावाभोवती गावकूस होते.

जूबाईची दर्गा

गावात जहागिरीशी संबंधित दोन वाडे होते. मोठा वाडा आणि एक छोटा वाडा. सध्या ते पडले असून जोत्यांचा एखादा घडीव दगड तेथे आपल्याला दिसेल. वाड्यातील मंडळी ही 'पिंपळवाडी-राहाता' रस्त्याला हायस्कूलजवळच्या वस्तीवर राहतात. 'जहागीरदार' असे आडनाव असणारी ही मुस्लीम मंडळी राणेखान यांच्याशी संबंध सांगतात. त्यांच्या शेतात एक समाधी आहे. तिला साधारण वीस फूट लांबी, वीस फूट रुंदी आणि चार-पाच फूट उंची असणाऱ्या घडीव दगडांचा चौथरा आहे. चौथऱ्याला ठिकठिकाणी कमानी आणि फुले कोरलेली आहेत. 'जूबाईची दर्गा' असे या समाधीला म्हणतात. असे हे पिंपळवाडी. गावाबद्दल आणि सरदार राणेखान यांच्याविषयी सांगणारी फार थोडी जुनी लोक आपल्याला येथे दिसतात. गावातील धरम घराणे आपल्याला खानसाहेबांनी देवपूरहून इकडे आणल्याचे सांगतात.

राणेखानभाईंची ही जहागीर कधीपर्यंत अस्तित्वात होती, ते स्वतः कधी पिंपळवाडीला आले होते का, गावातील जहागीरदार कुटुंबीय ही राणेखानभाईंची वंशशाखा म्हणावी का, या प्रश्नांची नेमकेपणाने उत्तरे मात्र शोधायला हवीत.

शिंगवेकर नाईक-लासुरे

शिर्डीपासून पूर्वेला बारा किलोमीटरवर गोदावरीच्या काठी शिंगवे आहे. येथे नदीला मराठेशाहीत बांधला गेलेला सुंदर दगडी घाट आपल्याला दिसतो. गावात नाईक-लासुरे यांचे ऐतिहासिक घराणे आहे. त्यांचे दोन वाडे गावात होते, मात्र ते आता पडले. नाईक पदवी लावणारे लासुरे घराणे बडोद्याच्या गायकवाडांच्या पदरी होते. त्यांचे एक कुटुंब अद्याप बडोद्यात, तर एक कुटुंब येथे शिंगव्यात आहे. बडोद्यातील चौखंडी भागात लासुरेंचा वाडा होता.

पूर्वी शिंगव्याची पाटिलकी या घराण्याला होती. लासुरेमंडळी ही आपले मूळ आडनाव 'चव्हाण' असून आपण मूळ छत्रपती संभाजीनगर जिल्ह्यातील लासुर

गावचे असल्याने 'लासुरे' आडनाव पडले असे सांगतात. बाकी इतिहास माहीत नाही. बहुतांश मंडळी सध्या शेती करतात. लासुरे यांचे जुने नातेवाईक असणारे बर्गे घराणे काही पिढ्यांपासून शिंगवे येथे येऊन स्थायिक झाले आहे. बडोद्याला असणाऱ्या लासुरे मंडळींचा गावाकडे संपर्क आहे. अलीकडेच शेती महामंडळात गेलेल्या त्यांच्या जमिनी त्यांना परत मिळाल्या आहेत. बडोद्यात त्यांचे वेगवेगळे व्यवसाय आहेत. तेथील त्यांचा वाडा उतरवून आता तेथे सदनिका उभ्या राहिल्या आहेत. लासुरे यांच्याकडे असणाऱ्या काही जुन्या वस्तू बडोद्यातील 'बडोदा म्युझियम अँड आर्ट गॅलरी'मध्ये असल्याचे समजते.

साईबाबांच्या शिर्डीतील वाडे

वाडा संस्कृती महाराष्ट्रात अगदी विसाव्या शतकापर्यंत होती. इंग्रजकाळात जे वाडे बांधण्यात आले, त्यांच्यावर इंग्रजी स्थापत्याचा प्रभाव होता. हळूहळू वाडा संस्कृतीकडून बंगले बांधण्याकडे वाटचाल होऊ लागली. यांतील काही इंग्रजकालीन वाडे अजूनही चांगल्या अवस्थेत आहेत. त्यातील काही वाडे वैशिष्ट्यपूर्ण आहेत (संगमनेर तालुक्यातील वडगावपान येथील मोरे आणि थोरात घराण्यांचे इंग्रजकाळातील वाडे आपण पाहिले). असाच एक वाडा म्हणजे शिर्डी येथील भव्य बुटी वाडा अर्थात श्रीसाईबाबांच्या समाधी मंदिराचा वाडा होय.

साईबाबांच्या शिर्डीत भक्तांच्या राहण्याच्या सोयीसाठी तीन वाडे बाबांच्या हयातीत बांधण्यात आले. बाहेरून आलेल्या अनेक भक्तांच्या निवासासाठी. बाबांच्या अनेक लिलांचे हे वाडे साक्षीदार आहेत. पहिला म्हणजे साठे वाडा, दुसरा दीक्षित वाडा आणि तिसरा बुटी वाडा (आजचे साईबाबा समाधी मंदिर).

श्रीसाईबाबा समाधी मंदिराचा काही भाग

'साठे वाडा' हा रावबहादूर हरी विनायक साठे यांनी १९०८मध्ये बांधला.

सध्या तो नाही. आजच्या साईबाबा समाधी मंदिराच्या मागच्या बाजूपासून ते गुरूस्थान मंदिरापर्यंतच्या जागेत हा वाडा होता. १९२४ला नवलकर यांनी खरेदी केला होता. नंतर तो नवलकरांनी साई संस्थानकडे दिला. वाडा उतरवून तेथे कौलारू इमारत बांधण्यात आली. १९९८च्या सुमारास तीदेखील पाडण्यात आली. त्यामुळे साठे वाडा काळाच्या पडद्याआड गेला आहे.

दुसरा 'दीक्षित वाडा' हा त्याच्याच उत्तरेला १९११मध्ये बांधून पूर्ण झाला. साठे वाडा निवासासाठी अपुरा पडत असल्याने साईभक्त हरी सीताराम दीक्षित यांनी येथे बाबांच्या परवानगीने वाडा उभारला. बाबांच्या निर्वाणानंतर काही वर्षांत दीक्षित आणि त्यांच्या कुटुंबीयांनी हा वाडा संस्थानला दिला. आज तेथे साईबाबा वस्तूसंग्रहालय आहे. बाबांच्या नित्य वापरातील वस्तू तेथे ठेवल्या आहेत.

तिसरा वाडा म्हणजेच 'बुटी वाडा' अर्थात साईबाबा समाधी मंदिर होय. साईबाबांची परवानगी घेऊन गोपाळराव मुकुंदराव तथा बापूसाहेब बुटी यांनी १९१४ मध्ये हा भव्य वाडा उभारला. 'बुटी' हे नागपूर येथील धनाढ्य सावकार होते. मुळात बुटी घराणे हे मराठेशाहीत नागपूरकर भोसल्यांच्या पदरी असणारे एक महत्त्वाचे घराणे होते. नागपूर शहराच्या दक्षिणेला असणारे 'बुटीबोरी' गाव, जेथे आज औद्योगिक वसाहत झाली आहे, त्याचे बुटी नाव हे याच घराण्याच्या नावाने पडले. बापूसाहेब बुटी यांची शेगावचे गजानन महाराज आणि शिर्डीचे साईबाबा या दोघांवर श्रद्धा होती. मोठा खर्च करून त्यांनी शिर्डीला वाडा बांधणी सुरू केली. आज जेथे बाबांची समाधी आहे, तेथे काही मूर्त्या बसवून देवालय करायचे होते; परंतु साईबाबांचा अंत जवळ आला. बाबा आपल्या अंतिम क्षणी 'मला बुटीवाड्यात घेऊन चला,' असे म्हणाले. तेथेच त्यांनी देह ठेवला. बाबांची समाधी याच बुटी वाड्यात उभारण्यात आली.

बुटींनी उभारलेला वाडा बाबांच्या देहाने पावन झाला. वाडा नंतरच्या काळात साईबाबा संस्थान स्थापन झाल्यावर बुटी यांच्या कुटुंबीयांनी संस्थानला दिला. वाड्याच्या अंतर्गत रूपात अनेकदा बदल करण्यात आले. वाडा आणि द्वारकामाईच्या मधील जागा संस्थानने मिळवल्या. वाडा आणि द्वारकामाई यांच्यादरम्यान सभामंडप बांधण्यात आला. त्यामुळे हल्ली समाधी मंदिर आणि द्वारकामाई जोडलेली दिसते.

बुटींचा हा वाडा त्यावेळीच काय; परंतु आजही भव्य आहे. त्यावेळी एकही वीट न वापरता पूर्ण दगडात तो उभारण्यात आला. दगडांना इंग्रजी पद्धतीची सफाईदार तासणी केलेली दिसते. या घडणीला 'ॲशलर फिनिशिंग' म्हणतात. दगडावरून हात फिरवला, की तो अगदी सपाट आणि मऊ वाटतो. आज सावित्रीबाई फुले पुणे विद्यापीठाच्या मुख्य इमारतीसारख्या ज्या इंग्रजकालीन वास्तू आहेत, त्यांच्यात या पद्धतीच्या घडीव दगडांचा वापर केलेला दिसतो. त्यावेळी ते मोठ्या खर्चाचे काम असे. वाड्याला वरचा मजला असून चारही बाजूंनी चार सज्जे (गॅलरी) आहेत. आजही आपल्याला ते दिसतात. लोखंडी रेलिंग्ज, कौलाचे छत आणि खालून त्याला तिरांचा आधार असणारे हे सज्जे आकर्षक आहेत. वाड्याच्या पूर्वाभिमुख मुख्य प्रवेशद्वारावरचा सज्जा सुंदर आहे. त्यात तीन सुंदर नक्षीदार महिरपी, कमानी आहेत. मात्र हा सज्जा आता बाहेरच्या सभामंडपामुळे झाकला गेला आहे. सज्जावर चुन्याच्या गिलाव्यात काहीएक नक्षीकाम केलेले होते.

दारातून आत शिरल्यावर पहिला चौक लागतो. दर्शनबारीतून चालत असताना मागच्यांचे धक्के खात आपण जेथून मंदिरात प्रवेश करतो ते हे ठिकाण. वाड्याच्या आतील पहिल्या चौकात चहूबाजूंनी साईबाबांच्या समकालीन भक्तांची छायाचित्रे लावली आहेत. बाजूला खोल्या आहेत. त्यानंतर आपण पुढच्या चौकात येतो. तीन अर्धगोलाकार कमानी तिथे दिसतात. समोर बाबांच्या समाधीचा चौथरा आहे. वाड्यात समाधीच्या उत्तर भागात तळघर आहे. वाड्याच्या बाहेर पश्चिमेला आड आहे. बाकी अनेक सुधारणा नंतर झाल्या आहेत.

चौक खुले न ठेवता नंतर झाकून घेतलेले आहेत. वरच्या मजल्यावरील चौकाच्या बाजूच्या लोखंडी रेलिंग्ज नक्षीदार आहेत. नंतर वाड्याला शिखर बांधून त्यावर कळस चढवला गेला. बाबांच्या समाधीचा चौथरा, सिंहासन, बाजूच्या भिंती, पादुका, शिखर, कळस या सगळ्यांवर भक्तांच्या देणग्यांतून आधी चांदीचे आणि

शिर्डीच्या शिंदे पाटलांचा वाडा

वाड्यातील लक्ष्मीबाई शिंदेंचे स्मारक

मग सोन्याचे पत्रे लावण्यात आले. त्यामुळे एकंदर या वास्तूची शोभा वाढली. खरी शोभा वाढली ती म्हणजे 'सबका मालिक एक' म्हणत एकेश्वरवादाची शिकवण देणाऱ्या एका फकिराच्या रूपातील अवलियामुळे!

इतर गावांत पाटील, कुलकर्णी या मंडळींचे असतात तसे वाडे शिर्डीत होते. शिर्डी हे गाव इंदूरच्या होळकरांच्या जहागिरीचे गाव होते. येथील शिंदे कुटुंबाला गावची पाटिलकी होती. गावात त्यांचा मराठेशाहीच्या काळातील जुना असा वाडा आहे. हा वाडा वैशिष्ट्यपूर्ण ठरला आहे तो वाड्याच्या मागच्या भागात शिंदे यांनी उभारलेल्या छोट्याशा स्मारकामुळे.

ते स्मारक म्हणजे बाबांच्या समकालीन भक्त असणाऱ्या, बाबांना भिक्षा वाढणाऱ्या लक्ष्मीबाई शिंदे यांचे. लक्ष्मीबाईंना बाबांनी निर्वाणापूर्वी नऊ नाणी दिली होती. ती नाणी अजूनही तेथे पाहायला मिळतात. बाबांनी दिलेली 'नऊ नाणी' म्हणजे 'नवविधाभक्ती' असे मानणारे साईभक्त शिंदे यांच्या वाड्याच्या या भागाला नेहमी भेटी देत असतात. गावचे कुलकर्णी असणाऱ्या रत्नपारखी घराण्याचा असाच एक जुना वाडा गावात होता. तो पडला असून त्याच्या काही भागात विठ्ठल मंदिर आहे. साईबाबांच्या हयातीत बांधण्यात आलेले हे मंदिर बाबांच्या कृपाशीर्वादाने बांधण्यात आल्याचे रत्नपारखी (कुलकर्णी) सांगतात. येथेही साईभक्त दर्शनाला येत असतात.

साईबाबांच्या हयातीत गावात वाडे बांधणारे साठे पुण्याचे, दीक्षित मुंबईचे, तर बुटी हे नागपूरचे होते. त्यामुळे कोणा सरदार, जहागीरदार यांचे जरी नसले, तरी साईभक्त असणाऱ्या तत्कालीन अभिजन मंडळींनी बाबांच्या भक्तांसाठी बांधलेले हे वाडे विशेष म्हणावे लागतील.

भारतात तिरुपतीनंतर शिर्डी हे दुसरे मोठे देवस्थान आहे, तर भारतातील सर्वांत मोठे समाधी मंदिर. त्यामुळे बुटी वाडा हा जगातील सर्वाधिक लोकांनी भेटी दिलेला 'वाडा' म्हणता येईल!

संदर्भ :

१) होळकरशाहीचा इतिहास (खंड २), संपादन : वा. वा. ठाकूर, देविदास पोटे

२) पवार घराण्याच्या इतिहासाची साधने, संपादन : मा. वि. गुजर

३) श्रीसाईसच्चरित्र, संपादन : गोविंद रघुनाथ दाभोळकर

४) शिर्डी गॅझेटिअर : 'अनटोल्ड स्टोरीज्' : प्रमोद आहेर

५) पेशवे दफ्तरातून निवडलेले कागद (खंड ४१)

६) Gazetteer of the Bombay Presidency (Vol.17, Ahmednagar)

•••

जगधनेंचा वाडा

श्रीरामपूर तालुक्यातील काही वाडे व घराणी

उक्कलगावचे सरदार जगधने

'श्रीरामपूर' हा नगर जिल्ह्यातील एक तालुका. मुळात तालुक्याचे मुख्यालय असणारे हे श्रीरामपूर शहर विसाव्या शतकात वसलेले शहर आहे. आधीचा बेलापूर तालुका होता, जो नंतर श्रीरामपूर झाला. नंतर श्रीरामपूर तालुक्यामधूनही राहाता हा नवा तालुका निर्माण झाल्याने श्रीरामपूर तालुका आकाराने लहान झाला. तालुक्यात असणाऱ्या बेलापूर येथील नाईक-गायकवाड आणि मालुंजा बुद्रुक येथील आवटी ही सरदार घराणी आणि त्यांच्या वाड्यांविषयी अन्यठिकाणी स्वतंत्रपणे सांगण्यात आले आहे. त्याव्यतिरिक्त काही ऐतिहासिक घराणी या तालुक्यात आहेत.

'उक्कलगाव'चे जगधने हे एक सरदार घराणे तालुक्यात आहे. उक्कलगाव हे बेलापूरजवळ प्रवरेकाठी आहे. श्रीरामपूरपासून ते दहा किलोमीटर अंतरावर आहे. येथे 'बेलापूर', 'बेलापूर बन' येथील मंदिरांसारखे केशव गोविंद मंदिर आहे. या मंदिराच्या मागच्या बाजूला जगधने घराण्याचे वाडे होते. सध्या ते पडले आहेत. सर्व मंडळी आता वस्त्यांवर राहायला गेली. जगधने घराणे बडोद्याच्या गायकवाडांच्या पदरी सरदारकी करत होते. त्यांची काही कुटुंबे अद्याप बडोद्यात आहेत.

घराण्याचा इतिहास मात्र समोर आलेला नाही. बडोद्याला ते गायकवाड यांच्या पदरी होते, इतकीच काय ती माहिती. कधी गेले, कोण गेले आणि काय पराक्रम गाजवला याची नेमकी माहिती नाही. जगधने यांचा वाडा बडोद्यातील 'बरानपुरा' भागात होता. आजदेखील तेथे जगधने मंडळी राहतात, तर काही बडोद्याच्या आसपास त्यांना जमिनी असणाऱ्या गावांत स्थिरावली आहेत.

बडोद्यात असणारे हे जगधने यांचे घराणे बडोदा संस्थानात सरदार-मानकरी होते. त्यातील सरदार खंडेराव मल्हारराव जगधने यांचा संस्थानचे लोककल्याणकारी राजे सयाजीराव गायकवाड (जीवनकाळ - १८६३ ते १९३९) यांच्याशी स्नेह होता. खंडेरावांना मुलगा नव्हता. त्यांच्या दोन मुलींपैकी एक मुलगी बडोद्यातील शंकरराव खेसे यांना दिलेली होती. (बडोद्याचे खेसे घराणे मुळचे राहुरी तालुक्यातील कात्रड गावचे.) मग याच शंकरराव खेसे यांचा मुलगा (म्हणजेच भाचा) खंडेराव यांनी दत्तक घेतला. त्याचे नाव गणपतराव. अशाप्रकारे गणपतराव खेसे हे गणपतराव जगधने झाले. गणपतराव यांचे नातू-पणतू बडोद्यात असतात. उक्कलगावाला त्यांच्या बऱ्याच जमिनी होत्या. अलीकडे शेती महामंडळात गेलेल्या त्यांच्या जमिनी त्यांना परत मिळाल्या असल्याचे सांगितले जाते.

बडोद्यातील या शाखेशिवाय इतर जगधनेमंडळी गावात असून बहुतांशी सध्या शेती करतात. आपल्या या ऐतिहासिक घराण्याप्रती असणाऱ्या प्रेमापोटी 'जगधने कुलवृत्तांत' नावाची छोटीशी पुस्तिका गावाच्या रामचंद्र मुरलीधर जगधने (१९२८-२०२३) यांनी लिहिली होती. तिच्या मर्यादित प्रती त्यांनी त्यावेळी छापल्या होत्या. कुटुंबातील वयस्करमंडळींच्या मुलाखती आणि राजस्थानच्या भाटांनी सांगितलेली वंशावळ हे दुय्यम माहितीस्रोत त्यांनी वापरले होते. पुस्तिका लिहिणारे रामचंद्रराव हे सबंध जगधने घराण्यातील पहिले पदवीधर होते. पुण्याच्या शेतकी महाविद्यालयातून ते १९५१मध्ये बीएस्सी (ॲग्री) झाले. राहुरी येथील 'तनपुरे साखर कारखाना' आणि भेंडा येथील 'ज्ञानेश्वर सहकारी साखर कारखान्यात' ते व्यवस्थापकीय संचालक होते. उक्कलगावाच्या जगधने यांच्या घराण्यातील दुसरे एक मागच्या पिढीतील शिकले-सवरलेले नाव म्हणजे माणिकराव जगधने. माणिकरावांच्या पत्नी मीनाताई या माजी केंद्रीय मंत्री आणि महाराष्ट्राचे माजी मुख्यमंत्री शरद पवार यांच्या सख्ख्या बहीण आहेत.

कारेगाव, मांडवे व खंडाळा

श्रीरामपूर तालुक्यातील इतरही काही गावे आणि वाडे आपल्याला सांगता येतील. श्रीरामपूरपासून चौदा किलोमीटर अंतरावर 'कारेगाव' आहे. तेथे एक गढी होती. तिचे चार कोपऱ्यांत चार पांढऱ्या मातीचे बुरूज अजूनही शाबूत आहेत; परंतु या वास्तूचा इतिहास समोर आलेला नाही. गढी ही पटारे कुटुंबाच्या मालकीची आहे.

कारेगाव येथील बुरूज

तालुक्यात असणारे दुसरे एक गाव म्हणजे 'मांडवे'. हे गाव इंदूरच्या मल्हारराव होळकरांकडून आत्माराम जोशी यांना जहागीर होते. सध्या गावात जोशी कुटुंब आहे. आपल्याला पूर्वी जहागीर असल्याचे ते सांगतात. बाकी माहिती नाही. त्यांची बहुतांशी मंडळी हल्ली शेती आणि पौरोहित्य करतात.

श्रीरामपूर शहराच्या जवळच 'खंडाळे'

गाव आहे. तेथे डेंगळे घराण्याचा वाडा होता. गावातील सध्याचे स्वामी समर्थ केंद्र जेथे आहे, त्या जागेत तो होता. त्याच्याजवळ डेंगळेंचा हल्ली असणारा वाडा आहे. तो मात्र तुलनेने फार नंतरचा म्हणजे १९६०च्या दशकातील आहे. डेंगळे घराणे मूळ संगमनेर तालुक्यातील निमगांवजाळीचे. त्यांना येथे इनामी जमिनी असल्याने ते एकोणिसाव्या शतकात कधी तरी खंडाळ्यात आले, इतकीच काय ती माहिती आहे. निमगांवजाळीच्या सरदार त्रिंबकजी डेंगळे यांनी आपल्या भावकीतील काही मंडळी पेशवाईत आणली होती. यातील बरीच छोट्या-मोठ्या पदांवर होती. खंडाळे येथील हे घराणे बहुधा त्यांपैकी एक असावे.

संदर्भ :

१) होळकरशाहीचा इतिहास, संपादन : वा. वा. ठाकूर, देविदास पोटे

२) जगधने कुलवृत्तान्त : रामचंद्र मुरलीधर जगधने

•••

संवत्सरकर शिंदेंचा वाडा

कोपरगाव तालुक्यातील काही वाडे व घराणी

छत्रपतींचे भाऊबंद मंजूरकर राजेभोसले

छत्रपती शिवाजी महाराजांचे आजोळ असणाऱ्या जाधवराव घराण्याची एक शाखा कोपरगाव तालुक्यातील 'माहेगाव देशमुख' येथे आहे, तर महाराजांच्या राजेभोसले घराण्याची म्हणजे भावकीतील एक शाखा याच तालुक्यातील 'मंजूर' गावात आहे.

छत्रपती शिवाजी महाराजांचे पणजोबा बाबाजी भोसले हे वेरूळचे पाटील होते. त्यांचे पुत्र मालोजी आणि विठोजी यांनी कर्तृत्वाने नगरच्या निजामशाहीत सरदारकी मिळवली. महाराष्ट्राच्या राजकीय पटावर भोसले घराणे चमकू लागले. मालोजीराजे यांचे दोन पुत्र शहाजी आणि शरीफजी. शहाजीराजांचे पुत्र म्हणजे छत्रपती शिवाजी महाराज, हे आपल्या सर्वांना ठाऊक आहे; परंतु विठोजी आणि शरीफजी यांचे वंशज सहसा आपल्याला माहिती नसतात.

विठोजी आणि शरीफजींचे हे वंशज भोसले घराण्याच्या पाटिलकीची वतने असणाऱ्या गावांत नंतर स्थिरावली. भोसले घराण्याच्या वतनांची बहुतेक गावे ही नगर जिल्ह्यात होती. अशी गावे आणि भोसलेंच्या शाखा सांगायच्या झाल्या, तर नाशिक जिल्ह्यातील 'वावी', नगर जिल्ह्यातील 'मुंगी', 'मंजूर', 'भांबोरा', 'शेडगाव', पुणे जिल्ह्यातील 'खानवट', 'कळस', 'कोऱ्हाळे', सोलापूर जिल्ह्यातील 'जिंती' अशा काही गावांची नावे सांगता येतील. आजही त्यांचे वंशज या गावांत असून त्यांचे आडनाव 'राजेभोसले' आहे. त्यातील एक गाव म्हणजे 'मंजूर'.

मंजूर येथे विठोजीराजे (छत्रपती शिवाजी महाराजांचे चुलत आजोबा) यांचा वंश आहे. विठोजींना आठ पुत्र होते. संभाजी, खेलोजी, मालोजी, मंबाजी, नागोजी, परसोजी, त्र्यंबकजी आणि कक्काजी. मंजूरकर हे आपण नागोजी यांचा वंश असल्याचे सांगतात. त्यांची पंधरावी पिढी सध्या मंजूर येथे आहे.

मंजूर येथे राजेभोसलेंचा वाडा आहे. तो काहीसा उंचावर असून त्याच्या बाजूची दगड-विटांची भिंत अद्याप शाबूत आहे. मुख्य दरवाजाची चौकट साधारण आठ फूट उंची आणि सहा फूट रुंदीची आहे. दारासमोर ओटे असून चढायला काही पायऱ्या आहेत. दाराच्या सागवानी झडपा आता पांढऱ्याफटक पडल्याचे

मंजूरकर राजेभोसलेंचा वाडा

दिसतात. दाराच्या दोन्ही बाजूंना देवड्या असून त्यांच्याखाली दगडी कठडे आहेत. वाडा काही वर्षांपूर्वी उतरवला गेल्याचे राजेभोसले मंडळी सांगतात. आत सध्या काहीही नाही. चुना मळण्यासाठी पूर्वी वापरले जाणारे एक दगडी चाक आपल्याला वाड्याच्या बाहेर एका ठिकाणी दिसते.

राजेभोसले मंडळी आता वस्त्यांवर राहतात. शेती हा त्यांचा मुख्य व्यवसाय आहे. ज्येष्ठ इतिहास संशोधक व शिवचरित्रकार बाबासाहेब पुरंदरे येथे येऊन गेल्याचे ते आवर्जून सांगतात. मंजूरकरांचे नातेसंबंध सरदार आणि देशमुख घराण्यांशी आहेत. आसपासच्या माहेगावकर जाधवराव, माळेगावथडीचे गाडे, सुरेगावचे वाबळे, कोळगावचे निंबाळकर अशा घराण्यांशी त्यांचे नातेसंबंध दिसतात. येथून एकोणावीस किलोमीटर अंतरावर असणाऱ्या वावी (नाशिक जिल्ह्यातील, सिन्नर तालुक्यातील एक गाव. येथे विठोजी राजेभोसले यांची एक वंशशाखा असून साताऱ्याचे छत्रपती दुसरे शाहू हे १७७७मध्ये येथून दत्तक गेले होते.) येथील राजेभोसले घराण्याशी भाऊबंद घराणे म्हणून स्नेहसंबंधदेखील फार पूर्वीपासून आहे.

मंजूर गावची अजून एक ऐतिहासिक ओळख म्हणजे नदीकाठी असणाऱ्या पेशवाईतील प्रसिद्ध शाहीर परशुराम आणि त्यांची पत्नी बकुळाबाई यांच्या समाध्या होय. परशुराम शाहिराचे मूळ गाव वावी. येथे दोघांच्या दोन-दोन समाध्या आहेत. जेथे दोघांचे अग्निसंस्कार करण्यात आले तेथे नदीच्या पात्रात एक आणि नदीकाठी काही अंतरावर अस्थिकलश पुरून त्या ठिकाणी एक.

नदीकाठावर जेथे समाध्या आहेत, तेथेच सिद्धेश्वर महादेवाचे मंदिर आहे. तेथे स्वामी शिवानंदगिरी महाराज यांचा मठ आहे. स्वामीजी तेथे असतात. त्यांच्याच माध्यमातून परशुराम आणि बकुळाबाई यांच्या समाध्यांची डागडुजी करण्यात येऊन शाहीर परशुराम यांची वस्तुनिष्ठ माहितीदेखील तेथे लावण्यात आली आहे. विशेष म्हणजे स्वामीजींनी स्वत: 'श्री संत शाहीर परशुराम' या नावाने परशुराम यांच्यावर कादंबरीमय चरित्रग्रंथ लिहिला आहे. याच शाहीर परशुराम यांच्यावर १९६१मध्ये 'शाहीर परशुराम' नावाचा मराठी कृष्णधवल चित्रपट आला होता. अनंत माने यांनी दिग्दर्शित केलेल्या या चित्रपटात अरुण सरनाईक यांनी परशुराम यांची भूमिका केली होती.

शाहीर परशुराम आणि बकुळा यांची समाधी

पवार आणि निंबाळकर, कोळगाव थडी

'कोळगाव थडी' गाव कोपरगाव तालुक्यात कोळपेवाडीजवळ आहे; परंतु आत्ताचे हे गावठाण नव्याने वसवले गेलेले आहे. गावचे मुख्य गावठाण साधारण सत्तरच्या दशकापूर्वी गोदावरीकाठी होते. १९६९च्या गोदावरीच्या महापुराचा तडाखा गावाला बसला. गावठाण वाहून गेले. मुख्य गावठाणाच्या साधारण तीन किमी दक्षिणेला नवे गावठाण वसवण्यात आले. तेच आजचे कोळपेवाडी साखर कारखान्याजवळचे 'कोळगाव थडी'!

जुन्या गावठाणाच्या ठिकाणी आता वेड्या बाभळींचे साम्राज्य झाले आहे. एरवी भरभराट असणाऱ्या या ठिकाणी आता माणूस दिसणे कठीण. नंतरच्या काळात येथे भिल्ल समाजाने वस्ती केली. त्यांची काही कुटुंबे येथे आसपास राहतात. जुन्या गावाच्या काही पाऊलखुणा अजूनही आपल्याला येथे दिसतील. येथे उंचावरच्या एका भागाला अजूनही लोक 'पवार राजाची गढी' म्हणतात. नानासाहेब पेशव्यांच्या काळात १६५६-५७मध्ये या गढीचा एक संदर्भ मिळतो.

'मौजे कोळगाव परगणे कुंभारी येथे धिराजी पवार यांचे ठाणे' असल्याचे म्हटले आहे. त्यांच्यात आणि पेशवे यांच्यात वाद सुरू होते. कोळगावचे हे ठाणे घेण्याची आज्ञा पेशव्यांच्या कमाविसदाराला करण्यात आली होती. हे धीराजी पवार म्हणजे जळगाव जिल्ह्यातील नगरदेवळा येथील जहागीरदार होय. ('कोपरगावचे पाटील देवास ज्युनिअरचे पवार सरकार' यात पवार घराण्याचा इतिहास सांगितला आहे.) त्यामुळे ही गढी 'नगरदेवळा' येथील पवार घराण्याची होती, असे म्हणता येईल. कोळपेवाडी परिसरात पूर्वी पवारांच्या जमिनी असल्याचे येथील स्थानिक लोक सांगतात.

'गढी' अथवा हे ठाणे आता पूर्ण नामशेष झाले आहे. तिच्या मध्यभागी एक जुनी वास्तू मात्र अजूनही आपले अस्तित्व टिकवून आहे. तिला 'हौद' म्हणतात. तो चपट्या विटांनी बांधलेला असून आतील चौरसाकृती पोकळीला संपूर्ण चुन्याचा गिलावा केलेला आहे. येथे बाजूलाच एक पिराचे ठाणे दिसते. त्यामुळे वाड्याचा कोपरा अथवा बुरूज येथे असला पाहिजे. बाकी इकडे-तिकडे एखादा घडीव दगड दिसेल, इतक्याच काय त्या गढीच्या पाऊलखुणा.

गढीच्या बाजूला निंबाळकरांची धाब्याची घरे होती. एक कुलकर्णींचा वाडा होता. बाकी अठरापगड जातींचे वास्तव्य जुन्या गावात होते. जवळच एक मारुती मंदिर आहे. या मारुतीची जुनी मूर्ती पुरात वाहून गेली होती. त्यानंतर दुसरी मूर्ती येथे पाण्यात वाहत आली, जी हल्ली तेथे आहे, असे लोक सांगतात. या नव्या मारुतीला 'पाहुणा मारुती' म्हणतात. तेथून जवळच एके ठिकाणी बंडू नाईक या स्वातंत्र्यपूर्व काळातील, येथील एका प्रसिद्ध व्यक्तीचा दगडी चिरा आहे. जवळच गोदावरीला घडीव दगडी पायऱ्यांचा घाट होता. आता मात्र तो मातीत गाडला गेला आहे.

कोळगाव थडी येथील गढीच्या जागेत असलेली वास्तू

निंबाळकर मंडळी नेमकी या गावात कशी आली, ते मात्र समजत नाही. ती सध्या नव्या गावात, वस्तीला, शेजारच्या सुरेगाव शिवारात वास्तव्यास आहेत.

निंबाळकर घराणे मूळचे तसे फलटणचे; परंतु ते थेट फलटणमधून येथे आले, की त्यांच्या भाळवणीसारख्या शाखांमधून येथे आले, या गोष्टी नेमकेपणाने सांगता येत नाहीत. नगरदेवळेकर पवार यांच्या माध्यमातून ते येथे आले असावे, असा ही एक तर्क आहे. राजस्थानच्या भाटांनी दिलेल्या वंशावळीनुसार त्यांचा मूळ पुरुष (सहा-सात पिढ्यांपूर्वीचा, म्हणजे उत्तर पेशवाईच्या काळातील) रामजी निंबाळकर असा आहे. त्याचा मुलगा देवाजी, पुढे मनाजी, रावजी, विठोबा, बाबुराव असे पुरुष होऊन गेल्याचे त्या वंशावळीत दिसते.

निंबाळकरांचे नातेसंबंध हे शेजारच्या गावांतील माहेगावचे जाधवराव, वावी व मंजूरचे राजेभोसले, सुरेगावचे वाबळे या घराण्यांशी पूर्वापार आहेत. निंबाळकर घराण्याच्या या शाखेचा आणि त्यांच्या इतिहासाचा शोध घ्यायला हवा.

धोत्रे येथील वाडा

कोपरगावाच्या पूर्वेला अठरा किलोमीटरवर धोत्रे नावाचे गाव आहे. अलीकडे मुंबई-नागपूर समृद्धी महामार्ग गावाच्या जवळून गेल्याने त्यात बऱ्याच मंडळींच्या जमिनी गेल्या आहेत. गावची एक महत्त्वाची ओळख म्हणजे येथील 'सूर्यमंदिर'. भारतात असणाऱ्या मोजक्या सूर्यमंदिरात त्याची गणना केली जाते. गावाच्या मध्यवर्ती भागात मोठा वाडा त्याची तटबंदी घेऊन उभा आहे. तो चव्हाण घराण्याच्या मालकीचा आहे. तटबंदीची उंची साधारण पंचवीस फुटांपर्यंत असणारा वाडा ओबड-धोबड दगड आणि चपट्या विटांचा आहे. प्रवेशद्वार अगदी साधे असून बाजूला नक्षीकाम, कोनाडे नाहीत; पण दाराची चौकट उंचीला दहा फूट आणि रुंदीला सात फूट इतकी मोठी आहे. त्यावर चपट्या विटांत एक कमान आहे. आतून वाडा पूर्णपणे पडलाय. वाड्याचे क्षेत्रही जवळजवळ एक एकर असावे. तेथून गावातील देवीच्या मंदिराकडे एक भुयार निघते. स्त्रिया देवीला जाण्यासाठी या मार्गाचा वापर करत असल्याचे सांगितले

धोत्रे येथील वाडा

वाड्यातून निघणाऱ्या भुयारी मार्गाचे शेवटचे टोक

जाते. देवीच्या मंदिराजवळ भुयाराचे एक अर्धवर्तुळाकार टोक अजूनही दिसते.

दुर्दैवाने चव्हाण घराण्याचा इतिहास मात्र उपलब्ध नाही. केवळ आख्यायिकावजा तोडकीमोडकी माहिती मिळते. ती म्हणजे, चव्हाण घराणे हे मूळ वैजापूर तालुक्यातील भगूर गावचे. डोमे घराणे आणि चव्हाण घराणे यात वाद होऊन लढाई झाली आणि वाडा चव्हाणांच्या ताब्यात आल्याचे सांगितले जाते. चव्हाण यांच्या वाड्यापासून काही अंतरावर खुर्जेकर या ब्राह्मण घराण्याचा वाडा असून तो पडलेला आहे. हे कुटुंब सध्या इंदूरला स्थायिक झाल्याचे समजते.

संवत्सरचे शिंदे

संवत्सर आणि कोकमठाण ही कोपरगावपासून सहा-सात किलोमीटर अंतरावर असणारी गोदावरीकाठची प्राचीन गावे आहेत. संवत्सर हे नदीच्या पूर्व काठावर असून कोकमठाण पश्चिमकाठावर आहे. दोघांनाही धार्मिक महत्त्व आहे. संवत्सरला शृंग ऋषींचा आश्रम होता असे म्हणतात. शृंगेश्वर मंदिर गावात आहे. गावाजवळ विभांडक ऋषींचेदेखील एक मंदिर आहे. तसेच पुराणांत नारदमुनींची नारदी झाल्याची एक कथा आहे. ते जेथे झाले ते ठिकाण संवत्सर असल्याचे सांगितले जाते. नारदीला झालेल्या साठ पुत्रांची स्मारके म्हणजे साठ शिळा गावात होत्या, किंबहुना अजूनही आहेत.

संवत्सर गावात नदीकाठी शिंदे घराण्याचा वाडा आहे. तसा आजच्या गावाच्या तो अगदी एका टोकाला आहे. गावची जुनी वेस आणि इतर मंडळींचे छोटे-मोठे वाडेदेखील गावात असल्याचे दिसते. शिंदे यांच्या वाड्याच्या दगडी भिंती अजून टिकून आहेत. दोहो बाजूंना दोन ओटे असणारे प्रवेशद्वार पाहिले, की वाडा फार पूर्वीचा असल्याचे दिसते. विशेष म्हणजे वाड्याला एक बुरूज आहे. वाड्याची जी बाजू नदीच्या दिशेने आहे, त्या कोपऱ्यात तो आहे. वाड्याच्या आत भिंतीत जुने कोनाडे आणि खुंटी दिसतात. आत नंतरच्या काळातील बांधकाम असून

सध्या तेथे कोणीही राहत नाही. पूर्वी वाड्यात कचेरी आणि न्यायालयीन कोठडी असल्याचे शिंदे मंडळी सांगतात. संवत्सरकर शिंदे घराण्याचा इतिहास अजून समोर आलेला नाही. जवळच्या 'वारी' गावचे शिंदे घराणे (ग्वाल्हेरकर शिंदे यांचे सरदार रायाजी पाटील शिंदे यांचे) आणि येवल्याचे नाईक-शिंदे घराणे या दोन शिंदे घराण्यांशी उगाचच संवत्सरकर शिंदे यांचा संबंध जोडण्यात येतो. मात्र ही तीनही शिंदे घराणी भिन्न आहेत, असेच दिसते.

शिंदे घराण्याला 'संवत्सर'ची पाटिलकी होती. इंग्रजकाळात मुलकी पाटिलकी आणि पोलीस-पाटिलकी दोन्ही त्यांच्याकडेच होत्या. याशिवाय जवळच्या 'गोधेगाव' आणि 'कोकमठाण' या गावांतदेखील पाटिलकीच्या वतनात त्यांचा काही हिस्सा होता. त्यामुळे काही शिंदेमंडळी या गावात स्थायिक झालेली आहेत. वाडा आणि वतने मोठी असणारी ही घराणी त्यांचे नातेसंबंध पाहिले, तर त्याही बाबतीत मोठे असल्याचे दिसून येते. त्याच्या इतिहासाचा शोध घ्यायला हवा.

ऐतिहासिक कोकमठाण

संवत्सरप्रमाणे कोकमठाण गावही फार जुने आहे. 'कुंकुमस्थान' असे त्याचे प्राचीन नाव सांगितले जाते. गावात गोदावरीच्या काठी सुंदर यादवकालीन महादेव मंदिर आहे. भारतीय पुरातत्त्व सर्वेक्षण विभागाच्या अखत्यारीत असणाऱ्या या मंदिराला केंद्र संरक्षित स्मारकाचा दर्जा आहे; पण इतका प्रचारप्रसार नसल्याने येथे येणाऱ्या पर्यटकांची संख्या सध्या म्हणावी तितकी नाही. 'कोकमठाण' आणि 'संवत्सर' या दोन गावांमध्ये खेळल्या जाणाऱ्या 'गोफण-गुंड्याच्या लढाई'ची परंपराही फार जुनी आहे.

'कोकणठाम' गावची पाटिलकी पुणे येथील सरदार तुळशीबागवाले यांनी खरेदी केली होती. नारो आप्पाजी तुळशीबागवाले (खिरे) हे पेशव्यांचे सरदार, नानासाहेब पेशव्यांच्या काळात पुणे प्रांताचे सरसुभेदार होते. कोकमठाणच्या पाटिलकीची चौथी तक्षिम अथवा चौथा हिस्सा त्यांनी खरेदी केला होता (त्याच्या महजराचे पत्र उपलब्ध आहे). या घराण्याच्या बऱ्याच जमिनी पूर्वी गावात असल्याचे लोक सांगतात.

कोकमठाण येथे यादवकालीन शिवमंदिराच्या मागे लोहोकणेंचा वाडा आहे. संबंधित घराणे बडोद्याला असल्याचे कळते. तसेच कोकणठाम येथे संवत्सरकर शिंदेंचे एक घराणे आहे.

असे हे 'कुंकुमस्थान' अर्थात कोकणठाम. गावाच्या पश्चिम बाजूने नगर-मनमाड महामार्ग गेला आहे. त्यालगत असणारी विश्वात्मक जंगली महाराज ट्रस्टची 'आत्मा मलिक' ही शैक्षणिक, आध्यात्मिक, क्रीडा, वैद्यकीय क्षेत्रात काम करणारी संस्था अलीकडच्या काळात गावची ओळख बनली आहे, हे मात्र खरे.

सुरेगावचे वाबळे

'सुरेगाव' हे गोदावरीकाठी कोळपेवाडी साखर कारखान्यापासून चार किलोमीटर उत्तरेला आहे. गावात वाबळे यांचे घराणे आहे. वाबळे घराणे ऐतिहासिक, मात्र त्याच्या इतिहासाचा आणि मूळ शाखेचा शोध लागत नाही.

वाबळे घराणे हे खरे तर अठराव्या शतकाच्या मध्यावधीत भरभराटीला आलेले महत्त्वाचे सरदार घराणे होते. मूळ श्रीगोंदा तालुक्यातील 'म्हातारपिंपरी' गावी, त्याच्याजवळच्या 'मढेवडगाव' आणि 'देऊळगाव सिद्धी' येथे त्याच्या शाखा आहेत. संताजी, जानोजी किंवा जानराव, यशवंतराव अशा वाबळे घराण्यातील अनेकांची नावे मराठ्यांच्या इतिहासात येतात. जानराव वाबळे हे शिंदे यांच्याकडे होते. पानिपतच्या मोहिमेत ते होते. पानिपतपूर्वीच्या 'बुराडी' घाटावरील चकमकीत ते शिंदे बंधूंबरोबर होते, तर यशवंतराव हे महादजी शिंदे यांच्या काळात सक्रिय होते. राजपूतान्यात शिंदे यांच्या वतीने खंडणी वसूल करायला गेले असताना ते जयपूरला मारले गेले. जानराव यांची मुले दौलतराव, मानाजीराव आणि मुकुटराव यांच्यापैकी मानाजीराव हेदेखील शिंदे यांच्याकडे होते. पानिपत आणि त्यानंतरच्या काळात हे घराणे सक्रिय असल्याचे दिसते.

आता सुरेगाव येथीले वाबळे घराणे 'म्हातारपिंपरी'च्या याच वाबळे घराण्यापैकी की कसे, हे निश्चित सांगता येणार नाही. ऐकीव माहितीनुसार सुरेगाव येथील वाबळेही त्याच शाखेतील असल्याचे म्हणतात.

सुरेगावाला वाबळे यांचा छोटेखानी वाडा असून घराण्याचा विस्तार सहा-सात पिढ्यांच्या वर दिसत नाही. त्यामुळे निश्चित ते इतर ठिकाणांहून सुरेगावाला आले असावेत. सुरेगावकरांच्या समांतर शाखा या जळगाव जिल्ह्यातील

चाळीसगाव तालुक्यातील 'मुंदखेड' आणि नगर जिल्ह्यातील 'नेवासे' तालुक्यातील 'आंतरवली' या होय. सुरेगावकर मंडळींकडून उपलब्ध झालेल्या राजस्थानच्या भाटांच्या वंशावळीत मूळ पुरुष रामाजी हे सांगितले आहेत. पुढे देवाजी, संताजी, गोविंदराव हे पुरुष सांगून गोविंदराव यांना रावजी, देवाजी आणि कृष्णाजी ही तीन मुले असल्याचे त्यात दिले आहे. रावजी हे सुरेगावाला, देवाजी मुंदखेडला, तर कृष्णाजी हे आंतरवली येथे गेल्याचे म्हटले आहे. या तिघांची सध्या पाचवी पिढी या गावांत नांदत असल्याचे वंशावळीनुसार दिसते.

सुरेगाव येथील वाबळेंचा छोटेखानी वाडा

ज्येष्ठ इतिहासंशोधक रियासतकार गो. स. सरदेसाई यांनी आपल्या मराठी रियासत या ग्रंथात एके ठिकाणी 'वाबळे घराण्याचा इतिहास बाहेर येणे अवश्य आहे,' असे म्हटले आहे. भविष्यात वाबळे घराण्यावर संशोधन होण्याची गरज आहे. मगच सुरेगाव शाखा आणि तिचा इतिहास नेमकेपणाने सांगता येईल.

संदर्भ :

१) मराठी रियासत (खंड १ व ७) : गो. स. सरदेसाई

२) ऐतिहासिक घराण्यांच्या वंशावळी : गो. स. सरदेसाई

३) पेशवाईच्या सावलीत, संपादन : ना. गो. चापेकर

४) बाळाजी बाजीराव पेशवे यांची रोजनिशी (खंड १)

•••

तांभेरे येथील गागरे घराण्याचा वाडा

राहुरी तालुक्यातील काही वाडे व घराणी

राहुरीची गढी

राहुरी हे तालुक्याचे गाव. प्रवरेची उपनदी असणाऱ्या मुळा (मुरला) नदीकाठी ते वसले आहे. राहुरी गावाच्या नावाच्या व्युत्पत्तीमागे पुराणांतील समुद्रमंथनाच्या कथेचा संबंध सांगतिला जातो. मंथनात अमृत बाहेर आले, त्यावेळी ते दानवांना मिळू न देता देवांना मिळवून देण्यासाठी श्रीविष्णूने मोहिनीचे रूप घेतले. देवांना अमृतवाटप होऊ लागले. त्यावेळी देवांच्या रांगेत कपटाने घुसलेल्या 'राहू'ने अमृतप्राशन केले, तेव्हा राहूचा श्रीविष्णूने सुदर्शनचक्राने वध केला, ते ठिकाण म्हणजेच 'राहुरी'.

मराठेशाहीत संगमनेर परगण्यातील 'राहुरी' ही एक तर्फ अथवा महाल होते. कसबा असणारे हे मोठे गाव होते. राहुरी गावात पूर्वी एक गढी होती. राज्यकारभारासाठी तिचा वापर व्हायचा; पण अलीकडे इथल्या कोणालाही तिच्याविषयी माहिती नाही. पेशवाईच्या काळात तिचा उल्लेख आढळतो. राहुरीची ही गढी १७७५-७६ साली पडली होती, म्हणून पुन्हा बांधण्याची आज्ञा संगमनेरच्या कमाविसदाराला करण्यात आली होती. १५०० रुपयांपर्यंत पैसे त्यासाठी वापरण्याची त्यांना आज्ञा केली गेली होती. त्यामुळे १७७५मध्ये ही गढी पडक्या अवस्थेत होती, म्हणजे ती त्याहून बरीच पूर्वीची असणार, यात शंका नाही.

राहुरीचे तनपुरे पाटील

राहुरी गावातील तनपुरे यांचे घराणेही ऐतिहासिकच. तनपुरे हे राहुरीचे 'पाटील'. राहुरीसारख्या मोठ्या गावाचे वतनदार असणाऱ्या या तनपुरे पाटील यांचे घराणे पूर्वीपासून येथील मोठी असामी होते. तसे ते पाटीलच, मात्र त्यांचे जुने नातेसंबंध अनेक सरदार आणि देशमुख घराण्यांशी होते. संगमनेरच्या गुंजाळ-पाटील यांच्यासारखेच हे आहे. तनपुरे यांच्या उत्तर पेशवाईतील एक उल्लेख त्यादृष्टीने महत्त्वाचा आहे. तो म्हणजे उत्तर मराठेशाहीतील सर्वांत प्रभावी सरदार असणारे श्रीमंत महादजी शिंदे यांनी राहुरीच्या तनपुरे घराण्याकडे स्वतःसाठी मुलीची मागणी घातली होती. त्यासाठी ते तनपुरे यांच्यावर दबावदेखील आणत होते (पेशवे दफ्तर खंड ४३, पत्रांक ४९). या एका प्रसंगावरून या घराण्याच्या मोठेपणाची कल्पना करता येईल.

तनपुरे घराण्यातील बाबुराव तनपुरे हे राहुरी तालुक्याचे आमदार होते. कृषी, शिक्षण आणि सहकार क्षेत्रात तालुक्याची विसाव्या शतकात जी प्रगती झाली त्याचे मोठे श्रेय त्यांच्याकडे जाते. त्यांनी स्थापन केलेला 'राहुरी तालुका सहकारी साखर कारखाना' हा प्रवरानगर येथील साखर कारखान्यानंतरचा देशातील एक जुना सहकारी साखर कारखाना होय. बाबुराव यांचे पुत्र प्रसाद हे राहुरीचे आमदार, शिर्डी लोकसभा (त्यावेळचे कोपरगाव) मतदारसंघाचे खासदार होते. त्यांच्या पत्नी उषाबाई या महाराष्ट्रातील ज्येष्ठ नेते आणि माजी गृह-अर्थमंत्री जयंत पाटील यांच्या भगिनी आहेत, तर प्रसादरावांचे चिरंजीव प्राजक्त हे सध्या राहुरीचे आमदार असून काही काळ राज्य सरकारमध्ये मंत्रीही होते. तनपुरे घराण्यातील विजयराव तनपुरे हे प्रसिद्ध शिवशाहीर आहेत.

'खडांबे' बुद्रुक येथील सरदार ताकटे आणि पवार

राहुरी तालुक्यातील 'खडांबे बुद्रुक' गावात एकाहून एक सुंदर वाडे बघायला मिळतात. गावात ताकटे यांचे एक मराठा घराणे आहे, जे सरदारी पेशातील होते. राहुरीच्या दक्षिणेला १३ किलोमीटरवर मुळेची उपनदी असणाऱ्या देवनदीच्या पश्चिम आणि पूर्व बाजूला 'खडांबे बुद्रुक' आणि 'खडांबे खुर्द' अशी दोन गावे आहेत. नगर-मनमाड महामार्गावरून फुटणाऱ्या वांबोरी रस्त्याने या गावांना जाता येते. 'खडांबे बुद्रुक' तसे फार लहान गाव. या लहानशा गावात सरदार ताकटे यांचे घराणे असून वाडा आहे. पवार घराणे आणि इतर ब्राह्मण मंडळींचे तीन-चार वाडे गावात आहेत.

खडांबे येथील मोठा वाडा

गावात गेल्यावर एक मोठा वाडा दिसतो. त्याचे मुख्य प्रवेशद्वार महिरपी कमानीचे आहे. वर सुंदर कमानदार खिडक्या आहेत. आत गेल्यावर येथे जायला भिंतीतून जिनासुद्धा आहे. बाकी आत एक आड सोडता जुने फारसे काही नाही. या आडाचे पाणी उपसून घेण्यासाठी एक जुनी व्यवस्था येथे केलेली

वाड्याला लागून असलेला दुसरा वाडा

ताकटे घराण्याचा वाडा (सवतींचा वाडा)

दिसते. वाड्यात भिंतीलगत असणाऱ्या काही जोत्यांवर नव्या-जुन्या खोल्या काढलेल्या आपल्याला दिसतील.

वाडा पूर्ण दोन भागांत विभागला गेला आहे. उजव्या हाताचा ताकटेंचा आणि डाव्या हाताचा पवारांचा. तसा तो मूळ ताकटेंचा; पण एका ताकटेंची मुलगी पूर्वी पवारांना दिलेली होती. तिला हा वाड्याचा अर्धा भाग चोळी-बांगडीदाखल दिल्याचे जुने लोक सांगतात. या वाड्याला चिकटून उजव्या बाजूला दुसऱ्या एका छोट्या वाड्याचे प्रवेशद्वार आहे.

वाड्याच्यासमोर काही अंतरावर ताकटे यांचा अजून एक वाडा आहे. त्याला 'सवतींचा वाडा' असे पूर्वी म्हणत. घराण्यातील कोणत्या तरी पुरुषाच्या दोन बायका तेथे पूर्वी राहत असल्याचा एक अंदाज या नावावरून करता येतो. या वाड्याच्या बाहेरच्या भिंती आणि दरवाजा टिकून आहे. आतून मात्र वाडा पडलेला आहे. प्रवेशद्वाराच्या वर असणाऱ्या तीन खिडक्या आहेत. विशेष म्हणजे खिडक्यांच्या जाळ्या, त्यांच्याजवळ असणारे कोनाडे आणि नक्षीकाम विटांमध्ये केलेले आहे.

इतर ब्राह्मण मंडळींचे म्हणजेच 'देवचक्के', 'वैद्य', 'क्षीरसागर' आणि 'केंगे' यांचे वाडे येथे जवळच असून त्यांचे दर्शनी भाग, काहींचे आतले भाग बऱ्यापैकी शाबूत आहेत. गावात महादेवाचे मंदिर असून त्याच्यासमोर एक मोठे दगडी जाते दिसते. गावाला पूर्वी वेस होती. अजून एक विशेष गोष्ट म्हणजे देवनदीच्या तीरावर सती-मातेचे मंदिर. ताकटे घराण्यातील कोणी तरी बाई सती गेल्याचे येथील लोक सांगतात.

सतीचे स्मारक

ताकटे घराण्याचा इतिहास मात्र समोर आलेला नाही. आपले मूळ आडनाव 'गायकवाड' असून कुठे तरी ताकद दाखवली म्हणून आपले आडनाव 'ताकटे' पडल्याचे ही मंडळी सांगतात. या घराण्यातील नारोबा ताकटे यांचा उल्लेख मराठेशाहीच्या शेवटच्या काळात, शेवटचे पेशवे दुसरे बाजीराव यांच्याकाळात सापडतो. १८०६मध्ये शेवगाव भागात भिल्ल समाजाची मोठी बंड होत होती. ती मोडून काढण्याची जबाबदारी पेशव्यांचे सरदार त्रिंबकजी डेंगळे यांनी नारोबा ताकटे यांच्यावर सोपवली होती. नारोबांकडे पाच ते सहा हजार घोडदळ आणि मोठे पायदळ देण्यात आले होते.

'खडांब्याचे पाटील' असे नारोबा यांच्या नावापुढे म्हटले आहे. ज्याअर्थी त्रिंबकजी डेंगळे यांनी म्हणजेच पेशव्यांनी एक मोठी जबाबदारी देऊन एवढी मोठी फौज त्यांच्याकडे दिली होती, त्यावरून ते नक्कीच प्रभावी असल्याचे लक्षात येते. त्यामुळे हे घराणे सरदार असून बहुधा पेशव्यांच्या पदरी असावे, असे दिसते. ताकटे घराण्यावर अजून संशोधन व्हायला हवे. ताकटे यांच्याकडून नंतर येथे वतनावर आलेल्या पवार घराण्याचाही बराच विस्तार गावात झालेला दिसतो. पवारांची ही शाखा नगर तालुक्यातील 'बायजाबाईचे जेऊर' येथील पवारांशी संबंधित असल्याचे सांगितले जाते.

बहुतेक ताकटे आणि पवार मंडळी शेती करतात. यांच्या जमिनी राहुरी कृषी विद्यापीठाला लागून आहेत. मुळा धरणाच्या कालव्यांमुळे पाण्याची येथे कसलीही कमतरता नाही. ताकटे घराण्यात दिनकरराव गोविंदराव ताकटे एक उच्चशिक्षित व्यक्तिमत्त्व होऊन गेले. साठच्या दशकात आयर्लंडमधील बेलफास्ट विद्यापीठातून त्यांनी शिक्षण घेतले होते, तर पवार घराण्यातील सुरसिंगराव पवार हे सध्याच्या काळात गावातील प्रसिद्ध व्यक्तिमत्त्व आहे. प्रगतिशील शेतकरी आणि

उद्योजक असणारे सुरसिंगराव हे समाजकारण आणि राजकारणात गाव, तालुका आणि जिल्हा पातळीवर सक्रिय आहेत. राज्य सरकारचा 'कृषिभूषण' आणि केंद्र सरकारचा 'बाबू जगजीवनराम' पुरस्कार त्यांना मिळाला आहे. राहुरी सहकारी साखर कारखान्याचे ते दीर्घकाळ संचालक होते. कर्तृत्वाच्या जोरावर आपल्या घराण्याचे भूतकाळातले वैभव पुन्हा प्राप्त करता येऊ शकते, याचे उत्तम उदाहरण म्हणजे सुरसिंगराव माधवराव पवार.

सोनगाव पागा आणि धानोरे येथील दिघे

'सोनगाव' प्रवरेच्या दक्षिण काठावर आहेत. येथे झालेल्या पुरातत्त्वीय उत्खननानुसार येथे ताम्र-पाषाणयुगीन संस्कृतीचे पुरावे मिळाले आहेत. यावरून येथे इसवी सन पूर्व १५००च्या आसपास मानववस्ती होती हे सिद्ध झाले. पेशवाईत सोनगाव येथे पेशव्यांची घोड्याची पागा होती. तिचा सरंजाम 'ओक' घराण्याकडे होता. त्यांचा वाडादेखील गावात होता. केसो महादेव ओक हे सरदार या पागेवर पेशव्यांनी नेमलेले होते. याच केसो महादेव ओक यांची कोपरगाव बेटात नजरकैदेत असणाऱ्या रघुनाथराव पेशवे यांच्या पत्नी आनंदीबाईंकडील कारभार पाहण्यासाठी नेमणूक झाली होती. शिवाय त्यांचे पुत्र जगन्नाथ हेसुद्धा आनंदीबाईंचे पुत्र असलेल्या दुसऱ्या बाजीराव पेशव्यांबरोबर लहानपणी सोबत असत.

१८०२ नंतर होळकरांच्या आणि पेंढारी यांच्या लुटींनी पागेचे नुकसान झाल्याचे सांगितले जाते. पागा गेल्यावर ओकही सोनगाव येथून गेले. आज गावात कुणालाही पागेविषयी माहीत नसल्याचे दिसते. गावात गोडबोले आडनावाचे कोकणस्थ ब्राह्मण कुटुंब मात्र अजूनही वास्तव्यास आहे.

सोनगावाला लागून असलेले गाव म्हणजे 'धानोरे'. गावात दिघे पाटलांचे घराणे आहे. यातील काही दिघे कुटुंबांना आजही 'बडोदकर' म्हणतात. यावरून ते बडोद्याच्या गायकवाडांच्या पदरी असल्याचे लक्षात येते. अजून एक दंतकथावजा माहिती दिघेंबाबत या भागात सांगितली जाते. दिघे घराण्यात पेशवाईच्या काळात कोणी तरी मोठा पहिलवान होऊन गेल्याचे लोक सांगतात. एकदा कुस्तीच्या खेळात त्याने चक्क पेशव्यांच्या माणसाला हरवले. हे पाहून पेशवे राघोबासुद्धा चकित झाल्याचे सांगितले जाते.

तांभेरे येथील समाध्या

तांभेरे येथील वास्तू

राहुरी शहरापासून अठरा किलोमीटर वायव्येला 'तांभेरे' आहे. तांभेरे येथे गावठाणाच्या दक्षिणेला लागून एक छोटीशी टेकडी आहे. टेकडीवर पूर्वी गढी असल्याचे सांगतात. बहुधा टेहळणीसाठी पूर्वी तिचा वापर केला जात असल्याचे दिसते. आज टेकडीवर दगडी तटबंदीचे काही अवशेष दिसतात. गावात 'मुस्माडे' आणि 'गागरे' या मराठा घराण्यांचे वाडे आहेत. गागरे यांचा वाडा टेकडीच्या उतारावर असून तो पडला आहे. प्रवेशद्वार आणि आजूबाजूची दगड-विटांची भिंत अजून शाबूत आहे. गागरे यांचे एक घराणे बडोद्याला आहे. वर्षातून एकदा ते गावी येत असतात.

गावात राम मंदिर असून त्याच्या उत्सवाची परंपरा जुनी आहे. गावातून ताहाराबादकडे जाणाऱ्या रस्त्यालगत मराठा शैलीतील दोन सुंदर समाध्या दिसतात. त्या गागरे घराण्यातील पुरुषांच्या असल्याचे गावकरी सांगतात. तेथून जवळच एक घडीव दगडांची बारवदेखील आपल्याला बघायला मिळते. गागरे घराण्याचा इतिहास समोर आलेला नाही. मात्र वाडा आणि समाध्या यांच्यावरून निश्चितच या घराण्याला इतिहास असणार, असे दिसते.

ताहाराबादचे संत महिपती

पेशवाईत होऊन गेलेल्या आणि मोठे लेखन केलेल्या संत महिपती महाराज यांच्यामुळे ओळख मिळालेले गाव म्हणजे 'ताहाराबाद'.

ताहाराबाद गावाचे नाव 'शाह ताहीर' निजामशाहीतील एका विद्वान, मुत्सद्दी व्यक्तीवरून पडल्याचे सांगितले जाते. संत महिपती महाराजांचे समाधी मंदिर गावात असून दररोज अनेक भाविक त्यांच्या दर्शनाला येतात. मंदिरात महिपती महाराजांसह त्यांच्या कुटुंबीयांच्या समाध्या आपल्याला पाहायला मिळतात.

महिपती महाराज पेशवेकाळात होऊन गेलेले संत (पेशवेकाळात महाराष्ट्रात संतकवी महिपती महाराज सोडून कोणीही मोठा संत होऊन गेला नाही, असे इतिहासकार म्हणतात). १७१५ ते १७९० असा त्यांचा जीवनकाळ. महिपती महाराजांचे आडनाव 'कांबळे' असून ते ताहाराबादचे रहिवासी होते. त्यांनी त्यांच्या पूर्वीच्या अनेक मराठी संतांवर लेखन केले. अनेक संतांच्या चरित्रकार्यात महिपती महाराजांच्या लेखनामुळे भर पडली आहे. 'भक्त विजय', 'संतलीलामृत' यांसह अनेक प्रसिद्ध ग्रंथांची रचना त्यांनी केली.

महिपती महाराजांचे 'कांबळे घराणे' हे ऐतिहासिकच. कांबळे हे देशस्थ ऋग्वेदी ब्राह्मण होते. या घराण्यातील काही व्यक्ती निजामशाही अथवा मोगलांच्या काळात वेगवेगळ्या पदांवर असल्याचे सांगितले जाते. ताहाराबाद परिसरात राहुरी आणि पारनेर तालुक्यातील काही गावांची कुलकर्णी आणि जोशी वतने येथील घराण्याकडे होती. आजही ही मंडळी या गावांत आढळतात. अठराव्या शतकात महिपती महाराजांच्या समकालीन असणारे आणि होळकरशाहीत दिवाण झालेले, पारनेर तालुक्यातील पळशी गावचे सरदार पळशीकर घराणे हेसुद्धा मूळ कांबळेच!

संत महिपती महाराजांची समाधी

म्हैसगावकर हांडे-देशमुख

राहुरी तालुक्यातील काही गावांची देशमुखी 'हांडे-देशमुख' घराण्याकडे होती. हांडे हे महाराष्ट्रातील जुने वतनदार देशमुख घराणे. जुन्नर परगण्याचे ते वतनदार देशमुख. त्यांची देशमुखीची गावे प्रामुख्याने आजच्या पुणे जिल्ह्यातील 'जुन्नर', 'शिरूर' आणि 'नगर' जिल्ह्यातील पारनेर तालुक्यात मोडतात. आजचा राहुरी

तालुकाही भौगोलिकदृष्ट्या या भागाच्या जवळ आहे. त्यामुळे इथल्या थोडी गावे त्यांच्या देशमुखीची होती. राहुरी तालुक्यातील 'म्हैसगाव' येथे त्यांना इनाम जमिनी असल्याने हांडे-देशमुखांच्या पारनेर शाखेतून एक शाखा म्हैसगाव येथे येऊन स्थायिक झाली. इंग्रजकाळात ते म्हैसगावाच्या आपल्या वाट्याच्या वतनावर येऊन स्थायिक झाले. म्हैसगावात सध्या त्यांची चौथी पिढी आहे. त्यांची मूळ शाखा, भावकी आणि वाडा पारनेर येथे आहे. राज्यातील अनेक सरदार आणि देशमुख घराण्यांशी त्यांच्या सोयरीक असल्याचे दिसते. त्यांनी आपली सुंदर वंशावळ बनवून घरात भिंतीवर लावलेली आहे. त्यात एका कुंडीत लावलेल्या रोपट्याचा रूपाने मूळ पुरुष दाखवला आहे. त्यापासून फांद्या आणि वेलींच्या रूपाने त्या मूळ पुरुषाचा वंश कसा वाढत गेला, हे दाखवले आहे.

राहुरी येथील खरे

'राहुरी' येथील 'खरे घराणे' हे मराठेशाहीतील एक वेदशास्त्रसंपन्न 'पंडित घराणे' होय. ते मूळचे नेवासे तालुक्यातील टोके येथील. शतकभरापूर्वी हे घराणे राहुरी येथे येऊन स्थायिक झाले. टोके क्षेत्राच्या महत्त्वाच्या शास्त्री-पंडित घराण्यांपैकी ते एक असून तेथे त्यांचा वाडा होता. माधवराव पेशव्यांच्या काळात या घराण्यातल्या धोंडभट खरे यांनी 'सोनई' आणि 'वांबोरी' दरम्यान असणाऱ्या 'चेडगाव' गावी अन्नछत्र उभारले होते. त्याला १७७१-७२मध्ये पेशवे सरकारच्या वतीने मदत करण्यात आली होती. पेशवाई संपेपर्यंत ते चालले. चेडगाव हे राहुरीजवळ असल्याने हे घराणे नंतर टोक्यातून राहुरीत आले.

खरे हे कोकणस्थ चित्पावन ब्राह्मण. खरे यांचे मूळ हे कोकणातील गुहागर. पेशवाईच्या काळात ही मंडळी पठारावर आली. या घराण्यातील बाळंभट (धोंडभट यांचे वडील!) हे टोके येथे राहत असल्याचा उल्लेख आहे. धोंडभट हे त्यांचे पुत्र विद्वान ब्राह्मण होते. माधवराव पेशव्यांचा काळात त्यांचे 'वेदमूर्ती धोंडभट खरे अग्निहोत्री टोकेकर' नावासह उल्लेख सापडतात. राहुरी तालुक्यातील चेडगाव येथे आधी त्यांनी आधी विहीर बांधून येणाऱ्या-जाणाऱ्या मंडळींची पिण्याच्या पाण्याची सोय केली होती. नंतर धर्मशाळा बांधून 'अन्नछत्र' घातले. त्याला पेशव्यांनी इनाम जमिनी दिल्या होत्या.

१८१८ला पेशवाई संपल्यानंतर खरे यांना चेडगाव अन्नछत्र चालवणे अवघड झाले. त्यामुळे अन्नछत्र बंद झाले. आपल्या इनामी जमिनी राहुरी तालुक्यातील चेडगाव परिसरात असल्याने हे घराणे टोकेहून राहुरी येथे आले. राहुरीत त्यांची चौथी पिढी आहे. राहुरीत त्यांचा वाडा होता, सध्या तो पडलेला आहे. त्यांची शास्त्राध्यायनाची परंपरा संपली. नंतरच्या पिढ्यांनी प्रामुख्याने शेती आणि व्यवसाय केले. काहींनी नोकऱ्याही केल्या. हे घराणे जुन्या राहुरीत 'बुवासिंद बाबा' मंदिराजवळच्या परिसरात (जिथे पूर्वी त्यांचा वाडा होता) वास्तव्यास आहे. धोंडभट खरे यांची सध्या ही सातवी पिढी आहे. राहुरी तालुक्यातील वांबोरीचे गोखले, बारागाव नांदुरचे साठे, राहुरीचे रिसबुड इत्यादी घराण्यांशी त्यांचे नातेसंबंध आहेत.

खरे यांचे अन्नछत्र जिथे होते ते 'चेडगाव' राहुरीहून अठरा किलोमीटरवर आहे. गावाच्या दक्षिणेला असणाऱ्या 'पोहीचा महादेव' या ठिकाणी हे अन्नछत्र होते. पाण्याचा एक जलाशय आणि त्यात शिवमंदिर असलेले 'पोहीचा महादेव' हे ठिकाण फार जुने आणि रम्य आहे. अधिक पाऊस झाला, तर हे शिवमंदिर पाण्यातच असते. या मंदिराच्या डाव्या बाजूला (उत्तरेला) खरे यांच्या अन्नछत्राचा वाडा होता. सध्या तो नाही. वाड्याजवळ बारवसुद्धा होती.

उंबरे येथील सरदार त्रिंबकजी डेंगळे यांची वंशशाखा

राहुरी तालुक्यातील 'उंबरे' येथे उत्तर मराठेशाहीत इंग्रजांशी संघर्ष करणारे, शेवटच्या पेशव्यांचे कारभारी सरदार त्रिंबकजी डेंगळे यांची एक थेट वंशशाखा आहे. त्रिंबकजी डेंगळे यांचे नातू जयवंतराव उर्फ बाबासाहेब यांचा हा वंश. संगमनेर तालुक्यातील निमगांवजाळी येथून ते शिर्डीजवळील निमगाव कोऱ्हाळे या आपल्या जहागिरीच्या गावी आले. पुढे त्यांचे नातू बापूजी सीताराम डेंगळे हे तिथून उंबरे येथील वतनावर स्थलांतरित झाले.

बापूजी हे निमगाव कोऱ्हाळे येथून उंबरे वतनावर येण्यापूर्वी बरेच दिवस आपल्या मामाच्या गावी म्हणजे नगरजवळील 'विळद'च्या 'आडसुरे' यांच्याकडे राहत असल्याचे ही मंडळी सांगतात. त्यावेळी निमगावजाळी (ता. संगमनेर) येथील डेंगळे घराण्याला वारसाचा प्रश्न उपस्थित झाला होता. बापूजी यांना दत्तक घेण्याचे प्रयत्न सुरू झाले. मात्र बापूजी यांनी तिकडे न जाता आपल्या वाट्याला आलेल्या उंबरे येथील वतनालाच पसंती दिल्याचे ही मंडळी सांगतात.

उंबरे येथील डेंगळे घराण्याचा वाडा

'उंबरे' येथे डेंगळे घराण्याचा वाडा आहे. तो कधी बांधला गेला, हे माहीत नाही. गावाच्या पाटिलकीचे वतन डेंगळेंचे होते. बापूजी डेंगळे हे विसाव्या शतकात बराच काळ गावचे पोलीस-पाटील होते. त्यांचा परिवार म्हणजे नातू-पणतू उंबरे येथे राहतात. सर्व जण प्रामुख्याने शेती करतात. आपला पासष्ट एकराचा जमिनीचा तुकडा (ज्याला ते 'डाग' असे संबोधत) सरकारकडून जप्त झाल्याचे ही मंडळी सांगतात.

ब्राह्मणीचे पाटील 'भुईंजकर जाधवराव'

राहुरी-शनीशिंगणापूर रस्त्याला 'सोनई' गावाजवळ ब्राह्मणी गाव लागते. यादवकालीन म्हणजे बाराव्या-तेराव्या शतकातील समृद्ध वारसा असणारे हे गाव. गावातील 'जगदंबा मंदिर,' 'महादेव मंदिर,' 'पुष्करणी' अशी अनेक ठिकाणे त्याची साक्ष देत आजही उभी आहेत. 'पुष्करणी'ला तर भारतीय पुरातत्त्व सर्वेक्षण खात्याने केंद्रीय संरक्षित स्मारकाचा दर्जा दिला आहे. अनेक यादवकालीन वास्तूंचे दगडी अवशेष गावभर विखुरलेले आणि कुठेही पडलेले आपल्याला येथे दिसतील. ब्राह्मणी गावाच्या पाटिलकीचे वतन हे भुईंज (ता. वाई, जि. सातारा) येथील जाधवराव घराण्याकडे होते. भुईंजचे हे जाधवराव म्हणजे सिंदखेडचे लखुजीराव जाधवराव यांचे पुत्र दत्ताजीराव यांची एक वंशशाखा होय. भुईंज येथे त्यांचा मोठा वाडा आणि वंशज आहेत. त्यांच्यावतीने ब्राह्मणीच्या गावाच्या पाटिलकीचा कारभार जाधव आडनावाचे एक घराणे पाहत आहे.

गावात जाधवराव यांची गढी होती. यादवकालीन महादेव मंदिरापासून विठ्ठल मंदिराकडे जाताना वाटेत या गढीची जागा दाखवण्यात येते. तिच्या चारही कोपऱ्यातल्या चार बुरुजांचे अवशेष आता कसेबसे शिल्लक आहेत. जवळजवळ तीस गुंठे इतके गढीचे क्षेत्र आहे. तेथे काही वर्षांपूर्वी 'ओपन थिएटर' होते. येथून जवळच विठ्ठल मंदिराच्या बाजूला जाधवराव यांच्या वतीने पाटिलकी पाहणारे

भुईंजकर जाधवरावांच्या गढीचे अवशेष

जाधवरावांनी बांधलेली बारव (यात शिलालेख आहे.)

जाधव पाटील आणि बल्लाळ या ब्राह्मण घराण्याचे छोटे-मोठे वाडे आहेत.

जाधवराव घराण्याने बांधलेली एक बारव आपल्याला आजही जाधव पाटलांच्या शेतात पाहायला मिळते. विशेष म्हणजे बारवेवर वस्तुनिष्ठ माहिती देणारा शिलालेख आहे. तो शके १७१४ म्हणजे इ. स. १७९२चा आहे. त्यात 'गोविंदराव सुत खंडोजी जाधवराव पाटील, मोकादम, मौजे बामणी, ता. राहुरी, प्रो. संगमनेर' यांनी बारव बांधल्याचा उल्लेख आहे. ता. म्हणजे तर्फ आणि प्रो म्हणजे परगणे. शेवटच्या ओळीत बारवेच्या बांधकामासाठी १६०१ रुपये खर्च झाल्याचेदेखील म्हटले आहे. हे खंडोजी गोविंदराव जाधवराव हे भुईंज येथील होय. त्यांचा वंश तेथे आहे.

पूर्वी भुईंजकर जाधवराव यांचे एक कुटुंब येथे वास्तव्याला होते; परंतु ते पुन्हा भुईंज येथे गेले, असे गावकरी सांगतात. गावातील जगदंबादेवीचा चैत्र पौर्णिमा आणि नवरात्रीत उत्सव असतो. त्यात मोठा मान जाधवराव घराण्याला असतो. पूर्वी मान स्वीकारायला भुईंजकर येत असत. मात्र हल्ली हा मान त्यांच्यावतीने जाधव-पाटील घराण्याकडे आहे. गावाच्या जाधव घराण्यातील मंडळींचे अगदी अलीकडच्या काळापर्यंत भुईंज येथे नेहमी येणे-जाणे असल्याचे सांगितले जाते.

परगणे बारागाव नांदूर

राहुरी शहरापासून सात किलोमीटर नैऋत्येला असणारे 'बारागाव नांदूर' हे मराठेशाहीत एका परगण्याचे मुख्यालय होते. गाव हे बाळेश्वर डोंगररांग जेथे संपत येते, तेथे मुळा नदीच्या तीरावर वसले आहे. मुळा नदीवर झालेल्या मुळा धरणाचे दरवाजे, हे याच गावात आहेत.

पूर्वीपासून हे मोठे गाव होते. नांदूर असे त्याचे मूळ नाव. त्याला 'बारागाव नांदूर' म्हणायचे कारण म्हणजे पूर्वी गावाला बारा वाड्या होत्या, ज्यांची पुढे बारा गावे झाली, असे सांगितले जाते. बारागाव नांदूरचा उल्लेख अठराव्या शतकात 'परगणे बारागाव नांदूर' असा येतो. त्यामुळे छोटे का होईना, त्यावेळी ते परगण्याचे मुख्यालय असल्याचे त्यावरून स्पष्ट होते.

नांदूर गावची पाटिलकी ही सरदार पवार घराण्याची होती. पवार हे मराठेशाहीतले एक मातब्बर सरदार घराणे. पवारांच्या थोरल्या आणि मूळ गावी असणाऱ्या म्हणजेच 'सुपे' शाखेकडे या गावाच्या पाटिलकीचे वतन होते ('सुपे' हे नगर जिल्ह्यातील पारनेर तालुक्यात असणारे गाव असून 'कोपरगावचे पाटील देवास ज्युनिअरचे पवार सरकार' यात याविषयी माहिती सांगितली आहे). १७४८मध्ये पवार घराण्याच्या झालेल्या वाटणीपत्रात त्यांच्याकडे असणाऱ्या पाटिलकीच्या सात गावांत 'कसबे नांदूर'चा उल्लेख आहे. नांदूर हे वाटणीत सुप्याच्या बुवाजी कृष्णाजी पवार यांच्याकडे आले होते.

बारागाव नांदूर गावाच्या जुन्या गावठाणातील एक वास्तू

१९४६मध्ये मुळा नदीला आलेल्या पुरामुळे बारागाव नांदूर गावाचे बरेच नुकसान झाले. त्यावेळी धरण नव्हते. पुरामुळे गावचे गावठाण थोडेसे उत्तरेला सरकले आहे. जुन्या गावठाणात गेले, की काही वाड्यांचे, दगडी जोत्यांचे अवशेष आपल्याला दिसतात. नदीच्याकाठी एका ठिकाणी काहीशा उंचावर एक गढी होती. किरकोळ अवशेष सोडता तेथे काही नाही. 'पवारांची गढी' म्हणून ती ओळखली जाते. 'पवार कुठले' असे विचारले की, 'सुप्याचे' असे गावची

जुनी माणसे सांगतात. सुपेकर पवारांच्या वतीने औटी घराणे येथल्या पाटिलकीचा कारभार पाहत. जुन्या गावात असणाऱ्या रामाचे मंदिर आता नवीन रूपात उभे राहिले आहे. या मंदिराला इनाम जमिनी असल्याचे कळते.

परगणा असल्याने येथे देशमुख आणि देशपांडे घराणी होती. येथील देशमुखी ही मुस्लीम समाजाला असून त्यांना बऱ्याच इनामी जमिनी परिसरात होत्या. गावाच्या वायव्येला एक टेकडी आहे. 'गढीची टेकडी किंवा गढीचा डोंगर' म्हणून ती ओळखली जाते. बहुधा टेहळणीसाठी तिचा वापर केला जात असावा. बाकी अठरापगड जाती-जमातींची संख्या गावात आहे. एकंदर गाव बरेच जुने असल्याचे लक्षात येते.

कात्रडचे सरदार खेसे

आपल्या गावात भव्य गढी, पेशाने सरदार आणि बडोद्यात मोठा वाडा असणारे; पण इतिहास अद्याप समोर न आलेले घराणे म्हणजे कात्रडच्या 'खेसे' यांचे होय.

खेसे यांचे 'कात्रड' गाव राहुरी तालुक्यातील वांबोरीपासून पाच किलोमीटर अंतरावर आहे. तेथे या घराण्याची गढी असून वंशज आहेत. गढीला बाहेरून तटबंदी आहे. चारही बाजूंना चार बुरूज आहेत. बुरूज हे घडीव दगडांचे असून त्यावर पांढऱ्या मातीचे भेंडे आहेत. भिंतीही खाली दगड आणि वर पांढरी माती अशा आहेत. तटबंदीचे प्रवेशद्वार साधे आहे. तटबंदीच्या आत शिरल्यावर आपल्याला वाडा दिसतो. त्याला चारही बाजूंनी दगड आणि चपट्या विटांच्या भिंती आहेत. त्याला एक प्रवेशद्वार असून तीन रेखीव कमळे कोरलेली आहेत. आत मात्र सगळे पूर्णपणे ढासळले आहे.

खेसेंची गढी

खेसे हे बडोद्याच्या गायकवाडांचे सरदार. बडोद्यात खेसे अजूनही आहेत. बडोद्यातील 'बराणपुरा' भागात खेसे यांचा वाडा होता. आता तेथे सदनिका उभ्या आहेत. तेथील एका चौकाला 'खेसे महाल चौक' म्हणतात. नंतरच्या काळात

गढीचं बाहेरचं आणि आतलं प्रवेशद्वार

खेसे यांच्यापैकी काही जण बडोदा संस्थानात 'सरदार मानकरी' म्हणून राहिले, तर काही इकडे 'कात्रड'च्या वतनावर आले. त्यातले एक खेसे यांचे कुटुंब स्वातंत्र्योत्तर काळात गावात आले आहे.

बडोद्याच्या खेसे यांचे नातेसंबंध नागपूरचे राजेशिर्के, बडोद्याचे माने, जगधने या घराण्यांशी असून प्रामुख्याने संस्थानिकी पद्धतीचे आहेत, तर येथील खेसे यांचे संबंध हे उत्तर नगर जिल्ह्यातील सरदार आणि देशमुख घराण्यांशी असलेले दिसतात.

विसाव्या शतकाच्या सुरुवातीला बडोदा संस्थानात शंकरराव खेसे हे 'सरदार-मानकरी' होते. त्यांचे पुत्र गणपतराव हे त्यांच्या मामांना, म्हणजेच बडोद्याचेच सरदार खंडेराव मल्हारराव जगधने यांना दत्तक दिले होते. गणपतराव खेसे हे गणपतराव जगधने झाले. त्यांचे नातू बडोद्यात आहेत. बडोद्याचे सरदार जगधने घराणे हेही खेसे यांच्यासारखे नगर जिल्ह्यातलेच, म्हणजेच 'श्रीरामपूर' तालुक्यातील 'उक्कलगाव' येथील आहे. खेसे घराण्याचा इतिहास भविष्यात समोर यायला हवा.

देवळाली प्रवरा इथला भिल्ल समाजाचा वाडा

आदिवासी समजल्या जाणाऱ्या भिल्ल समाजाचा मोठा वाडा असेल, यावर आपला विश्वास बसणार नाही; पण हे खरे आहे. राहुरी तालुक्यातील देवळाली 'प्रवरा' येथे भिल्ल समाजाचा एक वाडा आहे.

राहुरी तालुक्यात भिल्ल समाजाची संख्या बरीच आहे. मराठेशाहीच्या काळात भिल्ल समाजाने येथे अनेक बंड केले होते. त्यांचे काही नाईकही होते. त्यावेळी सैन्यातदेखील हा समाज असायचा. देवळाली प्रवरा बर्डे घराण्यांने अशीच ऐतिहासिक कामगिरी बजावली होती. गावाच्या शिवारात त्यांना इनामी जमिनी आहेत; परंतु त्या कशा आल्या याचा इतिहास मात्र उपलब्ध नाही.

बर्डे यांचा हा वाडा देवळालीत असून त्याची अलीकडे बरीच पडझड झाली आहे. वाडा आतून पडला असून त्याचा समोरचा दर्शनी भाग तेवढा शिल्लक आहे. सहसा दिसणाऱ्या इतर वाड्यांसारखा तो नाही. त्याचे वेगळेपण आहे, ते त्याच्या दाराच्या चौकटीच्या आजूबाजूला असलेल्या त्याच्या दगडी भिंतीवर केलेल्या कोरीवकामात. त्यामुळे हे वाडामालक घराणे जसे अपवादात्मक आहे, तसाच हा वाडाही.

देवळाली प्रवरा येथील बर्डे यांचा वाडा

गावातील कदम-पाटील यांचे घराणे हे जुने 'वाडे' आणि 'नातेसंबंध' पाहता ऐतिहासिक घराण्यांच्या निकषात बसते. त्यांचा संबंध सतराव्या शतकातील सरदार बाजी कदम यांच्याशी सांगितला जातो. भविष्यात याचा शोध घ्यायला हवा.

संदर्भ :

१) ओक घराण्याचा इतिहास : भ. प्र. ओक

२) संत महिपती ताहराबादकर : विजय प्र. नगरकर

३) पेशवे दफ्तरातून निवडलेले कागद (खंड ४३)

४) खरे कुलवृत्तान्त : खरे कुलवृत्तान्त समिती

५) पवार घराण्याच्या इतिहासाची साधने, संपादन : मा. वि. गुजर

६) Gazetteer of the Bombay Presidency (Vol. 17, Ahmednagar)

•••

भानसहिवरा गढीतील बारादरी

नेवासे तालुक्यातील काही वाडे व घराणी

सरदार पळशीकर यांची जहागीर

आजच्या नेवासे तालुक्यात मराठेशाहीच्या काळात अनेक सरदारमंडळींना 'सरंजाम' होते. मात्र सरंजामदारमंडळी ही वास्तविक त्या गावांत राहत नसून अन्य ठिकाणी राहत होती. ग्वाल्हेरचे शिंदे आणि इंदूरचे होळकर यांच्या पदरी असणाऱ्या सरदार आणि मुत्सद्दीमंडळींना येथील बरीच गावे 'जहागीर' होती.

इंदूरच्या होळकरांचे दिवाण राहिलेल्या चंद्रचूड आणि पळशीकर यांना नेवासे तालुक्यात सरंजाम होते. चंद्रचूड यांना 'नेवासे बुद्रुक', 'दहिगाव', 'रांजणी', 'बहिरवाडी' ही गावे जहागीर होती. पळशीकर यांना 'घोगरगाव', 'करंजगाव', 'खामगाव' आणि 'गोपाळपूर' ही गावे जहागीर होती. दोघांनाही मल्हारराव होळकरांच्या काळात म्हणजे १७५०च्या दशकात या जहागिरी त्यांच्या कर्तृत्वामुळे देण्यात आल्या होत्या. इंग्रजकाळात सरंजाम खालसा होईपर्यंत ही गावे त्यांच्याकडे होती.

पळशीकर हे होळकरांचे सरदार. त्यांचे मूळ गाव हे नगर जिल्ह्यातील 'पारनेर' तालुक्यातील पळशी. मूळ आडनाव कांबळे-कुलकर्णी. रामराव यादव-पळशीकर हे मल्हारराव होळकर यांच्याबरोबर होते. त्यांच्या अनेक पिढ्या होळकरशाहीत होत्या. काही काळ पळशीकर होळकरांचे दिवाण राहिले. त्यावेळच्या नेवासे परगण्यात असणाऱ्या आपल्या सरंजामाची व्यवस्था ते तेथून बघत असत. १८२५मध्ये पळशीकर यांच्याकडे नेवासे परगण्यातील जहागीर असणारी गावे, ११,४८० रुपयांची आणि पारनेर परगण्यातील गावे, ६,१४० रुपयांची होती. पळशीकर हे १९४७ ला इंदूर संस्थान भारतीय संघराज्यात विलीन होईपर्यंत, म्हणजे तब्बल दोन दशके तेथील दरबारी सरदार-मानकरी होते. त्यांचे वंशज आजही इंदूरला असून आर्थिकदृष्ट्या सुसंपन्न आहेत. त्यांच्या मूळ गावचा म्हणजेच 'पळशी' गावचा सुंदर वाडा बघण्यासारखा आहे.

पळशीकरांच्या जहागिरीपैकी नेवासे तालुक्यातील एक गाव म्हणजे, 'घोगरगाव'. घोगरगाव हे तसे गोदावरीकाठचे गाव. भागवताच्या दहाव्या 'स्कंदा'वर टीका लिहिणाऱ्या संत बहिराजातवेद यांचे हे गाव. १९६९ च्या पुराने गाव वाहून गेल्याने

घोगरगाव येथील शिवमंदिरातील शिलालेख

गावठाण नंतर हलवण्यात आले. आज नवे गावठाण मूळ ठिकाणाच्या अडीच किलोमीटर नैर्ऋत्येला आहे. जुन्या गावात मारुती मंदिराजवळ गावची वेस अजूनही बऱ्या अवस्थेत आहे. जवळच गोदावरीला दगडी घाट आहे. गावात महादेवाचे जुने मंदिर आहे. मंदिराच्या गाभाऱ्यात शिरताना आपल्याला एक शिलालेख दिसतो. त्यात 'श्रीमंत रामराव नारायण इनामी जहागीरदार पळशीकर श. १८०९' असा मजकूर आहे. यावरून ते पळशीकर यांनी बांधल्याचे लक्षात येते. गावात श्रीराम, देवी यांची मंदिरे होती. बहुधा गावची वेस, घाट व मंदिरे पळशीकर यांनी बांधलेली असावीत. पळशीकरांच्या बऱ्याच जमिनी गावात असल्याचे जुने लोक सांगतात.

नेवासे खुर्द येथील जामदार व लोखंडे

'नेवासे खुर्द'मध्ये मोहिते आणि निकम-देशमुख ही दोन जुनी मातब्बर ऐतिहासिक घराणी आहेत. त्याचबरोबर जामदार आणि लोखंडे ही दोन इतिहास लाभलेली घराणी गावात आहेत.

जामदारांचे आडनावच त्यांचा इतिहास सांगते. 'जामदार' म्हणजे जामदारखान्याचे प्रमुख. 'जामदारखाना' म्हणजे वस्त्रे आणि दागिने यांचे भांडार. छत्रपतींच्या काळात नेवाशाचे हे जामदार घराणे जामदारखान्याचे प्रमुख असल्याचे सांगितले जाते; परंतु ते नेमक्या कोणत्या काळात होते, याची निश्चित माहिती नाही. लोखंडे गल्लीत त्यांचा वाडा होता. त्यांना गावात इनामी जमिनी होत्या. गेल्या काही वर्षांत जामदारमंडळी नेवाशातून तालुक्यातील इतर गावांत स्थलांतरित झाल्याचे दिसते. या घराण्यातील भानुदास मामा जामदार हे नेवासे खुर्दचे सरपंच आणि नेवासे तालुका पंचायत समितीचे सभापती होते.

नाईक-लोखंडे यांचेदेखील घराणे ऐतिहासिक असून या घराण्याची 'नाईक' ही पदवी घराण्याने इतिहासात कर्तृत्व गाजवलेले असल्याचे दाखवते. बाकी

इतिहास नेमकेपणाने अद्याप समोर आलेला नाही. लोखंडेंचा वाडा गावात होता. वाडा असणाऱ्या भागाला नेवाशात 'लोखंडे गल्ली' म्हणतात. लोखंडेंच्या थोरल्या शाखेने अलीकडे 'पाटील' आडनाव घेतले आहे. लोखंडे घराण्यातील शंकरराव लोखंडे, नंदकुमार पाटील (लोखंडे) ही मंडळी सामाजिक-राजकीय क्षेत्रात सक्रिय आहेत. ती नेवासे तालुका कृषी उत्पन्न बाजार समितीची सभापतीही राहिली आहेत.

जळके बुद्रुकचे जरीपटके व जळके खुर्दचे परदेशी

जळके खुर्द येथील परदेशींचा वाडा

आपल्याकडे काही आडनावे अशी असतात, जी स्वतःच त्यांचा इतिहास सांगतात. नेवासे तालुक्यातील असेच एक घराणे आपल्या वैशिष्ट्यपूर्ण आडनावासह आपला इतिहास सांगते. ते म्हणजे 'जळके बुद्रुक' येथील 'जरीपटके' घराणे. 'जरीपटका' म्हणजे मराठ्यांचे निशाण. पेशव्यांचा जरीपटका सांभाळत युद्धात आम्ही होतो, त्यामुळे आमचे आडनाव जरीपटके पडले, मूळ आडनाव जाधव, असे ही मंडळी सांगतात. गावात त्यांचे वाडे आणि समाध्या आहेत; पण त्या फार पूर्वीच्या नसून, विसाव्या शतकातील आहेत.

जळके बुद्रुकच्या जवळच जळके खुर्द गाव आहे. तेथे 'परदेशी' आडनावाच्या राजपूत घराण्याची गढी आहे. तिला वीस फुटांची दगड आणि पांढरी माती यांची तटबंदी आहे. विशेष म्हणजे चहूबाजूंची ही तटबंदी टिकून आहे. सध्या तेथे कोणी राहत नाही. एवढी भव्य गढी असणाऱ्या परदेशी घराण्याचा इतिहास मात्र समोर आलेला नाही.

महालक्ष्मी हिवरे येथील सरदार आवाड व गायके

नेवासे तालुक्याच्या अगदी दक्षिण टोकाला असणारे, सरसेनापती माणकोजी दहातोंडे यांच्या ऐतिहासिक चांदा गावाजवळचे आणि शिंदेशाहीशी नाते सांगणारे गाव

महालक्ष्मी हिवरे येथील अवशेष

म्हणजे 'महालक्ष्मी हिवरे'! नगर-छत्रपती संभाजीनगर महामार्गावर असणाऱ्या घोडेगावपासून तेथे जायला रस्ता आहे. तेथून ते साधारण पंधरा किलोमीटर अंतरावर आहे. हे गाव ग्वाल्हेरच्या शिंदे यांचे सरदार आव्हाड यांना जहागीर होते. या गावात शिंदेशाहीतील आव्हाड, गायके, सांगळे घराण्यांचे वाडे होते.

गावची मूळ वस्ती जेथे होती, तेथे आज अनेक पडलेले वाडे आणि इतर वास्तू आपल्याला दिसतील. कशाबशा काही भिंती अस्तित्वात असून, तेथे कोणी राहत नाही. मूळ वस्ती उठून तेथून आजूबाजूला, विशेषतः खंडोबा मंदिराच्या आसपास गेली आहे. जुन्या गावठाणातून फेरफटका मारताना आपण जणू काही 'हडप्पा-मोहेंजोदडो'मध्ये फिरतोय की काय, असे वाटते.

सरदार आव्हाड यांचे घराणे सध्या ग्वाल्हेर येथे असून ग्वाल्हेरमधील नामांकित सरदार घराण्यांपैकी एक आहे. आव्हाड हे आडनाव तेथे 'आवाड' असे झालेले आहे. आव्हाड यांचे मूळ गाव नगर तालुक्यातील आव्हाडवाडी. सरदार गंगाजी आणि दत्ताजी आव्हाड हे पेशवाईत नावारूपाला आले. गंगाजी हे नाना फडणीस यांच्या निकटवर्तीय असणाऱ्यांपैकी एक होते. दत्ताजी पानिपतात होते, तर कोंडाजी आव्हाड नंतरच्या काळात दौलतराव शिंदे यांच्या पदरी सरदार होते, अशी माहिती मिळते. प्रस्तुत लेखकाच्या मते मराठेशाहीतील हे वंजारी समाजातील एकमेव मोठे सरदार घराणे असावे.

आव्हाड यांच्या महालक्ष्मी हिवरे गावातील मोठ्या वाड्याला 'पायग्याचा वाडा' म्हणत. पायग्याचा किंवा पागेचा वाडा म्हणजे फौज उभारणीसाठी जहागीर

असणाऱ्या गावात बांधण्यात आलेला वाडा. संबंधित सरदाराच्या कुटुंबाच्या वास्तव्यासाठी नव्हे. ग्वाल्हेरकर आव्हाडांच्या महालक्ष्मी हिवरे येथे बऱ्याच जमिनी होत्या. त्या कमाल जमीनधारणा कायदा(सीलिंग ॲक्ट)मध्ये गेल्याचे कळते. गावातील प्रसिद्ध खंडोबाचे मंदिर सरदार आव्हाड यांनी बांधले असून त्याला इनाम जमीन असल्याचे सांगतात. मंदिराजवळ काही समाध्या आहेत. एक छत्री आहे. त्या नेमक्या कोणाच्या, याचा उलगडा होत नाही.

मंदिरासमोरच थोड्या अंतरावर गावाची जुनी वेस होती. खंडोबाला आव्हाडांनी चांदीचा मुखवटा, सोन्याचे अलंकार अशा बऱ्याच गोष्टी दिल्या. ग्वाल्हेरहून एकदा सोन्याचा अश्व त्यांनी देवाला अर्पण केला; पण तो चोरट्यांपासून सांभाळायचा कसा, हा पेच गावकऱ्यांसमोर उभा राहिला. त्यामुळे तो अश्व ग्वाल्हेरला परत पाठवल्याचे गावातील जुनीमंडळी सांगतात. आव्हाडमंडळी वर्षभरातून एकदा तरी खंडोबाच्या दर्शनासाठी ग्वाल्हेरहून हिवऱ्याला येत असल्याचे कळते.

गावातील 'गायके' हे मराठा घराणेदेखील शिंदे यांच्या पदरी होते. काही गायकेमंडळी अजूनही ग्वाल्हेरला आहेत, तर काही गावात आहेत. त्यांना गावची मुलकी पाटिलकी होती. गावातील गायके पाटलांचे एक थोरले घर नंतर नेवासे खुर्द येथे जाऊन स्थायिक झाले. लोखंडे गल्लीत त्यांचा वाडा होता. ग्वाल्हेरच्या गायकेमंडळींचेही पूर्वी गावी येणे-जाणे असे. प्रयागबाई गायके यांचे मागच्या काही काळापर्यंत नेहमी ग्वाल्हेरहून इकडे येणे-जाणे असे. लोक त्यांना 'लष्करीन बाई' म्हणत. ग्वाल्हेरमधील 'लष्कर' या भागात राहत असल्यामुळेच त्यांना असे आगळेवेगळे नाव पडले असावे.

आंतरवली येथील वाबळे

नेवासे शहरापासून आग्नेयेला पंचवीस किलोमीटरवर 'आंतरवली' नावाचे गाव आहे. कुकाणा या नेवासे तालुक्यातील मोठ्या गावापासून ते चार किलोमीटरवर आहे. गावात सरदार वाबळेंचे घराणे आहे. ('कोपरगाव तालुक्यातील काही ऐतिहासिक वाडे व घराणी' यात सुरेगाव येथील वाबळे यांच्या घराण्याविषयी माहिती आहे.) 'सुरेगाव' (ता. कोपरगाव, जि. अहिल्यानगर), 'मुंदखेडे' (ता. चाळीसगाव, जि. जळगाव) आणि 'आंतरवली' (ता. नेवासे, जि. अहिल्यानगर) या तीन पोटशाखा असलेली वाबळे घराण्याची एक स्वतंत्र शाखा अथवा घराणे

आहे. आंतरवली येथील वाडा आणि घराण्याची परिस्थिती सुरेगावसारखी असून येथेही वाबळेंचा छोटेखानी वाडा आहे. वाबळेंच्या या शाखेचा नेमकेपणाने शोध घ्यायला हवा. आंतरवली येथील बहुतांश वाबळेमंडळी शेती करणारी आहेत. नेवासे तालुक्यातील 'भेंडा' गावात काविळीवर उपचार करणारे एक प्रसिद्ध गृहस्थ याच घराण्यातील आहेत.

भानसहिवरा येथील कविजंगांची भव्य गढी

मराठेशाहीच्या काळात नगर जिल्ह्यात सर्वाधिक सरंजाम असणाऱ्या मातब्बर घराण्यांत 'कविजंग' घराण्याचे नाव अग्रक्रमाने घ्यावे लागेल. कविजंग यांची नेवासे तालुक्यातील 'भानसहिवरा' येथे मोठी गढी आहे. नगर जिल्ह्यातील ऐतिहासिक घराण्याशी संबधित असणारी ही सर्वांत मोठी वास्तू म्हणता येईल.

'कविजंग' ही पदवी असून मूळचे हे घराणे मोगलांचे एक मुस्लीम सरदार घराणे होते. १६८२ मध्ये बादशाह औरंगजेबाबरोबर दख्खन स्वारीत ते महाराष्ट्रात आले आणि येथेच राहिले. त्यांच्याकडे नगर किल्ल्याची किल्लेदारी होती. नगर ते छत्रपती संभाजीनगरदरम्यान अनेक गावांची जहागिरी असणारे हे घराणे होते. अठराव्या शतकात आपल्या मुलखाच्या पूर्वेला हैदराबादचा निजाम आणि पश्चिमेला पुण्याचे पेशवे अशा अवस्थेत आपले स्वतंत्र अस्तित्व टिकवून असणारे हे घराणे बऱ्यापैकी स्वायत्तच होते. आधी निजामाच्या पक्षात असणारे हे घराणे १७५९नंतर मराठ्यांच्या पक्षात आले. त्यावेळी मराठ्यांनी त्यांच्याकडून महाराष्ट्रात त्यावेळी सामरिकदृष्ट्या महत्त्वाचा असणारा नगरचा किल्ला एकही गोळी न चालवता घेतला. मराठ्यांच्या मुत्सद्देगिरीचे एक उत्तम उदाहरण म्हणून इतिहासात या घटनेची नोंद होते.

नेवाशाहून शेवगाव, पैठणला जाणाऱ्या रस्त्याला भानसहिवरा (अलीकडे ज्याचा 'भानशिवरा' असा अपभ्रंश झाला आहे.) गाव लागते. रस्त्याने प्रवास करताना गावाच्या बाजूला असणारी गढी आपले लक्ष वेधून घेतल्याशिवाय राहत

कविजंगाची गढी (तटबंदीचे प्रवेशद्वार)

आतील प्रवेशद्वार

नाही. असा नेमका कोणता 'भुईकोट' किल्ला येथे आहे, असा प्रश्न आपल्याला पडतो. काही जण कुतूहलापोटी भेटही देतात. मात्र या भल्यामोठ्या आणि एकाकी पडलेल्या वास्तूचा इतिहास मात्र कोणाला माहीत नसतो.

गावातून गढीकडे जायला रस्ता आहे. तशी ती गावठाणापासून काहीशी बाजूला आहे. गढीच्या चारही बाजूंना मोकळी जागा असून तेथे झाडेझुडपे आहेत. गढी ही चार भक्कम बुरुजांची, दगड-विटांची आणि जवळजवळ अर्ध्या एकरात पसरलेली आहे. विशेष म्हणजे गढीला बाहेरच्या बाजूनेही तटबंदी होती. तिचे प्रवेशद्वार आपल्याला दिसते. एखाद्या किल्ल्याचे वाटावे असे त्याचे दार आहे. घडीव दगडांच्या असणाऱ्या या दाराची डाव्या बाजूची टोकदार खिळे असणारी सागवानी झडप अजून टिकून आहे. आत दोन बाजूंना दोन कमानदार देवड्या आहेत. प्रवेशद्वाराच्या उत्तरेला एक दर्गा आहे.

प्रवेशद्वारातून आत गेले, की उजव्या बाजूने गढीच्या आतील प्रवेशद्वाराकडे जाता येते. गढीच्या भिंतींची उंची सुमारे तीस फुटांपर्यंत आहे. तिच्या ईशान्य कोपऱ्यात तिचे प्रवेशद्वार आहे. ईशान्य बुरुजाच्या कडेने आत गढीच्या प्रवेशद्वाराकडे जाणारी वाट आहे. प्रवेशद्वारातून आत शिरल्यावर काही पायऱ्या चढून वर यावे लागते आणि मग आपण गढीत पोहोचतो. आत उजव्या बाजूला दगडी जोते आणि त्यावर काही धाब्याच्या खोल्या दिसतात. खांब आणि तुळ्यांना जोडणारे बाहेर काढलेले नक्षीदार हस्त आपल्याला तेथे दिसतात. बहुधा येथे

आतील मुख्य भागाचे प्रवेशद्वार

बारादरीच्या आतला भाग

कचेरी असावी. डाव्या बाजूला एक दगडी महिरपी कमानीचा दरवाजा आहे. त्याच्या आत निवासस्थानाचा भाग होता.

महिरपी कमानीच्या या दारातून आत गेल्यावर गढीतला भलामोठा परिसर आपल्याला पाहता येतो. गढीचा मध्यभाग पूर्ण मोकळा असून येथे चारही बाजूंनी भिंतीना लागून खोल्या आणि तळघरे काढली असल्याचे दिसते. काही मुस्लीम कुटुंबे येथील काही खोल्यांत आज वास्तव्यास आहेत. चारही बुरुजांवर जाण्यासाठी बुरुजांच्या जवळ पायऱ्या आहेत. ईशान्य बुरुजावर एक कबर आहे. ती कविजंग यांची असल्याचे मानले जाते. तर नैऋत्य बुरुजावर एक तोफ ठेवलेली आपल्याला पाहायला मिळते.

गढीच्या पूर्व आणि पश्चिम भिंतीत वर मध्यभागी प्रत्येकी दोन 'बारादरी' बांधलेल्या आहेत. बारादरी हा एक मुस्लीम वास्तूप्रकार आहे. खुल्या हवेचा आनंद घेण्यासाठी चारही बाजूंनी खुली दारे (चारही बाजूंना प्रत्येकी तीन, अशी बारा दारे!) असणारे दालन म्हणजे बारादरी होय. अनेक शासक आपल्या महालांत अशा खास बारादरी बांधत असत. या गढीतील बारादरीत मात्र मोजून बारा दारे दिसत नसून पाचच दारे दिसतात. येथील खिडक्यांमधून बाहेरचा सुंदर परिसर न्याहाळता येतो. बारादरींना बाहेरून आणि आतून पूर्ण चुन्याचा गिलावा आहे. आतील छतंही घुमटाकार असून त्यात एक मोठ्या फुलाची नक्षी आहे.

गढीतील चारही बाजूंनी भिंतींना लागून असलेल्या खोल्या आता पडल्या असून तळघरेही बुजली गेली आहेत. दक्षिण बाजूच्या काही आतील खोल्या तशा सुस्थितीत आहेत. आत भिंतीत चुन्याचा पुष्कळ वापर करून गिलावा केलेला असून त्यात कोनाडे काढलेले आहेत. तसेच या खोल्यांतून बाहेरच्या बाजूने खिडक्या काढलेल्या आहेत. गावची पेठ या खिडक्यांमधून आपल्याला दिसते. अशी ही कविजंगाची गढी.

खोल्या

खोल्यांच्या आतला भाग

कविजंगांच्या घराण्याला मोठा इतिहास आहे. त्यांचे हे घराणे मूळचे तुर्की होते. आजच्या उझबेकिस्तान मध्ये असणारे 'बुखारा' हे त्यांचे मूळ ठिकाण. मोगल काळात अनेक मुस्लीम घराणी 'इराण', 'अफगाण', तुर्कस्तानहून नशीब आजमावण्यासाठी भारतात येत. कर्तृत्वाच्या जोरावर मोठी पदं मिळवत. असेच एक घराणे कविजंग यांचे. सतराव्या शतकात एकताजखान मोगलांचा म्हणजेच औरंगजेब बादशहाचा सरदार होता. औरंगजेब बादशहाने १६८२मध्ये दख्खनवर स्वारी केली त्यात एकताजखान होता, तेव्हापासून महाराष्ट्राचा आणि या घराण्याचा संबंध आला. १६८९मध्ये गोवळकोंड्याच्या कुतुबशाहीवर बादशहाने केलेल्या स्वारीत एकताजखान मारला गेला. एकताजखान यांची ख्वाजाखान आणि तुर्कताजखान ही मुलेदेखील कर्तृत्ववान होती. तीही त्यांच्यासोबत दक्षिणेत आली होती. दोघेही नंतर औरंगजेब बादशाहाबरोबर मोहिमेत सामील होती. अगदी १७०७ पर्यंत म्हणजे औरंगजेब बादशाहच्या मृत्यूपर्यंत!

यातील तुर्कताजखान यांच्याकडे नगरच्या किल्ल्याच्या किल्लेदारपदाची

जबाबदारी देण्यात आली होती. औरंगजेबाच्या मृत्यूनंतर मोगल सत्ता खिळखिळी झाली. नगरचा किल्ला आणि जहागीर असणारा तुर्कताजखान येथे महाराष्ट्रात स्थिर झाला होता. यावेळी मोगलांकडून असफजहा याची दख्खनचा सुभेदार म्हणून नेमणूक झाली. त्याने लवकरच स्वायत्त होत, हैदराबादला आपले स्वायत्त राज्य घोषित केले. हाच हैदराबादचा निजाम! तुर्कताजखान हा त्याच्या बाजूने राहिला.

तुर्कताजखानला तीन मुले होती. पहिला ख्वाजा मुहम्मद खान, दुसरा ख्वाजा हमीद खान आणि तिसरा ख्वाजा शरीफ खान. यातला सर्वांत मोठा मुहम्मद खान याला निजामाकडून 'कविजंग' हा किताब देण्यात आला होता. त्यामुळे पेशवाईच्या काळात ज्यांचा 'कविजंग' म्हणून उल्लेख येतो तो हाच ख्वाजा मुहम्मदखान कविजंग. हे घराणे त्यांच्यामुळेच 'कविजंगाचे घराणे' म्हणून ओळखले जाते.

या घराण्याकडे औरंगाबाद (छत्रपती संभाजीनगर) पासून बालाघाटपर्यंत (नगरपर्यंतचा) बराचसा भाग होता. सर्वांत महत्त्वाचे म्हणजे नगरचा किल्ला या घराण्याकडे होता. कविजंग यांच्या पूर्वेला हैदराबादचा निजाम आणि पश्चिमेला पुण्याचे पेशवे अशी स्थिती होती. आपल्या प्रदेशात कविजंग स्वायत्त राहत असला, तरी मोगल बादशहाचा दख्खनचा सुभेदार असणाऱ्या निजामाच्या बाजूने राहणे, त्याला भाग होते.

नगरचा किल्ला म्हणजे कधी काळी महाराष्ट्राच्या मोठ्या भूभागावर राज्य केलेल्या नगरच्या निजामशाहीचे राजधानीचे ठिकाण होते. हा किल्ला दख्खनमध्ये फार मोक्याच्या ठिकाणी होता. १७५०च्या दशकात जेव्हा मराठ्यांची सत्ता भारतभर पसरू लागली तेव्हा हा किल्ला आपल्याकडे असावा, असे मराठ्यांना वाटू लागले. निजामाशी त्यावेळी झालेल्या अनेक लढायांत 'गंगाथडी', 'दौलताबाद', 'पैठण' पर्यंतचा प्रदेश मराठ्यांकडे आला होता; पण नगरच्या किल्ल्याशिवाय यातील बऱ्याच भागांत आपला पाय मराठ्यांना रोवता येत नव्हता.

१७५९मध्ये पेशव्यांनी कविजंग याच्याशी मोठे राजकारण सुरू केले. त्याला आपल्या बाजूला वळवण्याचे प्रयत्न सुरू केले. त्याला यश आले. नगरचा किल्ला

पेशव्यांना देण्याचे आणि त्याबदल्यात कविजंगाला ५० हजारांची जहागीर देण्याचे ठरले. पेशवे आणि कविजंग यांच्यात २८ ऑक्टोबर १७५९मध्ये करार झाला. पेशव्यांनी कविजंग याला लिहून दिलेल्या 'अहदनाम्या'वर पेशवे नानासाहेब, विश्वासराव, रघुनाथराव आणि सदाशिवराव या चौघांच्या स्वाक्षऱ्या असून त्यांनी बेलभंडारा उचलून शपथ घेतलेली दिसून येते. करारात म्हटल्याप्रमाणे 'एकही बंदुकीची गोळी न चालवता' किल्ला मराठ्यांकडे देण्यात आला. ९ नोव्हेंबर १७५९ या दिवशी मराठी फौजेने सरदार विसाजी कृष्ण बिनीवाले यांच्या नेतृत्वाखाली नगरच्या किल्ल्यात मोठ्या उत्साहात प्रवेश केला.

नगरचा किल्ला जिंकल्याने पेशव्यांचा मुलखाच्या सीमा थेट छत्रपती संभाजीनगरपर्यंत भिडल्या. पन्नास हजारांची जहागीर पदरात पाडून घेणंही कविजंगांच्या दृष्टीने फायद्याची गोष्ट होती. पेशव्यांनी आपल्या मुलखात नवा सरंजाम म्हणजेच जहागिरीची गावे कविजंग याला दिली. त्यात नगर जिल्ह्यातील बऱ्याच गावांचा समावेश होता.

कविजंगांचा मृत्यू १७७४ला झाला. नंतरच्या काळात मात्र कविजंग यांचे घराणे फारसे सक्रिय राहिले नाही. फौजफाटा वगैरे वाढवला गेला नाही. आपल्या जहागिरीपुरतेच हे घराणे मर्यादित राहिले. विशेष म्हणजे, शेवटपर्यंत कविजंग घराणे मराठ्यांच्या पक्षात राहिले.

भानसहिवरा येथील गढी नेमकी कधी बांधण्यात आली, हे निश्चित सांगता येणार नाही. कविजंगकडे पेशव्यांच्या तहापूर्वी छत्रपती संभाजीनगर आणि नगर दरम्यानची गावे होती. भानसहिवरा हे गाव बरोबर दोन्हींच्या मध्ये होते, त्यामुळे हे ठिकाण त्याने निवडले असावे. १८१८ला महाराष्ट्रातील पेशव्यांची सत्ता संपली. कविजंग हे इंग्रजकाळात मोठे जहागीरदार घराणे होते. कविजंग यांच्या घराण्याला (म्हणजे नातवाला) हिवरा येथील जहागीरीबद्दल ६००० रुपये वार्षिक पेन्शन देण्यात येत असे. 'नवाब ऑफ हिवरा' म्हणून हे घराणे इंग्रजकाळात ओळखले जाई. सध्या त्यांचे कोणी वंशज भानसहिवरा येथे राहत नाही. त्यांचे एक वंशज नगर शहरात वास्तव्यास असल्याचे कळते.

भानसहिवरा येथील अजून एक विशेष म्हणजे इथली 'पेठ' होय. कविजंग यांनी ती वसवलेली असावी. मुख्य पेठेचा रस्ता पाचशे मीटर इतका लांब आहे. रस्त्याच्या दोन्ही बाजूंना एकमेकांना लागून असणाऱ्या जुन्या पेढ्या किंवा दुकाने

आपल्याला दिसतील. गावात मारवाडी समाज बहुसंख्य असून जैनांचे एक मंदिर तेथे आहे. भानसहिवरा येथील पेठ ही बेलापूर, वांबोरी यांसारखी उत्तर नगर जिल्ह्यातील एक महत्त्वाची व्यापारी पेठ होती.

याशिवाय भानसहिवरा येथे मराठा शैलीतील श्रीराम मंदिर आहे. शेवटचे पेशवे दुसऱ्या बाजीराव यांच्या पदरी असणारे शामराव बल्लाळ येथे होते आणि त्यांनी हे मंदिर बांधले अशी माहिती आहे. मंदिरात पूर्वी सोन्याच्या मूर्ती होत्या. त्या पेंढऱ्यांच्या लुटीत गेल्याचे म्हटले जाते. मराठाशैलीतील या मंदिराचे अलीकडे संपूर्ण शिखर पाडून नवे केले गेले आहे. मंदिराचा जुना सागवानी कळस मात्र अजून गाभाऱ्यात एका कोपऱ्यात ठेवलेला दिसतो. असे हे ऐतिहासिक भानसहिवरे. भविष्यात इथली गढी एक चांगले पर्यटनस्थळ होऊ शकते, हे मात्र नक्की.

उस्थळ दुमाला येथील वास्तू

उस्थळ दुमाला हे गाव नेवासे शहराच्या दक्षिणेला आठ किलोमीटरवर आहे. तेथे एक वाडा आणि त्याच्या बाजूला एक बुरूज अशा दोन देखण्या वास्तू उभ्या आहेत. नेवासे तालुक्यात उस्थळ नावाची दोन गावे आहेत. एक उस्थळ खालसा आणि दुसरे उस्थळ दुमाला. महाराष्ट्रात नावापुढे 'दुमाला' शब्द असणारी काही गावे आपल्याला दिसतील. 'दुमाला' शब्दाचा अर्थ दोन मालक असणारी गावे. अशा

उस्थळ दुमाला येथील बुरूज आणि वाडा

बुरुजातील खोली

गावचा निम्मा महसूल एका सत्तेकडे आणि निम्मा दुसऱ्या सत्तेकडे जात असे.

गावाच्या मध्यवस्तीला एक ताठ मानेने उभा असणारा बुरूज आपले लक्ष लांबून वेधून घेतो. त्याच्या जोडीला पूर्वी येथे असे तीन बुरूज असून ही गढी असल्याचे सांगितले जाते. या बुरुजाची उंची पंचवीस ते तीस फुटांची असून तो खाली दगड आणि वर लाल चपट्या विटांचा आहे. जवळच एक वाडा असून तेथे सध्या कोणी राहत नाही. दारातून वाड्यात शिरताच उजवीकडे जोत्याला लागून एक नक्षीदार खांब आपल्याला दिसतो. त्याच्यावर तुळ्यांना जोडलेले चारही बाजूंनी चार, असे नक्षीदार हस्त आहेत. बाकी उजव्या बाजूची ओसरी अद्याप तग धरून आहे. भिंतीत सुंदर कोनाडे काढलेले दिसतात. दुसऱ्या चौकाला जोडणारा दरवाजा साधासुधा नसून वाड्याचा मुख्य प्रवेशद्वारासारखा आहे. त्यामुळे वाड्याचा पुढचा भाग नंतरच्या काळात त्याला जोडलेला असावा असेच दिसते. संबंधित वाडा भदगले यांच्या मालकीचा असून पूर्वी दुसऱ्या कोणत्या तरी घराण्याचा असल्याचे समजते.

उस्थळ गावाच्या या एकट्या बुरुजाचे विशेष म्हणजे त्यात आत जायला पायऱ्या आहेत. दीपमाळेत असतात तशा. सर्वांत वर गेल्यावर एक नऊ बाय बारा फुटांची खोली आपल्याला दिसते. तिच्यात दोन छोटे खांब उभे असून वर धाबा आहे. खिडक्यांमधून बाहेरचे सुंदर दृश्य दिसते. या जागेचा पूर्वी गावाच्या तलाठी कार्यालयासाठी वापर होत होता. गावातीलमंडळी बुरुजाचा वापर अगदी मागच्या काही वर्षांपर्यंत करत. शेतकरी आपल्या शेतात मजूर व्यवस्थित काम करत आहेत का हे बघत. दूरचे गावात येणारे माणूस देखील लांबूनच दिसे. गावातीलमंडळी त्यांच्याकडे सोयरीक पाहायला पाहुणे आल्यावर आपली शेतजमीन दाखवायला त्यांना बुरुजावर नेत. 'येथून तिथंवर आपले बरं का, पाहुणे' असे गर्वाने म्हणत. गावातील अनेक मोठ्या सोयरिकी या बुरुजाने करून दिल्याचे गावकरी गमतीने सांगतात.

संदर्भ :

१) होळकरशाहीचा इतिहास (खंड-१), संपादन : वा. वा. ठाकूर, देविदास पोटे

२) मोगल दरबारची बातमीपत्रे (खंड-१,२,३), संपादन : सेतुमाधवराव पगडी

३) मराठी रियासत (खंड-५) : गो. स. सरदेसाई

४) आमचा नगर जिल्हा : हरी गणेश पारखे

५) Clunes Itinerary

•••

पारिभाषिक शब्द

वाडा स्थापत्य

- **गढी :** 'वाडा' आणि 'गढी' यांच्यात थोडासा फरक आहे. तो हा की, गढी ही जमिनीच्या सपाटीपासून काहीशी उंचावर असून तिला 'कोट' किंवा 'तटबंदी' असते. कोटाला चारही बाजूंनी मोठ्या भिंती असून चारही कोपऱ्यात चार बुरूज असतात.
- **कोट :** 'कोट' म्हणजे भक्कम भिंत, जी चारही बाजूंनी असते. त्याला 'तटबंदी' असेही म्हणतात. ती दगड, चपट्या विटा किंवा पांढऱ्या मातीच्या भेंड्यांची असे.
- **गावकुस :** गावठाणाभोवती असणारा 'कोट' ज्याला खाली दगड आणि त्यावर पांढऱ्या मातीचा तट असायचा.
- **वेस :** गावकुसाला असणारा मोठा दरवाजा. येथून गावठाणात प्रवेश केला जाई. काही गावांभोवती संपूर्ण कोट नसे. केवळ वेस असे. वेशीजवळ पहारेकरी असत. रात्रीच्या वेळी वेशीचे दरवाजे बंद होत असत. तसेच गावात आलेल्या नवीन माणसांची आत येताना चौकशी होत असे.
- **वाडा :** 'वाडा' शब्दाची व्युत्पत्ती 'वाटा', 'वाडी', 'बडा' अशा शब्दांपासून सांगितली जाते. 'वाडा' म्हणजे घरच; परंतु तत्कालीन मोठा आर्थिक स्तर असणाऱ्या मंडळींनी बांधलेले मोठे घर. मध्यभागी खुला चौक आणि बाजूला बांधकाम असणारी वास्तू (मग इच्छेप्रमाणे आणि आर्थिक परिस्थितीप्रमाणे वाढवत नेलेली अशा चौकांची संख्या) अशी वाड्याची साधारण व्याख्या करता येईल. वाडा संस्कृतीचा विकास महाराष्ट्रात अठराव्या शतकात झाला. अगदी विसाव्या शतकापर्यंत वाडा संस्कृती महाराष्ट्रात होती.
- **प्रवेशद्वार :** वाड्याचे मुख्य दार.
- **दिंडी दरवाजा :** मुख्य दरवाजाच्या झडपांमध्ये असलेला छोटा दरवाजा.

एका वेळी एकच माणूस त्यातून आत प्रवेश करू शकतो. दिंडी दरवाजामुळे मुख्य दरवाजा नेहमी उघडायची गरज पडत नाही, तसेच आत प्रवेश करण्याला अटकाव करणे शक्य होते.

- **गणेशपट्टी :** प्रवेशद्वारावर नक्षीकाम असणारी आडवी पट्टी. त्यात मध्यभागी गणपती (किंवा काही ठिकाणी मंगलकलश) कोरलेला असतो. गणपतीच्या दोन्ही बाजूला वेलबुट्ट्या कोरलेल्या असतात.
- **जयविजय :** प्रवेशद्वाराच्या दोन्ही बाजूंना कोरलेले किंवा रेखाटलेले द्वारपाल.
- **देवडी :** वाड्यात प्रवेश केल्यावर दोन्ही बाजूला भिंतींत असलेले मोठे कोनाडे. साधारण एक माणूस त्यात बसू शकत असे. ते पहारेकऱ्यांसाठी असत. देवडीलाच 'देलज' किंवा 'ढेलज' असेदेखील म्हणतात.
- **नगारखाना :** खास प्रसंगी वाड्यात नगारा वाजवला जात असे. नगारखाना फक्त मोठ्या वाड्यांमध्ये असून प्रवेशद्वारावर असे. देवडीजवळून वर जाण्यासाठी जीना असे.
- **सज्जा :** वाड्याच्या बाह्य भिंतीपासून काहीसा बाहेर काढलेला भाग. वाड्यांच्या प्रवेशद्वाराच्या वरच्या मजल्यावर तो काढलेला असतो. वास्तू समोरच्या बाजूने आकर्षक दिसण्यासाठी व वाड्यातून बाहेरचा देखावा पाहण्यासाठी त्याचा उपयोग होत असे. नक्षीदार गवाक्ष किंवा महिरप असणाऱ्या खांबांची योजना त्यात केलेली असे. अलीकडच्या काळात त्याला इंग्लिशमध्ये 'बाल्कनी' अथवा 'गॅलरी' म्हणतात ; पण सज्जे भिंतीपासून अधिक पुढे घेण्यावर पूर्वी मर्यादा होत्या.
- **गवाक्ष :** खिडकी. सहसा बाहेरून आकर्षक दिसेल अशी.
- **चौक :** वाड्याचा मुख्य आणि आधारभूत भाग. वाड्यात प्रवेशद्वारातून पुढे गेल्यावर आपण चौकात येतो. तो मोकळा असून त्याच्या चारही बाजूला जोती असतात. चौकाभोवती वाड्यांचे बांधकाम केले जाते. त्यांच्या संख्येनुसार वाडा किती चौकांचा आहे हे ठरते. सामान्यतः दोन चौकी वाडे महाराष्ट्रात मोठ्या संख्येने पाहायला मिळतात. एकापुढे एक अशी त्यांची साधारण रचना असते.
- **जोतं :** चौकाच्या चारही बाजूला असणारे, ज्यांच्यावर बांधकाम उभे असते ते दगडी ओटे किंवा चौथरे. जोत्याची उंची ही साधारण तीन ते चार फूट असते.
- **स्तंभ किंवा खांब :** वास्तूचा भार सहन करण्यासाठी उभे केले जाणारे लाकूड (कॉलम).

- **तुळ्या :** दोन खांबांवर बसवले जाणारे आडवे लाकूड (बीम).
- **तळखडा :** खांब ज्याच्यावर उभे असतात, असा चौकानी दगडी ठोकळा.
- **स्तंभशीर्ष :** खांबांचा सर्वांत वरचा भाग. खांबांवर चारही बाजूने चार आडव्या तुळ्या येत असल्यामुळे खांबाचा हा माथ्याचा भाग वाढवला जायचा. खांबाच्या घेरापेक्षा मोठा घेर असलेला लाकडी ठोकळा त्यासाठी वापरला जायचा, त्यालाच 'स्तंभशीर्ष' म्हणतात.
- **हस्त :** उभ्या खांबांना आडव्या तुळ्या जिथे जोडलेल्या असतात, तेथे काटकोनात बसवला जाणारा घटक. तो सर्व वाड्यांत सर्व ठिकाणी असतोच असे नाही. आधार आणि भारवहन हे त्याचे मुख्य काम. या हस्तांवर नक्षीकाम करायला वाव असतो.
- **ओसरी :** जोत्यांवर असलेली मोकळी जागा. त्याला 'व्हरांडा' किंवा 'सोपा' असेही म्हणतात. चौक आणि आतील खोल्या यांच्या दरम्यान असणारा भाग अथवा जागा. या भागात बाजूला भिंती असून तो अर्धाच्छादित असे. पुढच्या चौकातील ओसरीत घरातील मोठी माणसे बसत. तेथे सतत कोणी ना कोणी असे. कारकून किंवा हिशोबनीस हिशोब करत असत. तर मागच्या चौकातील ओसरीमध्ये स्त्रियांचा वावर असे. तेथे जात्यावर दळण दळले जायचे वा लहान मुले खेळत असत.
- **माळवद अथवा धाबा :** वाड्यांचे छप्पर! छत झाकण्यासाठी आडव्या तुळ्यांच्या मध्ये अनेक लाकडी फळ्या, पट्ट्या टाकल्या जात. त्यात चिवटपणा, जलरोधकता असणारी पांढरी माती टाकून चांगला दाब दिला जात. वरून चुना, डिंक, गूळ यांच्यासारख्या गोष्टींनी 'घोटाई' केली जात असे. माळवद अथवा धाबा म्हणजेच आजकालचा सिमेंट-काँक्रिटचा स्लॅब!
- **खण :** लगतचे चार खांब अथवा तुळ्या यांच्यातील चौकोनाकृती क्षेत्र. एक खण म्हणजे साधारण पंचवीस स्क्वेअर फूट; परंतु स्थळपरत्वे हे माप भिन्न असू शकते. यावरून किती खणाचा वाडा हे ठरते.
- **माजघर :** दोन चौकांच्यामध्ये असणारे दालन. याला 'मधले घर' असेही म्हणतात. त्यातून बऱ्याचदा वरच्या मजल्यावर जाण्यासाठी जीना असतो. पूर्वी जेवणाच्या पंक्ती माजघरात बसत.
- **आड :** छोटा घेर असलेली विहीर. वाड्यांत मागच्या चौकात किंवा बाहेरच्या

ओसरीत तो हमखास असे.

- **पानपट्टी :** छताच्या बाहेरच्या बाजूने पुढे आलेल्या तुळ्यांची टोके दिसू नयेत म्हणून बनवली जाणारी नक्षीदार पट्टी.
- **झुंबर अथवा लोलक :** पानपट्टी जिथे काटकोनात एकमेकींना छेदतात, तेथे गोल नक्षीदार झुंबरे शोभेसाठी बसवली जात.
- **तख्तपोशी :** 'तक्ता' शब्दाचा अर्थ लाकडी फळी किंवा पट्टी असा होतो. 'तक्तपोषी' म्हणजे सुबक नक्षीकाम असलेल्या पट्ट्या, ज्या छताला आतील बाजूला बसवल्या जात. त्यांच्यामुळे वर छताकडे पाहिले तर एरवी दिसणाऱ्या अनेक आडव्या तुळ्या झाकल्या जाऊन सुंदर नक्षीकाम दिसत असे. सामान्यतः दिवाणखाना, देवघर अथवा दरबाराच्या दालनाला 'तक्तपोषी' केली जात असे. मोठ्या वाड्यांतच तक्तपोषी (सीलिंग) आढळते.
- **पेव अथवा बळद :** जमिनीखाली काढलेली गोल घेर असलेली जागा. धान्य साठवण्यासाठी याचा वापर केला जात असे. आतून ते चुना, पांढरी माती यांनी ते लिंपलेले असे. हवेचा संपर्क न आल्याने त्यातील धान्य खराब होत नसे.
- **तळघर :** जमिनीखाली असणारे एक दालन अथवा खोली. त्यामध्ये जायला खाली उतरत्या पायऱ्या असत. तळघराला बाजूच्या भिंतींत दिवे लावण्यासाठी कोनाडे काढलेले असत. तळघरात गारवा कायम असायचा. धान्य साठवण्यासाठी, कागदपत्रे वगैरे वस्तू ठेवण्यासाठी त्याचा वापर व्हायचा. काळानुसार वाड्यातील तळघरे वापरली न गेल्याने बंद झाली. वाडेही पडले. वाड्यातील अशा बंद तळघरांच्या संदर्भाने बऱ्याचदा गुप्तधन अथवा भूतप्रेतांच्या दंतकथा आणि आख्यायिका महाराष्ट्रात ठिकठिकाणी प्रचलित असलेल्या दिसून येतात.
- **टाक :** देवघरात मूर्तींबरोबर नित्यपूजेत असणारा एक घटक. कुलदेवतांच्या प्रतिमा ज्यावर कोरलेल्या असत असा धातूचा पंचकोनी आकाराचा पत्रा. त्याचा मधला भाग हा चांदीचा (क्वचित सोन्याचा) असून कडा तांब्याच्या असतात.
- **महिरप :** महिरपी कंसाच्या आकाराची कमान. वाड्यांत शोभेसाठी दोन लगतच्या खांबांत, दारे अथवा खिडक्यांच्या मध्ये ती असे. भार तोलण्यासाठी आणि शोभेसाठी असा तिचा दुहेरी उपयोग व्हायचा. दिवाणखाना अथवा

दरबाराच्या दालनातील खांबांमध्ये महिरप (आर्क) असे.

- **केळफूल :** महिरपीच्या बाजूंची दोन टोके जिथे खांबांना जोडलेली असतात तेथे नक्षीदार केळीच्या फुलांच्या आकाराची नक्षी कोरण्यात येते, तिला 'केळफूल' म्हणतात.
- **पुष्करणी :** चारही बाजूंनी उतरत्या पायऱ्या आणि मध्ये पाण्याचे कुंड अथवा हौद असलेली वास्तू. त्यातील मधल्या हौदाचा आकार विशेष असायचा. धार्मिक ठिकाणी 'पुष्करणी' दिसतात. वाड्यांत कारंजा जिथे असायचा त्याच्या बाजूला असा हौद असायचा, त्यालाही 'पुष्करणी' असेच म्हटले गेले आहे.
- **सदर :** वाड्यातील कचेरी. कामकाज जिथे चालायचे ती जागा. वाड्यांत पहिल्या चौकातील एका ओसरीवर सदर असायची. कारकून मंडळी येथे हिशोब करत बसत. कुणाचे ना कुणाचे येणे-जाणे तेथे चालू असे.
- **दिवाणखाना :** मुख्य बैठकीचे मोठे दालन. विशेष पाहुण्यांचे स्वागत येथे केले जायचे. दिवाणखान्यात भरपूर सजावट करून शोभेच्या वस्तू ठेवलेल्या असत.
- **रंगमहाल :** भिंतींवर रंगीत चित्रे रेखाटलेले दालन. मोठ्या वाड्यांतच याची निर्मिती केलेली असे. अशाचप्रकारे आरसेमहाल, वगैरे महाल असत.
- **दफ्तरखाना :** वाड्यात दफ्तर म्हणजेच कामकाजाची, हिशोबाची, महत्त्वाची कागदपत्रे जिथे ठेवली जायची ती जागा.
- **बारव :** पाण्याची सामान्यतः चौकोनी आकारात बांधलेली, उतरत्या पायऱ्या असलेली विहीर.

इतिहास

- **सरदार :** राजसत्तेतील सर्वांत वरच्या स्तरातील मंडळी. काही ठिकाणी त्यांना सामंत, मंत्री, उमराव असेही संबोधले जाते. त्यांच्याकडे फौजा असत. बऱ्याचदा विशिष्ट प्रदेश त्यांना राजसत्तेकडून 'सरंजाम' म्हणून दिला जात असे. तसेच त्यांना दरबारात मान आणि त्यांच्या शब्दाला मान असे. सरदारांचे साधारण दोन प्रकार करता येतात. 'हुजुराती'चे सरदार आणि 'सरंजामी' सरदार.
- **हुजुरातीचे सरदार :** यांना स्वतःची फौज किंवा सरंजाम नसे. सरकारी फौज त्यांच्याकडे सोपवली जात असे. ही मंडळी सरकारच्या जवळ असून सहसा मुत्सद्दी पेशातील असत. प्रांतांची सुभेदारी, किल्ल्यांची किल्लेदारी, सरकारच्या

खात्यांची प्रमुखपदे अशा नेमणुका त्यांना दिल्या जात. सेवेसाठी वेतन दिले जात असे.

- **सरंजामी सरदार :** सरंजामी सरदारांना स्वतःची फौज असे. त्यासाठी राजसत्तेकडून त्यांना सरंजाम दिला जात असे. या मंडळींना वेतन दिले जात नव्हते. उलट हीच मंडळी आपल्या सरंजामातील वसुलाचा ठरावीक भाग राजसत्तेला देत असत. बऱ्याचदा 'सरंजामी सरदार' हे स्वायत्त होण्याचा, दुय्यम सत्ताकेंद्र बनण्याचा, राजसत्तेचे जू झुगारून देण्याचा संभव असे.
- **नाईक :** नाईक हा शब्द 'नायक' या शब्दापासून आला आहे. त्याचा अर्थ प्रमुख किंवा पुढारी असा होतो. नाईक हे पद मराठ्यांच्या इतिहासात अनेक व्यक्ती आणि घराण्यांनी लावलेले दिसून येते. 'सैन्याच्या तुकडीचा प्रमुख' असा त्याचा एक अर्थ असला, तरी हेर किंवा हरकारे यांच्यातला वरिष्ठ, आदिवासी समुहाचे पुढारी, सावकार इत्यादींनी हे बिरूद लावलेले दिसून येते.
- **इनाम :** राजसत्तेकडून लष्करी किंवा धार्मिक कार्याबद्दल दिले जाणारे बक्षीस. मग ते जमिनी, पैसे अशा स्वरूपात असायचे. त्याची सनद दिली जायची. जमिनी कायमस्वरूपी दिल्या जात असत. तर पैसे दरमहा अथवा दरसाल दिले जात असत, त्याला 'वर्षासन' किंवा 'तनखा' म्हणत (जमिनी, पैसे यांच्याशिवाय एखादे गाव इनाम दिले, तर त्याला 'सरंजाम' म्हणत.)
- **सरंजाम :** सरंजाम म्हणजे एखाद्या सरदाराला राजसत्तेकडून दिली गेलेली एक किंवा त्यापेक्षा अधिक गावे. त्यासाठीचा निकष म्हणजे राज्यासाठी असलेले त्याचे योगदान आणि कर्तृत्व. सरंजाम असणाऱ्या प्रदेशात प्रत्यक्ष अंमल सरंजामदाराचा असे. अशा प्रदेशातून येणाऱ्या वसूलातला काही भाग या सरंजामदाराला राजसत्तेला द्यावा लागे. सरंजामदार फौजउभारणी करत. युद्धाच्या वेळी राजसत्तेच्या बाजूने त्यांना सैन्यासह हजर राहावे लागे. सरंजाम जप्तही केला जाऊ शकतो. (याउलट वतन)
- **जहागीर :** 'सरंजाम' आणि 'जहागीर' हे शब्द बऱ्याचदा एकाच अर्थाने वापरले जातात. एखाद्या सरदाराला दिलेली एक किंवा त्यापेक्षा अधिक गावे असा त्याचा अर्थ होतो.
- **मोकासा :** मोकासा म्हणजे तात्पुरती जहागीर.
- **मनसब :** मुसलमानी राजवटीतील पद्धत. एखाद्या सरदाराला जितके सैन्य

ठेवण्याची मुभा द्यायची त्याच्या खर्चासाठी, त्याप्रमाणात एखादा प्रदेश त्याला जोडून दिला जात असायचा. सैन्याच्या या संख्येवरून मनसबदारांना 'पंचहजारी', 'दसहजारी' असे म्हटले जायचे. मनसब ही राजसत्तेला काढून घेता येई, तसेच एखाद्या सरदारानंतर त्याच्या मुलाला द्यायची की नाही हे राजसत्ता ठरवत असे. त्यामुळे जहागिरी दिल्यावर सरदार स्वायत्त किंवा शिरजोर होण्याचा धोका यात कमी असे.

- **वतन** : वतन म्हणजे गावाकरता किंवा परगण्याकरता करत असलेल्या कर्तव्याबद्दल त्या व्यक्तीच्या उपजीविकेकरता, मानमरातब राखण्यासाठी, जनतेचे दिलेले व वंशपरंपरेने चालणारे उत्पन्न. 'पाटिलकी आणि देशमुखी' ही दोन मोठी वतने महाराष्ट्रात होती. वतन कायमस्वरूपी असे. (याउलट सरंजाम, मानाने सरंजाम वतनापेक्षा मोठा असला तरी त्यात शाश्वती नसे.) वतनसंस्था छत्रपती शिवाजी महाराजांच्या जन्माच्या बऱ्याच आधीपासून महाराष्ट्रात अस्तित्वात होती.
- **पाटील** : गावचा वतनदार प्रमुख. करवसुली आणि कायदा व सुव्यवस्था ही त्याची दोन मुख्य कामे. इंग्रजांच्याकाळात करवसुलीसाठी मुलकी पाटील आणि कायदा व सुव्यवस्था यांच्यासाठी 'पोलीस पाटील' असे दोन स्वतंत्र पाटील मोठ्या गावांत नेमण्यात येत. लहान गावांत मुलकी आणि पोलिस पाटिलकी एकाच व्यक्तीकडे होती. पाटिलकीच्या तक्षिमा किंवा हिस्से असत. साधारण त्याच्या चार तक्षिमा होत्या (म्हणजेच एका गावची पाटिलकी चार घराणी करू शकत होती.) एका रुपयाची पाटिलकी, पन्नास पैशांची पाटिलकी, पंचवीस पैशांची पाटिलकी असे शब्दप्रयोग त्यासाठी बोलण्या-चालण्यात वापरले जात.
- **कुलकर्णी** : गावमहसुलाच्या नोंदी ठेवणे हे कुलकर्णी यांचे काम. पाटलाचा सहकारी.
- **देशमुख** : पाटील जसा गावाचा वतनदार प्रमुख तसा देशमुख हा अनेक गावांच्या समूहांचा, साधारण एका परगण्याचा. देशमुखी हे सर्वांत मोठे वतन होते. महाराष्ट्रात त्या त्या ठिकाणचे देशमुख घराणे हे तेथील प्रभावी घराणे असे. (उत्तर नगर जिल्ह्यात संगमनेर परगण्यात म्हस्के-देशमुख आणि शेळके-देशमुख, नेवासे परगण्यात निकम-देशमुख आणि कुंभारी परगण्यात जाधवराव-देशमुख ही चार प्रभावी देशमुख घराणी होती.)

- **देशपांडे :** गावपातळीवर जे काम कुलकर्णी यांचे, तेच परगणा पातळीवर देशपांडे यांचे. देशमुखांचे सहकारी.
- **मुकादम :** मुकादम शब्दाचा अर्थ हा 'मुख्य आदमी' (मुक+ आदमी) असा होतो. प्रत्येक जातीत एखादा मुकादम असायचा. गावाचा मुख्य आदमी या अर्थाने हा शब्द पाटलासाठी वापरण्यात आल्याचे दिसते.
- **शेटे :** शेटे व महाजन हे पेठांचे वतनदार प्रमुख असत. पेठ वसवणे आणि तिचे नियमन करणे हे त्यांचे काम असे. शेटे हे साधारण मराठा, तर महाजन ब्राह्मण असत.
- **चौगुला :** पाटलाच्या कामात साहाय्य करणारा.
- **जागल्या :** गावची सुरक्षा करणे, दवंडी पिटवणे आणि पाटलाला मदत करणे, हे त्यांचे काम होते.
- **मौजे :** लहान गाव. आजच्या भाषेत ग्रामपंचायत असणारे गाव म्हणता येईल.
- **कसबा :** मोठे गाव किंवा त्यावेळचे शहर. ज्यात विशेषत: पेठ असायची असे गाव. आजच्या भाषेत नगरपरिषद असणारे शहर म्हणता येईल.
- **तर्फ किंवा महाल :** काही गावांचा समूह. याला 'तालुका' म्हणता येईल. गावे आणि परगणा यांना जोडणारा घटक. (संगमनेर परगण्यात हवेली, राहुरी, बेलापूर, कोऱ्हाळे आणि देवपूर या 'तर्फा' होत्या.)
- **परगणा :** अनेक गावांचा समूह. मोठ्या परगण्यांच्या अंतर्गत काही तर्फा किंवा महाल असत. परगणा म्हणजे जिल्हा म्हणता येईल. सर्वच परगणे हे गावांच्या संख्येच्या बाबतीत एकसारखे नसत. (उत्तर नगर जिल्ह्यात संगमनेर, नेवासे, कुंभारी, अकोले, धांदरफळ आणि बारागाव नांदूर हे परगणे होते.)
- **सुभा :** काही परगण्यांचा समूह. याला 'प्रांत' असे सुद्धा म्हटले जाई. याच्या वरचा स्तर म्हणजे थेट राजसत्ता! (उत्तर नगर जिल्ह्याचा समावेश अठराव्या शतकात 'प्रांत गंगाथडी' मध्ये होत असल्याचे दिसते.)
- **कमाविसदार :** परगण्याच्या ठिकाणी सरकारकडून नेमलेला पगारी प्रशासकीय अधिकारी.
- **तरफदार, महालकरी :** तर्फ अथवा महालाच्या ठिकाणी सरकारकडून नेमलेला पगारी प्रशासकीय अधिकारी.
- **सुभेदार :** सुभ्याच्या अथवा प्रांताच्या ठिकाणी सरकारकडून नेमलेला पगारी

प्रशासकीय अधिकारी. सुभेदारपदी राजसत्तेकडून तिच्या पदरी असलेल्या सरदारांना नियुक्त्या मिळत असत. कमाविसदार अथवा सुभेदार यांना आजच्या भाषेत 'जिल्हाधिकारी' म्हणता येईल. (उत्तर नगर जिल्ह्यात अठराव्या शतकातील बराच काळ पेशव्यांकडून सरदार नारो बाबाजी नगरकर हे प्रांत गंगाथडीचे सरसुभेदार राहिले होते.)

- **दरकदार :** कारकुनी किंवा हिशोबी कामकाज करणारा वर्ग. त्यात मुजुमदार, फडणीस, पोतनीस, पोतदार, दफ्तरदार, चिटणीस वगैरेंचा समावेश होतो.
- **कमाविशी प्रदेश :** थेट सरकारच्या अंमलाखाली असणारा प्रदेश. कमाविसदार नेमून त्याचा कारभार बघण्यात येत असे.
- **सरंजामी प्रदेश :** एखाद्या सरदाराला 'सरंजाम' (म्हणजे जहागीर किंवा मोकासा) म्हणून दिलेला प्रदेश. हा थेट राजसत्तेच्या अंमलखाली नसे. येथे प्रत्यक्ष सत्ता सरंजामदाराची असे. (उत्तर नगर जिल्ह्यातील काही 'महाल' हे शिंदे, होळकर यांच्याकडे सरंजाम म्हणून होते, तसेच इतर छोटे-मोठे सरंजामदारदेखील होते.)
- **रूसुम :** वतनदार देशमुखांना मिळणारा एक परंपरागत हक्क अथवा रक्कम.
- **महजर :** करारनामा! न्यायाधीश किंवा पंच यांच्यासमक्ष साक्षीदारांनी आपल्या सह्यानिशी एखाद्या प्रकरणाबाबत करून दिलेला करार
- **मजलीस :** सभा किंवा बैठक! गावोगावी विशेष न्यायनिवाडा वगैरेंच्या प्रसंगी सरकारकडून अशा सभा भरवल्या जात.
- **गुमास्ता :** प्रतिनिधी! मुख्य वतनदार अथवा सरंजामदार जर त्याच्या वतनाच्या अथवा सरंजामाच्या ठिकाणी वास्तव्यास नसेल, तर त्याच्यावतीने त्याठिकाणी प्रत्यक्ष कारभार पाहणारा.
- **पोतनीस :** सरकारी खजिन्याचा (पोत्याचा) हिशोब ठेवणारा अधिकारी.
- **तीर्थोपाध्याय किंवा क्षेत्रोपाध्याय :** तीर्थक्षेत्रांच्या ठिकाणी पूर्वापार केले जाणारे विधी करणारी ब्राह्मण-पुरोहित घराणी. महाराष्ट्रात पुणतांबा, वाई, पैठण, त्र्यंबकेश्वर, नेवासे, कायगाव टोका, प्रवरासंगम अशा काही क्षेत्रांच्या ठिकाणी हा वर्ग दिसतो.
- **यादव :** बाराव्या-तेराव्या शतकात महाराष्ट्रात सत्ता असणारे प्रभावी घराणे. यादवांची राजधानी देवगिरी म्हणजेच दौलताबाद होती. १२९६ला दिल्लीचा

सुलतान अल्लाद्दन खिलजी यांने प्रथम स्वारी केली. त्यानंतर काहीकाळाने यादव राजवट संपुष्टात आली. 'मंदिर' ही यादवकाळाने आपल्याला दिलेले एक मोठे देणे आहे.

- **शके :** महाराष्ट्रत सातवाहन (शालीवाहन) राजवटीत सुरू झालेली एक कालगणना. शके मध्ये ७८ मिळवल्यास आपल्याला 'इसवी सन' (वर्ष) मिळते. जसे की, शके १९४७ म्हणजे इ.स. २०२५.
- **बहामनशाही किंवा बहामनी सल्तनत :** महाराष्ट्रत चौदाव्या किंवा पंधराव्या शतकात असलेली मुस्लीम राजवट. तिच्यातून नंतर पाच शाहया निर्माण झाल्या. त्या म्हणजे, विजापूरची आदिलशाही, अहमदनगरची निजामशाही, बिदरची बरीदशाही, वऱ्हाडची इमादशाही व गोवळकोंड्याची कुतुबशाही.
- **निजामशाही :** साधारण १४९० ते १६३६ हा निजामशाही राजवटीचा काळ आहे. निजामशाहीची राजधाणी 'अहमदनगर' होती. सोळाव्या शतकातील महाराष्ट्रातील प्रभावी सत्ता.
- **सतरावे शतक :** सतरावे शतक म्हणजे १६०० ते १६९९ ही शंभर वर्षे होय. छत्रपती शिवाजी महाराजांच्या रूपाने मराठ्यांच्या सत्तेचे बीजारोपण आणि पायाभरणी या शतकात झाली. त्याआधी किंवा याचकाळात नगरची निजामशाही, विजापूरची आदिलशाही, दिल्लीचे मोगल यांचे राज्य महाराष्ट्रात होते. छत्रपती शिवाजी महाराजांनंतर त्यांचे पुत्र छत्रपती संभाजी महाराज आणि छत्रपती राजाराम महाराज यांनी याच शतकाच्या शेवट मोगलांशी संघर्ष करत मराठा राज्याचे रक्षण केले.
- **अठरावे शतक :** अठरावे शतक म्हणजे १७०० ते १७९९ ही शंभर वर्षे होय. भारताच्या इतिहासात त्याला 'मराठ्यांचे शतक' असे म्हणता येईल. कारण याच शतकात महाराष्ट्र, देशातील मोठ्या भागांत मराठ्यांची प्रत्यक्ष किंवा अप्रत्यक्ष सत्ता होती.
- **मराठाकाळ किंवा मराठेशाही :** छत्रपती शिवाजी महाराजांचा जन्म (१६३०) ते तिसऱ्या इंग्रज-मराठा युद्धातील पराभवानंतर शेवटचे पेशवे, दुसरे बाजीराव यांची इंग्रजांसमोर पत्करलेली शरणागती (१८१८), या दरम्यानच्या काळाला सर्वसाधारणपणे 'मराठाकाळ' किंवा 'मराठेशाही' असे म्हटले जाते.
- **पेशवाई :** छत्रपती शिवाजी महाराजांचे नातू छत्रपती शाहू यांनी १७१३मध्ये

बाळाजी विश्वनाथ यांची पेशवे ('पेशवा' या पर्शियन शब्दाचा अर्थ पंतप्रधान असा होतो.) पदावर नियुक्ती करून त्यांना विशेषाधिकार दिले. अठराव्या शतकात पेशवाई ही मराठ्यांची मध्यवर्ती सत्ता होती. पुण्याहून पेशवे मराठेशाहीचा कारभार पाहत असत.

- **उत्तर-पेशवाई किंवा उत्तर-मराठेशाही :** नारायणराव पेशवे यांचा खून (१७७३) ते दुसरे बाजीराव पेशवे यांची इंग्रजांपुढे शरणागती (१८१८) या काळाला उत्तर-पेशवाई अथवा उत्तर-मराठेशाही असे इतिहासकारांनी म्हटले आहे. या काळात सरदारमंडळी स्वायत्त होऊन मराठेशाही ही संघराज्यात्मक झालेली होती. ग्वाल्हेरचे शिंदे, इंदूरचे होळकर, नागपूरचे भोसले, बडोद्याचे गायकवाड ही दुय्यम (पण प्रभावी) सत्ताकेंद्रे या काळात उदयास आली.
- **हैदराबादचा निजाम :** हैदराबादचा निजाम ही अठराव्या शतकात मराठ्यांप्रमाणे दक्षिण भारतात असणारी एक मोठी सत्ता होती. निजामाच्या मूळ पुरुषाचे नाव चिनकीलिज कमरुद्दिन खान. तसा तो मोगलांचा सरदार. औरंगजेबाच्या मृत्यूनंतर मोगल सत्ता खिळखिळी झाली. १७१३ला त्याची मोगलांच्या वतीने दख्खनच्या सुभ्यावर नेमणूक झाली. त्याच्या पुढच्या दशकात तो स्वायत्त झाला. हैदराबाद येथे त्याने आपली राजधानी केली. 'निजाम' ही पदवी त्याने धारण केली. (१६३६ला संपलेली अहमदनगरची निजामशाही आणि हैदराबादच्या निजामाचा काहीही संबंध नाही.) विशेष म्हणजे महाराष्ट्रातील आजचा 'मराठवाडा' म्हणजे आठ जिल्हे हा निजामाच्या राज्याचा भाग होता. निजामाचे हैदराबाद संस्थान हे १९४७पर्यंत भारतातले सर्वांत मोठे संस्थान म्हणून अस्तित्वात होते.
- **इंग्रजकाळ किंवा ब्रिटिशकाळ :** साधारण १८१८ ते १९४७ हा काळ. १८१८ला तिसऱ्या इंग्रज-मराठा युद्धातील पराभवानंतर दुसरे बाजीराव पेशवे यांनी इंग्रजांपुढे शरणागती पत्करली. पेशवाईच्या रूपातील मराठेशाही संपली. महाराष्ट्राच्या बहुतांशी भागावर असणारा पेशवाईचा प्रत्यक्ष अंमल त्यामुळे संपुष्टात आला. याच सुमारास भारतातील जवळजवळ सर्व राज्यकर्त्यांशी इंग्रजांनी तह करून त्यांचे सार्वभौमत्व कमी केले होते. त्यामुळे ढोबळमानाने एकोणिसाव्या शतकाच्या सुरुवातीपासून (महाराष्ट्राच्या बाबतीत १८१८पासून) ते भारत स्वातंत्र्य होईपर्यंतच्या (म्हणजे १९४७) काळाला इंग्रजकाळ किंवा

ब्रिटिशकाळ म्हणतात.

- **संस्थान :** भारतातील शासकांची इंग्रजकाळात असणारी (पण सार्वभौमत्व कमी असलेली.) राज्ये. इंग्लिशमध्ये याला 'प्रिन्सली स्टेट' म्हणत. इंग्रजकाळात गायकवाड यांचे बडोदा, होळकर यांचे इंदूर, शिंदे यांचे ग्वाल्हेर, पवार यांचे धार आणि देवास, छत्रपती यांचे कोल्हापूर अशी मराठी शासकांची काही संस्थाने होती. १९४७च्या सुमारास सर्व संस्थाने भारतीय संघराज्यात विलीन केली गेली. संस्थानांच्या ठिकाणी अजूनही काही जुन्या आणि शाही परंपरा कायम असल्याचे आपल्याला बघायला मिळते.
- **बखर :** इतिहासलेखनाचा एक प्रकार. बखरी या ऐकीव माहितीवर आधारलेल्या असतात. 'खबर' या शब्दापासून याची व्युत्पत्ती सांगितली जाते. इतिहासाचार्य राजवाडे 'बखर' म्हणजे 'बकणे' अशी त्याची व्युत्पत्ती सांगतात. ('बकणे' म्हणजे वस्तुनिष्ठ माहिती सोडून मोघम बोलत राहणे.) बखर हे इतिहासाचे प्राथमिक साधन नाही.
- **दंतकथा व आख्यायिका :** वर्षानुवर्षे आणि पिढ्यापिढ्यांपासून चालत आलेल्या ऐकीव गोष्टी. त्या इतिहासाचे प्राथमिक साधन नव्हेत.
- **गॅझेटिअर :** इंग्रकाळात इंग्रज सरकारने निर्माण केलेला स्थळ-वर्णनकोश. एखाद्या भागाची (जिल्ह्याची) सर्व माहिती अंतर्भूत असणारे पुस्तक. भूगोल, इतिहास, पर्यावरण, व्यापारउद्योग, समाज इत्यादी सर्व. 'गॅझेटिअर' निर्माण करण्याचा एक मुख्य उद्देश एखाद्या प्रदेशात नियुक्त झालेल्या ब्रिटिश अधिकारी वर्गाला तो प्रदेश समजून घेता यावा असा होता. गॅझेटिअर हे इतिहासाचे महत्त्वाचे साधन मानले जाते. 'गॅझेटिअर ऑफ द बॉम्बे प्रेसिडेन्सी' हे १८८४मध्ये प्रकाशित झाले. (त्याचा सतरावा खंड म्हणजे अहमदनगर होय!)
- **ग्रँट डफ :** मराठ्यांचा आद्य इतिहासकार. त्यांने 'हिस्टरी ऑफ मराट्टाज्' हा ग्रंथ तीन खंडांत १८२६मध्ये प्रकाशित केला. छत्रपती शिवाजी महाराज ते दुसरे बाजीराव पेशवे या कालखंडाचा इतिहास यामध्ये आहे.
- **भाट :** राजस्थानातील हा एक वर्ग असून त्यांचा वंशपरंपरागत व्यवसाय हा 'वंशावळी' लिहून ठेवण्याचा आहे. महाराष्ट्रात मराठ्यांच्या सत्तेला स्थैर्य प्राप्त झाल्यानंतर हे भाट महाराष्ट्रातील अनेक प्रभावी मराठा घराण्यांमध्ये दाखल झाले. आजही ठराविक वर्षांच्या अंतराने ही मंडळी महाराष्ट्रात येत असतात.

भाटांच्या नोंदी या ऐकीव माहितीवर आधारलेल्या असल्याने त्या इतिहासाचे प्राथमिक साधन नाही. त्यांनी दिलेल्या वंशावळी या प्रमाण म्हणून मानता येत नाहीत.

- **गंगाथडी :** गोदावरी आणि तिच्या प्रवरेसारख्या उपनद्यांच्या खोऱ्यात वसलेला प्रदेश. गंगाथडीच्या उत्तरेला सातमाळा-अजिंठा डोंगररांगा आणि दक्षिणेला हरिश्चंद्र-बालाघाट डोंगररांगा आहेत. नगर, नाशिक आणि छत्रपती संभाजीनगर या तिन्ही जिल्ह्यांच्या काही भागांचा त्यात समावेश होतो. हा भाग परंपरा, बोलीभाषा, खानपान अशा अनेक बाबतींत सारखा आहे. (उत्तर नगर जिल्ह्याचा समावेश गंगाथडीत होतो.)
- **डांग किंवा डांगण :** अहिल्यानगर (पूर्वीचे अहमदनगर) जिल्ह्यातील अकोले तालुक्यात असणाऱ्या सह्याद्री पर्वतरांगेच्या पूर्वेला लागून असलेला भाग. पुणे जिल्ह्यात सह्याद्रीला लागून असलेला प्रदेशाला जसा 'मावळ' म्हणून ओळखला जातो त्यासदृष्य हा प्रदेश आहे. राजूर, समशेरपूर आणि कोतूळ या तीन डांग अथवा डांगण येथे आहेत. प्रत्येक डांगणामध्ये साधारण चाळीस खेडी असल्याने त्याला 'चाळीसगाव डांगण' असे देखील म्हणतात. हा भाग आदिवासी बहुल असून येथे महादेव कोळी समाज बहुसंख्येने आहे.

•••

प्रमुख शासकांच्या वंशावळी

(कंसातील आकडे कार्यकाळ)

छत्रपती

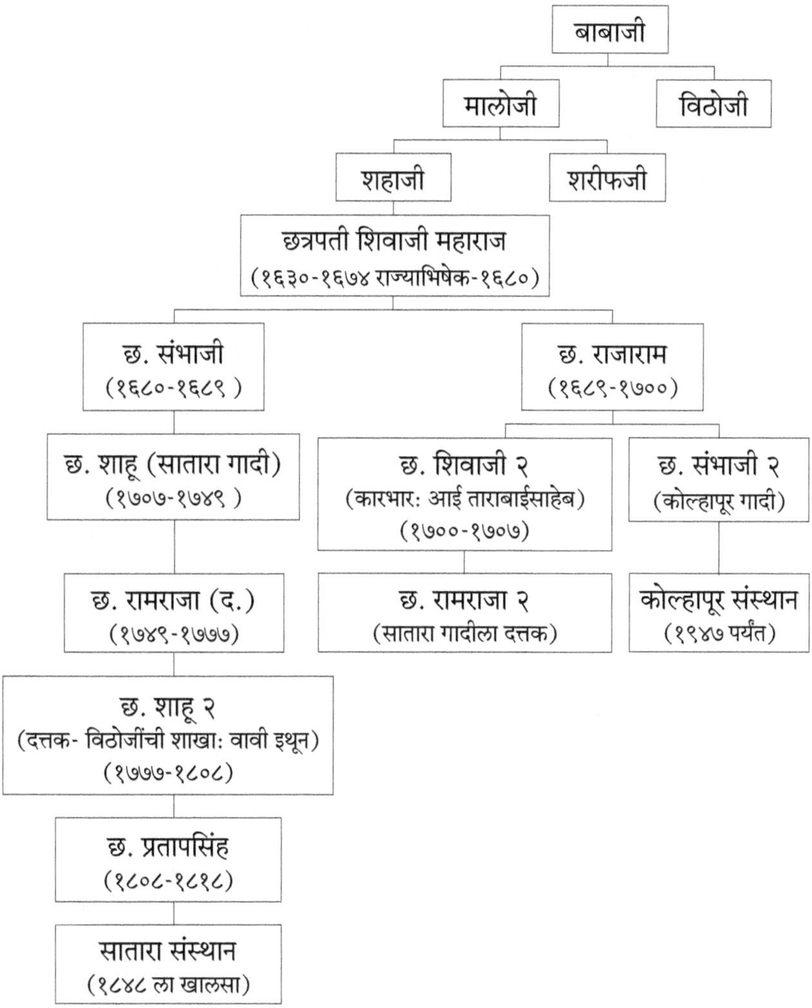

पेशवे

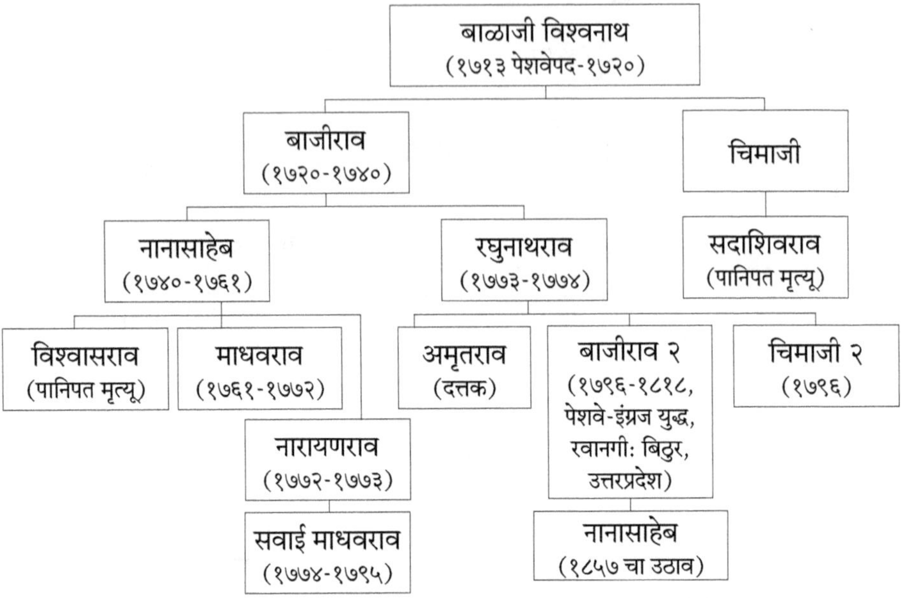

बाळाजी विश्वनाथ
(१७१३ पेशवेपद-१७२०)
बाजीराव
(१७२०-१७४०)
चिमाजी
नानासाहेब
(१७४०-१७६१)
रघुनाथराव
(१७७३-१७७४)
सदाशिवराव
(पानिपत मृत्यू)
विश्वासराव
(पानिपत मृत्यू)
माधवराव
(१७६१-१७७२)
अमृतराव
(दत्तक)
बाजीराव २
(१७९६-१८१८,
पेशवे-इंग्रज युद्ध,
रवानगी: बिठुर,
उत्तरप्रदेश)
चिमाजी २
(१७९६)
नारायणराव
(१७७२-१७७३)
सवाई माधवराव
(१७७४-१७९५)
नानासाहेब
(१८५७ चा उठाव)

होळकर

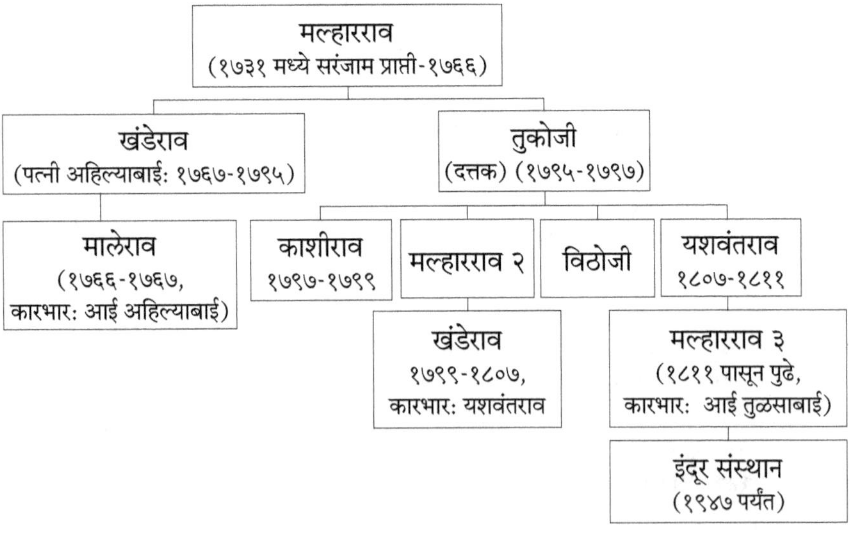

मल्हारराव
(१७३१ मध्ये सरंजाम प्राप्ती-१७६६)
खंडेराव
(पत्नी अहिल्याबाई: १७६७-१७९५)
तुकोजी
(दत्तक) (१७९५-१७९७)
मालेराव
(१७६६-१७६७,
कारभार: आई अहिल्याबाई)
काशीराव
१७९७-१७९९
मल्हारराव २
विठोजी
यशवंतराव
१८०७-१८११
खंडेराव
१७९९-१८०७,
कारभार: यशवंतराव
मल्हारराव ३
(१८११ पासून पुढे,
कारभार: आई तुळसाबाई)
इंदूर संस्थान
(१९४७ पर्यंत)

शिंदे

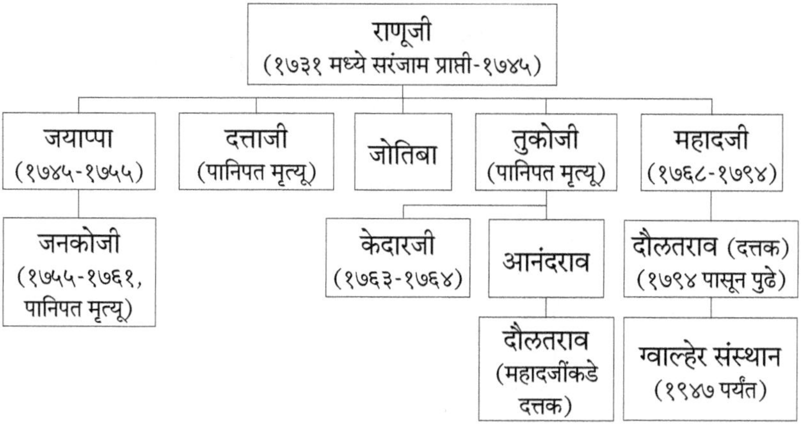
राणूजी
(१७३१ मध्ये सरंजाम प्राप्ती-१७४५)
जयाप्पा
(१७४५-१७५५)
दत्ताजी
(पानिपत मृत्यू)
जोतिबा
तुकोजी
(पानिपत मृत्यू)
महादजी
(१७६८-१७९४)
जनकोजी
(१७५५-१७६१,
पानिपत मृत्यू)
केदारजी
(१७६३-१७६४)
आनंदराव
दौलतराव (दत्तक)
(१७९४ पासून पुढे)
दौलतराव
(महादजींकडे
दत्तक)
ग्वाल्हेर संस्थान
(१९४७ पर्यंत)

उत्तर अहिल्यानगर जिल्हा

अहिल्यानगर (पूर्वीचा अहमदनगर; ज्याला 'नगर' संबोधतात.) हा महाराष्ट्रातला क्षेत्रफळानुसार सर्वांत मोठा जिल्हा. या जिल्ह्याचे दोन भाग मानले जातात. एक 'उत्तर नगर' आणि दुसरा 'दक्षिण नगर'. हे दोन्ही भाग मुळात भौगोलिकदृष्ट्या एकमेकांपेक्षा वेगळे आहेत. 'उत्तर नगर' हा गोदावरीच्या खोऱ्यात तर 'दक्षिण नगर' भीमेच्या खोऱ्यात असणारा भाग. हरिश्चंद्र-बालाघाट डोंगररांग त्याचे दोन भाग पाडते. भाषेचा लहेजा, खानपान, चालीरीती या बाबतीतही एकाच जिल्ह्यात असणाऱ्या या दोन भागांत काहीसा वेगळेपणा आहे. अहिल्यानगर जिल्ह्यात एकूण १४ तालुके आहेत. त्यातील अकोले, संगमनेर, राहाता, राहुरी, कोपरगाव, श्रीरामपूर आणि नेवासे हे सात तालुके 'उत्तर नगर जिल्ह्या'त येतात. उरलेले पारनेर, नगर, शेवगाव, पाथर्डी, श्रीगोंदा, कर्जत आणि जामखेड हे सात तालुके दक्षिण नगरमध्ये येतात. उत्तर नगर जिल्हा म्हणजे ढोबळमानाने सांगायचे झाले तर आजचे आरटीओचे 'एमएच-१७' पासिंग अथवा शिर्डी लोकसभा मतदारसंघाचे क्षेत्र !

क्षेत्रफळाचा विचार केला तर उत्तर नगर जिल्ह्याचे क्षेत्रफळ हे त्यातल्या सात तालुक्याचे क्षेत्रफळ मिळून ७६४२.९ चौरस किलोमीटर इतके आहे. तर इथल्या एकूण गावांची संख्या ७७१ आहे. त्यात अकोले तालुक्यात १९१, संगमनेर तालुक्यात १७१, राहाता तालुक्यात ६०, राहुरी तालुक्यात ९६, कोपरगाव तालुक्यात ७९, श्रीरामपूर तालुक्यात ५४ आणि नेवासे तालुक्यात १२० गावे आहेत.

उत्तर नगर जिल्ह्याची अंदाजे लांबी-रुंदी सांगायची झाली तर ती उत्तर-दक्षिण ९५ किलोमीटर (चासनळी ते वांबोरी) आणि पश्चिम-पूर्व (बारी ते चिकणी खामगाव) १७५ किलोमीटर आहे. या भागाच्या पश्चिम आणि नैऋत्येला ठाणे

आणि पुणे जिल्हा, उत्तरेला नाशिक जिल्हा तर ईशान्य आणि पूर्वेला छत्रपती संभाजीनगर जिल्हा आहे.

गोदावरी, प्रवरा आणि मुळा या इथल्या प्रमुख नद्या. सह्याद्रीची पश्चिम रांग या भागातून (अकोले तालुक्यातून) गेली आहे. तर तिच्या काही उपरांगा पूर्वेकडे पसरत आलेल्या आहेत. महाराष्ट्रातच नव्हे तर दक्षिण भारतात मानवाची पहिली वस्ती उत्तर नगर जिल्ह्यात झाल्याचे मानले जाते. नेवासे इथे मिळालेले नवाश्मयुगीन काळातील पुरावे, श्रीरामपूरजवळच्या दायमाबाद इथे मिळालेले हडप्पा-मोहेंजोदडो संस्कृतीचे पुरावे आणि संगमनेरजवळच्या जोर्वे गावात मिळालेले ताम्र-पाषणयुगीन संस्कृतीचे पुरावे त्याचे निदर्शक आहेत. या भागाला पौराणिक महत्त्व असून समुद्रमंथन इथे झाल्याचे सांगतात. इथल्या अनेक गावांच्या नावांची व्युत्पत्ती ही त्यासंदर्भाने सांगितली जाते. नेवासे इथले मोहिनीराज मंदिर असो की राहुच्या नावाचे राहुरी गाव किंवा राहुच्या कंठातून रतनगडहून निघालेली प्रवरा नदी (जिचे एक नाव अमृतवाहिनी!) असे बरेच समुद्रमंथनाशी संबंधित दाखले मौखिक परंपरेत आढळून येतात.

प्राचीन काळापासून इथे नद्यांच्या काठी अनेक धार्मिक परंपरा होत्या. पुणतांबा (पुण्यस्तंभ), नेवासे (निवास अथवा निधिवास), कायगाव टोके प्रवरासंगम, कोपरगाव (कर्पुरग्राम), संगमनेर, बेलापूर (बिल्वपूर) अशी अनेक धार्मिक स्थळे इथे होती. नाथमंडळी, चक्रधरस्वामी, ज्ञानेश्वरादी संतांचे वास्तव्य या भागात होते.

मराठेशाहीच्या काळात म्हणजेच सतराव्या-अठराव्या शतकात या भागाचा 'प्रांत गंगाथडी' असा स्वतंत्र उल्लेख येत असून हा भाग प्रामुख्याने संगमनेर आणि नेवासे परगण्यात विभागला गेलेला होता. (गंगाथडी म्हणजे गोदावरीच्या खोऱ्यातील भाग). मुळात सतराव्या शतकात हा भाग आधी नगरच्या निजामशाहीच्या आणि नंतर मोगलांच्या अंमलाखाली होता. निजामशाहीच्या काळात शिवाजी महाराजांच्या भोसले घराण्याकडे म्हणजेच शहाजीराजे यांच्याकडे या भागाचा कारभार होता.

छत्रपती शिवाजी महाराजांनी स्वराज्याची स्थापना केली, परंतु त्यांचे स्वराज्य या भागात नव्हते. शिवरायांनी १६५०मध्ये या भागाच्या सरदेशमुखीवर आपला वडिलोपार्जित हक्क असून तो आपल्याला मिळावा अशी मागणी मोगल

बादशहाला केली होती, हे लक्षात घेण्यासारखे आहे. शिवशाहीत छत्रपती शिवाजी महाराजांची संगमनेरला झालेली आयुष्यातली शेवटची लढाई सोडता, त्यांचा या भागाशी फारसा संबंध आला नाही.

नंतर म्हणजेच सतराव्या शतकाच्या अखेरीस छत्रपती राजाराम महाराजांच्या काळात मराठा सरदार या भागात वर्चस्व प्रस्थापित करण्याचा प्रयत्न करू लागले, पण त्याला म्हणावे असे यश मिळाले नाही. दीर्घकाळ मोगलांकडे असणारा हा भाग १७२०च्या दशकात मोगलांकडून त्यांच्याच दख्खन प्रांताचा सुभेदार असणाऱ्या आणि स्वायत्त बनलेल्या 'हैदराबादच्या निजामा'च्या अधिपत्याखाली आला. पुढे मराठ्यांनी या भागावर वर्चस्व प्रस्थापित करण्याचे प्रयत्न सुरू केले.

मराठे आणि निजाम यांच्यात लढाया झाल्या. त्यात पेशव्यांना यश आले आणि हा भाग मराठ्यांकडे आला तो १७५०च्या दशकात, म्हणजेच नानासाहेब पेशव्यांच्या काळात. त्यानंतर मात्र १८१८पर्यंत हा भाग मराठ्यांकडे म्हणजेच पेशव्यांच्या अंमलाखाली होता. त्यातही पेशव्यांकडून सरदार होळकर आणि शिंदे यांना इथले काही महाल अथवा तर्फा दिलेल्या होत्या. १८१८ नंतर तो इंग्रजांकडे आला. इंग्रजकाळात 'अहमदनगर' जिल्ह्याची निर्मिती होऊन हा भाग अहमदनगर जिल्ह्यात समाविष्ट करण्यात आला. ही केवळ प्रशासकीयदृष्ट्या केलेली सोय होती.

विसाव्या शतकात या भागात एक मोठे स्थित्यंतर झाले, ज्याने या भागाचा चेहरामोहरा बदलून टाकला ते म्हणजे 'साखर कारखानदारी' होय. प्रवरा आणि गोदावरी नद्यांच्या तोंडाशी धरणे झाली, पाटपाणी आले. सुरुवातीला इथे खासगी कारखानदारी आली आणि नंतर सहकारी साखर कारखानदारी. त्यामुळे शिक्षणसंस्था, दूध संघ वगैरे आले. समृद्धी आली. पण त्यामुळे लोकशाहीकाळात नवसरंजामदार घराणी निर्माण झाली, हेही तितकच खरे ! उत्तर नगर जिल्ह्यात जागोजागी नेते आहे. राज्य सरकारमध्ये एकावेळी तीन-तीन कॅबिनेट मंत्री या भागातले असत. त्याचबरोबर शिर्डी हे जगप्रसिद्ध धार्मिक स्थळ, तीन मोठी धरणं, एक विमानतळ, तीन राष्ट्रीय महामार्ग व काही राज्य महामार्ग इथून गेले आहेत. राज्यातील किंवा देशातील विकसित ग्रामीण भागात या भागाची गणना होते. मात्र पाटपाणी न पोहोचलेल्या इथल्या काही भागाला दुष्काळाचे चटके तर बागायती भागालाही अलीकडे शेतजमिनीचे विभाजन आणि कृषीक्षेत्रासमोरच्या आव्हानांचा सामना करावा लागत आहे.

गेल्या काही वर्षांपासून अहिल्यानगर जिल्ह्याचे विभाजन करून त्यातून 'उत्तर नगर' हा स्वतंत्र जिल्हा करण्याची मागणी होत आहे. उत्तर नगर जिल्हा आज अधिकृतरित्या जिल्हा म्हणून अस्तित्वात नाही. मात्र अनेक राज्यव्यापी तसेच देशव्यापी संस्था, संघटना, राजकीय पक्ष यांनी त्यांच्या शाखा अथवा विभाग म्हणून, वृत्तसमुहांनी आवृत्ती म्हणून तो मानला आहे. लोकांच्या तोंडी 'उत्तर नगर' नाव काही प्रमाणात आहेच. 'उत्तर नगर' स्वतंत्र जिल्हा झाल्यास त्यातील संगमनेर, शिर्डी अथवा श्रीरामपूर यांपैकी एक शहर हे जिल्हा मुख्यालय होण्याची शक्यता वर्तवली जाते.

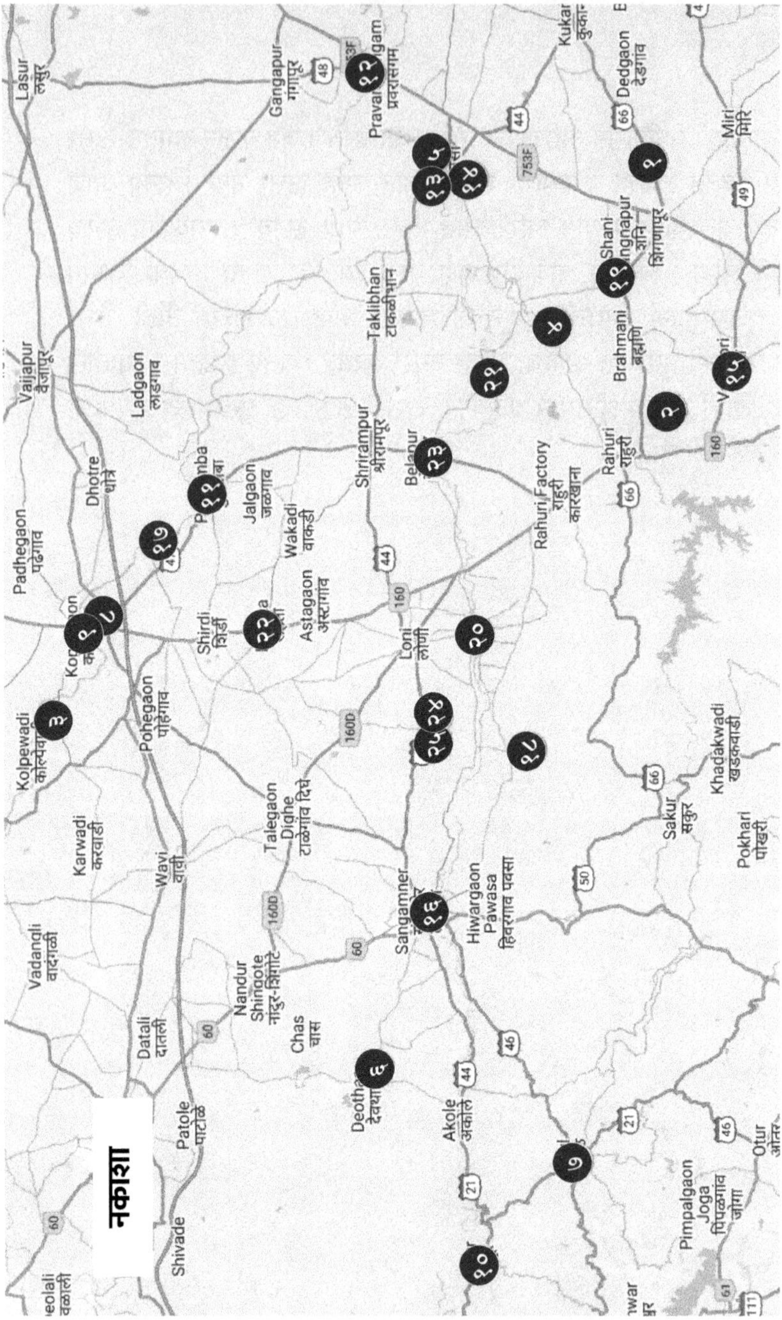

१ चांदा

२ सडे

३ माहेगाव देशमुख

४ खेडले परमानंद

५ नेवासे

६ वीरगाव

७ कोतूळ

८ कोपरगाव

९ कोपरगाव

१० राजुर

११ पुणतांबा

१२ कायगाव, टोके आणि प्रवरासंगम

१३ नेवासे बुद्रुक

१४ नेवासे

१५ वांबोरी

१६ संगमनेर

१७ वारी

१८ पानोडी

१९ सोनई

२० सात्रळ

२१ मालुंजे

२२ राहाता

२३ बेलापूर

२५ २४ निमगावजाळी

संदर्भग्रंथ

- मराठेशाही वास्तुशिल्प : म. श्री. माटे
- वाडा : विलास कोळी
- आमचा नगर जिल्हा : हरी गणेश पारखे
- मराठी रियासत (खंड १ ते ८) : गो. स. सरदेसाई
- मराठ्यांचा इतिहास (खंड १,२,३) : संपादन ग. ह. खरे, अ. रा. कुलकर्णी
- ऐतिहासिक घराण्यांच्या वंशावळी : गो. स. सरदेसाई
- प्रवरा खोरे गॅझेटिअर
- गावगाडा : त्रिंबक नारायण आत्रे
- मराठी विश्वकोश
- ऐतिहासिक शब्दकोश : य. न. केळकर
- पेशवे रोजनिशी खंड (१ ते ९) : संपादन ग. चि. वाड
- पेशवे दफ्तरातून निवडलेले कागद (खंड ४,३०,३१,३८,४१,४३) : संपादन गो. स. सरदेसाई
- मराठ्यांच्या इतिहासाची साधने (खंड ४) : संपादन वि. का. राजवाडे
- ऐतिहासिक लेखसंग्रह (खंड १०,१२,१४,१५) : संपादन वासुदेवशास्त्री खरे
- मासिक इतिहाससंग्रह (अंक ऑगस्ट, १९०८, ऑगस्ट, १९०९, ऑगस्ट, सप्टेंबर, ऑक्टोबर, १९११) : संपादन द. ब. पारसनीस
- ऐतिहासिक सनदा व पत्रे : संपादन मा. भि. थोरात
- चंद्रचूड दफ्तर (कला पहिली) : संपादन द. वि. आपटे
- पवार घराण्याच्या इतिहासाची साधने : संपादन मा. वि. गुजर
- होळकरशाहीचा इतिहास (खंड - १ व २) : संपादन वा. वा. ठाकूर, देविदास पोटे
- त्रैमासिक, भारत इतिहास संशोधक मंडळ (अंक जानेवारी : जुलै १९४८, जानेवारी : जुलै १९५०, ऑक्टोबर १९५० : जानेवारी १९५१, वर्ष १९५६-५७)
- शिवभारत : संपादन स. म. दिवेकर
- परमानंदकाव्यम् : संपादन सदाशिव शिवदे
- शिव-चरित्रप्रदीप : संपादन द. वि. आपटे आणि स. म. दिवेकर

- दक्षिणेतील सरदारांच्या कैफियती, यादी वगैरे : संपादन पुरुषोत्तम मावजी, द. ब. पारसनीस
- काव्येतिहाससंग्रहात प्रसिद्ध झालेले ऐतिहासिक पत्रे यादी वगैरे लेख : संपादन गो. स. सरदेसाई, या. मा. काळे, वि. स. वाकसकर
- मोगल दरबारची बातमीपत्रे (खंड - १,२,३) : संपादन सेतुमाधवराव पगडी
- पेशवाईच्या सावलीत : संपादन ना. गो. चापेकर
- सभासद बखर : संपादन का. ना. साने
- ९१ कलमी बखर : संपादन एम. एम. कोटास्थाने
- श्री मल्हार रामराव चिटणीस विरचित श्रीमंत छत्रपती संभाजी महाराज आणि थोरले छत्रपती राजाराम महाराज यांची चरित्रे : संपादन का. ना. साने
- नागपूरकर भोसल्यांची बखर : संपादन या. मा. काळे
- सनपुरीची बखर : संपादन हैदराबाद सरकार
- मराठी दफ्तर रुमाल पहिला (शेडगावकर भोसल्यांची बखर) : संपादन वि. ल. भावे
- बक्षीबाहादर जीवबादादा उर्फ जिवाजि बल्लाळ केरकर यांवरील पवाडा : संपादन नरहर व्यंकाजी उर्फ नाना हवालदार
- काही अप्रसिद्ध ऐतिहासिक चरित्रे : य. न. केळकर
- महाराणी बायजाबाई शिंदे ह्यांचे चरित्र : द. ब. पारसनीस
- मुसलमानी अमदानीतील मराठे सरदार : द. ब. पारसनीस
- क्षत्रियांचा प्राचीन इतिहास (भाग पहिला) : के. बी. देशमुख
- सातारचे श्रीमंत छत्रपती शिवाजी महाराज यांचे वंशाचा व प्रतिनिधी आणि अष्टप्रधान यांचा इतिहास : विष्णु गोपाळ भिडे
- सरदेसाई स्मारक ग्रंथ १९३८
- रायगडची जीवनकथा : शां. वि. आवळसकर
- अनंतफंदीकृत कविता अथवा लावण्या (भाग पहिला) : शंकर तुकाराम शाळिग्राम
- शिवपुत्र संभाजी : कमल गोखले
- शिंदेशाहीचा खरा इतिहास अथवा बक्षीबहाद्दर मुजाफरदौल जिवाजी बल्लाळ उर्फ जिवबादादा केरकर बहाद्दर फत्तेजंग यांचे चरित्र : न. व्यं. राजाध्यक्ष
- शिवराज्य व शिवकाळ : वा. कृ. भावे
- मराठा कुळांचा इतिहास (भाग १, जाधव घराण्याची कैफियत) : गोपाळ दाजीबा दळवी
- वऱ्हाडचा इतिहास : या. मा. काळे

- मराठे व इंग्रज : न. चिं. केळकर
- श्रीसाईसच्चरित्र : संपादन गोविंद रघुनाथ दाभोळकर
- त्रैमासिक, उज्ज्वल उद्यासाठी (अंक, जून-ऑगस्ट २०११, एप्रिल-सप्टेंबर २०१४, ऑगस्ट-ऑक्टोबर २०२१, मे-ऑक्टोबर २०२३) : संपादन विठ्ठल शेवाळे
- मासिक संशोधक (अंक, मार्च-जून १९८८)
- पेशवे घराण्याचा इतिहास : प्रमोद ओक
- पेशवे : श्रीराम साठे
- ओक घराण्याचा इतिहास : भ. प्र. ओक
- खरे कुलवृत्तांत : संपादन खरे कुलवृत्तांत समिती
- गुणे घराण्याचा इतिहास खंड १ व २ : विठ्ठल त्र्यंबक गुणे
- शिर्डी गॅझेटिअर: अनटोल्ड स्टोरीज् : प्रमोद आहेर
- संत महिपती ताहराबादकर : विजय प्रभाकर नगरकर
- पद्मभूषण करमसी जेठाभाई सोमैया जीवनगाथा : राजा मंगळवेढेकर
- जगधने कुलवृत्तान्त : रामचंद्र जगधने
- Gazetteer of the Bombay Presidency (Vo. 17, Ahmednagar, First edition 1884)
- Itinerary and directory for Western India,... : Captain John Clunes
- History of Maharattas (Vol. 1,2,3) : James Grant Duff
- Poona Residency Correspondence (Volume 2,6,7,12) : Ed. Jadunath Sirkar and G.S.Sardesai
- Shivaji: His Life and Times : G. B. Mehendale
- Military System of Marathas : Surendra Nath Sen
- House of Shivaji : Sir Jadunath Sarkar
- The Mastery of Hindustan Triumphs & Travails of Madhavrao Peshwa : Uday S. Kulkarni
- Reports of the cases argued and determined before the privy council-1829-1831 (Report)
- Bajirao II and the East India company : Pratul Chandra Gupta
- Peshwa Bajirao II and Downfall of the Maratha Power : Suman Vaidya
- The Maratha Century : Uday S. Kulkarni

मुलाखती आणि सहकार्य

अकोले तालुका

प्रा. प्रकाश टाकळकर (अकोले), भानुदास देशमुख, शुभम उपासनी (कोतुळ), उदोजीराव थोरात, रंजनाबाई थोरात (वीरगाव), बाबुराव डगळे (चिंचवणे), भास्कर बांबळे (गर्दनी/अकोले), सुभाष बांबळे (राजूर).

संगमनेर तालुका

प्रा. विठ्ठल शेवाळे (संगमनेर), प्रा. विलास जाधव (निमगावजाळी/ संगमनेर), सतिश नेहे (समनापूर/ वाकडी), भवानराव थोरात, विनायकराव थोरात, हेमलताबाई थोरात (पानोडी), बाळासाहेब देशमुख आंभोरकर, उदय देशमुख आंभोरकर (संगमनेर), बाबासाहेब होळकर, दत्ता होळकर (साकुर), सुभाष मोहोळे (धांदरफळ), माणिकराव जोंधळे (कोंची), पद्मावतीबाई नाईक, सुदर्शन जोंधळे, प्रभाकर जोंधळे, संगीता जोंधळे, विजय वदक (निमगावजाळी), सागर थोरात, आनंदराव मोरे, काशिनाथ मोरे (वडगाव पान), बाळासाहेब गुंजाळ, जयवंतराव गुंजाळ, हेमंत पवार (संगमनेर/ राजापूर), हरिभाऊ दिघे (तळेगाव दिघे), शशिकांत मतकर (निमज), उल्हास थोरात (माळेवाडी).

राहाता तालुका

अविनाश हजारे, लोकेश निलखे (राहाता), प्रभाकर बिडवाई, प्रतिभाबाई बिडवाई, बाप्पासाहेब वाघ, अनिल लुंपाटकी (पुणतांबा), रावसाहेब देशमुख (रुई), अमोल गायकवाड (कोऱ्हाळे), भाऊसाहेब लासुरे (शिंगवे), शेरअली जहागीरदार (पिंपळवाडी), सतिश डेंगळे (निमगाव कोऱ्हाळे).

राहुरी तालुका

प्रा. जमाल शेख (राहुरी), विलासराव चोरमुंगे, राजेंद्र चोरमुंगे, वर्धमान चोरमुंगे

(सात्रळ), पंडित पानसंबळ, अविनाश पानसंबळ (सडे), हभप रावसाहेब गायकवाड, काशिनाथ जाधव (ब्राम्हणी), कपिल खेसे (कात्रड), बाळकृष्ण खरे (राहुरी), हभप बाळासाहेब डेंगळे व कुटुंबीय (उंबरे), शशिकांत देशमुख (म्हैसगाव), दीपक पवार, संदीप पवार, पवार व ताकटे कुटुंबीय (खडांबा).

कोपरगाव तालुका

डॉ. कान्हुजी गिरमकर, सूर्यकांत कोल्हे, सुशांत घोडके, महेंद्र उर्फ बाळासाहेब पाटील (कोपरगाव), मोहन सोनवणे (राज्य पुरातत्त्व विभाग कर्मचारी, कोपरगाव), दिलीप शिंदे (वारी), गजेंद्र जाधवराव (माहेगाव देशमुख/ नाशिक), राजेंद्र देशमुख, उदय देशमुख (माहेगाव देशमुख), १००८ महामंडलेश्वर स्वामी शिवानंदगिरी महाराज (मंजूर), अरुण शिंदे (गोधेगाव/ कोपरगाव), किशोर शिंदे (संवत्सर), बाळासाहेब वाबळे (सुरेगाव), रावसाहेब निंबाळकर, अशोक निंबाळकर (कोळगाव थडी), नानासाहेब गुर्साळे (जेऊर कुंभारी), मनोज चव्हाण (धोत्रे).

श्रीरामपूर तालुका

डॉ. शिरीष लांडगे (श्रीरामपूर), सतिश आवटी, आदित्य आवटी (मालुंजा/ पुणे), प्रवीण दैमिवाळ, कुणाल आवटी व कुटुंबीय (मालुंजा), श्रीकांत जगधने, अजित जगधने, धनंजय जगधने (उक्कलगाव), अरुण नाईक, विजयकुमार नाईक, शिवाजी नाईक (बेलापूर), गौरव डेंगळे (खंडाळा).

नेवासे तालुका

महेश जामदार, सिद्धार्थ गायके, डॉ. निलेश लोखंडे, सुभाष मोहिते, उदय मोहिते, अभय मोहिते (नेवासे खुर्द), ॲड. देसाई देशमुख, चंद्रकुमार देशमुख (कुकाणा), संतोषकुमार दहातोंडे, अरुण दहातोंडे (चांदा), रामचंद्र काटकर, ज्ञानेश्वर काटकर (प्रवरासंगम), सचिन शेटे, वैशाली शेटे, नानासाहेब शेटे, धनंजय शेटे (सोनई), प्रकाश शेटे (सोनई/ यु.एस.ए.), भाऊसाहेब मोकाशी (खेडले परमानंद), मच्छिंद्र हापसे, ज्ञानेश्वर जायगुडे (नेवासे बुद्रुक), वाबळे कुटुंबीय (आंतरवली), अभय देशमुख (सुलतानपूर/ कुकाणा), सुभाष जरीपटके (जळके बुद्रुक).

•••

लेखक परिचय

सुमित डेंगळे

सध्या पुण्यामध्ये राहणारे सुमित डेंगळे यांचे मूळ गाव अहिल्यानगर जिल्ह्यातील संगमनेर तालुक्यातील निमगांवजाळी आहे. पुण्यातील MIT कॉलेजमधून IT Engineeringची पदवी. त्यानंतर सावित्रीबाई फुले पुणे विद्यापीठात Journalism and Mass Communication या विषयात पदव्युत्तर शिक्षण घेतले. या अभ्यासक्रमात शेवटच्या वर्षी 'उत्तर नगर जिल्ह्यातील ऐतिहासिक वाड्यांची सद्यस्थिती' हा सखोल वार्तांकन प्रकारात संशोधनात्मक प्रबंध पुणे विद्यापीठात सादर केला. ते मराठ्यांच्या इतिहासाचे अभ्यासक असून पुण्यातील भारत इतिहास संशोधक मंडळाचे आजन्म सभासद आहेत. त्रिंबकजी डेंगळे व इतर विषयांवर नियतकालिके, दृकश्राव्य माध्यमे, डिजिटल माध्यमे यांमधून त्यांनी लेखन केले आहे. निमगांवजाळी गावात काही वर्षांपासून ते त्रिंबकजी डेंगळे यांच्या पुण्यतिथीनिमित्त कार्यक्रम आणि डेंगळे वाडा 'हेरिटेज वॉक' असे कार्यक्रम आयोजित करतात. सध्या ते मुक्तपत्रकारिता, डिजिटल मार्केटिंग या क्षेत्रांत कार्यरत आहेत.

- Email : sumitdengale@gmail.com
- Website : www.sumitdengale.wordpress.com
- Facebook : www.facebook.com/sumitdengale1
- Instagram : www.instagram.com/sumitdengale1
- YouTube : www.youtube.com/@sumitdengale1

www.ingramcontent.com/pod-product-compliance
Lightning Source LLC
Chambersburg PA
CBHW070656240926
51846CB00003BA/936
* 9 7 8 9 3 4 8 0 4 8 5 4 7 *